ಅಪ್ಪನ ನೆನಪುಗಳು

ಅರವಿಂದತನಯ

ಸಮರ್ಪಣೆ

ಜೀವನದುದ್ದಕ್ಕೂ ಎದುರಾದ ಕಠಿಣ ಸವಾಲುಗಳನ್ನು ಎದುರಿಸಿ ಸಾಹಸಮಯುವಾದ, ಸಾರ್ಥಕವಾದ ಬಾಳನ್ನು ಬಾಳಿ ಮುಂದಿನ ಪೀಳಿಗೆಗೆ ದಾರಿದೀಪವಾದ ನನ್ನ ಪ್ರೀತಿಯ ತಂದೆ ಮತ್ತು ಅವರಿಗೆ ಬಾಳಿನುದ್ದಕ್ಕೂ ಸರಿಸಮನಾಗಿ ನಿಂತು ಬಾಳನ್ನು ಸಾರ್ಥಕವಾಗಿ ಬಾಳಿ ದುಡಿದ ನನ್ನ ಒಲುಮೆಯ ತಾಯಿ ಇವರುಗಳಿಗೆ ಈ ಪುಸ್ತಕವನ್ನು ನನ್ನ ಕಿರು ಕಾಣಿಕೆಯಾಗಿ ಅರ್ಪಿಸುತ್ತಿದ್ದೇನೆ

ನನ್ನ ತಾಯಿ ಶ್ರೀಮತಿ ಅರವಿಂದಮ್ಮ ಹಾಗೂ ನನ್ನ ತಂದೆ ಛಾಂದೋಗ್ಯಂ ವೇಲಾಂಬೂರ್ ಶ್ರೀನಿವಾಸ ಅಯ್ಯಂಗಾರ್

ಅರವಿಂದತನಯ

22 ಸೆಪ್ಟೆಂಬರ್ 2022

ಪರಿವಿಡಿಗಳು

ಮುನ್ನುಡಿ

ಕೆಲವು ವ್ಯಕ್ತಿಗಳೇ ಹಾಗೇ, ಮೊದಲ ಭೇಟಿಯಲ್ಲಿಯೇ ದಶಕಗಳ ಪರಿಚಯವೋ, ಎಂಬಂತೆ ಹತ್ತಿರವಾಗಿ ಬಿಡುತ್ತಾರೆ ಮತ್ತು ಮಾನವೀಯ ಸಂಬಂಧವನ್ನು ಕಾಪಾಡಿಕೊಂಡು ಮುಂದುವರೆಸುತ್ತಾರೆ. ಇದಕ್ಕೆ ಕಾರಣ ಇಬ್ಬರಲ್ಲಿಯೂ ಕಾಣಸಿಗುವ ಸಮಾನ ಗುಣಗಳು, ವಿಶ್ವಾಸ, ಸ್ನೇಹಶೀಲತೆ, ಇನ್ನೂ ಏನೇನೋ.

ಅಂತಹವರಲ್ಲಿ ನನ್ನ ಒಡನಾಟಕ್ಕೆ ಬಂದವರು ಹಿರಿಯರಾದ ಸನ್ಮಿತ್ರ ಶ್ರೀ ವೆಂಕಟಾಚಾರ್ ಅವರು. ಸುಮಾರು 2013ರಲ್ಲಿ ನಾನು ಕರ್ನಾಟಕ ಸಂಗೀತ ನೃತ್ಯ ಅಕಾಡೆಮಿಯಲ್ಲಿ ರಿಜಿಸ್ಟ್ರಾರ್ ಆಗಿದ್ದಾಗ, ಅಲ್ಲಿಂದ ಮುಂದೆ ನಾಲ್ಕನೇ ಕೊಠಡಿಯಲ್ಲಿ ಶ್ರೀಯುತರ ಕೆಲಸ - ಕನಕದಾಸ ಅಧ್ಯಯನ ಪೀಠದ ಆಡಳಿತಾಧಿಕಾರಿಯಾಗಿ. ಬ್ಯಾಂಕ್ ಮ್ಯಾನೇಜರ್ ಆಗಿ ಉನ್ನತ ಹುದ್ದೆಯಲ್ಲಿದ್ದು, ನಿವೃತ್ತಿಯ ನಂತರ ಈ ಸ್ಥಾನಕ್ಕೆ ಬಂದಿದ್ದರು. ಆದರೆ ಅಲ್ಲಿ ತಾವು over-qualified ಎಂದು ಅರಿವಾದೊಡನೆ ಬಿಟ್ಟರು. ಅಧ್ಯಯನ ಪೀಠಕ್ಕೆ ಆದ ನಷ್ಟ ಅದು. ಕನ್ನಡ ಭವನದಲ್ಲಿದ್ದ ಆ ಆರೆಂಟು ತಿಂಗಳಿನಲ್ಲಿ ನಮ್ಮ ಆತ್ಮೀಯತೆ ಗಟ್ಟಿಯಾಗಿ, ನಾನೂ ನಿವೃತ್ತನಾದಮೇಲೆ (2016), ಶ್ರೀಯುತರ ಮತ್ತು ನನ್ನ ಒಡನಾಟ, ಬಾಂಧವ್ಯವಾಗಿ ಮಾರ್ಪಟ್ಟಿದೆ. ಒಂದಿಷ್ಟು ಪ್ರಾಥಮಿಕ ಸಂಸ್ಕೃತ ಭಾಷಾ ಜ್ಞಾನ, ಸಂಗೀತ ಸಾಹಿತ್ಯಗಳಲ್ಲಿ ಅಭಿರುಚಿ ಇದ್ದು, ಸಂಸ್ಕಾರವಂತ ಕುಟುಂಬದಲ್ಲಿ ಜನಿಸಿದವರು ಸಾಮಾನ್ಯವಾಗಿ ಸುಸಂಸ್ಕೃತರಾಗಿರುತ್ತಾರೆ. "ಆರವಿಂದತನಯ" ಕಾವ್ಯನಾಮದ ಈ ಲೇಖಕರಲ್ಲಿ ಈ ಎಲ್ಲಾ ಗುಣಗಳೂ ವಿಫುಲವಾಗಿ ನೆಲೆಗೊಂಡಿರುವುದರಿಂದ ಅವರು ಸಹಜವಾಗಿಯೇ ಒಬ್ಬ ಸದಭಿರುಚಿಯ ಬರಹಗಾರರಾಗಿ, ನನಗೆ ಗೌರವಾನ್ವಿತ ಹಿರಿಯ ಸ್ನೇಹಿತರಾಗಿದ್ದಾರೆ.

ಮೊದಲ ಪಾಠಶಾಲೆಯಾದ ಮನೆಯಲ್ಲಿ ಮಕ್ಕಳಿಗೆ ತಾಯ್ತಂದೆಗಳೇ ಪ್ರಥಮ ಗುರುಗಳು, ಮಾರ್ಗದರ್ಶಕರು, ಅನುಕರಣೀಯರು, ಅನುಸರಣೀಯರು. ಸುಮಾರು ಇಪ್ಪತ್ತು ಲೇಖನಗಳ "ಗೆಪ್ತಿ"ಯಲ್ಲಿ ಲೇಖಕರಿಗೆ ತಂದೆಯೇ ಆದರ್ಶಪುರುಷ, ಮಾದರಿ ವ್ಯಕ್ತಿ. ತಮ್ಮ ತಂದೆಯ ಧೈರ್ಯ, ಸಾಹಸಗಳು, ದೀನ-ದಲಿತರ ಬಗ್ಗೆ ಇದ್ದ ಕಾಳಜಿ, ಪ್ರೀತಿಪೂರ್ವಕ ಮನೋಭಾವ, ಸಾಮಾಜಿಕ ಬದ್ಧತೆ, ಭಾಷಾ ಪ್ರೌಢಿಮೆ, ಎಲ್ಲಕ್ಕಿಂತ ಮಿಗಿಲಾಗಿ ಇತರರು ಅಸೂಯೆ ಪಡುವಂತಹ ನೈತಿಕ ಗುಣಮಟ್ಟ ಮತ್ತು ಸ್ಥೈರ್ಯಗಳು ಇವರನ್ನು ಬಾಲ್ಯದಿಂದಲೂ ಸೆಳೆದಿದ್ದು, ಈ ಲೇಖನಗಳಲ್ಲಿ ಅವರು ಒಬ್ಬ Role Modelಆಗಿ ಛಾಪು ಮೂಡಿಸಿರುವುದು

ಸ್ಪಷ್ಟವಾಗಿದೆ.

ಲೇಖಕರ ತೀರ್ಥರೂಪರಾದ ಶ್ರೀ ಶ್ರೀನಿವಾಸ ಐಯ್ಯಂಗಾರರು, ವರ್ಣರಂಜಿತ ಬದುಕನ್ನು ಕಂಡ ಶಾಲಾ ಮಾಸ್ತರರು. ವಂಶಪಾರಂಪರ್ಯವಾಗಿ ಕುಟುಂಬ ವಾಹಿನಿಯಲ್ಲಿ ಹರಿದುಬಂದ ಸಂಸ್ಕೃತ, ಕನ್ನಡ ಭಾಷೆಗಳ ವಿದ್ವಾಂಸರು. ಗರಡಿ, ಸಾಮು ಮಾಡಿ ಮೈ ಹುರಿಮಾಡಿಟ್ಟುಕೊಂಡು, ಉತ್ತಮ ದೇಹದಾರ್ಢ್ಯ ಹೊಂದಿ, ಅದಕೊಪ್ಪುವ ನೈತಿಕ ಚಾರಿತ್ಯದಿಂದ ಜನರಲ್ಲಿ ಒಂದು ರೀತಿಯ ಭಯಮಿಶ್ರಿತ ಗೌರವ ಮೂಡಿಸಿದ್ದವರು. ಮೊದಲ ಲೇಖನ "ನೆನಪಿನಂಗಳದಲ್ಲಿ" ಇವರಿಗೆ ಅಚಾನಕವಾಗಿ, ಅನಾಯಾಸವಾಗಿ ದೊರಕುವ ಶಾಲಾಮಾಸ್ತರರ ನೌಕರಿ ಘಟನೆ ವಿಚಿತ್ರವಾದರೂ ಸತ್ಯ.

ವೃತ್ತಿಯಲ್ಲಿ ಮಾಸ್ತರರಾದರೂ ಪ್ರವೃತ್ತಿಯಲ್ಲಿ ವೈವಿಧ್ಯಮಯ ಹವ್ಯಾಸಗಳನ್ನು ಹೊಂದಿದವರು. ಅವುಗಳಲ್ಲಿ ವೃತ್ತಿ ನಾಟಕಗಳ ಹುಚ್ಚು ಸ್ವಲ್ಪ ಹೆಚ್ಚು. ನಾಟಕ ಶಿರೋಮಣಿ ಎ. ವಿ. ವರದಾಚಾರ್ಯರ ಕಂಪನಿ "ವೀರಾಭಿಮನ್ಯು" ನಾಟಕದ ಪ್ರದರ್ಶನದ ಸಮಯದಲ್ಲಿ ತದೇಕ ಚಿತ್ತದಿಂದ ನಾಟಕ ವೀಕ್ಷಣೆಯಲ್ಲಿ ತನ್ಮಯನಾಗಿದ್ದ ಒಬ್ಬ ಪ್ರೇಕ್ಷಕ, ಅಭಿಮನ್ಯುವಿಗೆ ಒದಗಿಬಂದ ಗಂಡಾಂತರವನ್ನು ಕಂಡು, ಏಕಾಏಕಿ ವೇದಿಕೆಗ ನೆಗೆದು ಬಂದು, ಉರ್ದು ಭಾಷೆಯಲ್ಲಿ ದುರ್ಯೋಧನ ಪಾತ್ರಧಾರಿಯಾದ ವರದಾಚಾರ್ಯರಿಗೆ ವಾಚಾಮಗೋಚರ ಬೈದು, ಛಡಾವಿನಿಂದ ಬಾರಿಸಿದ ಪ್ರಸಂಗದ ವಿವರಣೆ, ಅಂದಿನ ಕಾಲದ ನಟರ ನಟನಾ ಪ್ರೌಢಿಮೆ ಮಾತ್ರವಲ್ಲದೆ, ಪ್ರೇಕ್ಷಕರ ರಂಗಬದ್ಧತೆಗೂ ಹಿಡಿದ ಕನ್ನಡಿ. ಇದೇ ರೀತಿಯ ಘಟನೆ "ಜೈ ಸೀತಾರಾಂ" ಲೇಖನದಲ್ಲಿಯೂ ವರ್ಣಿಸಲ್ಪಟ್ಟಿದೆ.

ತೆಲುಗಿನ ಗ್ರಾಮೀಣ ನಾಣ್ಣುಡಿಯಂತೆ:

"ಸದಿವಿನೋಡಿಕಂಟೆ
ಸಾಕಲೋಡು ಮೇಲು"

ಅಂದರೆ, 'ವಿದ್ಯಾವಂತನಿಗಿಂತ ಅಗಸನೇ ಮೇಲು'ಎಂಬುದನ್ನು ಸಾಬೀತುಪಡಿಸುವ ಬರಹ. "ಕುರಿತೋದದೆಯಂ ಕಾವ್ಯಪ್ರಯೋಗ ಪರಿಣತ ಮತಿಗಳ್". ಕಟ್ಟುನಿಟ್ಟಿನ ಶ್ರೋತ್ರೀಯ ಬ್ರಾಹ್ಮಣ ಕುಟುಂಬಗಳಲ್ಲಿ ಶಿಸ್ತು, ಧಾರ್ಮಿಕ ಕಟ್ಟುಪಾಡು, ದೇವರಲ್ಲಿ ಅಚಲ ಭಕ್ತಿ, ಹಿರಿಯರ ಮಾತೇ ವೇದವಾಕ್ಯ, ಹಾಗೂ ಪಿತೃಕಾರ್ಯ ಕೈಂಕರ್ಯಗಳ ಚಿತ್ರಣ "ಅಮಾವಾಸ್ಯೆ ತರ್ಪಣ". ತಂದೆಯ ಛಲ, ಹಠದ ಪ್ರವೃತ್ತಿ, ಸ್ವಾಭಿಮಾನ, ಸಾಧನೆಗಳ ನೋಟ "ಬರಿಗುಳಿ ವೃತ್ತಾಂತ"ದಲ್ಲಿ. ಗ್ರಾಮೀಣ ಪ್ರದೇಶಗಳಲ್ಲಿ ಸಹಜವೋ ಎಂಬಂತೆ

ಆಚರಣೆಯಲ್ಲಿದ್ದ 'ಉಪಪತ್ನಿ'ಸಹವಾಸ (ಇದನ್ನು ಸಂಸ್ಕೃತದಲ್ಲಿ "ಅಸ್ಮಾಕಂ" ಎಂದೂ, ತಮಿಳಿನಲ್ಲಿ "ಚಿನ್ನವೀಡು" ಎಂದೂ ಹೇಳುತ್ತಾರೆ) - ಅದರಿಂದ ಉಂಟಾಗುವ ಅನಾಹುತಗಳನ್ನು "ತಾಟಕಿ ಸಂಹಾರ"ದಲ್ಲಿ ಕಾಣಬಹುದು. ಈ ಎಲ್ಲ ಪ್ರಸಂಗಗಳಲ್ಲಿ ತಮ್ಮ ತಂದೆಯ ನೈತಿಕ ಶಕ್ತಿ ಹೇಗೆ ವ್ಯಕ್ತವಾಯಿತೆಂಬುದನ್ನು ಲೇಖಕರು ಪ್ರತಿಪಾದಿಸುತ್ತಾರೆ.

ತೀರ ಸಂಪ್ರದಾಯಸ್ಥ ಕುಟುಂಬದ, ಅದೇ ಮನೋಭಾವದ ಮತ್ತು ವೇಷಭೂಷಣಗಳ ತಂದೆಯನ್ನು ಅರವಿಂದತನಯರು "ಅಭಿನವ ರಾಮಾನುಜ"ರೆಂದೇ ಬಿಂಬಿಸಿದ್ದಾರೆ. ಅದೇ ಶೀರ್ಷಿಕೆಯ ಲೇಖನದಲ್ಲಿ ಇಲ್ಲಿನ ವೈರುಧ್ಯವೆಂದರೆ, ಸತ್ಸಂಪ್ರದಾಯ ಕರ್ಮಠ ಬ್ರಾಹ್ಮಣನ ಅಪ್ಪಟ ಜಾತ್ಯತೀತತೆ, ಅನಾದಿಕಾಲದಿಂದ ನಡೆದು ಬಂದ ತಮ್ಮ ಪರಂಪರೆಯನ್ನು ಮುರಿದು ಹರಿಜನರಿಗೆ ಊರಬಾವಿಯ ನೀರನ್ನು ಸೇದಲು ಅನುಮತಿ ನೀಡುವುದು, ಇಡೀ ಊರಿನ ವೈರತ್ವ ಕಟ್ಟಿಕೊಂಡು, ದಲಿತನ ಹೆಣದ ಮೆರವಣಿಗೆಯನ್ನು ಬ್ರಾಹ್ಮಣರ ಕೇರಿಯಲ್ಲಿ ಹಾದು ಹೋಗಲು ಮುಂದಾಳತ್ವ ವಹಿಸುವುದು, ಸಕಲ ಧರ್ಮಗಳಿಗಿಂತ "ಮಾನವಧರ್ಮ"ದೊಡ್ಡದು ಎಂದು ಪ್ರತಿಪಾದಿಸಿದ ರಾಮಾನುಜರಂತೆಯೇ ಬಾಳಿ-ಬದುಕಿದ್ದು - ಎಂತಹ ಮಗನಿಗೂ ಗರ್ವಪಡುವಂತಹ ವಿಷಯವೇ.

ಶತಶತಮಾನಗಳಿಂದ ಮೇಲ್ಜಾತಿಯವರು ತಮ್ಮ ಮೇಲೆ ಸಾಮಾಜಿಕ, ಧಾರ್ಮಿಕ ದಬ್ಬಾಳಿಕೆ ನಡೆಸಿ ತಮ್ಮನ್ನು ತುಳಿದುಹಾಕಿದ್ದಾರೆ ಎಂಬ ಸಾಮಾನ್ಯ ಮಿಥ್ಯಾಪವಾದವನ್ನು ಈ ಮೇಲಿನ ಘಟನೆಗಳು ಸಾರಾಸಗಟು ಸುಳ್ಳೆಂದು ಸಾರುತ್ತವೆ.

ಸಿಂಗಾನಲ್ಲೂರು ಪುಟ್ಟಸ್ವಾಮಯ್ಯನವರು, ಶ್ರೀನಿವಾಸ ಐಯ್ಯಂಗಾರ್ರು ಖಾಸಾ ಸ್ನೇಹಿತರು. ಒಮ್ಮೆ ತಮ್ಮ ಏಳೆಂಟು ವರ್ಷದ ಮಗನನ್ನು ಪುಟ್ಟಸ್ವಾಮಯ್ಯನವರು ಅಯ್ಯಂಗಾರರ ಮನೆಗೆ ಕರೆತಂದಿದ್ದರಂತೆ. ತಂದೆಯವರ ಕಂಠಶ್ರೀಯನ್ನು ಸಹಜವಾಗಿಯೇ ಪಡೆದಿದ್ದ ಬಾಲಕ, ಭಕ್ತಪ್ರಹ್ಲಾದ ನಾಟಕದ "ಇವನಾರೀ, ಸುಕುಮಾರ, ಸುಮನೋಹರ"ಎಂಬ ಹಾಡನ್ನು ಶಾಸ್ತ್ರೋಕ್ತವಾಗಿ, ಹಲವು ಸಂಗತಿಗಳನ್ನು ಹಾಕಿ ಹಾಡಿ ಮನರಂಜಿಸಿದನಂತೆ. ಆತನೇ ಮುಂದೆ ಕನ್ನಡ ರಂಗಭೂಮಿಯಲ್ಲಿ, ಚಲನಚಿತ್ರ ಕ್ಷೇತ್ರದಲ್ಲಿ ಮಿಂಚಿದ, ಧೃವತಾರೆ ಡಾ॥ರಾಜ್ ಕುಮಾರ್, ಮುಂತಾದ ವಿಷಯಗಳನ್ನು 'ನನ್ನಪ್ಪನ ಪಿಟೀಲು' ಎಂಬ ಲೇಖನದಲ್ಲಿ ವಿವರಿಸುತ್ತಾರೆ. ಮುಂದೊಂದುದಿನ ರಾಜ್ ಕುಮಾರ್ ಅವರನ್ನು ಖುದ್ದಾಗಿ ಭೇಟಿಮಾಡುವ ಅಸೆ ಕೊನೆಗೂ

ಈಡೇರಲಿಲ್ಲವೆಂಬ ವ್ಯಥೆ ತೋಡಿಕೊಳ್ಳುತ್ತಾರೆ.

ಪಿಟೀಲಿನಲ್ಲಿ ನಾದಸ್ವರದನಾದ ಹೊಮ್ಮಿಸುತ್ತಿದ್ದ "ಟಿ. ಚೌಡಯ್ಯನವರ ಪಿಟೀಲು" ಲೇಖನದಲ್ಲಿ "ನಾದವಿಲ್ಲದ ಸ್ವರ ಯಾವುದೊ?" ಎಂಬ ಸತ್ಯ ದರ್ಶನವಾದರೆ; "ಜಾತ್ಯತೀತ ಅಪ್ಪ" ಲೇಖನದಲ್ಲಿ, ತಮ್ಮ ತಂದೆ ತಮ್ಮ ಹಳ್ಳಿಯಲ್ಲಿ ಜಾತೀಯತೆ, ಅಸ್ಪೃಶ್ಯತೆಗಳ ಮರಗಳನ್ನು ಬೇರುಸಮೇತ ಹೇಗೆ ಕಿತ್ತೊಗೆದರು ಎಂಬ ಮಾನವೀಯ ಆಯಾಮ ಕಾಣಸಿಗುತ್ತದೆ.

ಹಾಸ್ಯಬ್ರಹ್ಮ ನಾ. ಕಸ್ತೂರಿಯವರು ಖಾಯಿಲೆ ಬಿದ್ದಾಗ, ಅವರ ಅಜೀರ್ಣ ಸಮಸ್ಯೆ ಬಗೆಹರಿಸಲು ಡಾಕ್ಟರು ಬರೆದುಕೊಟ್ಟ ಪಾಯಿಖಾನೆ ಪರೀಕ್ಷೆ, ಅದಕ್ಕಾಗಿ ಒಂದು ಬಾಟಲಿಯಲ್ಲಿ ಅದನ್ನು ತುಂಬಿ 'ಕಸ್ತೂರಿ'ಎಂದು ಬಾಟಲಿಯ ಮೇಲೆ ಬರೆದದ್ದು........ ಇವು 'ನಾ ಕಂಡ ನಾ. ಕಸ್ತೂರಿ' ಲೇಖನದ ಉತ್ತಮ ಹಾಸ್ಯ ಘಟನೆಗಳಾದರೆ, 'ಮಾಸ್ತಿಯವರು ನಡೆಸಿಕೊಟ್ಟ ಕವಿಗೋಷ್ಠಿ' ಇಂದಿಗೂ ಒಂದು ಮಾದರಿಯಾಗಿ ನಿಲ್ಲುತ್ತದೆ.

ಅರವಿಂದತನಯರು ತಮ್ಮ ತಾಯಿಯವರ ಬಗ್ಗೆ ಪ್ರಸ್ತಾಪಮಾಡಿರುವ ಬರಹ 'ಕಲ್ಲಂಗಡಿ ಹಣ್ಣು ಹೇಳಿದ ತತ್ತ್ವ'. ಹೆಣ್ಣುಮಕ್ಕಳು ಶಾಲೆಗೆ ಹೋಗುವುದು ನಿಷಿದ್ಧವಾಗಿದ್ದ ಆ ಕಾಲದಲ್ಲಿ ತಮ್ಮ ತಾಯಿ ಖಾಸಗಿ ಸಾರೋಟಿನಲ್ಲಿ ಶಾಲೆಗೆ ಹೋಗಿ ಬರುತ್ತಿದ್ದದು; ಮುಂದೆ ತಮ್ಮ ಶ್ರೀಮಂತ ಅಪ್ಪನ ಮಾತನ್ನು ಲೆಕ್ಕಿಸದೆ ಸ್ವಾಭಿಮಾನಿ ಗಂಡನ ಸಲಹೆಯಂತೆ ಶಾಲಾಉಪಾಧ್ಯಾಯಿನಿಯಾದದ್ದು; ನಂತರ ಕೆಲಸಕ್ಕೆ ರಾಜೀನಾಮೆ ನೀಡಿ, ಗಂಡನ ವ್ಯವಸಾಯದ ಕಸುಬಿಗೆ ಹೆಗಲು ನೀಡಿದ್ದು, ಆತನ ಮರಣಾನಂತರ ಮಗನ ಕುಟುಂಬದೊಡನೆ ಕಲ್ಲಂಗಡಿ ಹಣ್ಣು ತಿಂದು ದಶಮಾನಗಳ ಬಯಕೆ ಈಡೇರಿಸಿಕೊಂಡಿದ್ದು - ಅಂದಿನ ದಿನಮಾನದ ಕೌಟುಂಬಿಕ ಚಿತ್ರಣವನ್ನು ಕಟ್ಟಿಕೊಡುತ್ತದೆ.

ತಮ್ಮ ಅಗಾಧ ಪ್ರತಿಭೆ, ಬರೆಯಲು ಇರುವ ಅದಮ್ಯ ಉತ್ಸಾಹ, ಅದಕ್ಕೆ ಪೂರಕವಾದ ಶಬ್ದ ಸಂಪತ್ತು, ಸಕಾಲಕ್ಕೆ ಸೂಕ್ತ ಗ್ರಾಮೀಣ ಪದಗಳನ್ನು ದುಡಿಸಿಕೊಳ್ಳುವ ಪ್ರತಿಭೆ, ಉತ್ತಮ ನಿರೂಪಣಾ ಸಾಮರ್ಥ್ಯ, ಎಲ್ಲಕ್ಕಿಂತ ಹೆಚ್ಚಾಗಿ, ಆಳವಾದ ಅನುಭವ ಮತ್ತು ಅಸಾಧ್ಯ ನೆನೆಪಿನ ಶಕ್ತಿ ಇವುಗಳ ಫಲವೇ "ಗೆಪ್ತಿ. ಸ್ವಾತಂತ್ರ್ಯಪೂರ್ವ ಮೈಸೂರಿನ ಸಾಮಾಜಿಕ, ಆರ್ಥಿಕ, ಸಾಂಸ್ಕೃತಿಕ ಕ್ಷೇತ್ರಗಳ ಪರಿಚಯವನ್ನು ಸುಂದರ ಶೈಲಿಯಲ್ಲಿ ನೀಡುವ ಈ ಲೇಖನಯಾನ ಸಹೃದಯ ಕನ್ನಡಿಗರ ಮನೆ-ಮನೆಗಳಲ್ಲಿ, ಮನ-ಮನಗಳನ್ನು ಖಂಡಿತಾ ತಟ್ಟುತ್ತದೆ ಎಂಬ ಆಶಯದೊಂದಿಗೆ, ಅರವಿಂದತನಯರು ತಮ್ಮ ಲೇಖನಿಯನ್ನು ಇದೇ ರೀತಿ ನಿರಂತರ ಝುಳಪಿಸುತ್ತಿರಲಿ ಎಂದು ಆಗ್ರಹಪೂರ್ವಕ ವಿನಂತಿ ಮಾಡುತ್ತಾ ....

ಮುನ್ನುಡಿ

"ಶುಭಂ ಭೂಯಾತ್"

ಟಿ. ಜಿ. ನರಸಿಂಹಮೂರ್ತಿ
ಮುಖ್ಯ ಸಂಪಾದಕರು (ನಿ)
ಕರ್ನಾಟಕ ಗೆಜೆಟಿಯರ್ ಇಲಾಖೆ

ಲೇಖಕನ ಮಾತು

ನಾನು ಒಂದು ಕುಗ್ರಾಮದಲ್ಲಿ ಹುಟ್ಟಿ ಬೆಳೆದವನು. ಪ್ರಾಥಮಿಕ ಶಾಲೆಯಿಂದ, ಪ್ರೌಢಶಾಲಾ ವಿದ್ಯಾಭ್ಯಾಸವನ್ನು ಗ್ರಾಮೀಣ ಶಾಲೆಗಳಲ್ಲಿ ಕಲಿತವನು. ಹುಟ್ಟಿದ್ದು 1949ನೇ ಇಸವಿಯಲ್ಲಿ. 1957ರ ವರೆಗೂ ವಿದ್ಯುಚ್ಛಕ್ತಿಯ ಸೌಲಭ್ಯವಿಲ್ಲದೇ ಲಾಂದ್ರ, ಸೀಮೆಎಣ್ಣೆ ದೀಪ ಪೆಟ್ರೋಮಾಕ್ಸ್ ಬೆಳಕಿನಲ್ಲಿ ಬೆಳೆದದ್ದು ಇನ್ನೂ ನೆನಪಿದೆ.

ಸುಮಾರು 16ನೇ ವಯಸ್ಸಿನವರೆಗೆ ಹಳ್ಳಿಯಲ್ಲಿಯೇ ಬೆಳೆದ ನನಗೆ, ಮನೆಯಲ್ಲಿ ನನ್ನನ್ನು ತಂದೆ, ತಾಯಿ ಅತ್ಯಂತ ಸುಸಂಸ್ಕೃತ ರೀತಿಯಲ್ಲಿ ಬೆಳೆಸಿದರು. ಸಂಗೀತ, ಸಾಹಿತ್ಯ ನಾಟಕ ಇವೆಲ್ಲದರ ಪರಿಚಯ ಅವರಿಂದ ನನಗೆ ಬಾಲ್ಯದಲ್ಲಿಯೇ ದೊರೆಯಿತು. ಅವರಿಂದ ಕೇಳಿದ ಅವರ ಜೀವನ ಅನುಭವಗಳು ನನಗೆ ಮುಂದೆ ದಾರಿ ದೀಪದಂತೆ ನನ್ನನ್ನು ಮುನ್ನಡೆಸಿತು.

ನನ್ನ ಪೋಷಕರ ಬದುಕು ಅತ್ಯಂತ ಸಾಹಸಮಯ ಮತ್ತು ಕ್ರಾಂತಿಕರೀ ಬದುಕು. ಇಬ್ಬರೂ ತಮ್ಮ ಸ್ವಂತ ದುಡಿಮೆಯಿಂದ ಜೀವನ ಸಾಗಿಸಿದರು. ಸುಮಾರು 1930ರ ಸುಮಯದಲ್ಲಿಯೇ ನನ್ನ ತಾಯಿ ಶಾಲಾಮಾಸ್ತರ ಶಿಕ್ಷಣ ಪಡೆದು ಶಾಲಾ ಉಪಾಧ್ಯಾಯಿನಿಯಾಗಿ ಕೆಲಸ ಮಾಡುತ್ತಿದ್ದರು. ನನ್ನ ತಂದೆ ಸಹ ಉಪಾಧ್ಯಾಯರೇ. ಇವರು ಮಾಸ್ತರಿಕೆ ಮಾಡುತ್ತಿದ್ದ ಶಾಲೆಗಳೆಲ್ಲ ಅತ್ಯಂತ ಕುಗ್ರಾಮದ ಶಾಲೆಗಳೇ.

ನಾನು ಈಗ ಬರೆದಿರುವ "ಗೆಪ್ತಿ", ಅವರಿಂದ ಕೇಳಿ ತಿಳಿದ ಮತ್ತು ಬಾಲ್ಯದಲ್ಲಿ ಕಂಡ ಅನೇಕಾನೇಕ ನೈಜ ಘಟನೆಗಳನ್ನು ಆಧರಿಸಿ ಬರೆದದ್ದು. ಇದರಲ್ಲಿ ಬರುವ ಪಾತ್ರಗಳು ಯಾವುದೂ ಕಾಲ್ಪನಿಕ ಪಾತ್ರಗಳಲ್ಲ. ನನ್ನ ಜೀವನದ ಸುಮಾರು 60 ವರ್ಷಗಳು ಮತ್ತು ನನ್ನ ತಂದೆ ತಾಯಿ ಅವರ ಜೀವನದ ಸುಮಾರು 50 ವರ್ಷಗಳು ಈ ಗೆಪ್ತಿಯ ಹರಹು.

ನಾನು ಕೇಳಿದ ಹಳ್ಳಿಯ ಬದುಕು ನನ್ನ ನೆನಪಿನ ಆಳದಿಂದ ಮೇಲೆದ್ದು ಓದುಗರನ್ನು ಅಂದಿನ ಬದುಕಿನ ಪ್ರವಾಹದಲ್ಲಿ ಸೆಳೆಯಲೆಂದು ಇದನ್ನು ಬರೆದೆ.

ಈ ಪುಸ್ತಕದಲ್ಲಿ ಕಾಣುವ ಬದುಕಿನ ಚಿತ್ರಣ ಮತ್ತು ಅಂದು ಇದ್ದ ಪ್ರಪಂಚ ಇಂದು ಇಲ್ಲವಾಗಿದೆ. ಕಾಲದ ಮಹಿಮೆಯೇ ಆ ರೀತಿಯಾದದ್ದು. ಆದರೆ ಇಂದಿನ ಪೀಳಿಗೆಗೆ ಹೀಗೂ ಒಂದು ಬದುಕು, ಪ್ರಪಂಚ ಇತ್ತು ಎಂದು ತಿಳಿಯಲಿ ಎನ್ನುವುದೇ ನನ್ನ ಬಯಕೆ. ಇಂದಿನ ಪೀಳಿಗೆ, ಪ್ರಪಂಚ ಹೀಗೆಯೇ ಇದೆ ಎಂದು ನಂಬಿರುವಾಗ, ಆ ಪ್ರಪಂಚ ಹೀಗೂ ಇತ್ತು ಎಂಬ ಅರಿವಾಗಲಿ, ಹಾಗಾದರೆ ನನ್ನ ಬರಹ ಸಾರ್ಥಕ.

ಈ ಪುಸ್ತಕವನ್ನು ಸಿದ್ಧಪಡಿಸಲು ನೆರವಾದವರಿಗೆ ನನ್ನ ಕೃತಜ್ಞತೆಗಳನ್ನು ಸಲ್ಲಿಸದಿದ್ದರೆ ಅದು ಅಪರಾಧವಾಗುತ್ತದೆ.

ಈ ಪುಸ್ತಕವನ್ನು ಪೂರ್ತಿಯಾಗಿ ಓದಿ, ಪ್ರತಿಯೊಂದು ಹಂತದಲ್ಲಿಯೂ ನನಗೆ ಸ್ಫೂರ್ತಿ, ಉತ್ಸಾಹ ತುಂಬಿ ಪ್ರೋತ್ಸಾಹಿಸಿದ ನನ್ನ ಆತ್ಮೀಯರಾದ ಶ್ರೀ ಟಿ. ಜಿ. ನರಸಿಂಹಮೂರ್ತಿಯವರಿಗೆ (ನಿವೃತ್ತ ರಿಜಿಸ್ಟ್ರಾರ್, ಕರ್ನಾಟಕ ಸಂಗೀತ ನೃತ್ಯ ಅಕಾಡೆಮಿ, ಬೆಂಗಳೂರು) ಮತ್ತು ಅವರ ಶ್ರೀಮತಿಯವರಿಗೆ ನಾನು ಎಂದೆಂದೂ ಚಿರಋಣಿ. ನನ್ನ ಮನವಿಯನ್ನು ಪುರಸ್ಕರಿಸಿ ಅತ್ಯಂತ ಅರ್ಥಪೂರ್ಣವಾದ ಮುನ್ನುಡಿಯನ್ನೂ ಸಹಾ ಬರೆದು ನನ್ನನ್ನು ಕೃತಾರ್ಥರನ್ನಾಗಿ ಮಾಡಿದ ಅವರಿಗೆ ಅನಂತಾನಂತ ವಂದನೆಗಳು.

ನಾನು ಈ ಗೆಪ್ತಿಯನ್ನು ಬರೆಯಲು ಕಾರಣ ಪುರುಷ ಎಂದರೆ ನನ್ನ ಅಣ್ಣನ ಮಗ ಶ್ರೀ ಭಾರದ್ವಾಜ್ ಶೆಲ್ಲಪ್ಪನ್. ಹಸ್ತಪ್ರತಿಗಳನ್ನು ಗಣಕೀಕೃತಗೊಳಿಸಿ ಪ್ರಕಟಣೆಯ ಪ್ರತಿ ಹಂತದಲ್ಲಿಯೂ ನನಗೆ ಸಹಕರಿಸಿದ ಭಾರದ್ವಾಜ್, ನಿಜವಾದ ಅರ್ಥದಲ್ಲಿ ಈ ಪುಸ್ತಕ ಪ್ರಕಟಣೆಯ ರೂವಾರಿ. ಅವನಿಗೆ ನಾನು ಎಂದೆಂದೂ ಆಭಾರಿ.

ನನ್ನ ಈ ಪ್ರಯತ್ನದಲ್ಲಿ ನನಗೆ ಎಲ್ಲ ರೀತಿಯ ಸಹಕಾರ ನೀಡಿದ ನನ್ನ ಧರ್ಮಪತ್ನಿ ಶ್ರೀಮತಿ ವಿಜಯಲಕ್ಷ್ಮಿ, ನನ್ನ ಪುಸ್ತಕ್ಕೊಂದು ಚೆಂದದ ಮುಖಪುಟ ವಿನ್ಯಾಸ ಮಾಡಿಕೊಟ್ಟ ನನ್ನ ಮಗ ಶ್ರೀ ಮುಕುಂದ, ನನ್ನ ಸೊಸೆ ಶ್ರೀಮತಿ ಕೃಪಾ, ನನ್ನ ಮಗಳು ಶ್ರೀಮತಿ ಚಾರುಮತಿ ಮತ್ತು ಅಳಿಯ ಶ್ರೀ ಅರುಣ್ ಅವರೆಲ್ಲರಿಗೂ ನಾನು ನನ್ನ ಕೃತಜ್ಞತೆಗಳನ್ನು ಸಲ್ಲಿಸುತ್ತೇನೆ.

ಅರವಿಂದತನಯ

22 ಸೆಪ್ಟೆಂಬರ್ 2022

1

ನೆನಪಿನಂಗಳದಲ್ಲಿ

ನನ್ನ ತಂದೆಯವರಾದ ಶ್ರೀ. ವಿ. ಶ್ರೀನಿವಾಸ ಅಯ್ಯಂಗಾರ್‌ರವರದ್ದು (೧೯೦೭ – ೧೯೯೪) ಬಹಳ ವರ್ಣರಂಜಿತ ಬದುಕು. ಜೀವನದುದ್ದಕ್ಕೂ ಹೋರಾಟದ ಬದುಕನ್ನು ಸಾಗಿಸಿದವರು ಅವರು. ಒಬ್ಬ ಬಡ ಶಾಲಾಮಾಸ್ತರನ ಎರಡನೇ ಮಗನಾಗಿ ಜನಿಸಿ, ಆಗಿನ ಮೆಟ್ರಿಕ್ಯುಲೇಷನ್ ವ್ಯಾಸಂಗ ಮಾಡಿದರು. ಇದರ ಜತೆಗೆ, ವಂಶಪಾರಂಪರ್ಯವಾಗಿ ಬಂದ ವೇದ ವಿದ್ಯೆ ಮತ್ತು ಪೌರೋಹಿತ್ಯವನ್ನು ತಮ್ಮ ತಂದೆಯವರಿಂದ ಕಲಿತರು. ಮೇಲುಕೋಟೆಯ ಸಂಸ್ಕೃತಪಾಠ ಶಾಲೆಯಲ್ಲಿ ಸಂಸ್ಕೃತ ವ್ಯಾಸಂಗ ಮಾಡಿದರು. ಅವರು ಆಜಾನು ಬಾಹು. ಚಿಕ್ಕಂದಿನಿಂದಲೇ ಗರಡಿ ಸಾಮು ಮಾಡಿ ದೇಹವನ್ನು ದಂಡಿಸಿ ಅತ್ಯಂತ ಆಕರ್ಷಕವಾದ ವ್ಯಕ್ತಿತ್ವವನ್ನು ಹೊಂದಿದ್ದರು. ಅವರ ಬಾಹ್ಯ ವೇಷವು ಆಗಿನ ಕಾಲಕ್ಕೆ ತಕ್ಕಂತೆ ಒಬ್ಬ ಸಂಪ್ರದಾಯಸ್ಥ ಬ್ರಾಹ್ಮಣನಂತೆ, ಜುಟ್ಟು, ಹಣೆಯಲ್ಲಿ ನಾಮ ಮತ್ತು ಕಚ್ಚೆಪಂಚೆಗಳಿಂದ ಕೂಡಿತ್ತು. ಆದರೆ ಬಾಹ್ಯದಲ್ಲಿ ಸಂಪ್ರದಾಯಸ್ಥರಂತೆ ಕಂಡರೂ ಅವರ ನಡೆ, ನುಡಿ, ಆಚಾರ, ವಿಚಾರ, ಆಲೋಚನೆ ಇವೆಲ್ಲ ಬಹಳ ಕ್ರಾಂತಿಕಾರಿಯಾಗಿತ್ತು.

ಈಗಿನಂತೆ ಆಕಾಲದಲ್ಲಿ ಆರ್ಥಿಕವ್ಯವಸ್ಥೆಯು ಜಾಗತೀಕರಣಗೊಂಡು, ಹಲವು ರೀತಿಯ ಉದ್ಯೋಗಾವಕಾಶಗಳನ್ನು ಉಂಟು ಮಾಡಿರಲಿಲ್ಲ. ಬಡ ಬ್ರಾಹ್ಮಣಕುಟುಂಬದವರು ಹೆಚ್ಚೆಂದರೆ ಒಂದು ಶಾಲಾ ಮಾಸ್ತರಿಕೆಯ ಕೆಲಸವನ್ನು ಹುಡುಕಬೇಕಾದ ಪರಿಸ್ಥಿತಿ. ಅದು ಸಿಗದಿದ್ದಲ್ಲಿ ಪೌರೋಹಿತ್ಯದಿಂದ ಜೀವನ ನಿರ್ವಹಣೆ ಮಾಡಬೇಕಿತ್ತು.

ನನ್ನ ತೀರ್ಥರೂಪರು ಮಾಸ್ತರಿಕೆ ಕೆಲಸಕ್ಕೆ ಸೇರಿದ್ದೇ ಒಂದು ವಿಲಕ್ಷಣವಾದ ಸಂದರ್ಭದಲ್ಲಿ. ಅವರು ಆಗತಾನೇ ತಮ್ಮ ಓದನ್ನು ಮುಗಿಸಿ, ಮುಂದಕ್ಕೆ ವಿದ್ಯಾಭ್ಯಾಸ ಮಾಡಲಾಗದೆ ಮನೆಯಲ್ಲಿದ್ದ ಸಮಯ. ನನ್ನ ತಾತ ಸಹ ಒಬ್ಬ ಶಾಲಾ ಮಾಸ್ತರು. ಆಗೆಲ್ಲಾ ಶಾಲೆಯ ವಿದ್ಯಮಾನಗಳನ್ನು ಪರೀಕ್ಷಿಸಲು ಸ್ಕೂಲ್ ಇನ್ಸ್‌ಪಕ್ಟರ್ ಬರುತ್ತಿದ್ದರು. ಅವರು ಶಾಲೆಯ ವೀಕ್ಷಣೆಗೆ ಬರುತ್ತಾರೆ ಎಂದರೆ ಇಡೀ ಶಾಲೆಗೆ ಶಾಲೆಯೇ ಗರಿಗೆದರಿ ವಿಶೇಷವಾಗಿ ಸಜ್ಜಾಗುತ್ತಿತ್ತು. ಅಂದಿನ ದಿನಗಳಲ್ಲಿ ಶಾಲೆ ಇನ್ಸ್‌ಪಕ್ಟರ್ ಸಹ ಅನೇಕವಾಗಿ ಬ್ರಾಹ್ಮಣ ಸಮುದಾಯಕ್ಕೆ ಸೇರಿದವರೇ ಆಗಿರುತ್ತಿದ್ದರು. ಈಗಿನಂತೆ ಊಟ ಫಲಹಾರಗಳಿಗೆ ಹಳ್ಳಿಗಳಲ್ಲಿ ಹೋಟೆಲ್‌ಗಳು ಇರುತ್ತಿರಲಿಲ್ಲ. ಅದಲ್ಲದೆ ಸಂಪ್ರದಾಯಸ್ಥ ಕುಟುಂಬದಿಂದ ಬಂದ ಇನ್ಸ್‌ಪಕ್ಟರ್ ಸಹ, ದಿನ ಸ್ನಾನ, ಸಂಧ್ಯಾವಂದನೆ ಮುಂತಾದ ನಿತ್ಯಾನುಷ್ಠಾನಗಳನ್ನು ಮುಗಿಸದೇ ಊಟ ಫಲಹಾರ ಮಾಡುತ್ತಿರಲಿಲ್ಲ.

ಈ ಘಟನೆ ನಡೆದದ್ದು ಸುಮಾರು ೧೯೨೨ ರಲ್ಲಿ. ಆಗ ನನ್ನ ತಂದೆಗೆ ೧೮ ವರ್ಷ ವಯಸ್ಸು. ತಾಳವಾಡಿ ಎಂಬ ಗ್ರಾಮದಲ್ಲಿ ಪ್ರಾಥಮಿಕ ಶಾಲಾಮಾಸ್ತರಾಗಿದ್ದ ನನ್ನ ತಾತನ ಶಾಲೆಗೆ ಇನ್‌ಸ್ಪಕ್ಷನ್‌ಗಗಿ ಒಬ್ಬ ಇನ್ಸ್‌ಪಕ್ಟರ್ ಬಂದರು. ಆ ಊರಿನಲ್ಲಿ ಇದ್ದದ್ದೇ ಒಂದೆರಡು ಬ್ರಾಹ್ಮಣರ ಮನೆಗಳು. ಈ ಶಾಲಾ ಇನ್ಸ್‌ಪಕ್ಟರ್ ತಾಳವಾಡಿಗೆ ಹಿಂದಿನ ದಿನವೇ ಬಂದು ನನ್ನ ತಾತನ ಮನೆಯಲ್ಲಿಯೇ ಬಿಡಾರ ಹೂಡಿದರು. ಮಾರನೆ ದಿನ ಬೆಳಿಗ್ಗೆ ಎದ್ದು ಹತ್ತಿರದಲ್ಲಿ ಹರಿಯುತ್ತಿದ್ದ ಚಿಕ್ಕ ಹೊಳೆಯಲ್ಲಿ (ಈಗ ಹರಿಯುವ ಹೊಳೆಯೆಂದರೆ, ಸಿನಿಮಾ ಅಥವಾ ಅಂತರ್ಜಾಲದಲ್ಲಿ ಮಾತ್ರ ನೋಡಲು ಸಾಧ್ಯ. ಎಲ್ಲಾ ಹೊಳೆಗಳೂ ಕೆರೆಗಳೂ ಈಗ ಸರ್ಕಾರದ ಆವಾಸ ಯೋಜನೆಯಡಿ ನಿವೇಶನಗಳಾಗಿವೆ) ಸ್ನಾನ ಮಾಡಿ ಮನೆಗೆ ಬಂದು ದೇವರ ಪೂಜೆ ಮಾಡಲು ಅಣಿಯಾಗುತ್ತಿದ್ದರು. ಆ ಸಮಯದಲ್ಲಿ ಎಲ್ಲೋ ಹೊರಗೆ ಹೋಗಿದ್ದ ನನ್ನ ತಂದೆ ಮನೆಯ ಒಳಕ್ಕೆ ಬಂದರು. ದೇವರ ಪೂಜೆಗೆ ಅಣಿಯಾಗುತ್ತಿದ್ದ ಆ ಇನ್ಸ್‌ಪಕ್ಟರ್ ಧಿಡೀರಂದು ತನ್ನ ಮುಂದೆ ಹಾದು ಮನೆ ಒಳಕ್ಕೆ ಹೋದ ಈ ಹುಡುಗ ಯಾರು ಎಂದು ತಿಳಿಯುವ ಕುತೂಹಲದಿಂದ, ನನ್ನ ತಾತನನ್ನು "ಈ ಹುಡುಗ ಯಾರು?" ಎಂದು ಕೇಳಿದರು.

ಅದಕ್ಕೆ ನನ್ನ ತಾತ, "ಇವನಾ, ಇವನು ನನ್ನ ಎರಡನೆ ಮಗ" ಎಂದರು. ಅದಕ್ಕೆ ಆ ಇನ್ಸ್‌ಪಕ್ಟರು,

"ಏನು ಅಯ್ಯಂಗಾರರೇ, ಇವನು ಏನು ಓದಿದ್ದಾನೆ? ಈಗೇನು ಮಾಡುತ್ತಿದ್ದಾನೆ?" ಎಂದು ಪ್ರಶ್ನಿಸಿದರು. ಅದಕ್ಕೆ ನನ್ನ ತಾತ "ಇವನಾ,

ಮೆಟ್ರುಕ್ಯುಲೇಷನ್ ಓದಿದ್ದಾನೆ, ಕೆಲಸವಿಲ್ಲ, ಮಾಸ್ತರ ಕೆಲಸ ಸಿಕ್ಕಿದರೆ ಪರವಾಗಿಲ್ಲ, ನೋಡೋಣ ದೈವೇಚ್ಛೆ" ಎಂದರು.

ಇನ್ಸ್‌ಪಕ್ಟರ್ "ಅಯ್ಯಂಗಾರರೇ, ನನ್ನ ಡಿವಿಜನ್‌ನಲ್ಲಿ ವೇಕೆನ್ಸಿ ಇಲ್ಲವಲ್ಲಾ, ಇದ್ದಿದ್ದರೆ ಇವನನ್ನು ಈಗಲೇ ಮಾಸ್ತರಾಗಿ ನೇಮಿಸಿಬಿಡುತ್ತಿದ್ದೆ" ಅಂದರು.

ಇದನ್ನು ಕೇಳಿದ ನನ್ನ ತಾತ ಏನೆಂದರು ಗೊತ್ತೆ?

"ಅದಕ್ಕೇನಂತೆ, ಹೇಗಿದ್ದರೂ ನಾನು ನಿಮ್ಮ ಡಿವಿಜನ್‌ಗಳಲ್ಲಿ ಮಾಸ್ತರನಾಗಿದ್ದೇನೆ. ನನ್ನ ಕೆಲಸಕ್ಕೆ ಈಗಲೇ ರಾಜೀನಾಮೆ ಕೊಟ್ಟು ಬಿಡುತ್ತೇನೆ. ಅದನ್ನು ನೀವು ಸ್ವೀಕರಿಸಿದ ಕ್ಷಣದಲ್ಲೇ ವೇಕೆನ್ಸಿ ಬಂದುಬಿಡುತ್ತದೆ. ತಕ್ಷಣ ನೀವು ನನ್ನ ಮಗನನ್ನು ನೇಮಿಸಿಕೊಳ್ಳಬಹುದು" ಅಂದರಂತೆ.

ಇದರಿಂದ ಆಶ್ಚರ್ಯಚಕಿತರಾದ ಇನ್ಸ್‌ಪಕ್ಟರ್, "ಓಹೋ ಧಾರಾಳವಾಗಿ, ನಿಮಗೆ ಅಭ್ಯಂತರ ಇಲ್ಲದಿದ್ದರೆ ನನಗೆ ಯಾವ ಅಭ್ಯಂತರವೂ ಇಲ್ಲ" ಅಂದರು.

ತಕ್ಷಣವೇ ನಮ್ಮ ತಾತ ಒಂದು ಕಾಗದ ತರಿಸಿ ಅಲ್ಲಿಯೇ ತಮ್ಮ ಕೆಲಸಕ್ಕೆ ರಾಜೀನಾಮೆ ಬರೆದು ಕೊಟ್ಟರು. ಅದನ್ನೂ ಅಂಗೀಕರಿಸಿದ ಇನ್ಸ್‌ಪಕ್ಟರ್, ನನ್ನ ತಂದೆಯವರನ್ನು ಕರೆಸಿ "ನೋಡಪ್ಪಾ ನಿನ್ನ ತಂದೆಯವರ ರಾಜೀನಾಮೆ ಅಂಗೀಕರಿಸಿದ್ದೇನೆ. ನಿನ್ನನ್ನು ಹತ್ತಿರದಲ್ಲಿರುವ ಗುಮಟಾಪುರದ ಶಾಲೆಯ ಮಾಸ್ತರನ್ನಾಗಿ ನೇಮಿಸಿದ್ದೇನೆ. ನಾಳೆಯಿಂದಲೇ ಕೆಲಸಕ್ಕೆ ಬರುವುದು" ಎಂದು ನಿರ್ದೇಶಿಸಿದರು. ಇದನ್ನು ಓದಿದವರಿಗೆ ಈಗಿನ ಸಂದರ್ಭದಲ್ಲಿ ಇದು ಕಪೋಲ ಕಲ್ಪಿತ ಎಂದು ತೋರುತ್ತದೆ. ಆದರೆ ಆಗಿನ ಸಂದರ್ಭದಲ್ಲಿ ಇದು ಸಾಧ್ಯವಾಗಿತ್ತು. ಈಗಿನಂತೆ ಅಂತರ್ಜಾಲದ ಮೂಲಕ, ಅಂಚೆಯ ಮೂಲಕ, ಭಾವಚಿತ್ರ ಸಹಿತ, ಅಭ್ಯರ್ಥಿಯು ಅರ್ಜಿ ಸಲ್ಲಿಸಿ ಅದಾದ ಒಂದು ತಿಂಗಳಲ್ಲಿ ಸುಮಾರು ೫೦೦ ರಿಂದ ೧೦೦೦ ಅಭ್ಯರ್ಥಿಗಳಲ್ಲಿ ಒಬ್ಬನಾಗಿ, ರಾಜಕೀಯ ನಾಯಕರ ವಶೀಲಿ, ಲಂಚ ಎಷ್ಟು ಮೊತ್ತ, ಯಾವ ಜಾತಿ ಹೀಗೆ ನಾನಾತರಹದ ಹುನ್ನಾರಗಳನ್ನು ಮಾಡಬೇಕಾಗಿರಲಿಲ್ಲ.

ಆದರೆ ಎಲ್ಲಾ ಹುದ್ದೆಗಳೂ ಇದೇ ರೀತಿ ಮೇಲ್ವರ್ಗದವರ ಪಾಲಾಗುತ್ತಿತ್ತು. ಕೆಳವರ್ಗದವರು ಇದರಿಂದ ವಂಚಿತರಾಗುತ್ತಿದ್ದರು. ಈ ಕಾರಣದಿಂದಲೇ ಸಾಮಾಜಿಕ ಅಸಮಾನತೆ ಎಲ್ಲೆಲ್ಲೂ ತಾಂಡವವಾಡುತ್ತಿತ್ತು ಎಂದು ವೈಚಾರಿಕತೆಯ ರೂವಾರಿಗಳು ಕೂಗೆಬ್ಬಿಸಲು ಈ ಘಟನೆ ಕಾರಣವಾದರೂ ಆಶ್ಚರ್ಯಪಡಬೇಕಿಲ್ಲ. ಅದೇನೇ ಇದ್ದರೂ ಅಂದು ನಡೆದ ಒಂದು ಘಟನೆಯ ನೇರ ಸರಳ ನಿರೂಪಣೆಯನ್ನು ಇಲ್ಲಿ ಕೊಟ್ಟಿದೆ. ಮಿಕ್ಕಿದ್ದು ಪ್ರಾಜ್ಞರ ಅರಿವಿಗೆ ತಿಳಿವಿಗೆ ಬಿಟ್ಟಿದ್ದು.

2

ಜೋಡು ಮರ್ಯಾದೆ

ನನ್ನ ತಂದೆಯವರಿಗೆ ಚಿಕ್ಕಂದಿನಿಂದಲೇ ಸಂಗೀತ ನಾಟಕಗಳಗೀಳು ವಿಪರೀತ. ತಾನೊಬ್ಬ ಸಾಮಾನ್ಯ ಪ್ರಾಥಮಿಕ ಶಾಲಾ ಮಾಸ್ತರನಾಗಿದ್ದರೂ ಇದ್ದ ಹಣದಲ್ಲಿಯೇ ಪಿಟೀಲು, ಹಾರ್ಮೋನಿಯಂ ಮುಂತಾದ ವಾದ್ಯಗಳನ್ನು ಖರೀದಿಸಿ ಸ್ವಂತವಾಗಿ ಸಂಗೀತ ಕಲಿತು, ನಾಟಕಗಳಲ್ಲಿ ನುಡಿಸುತ್ತಿದ್ದರು.

ಕರ್ನಾಟಕ ರಾಜ್ಯ-ತಮಿಳುನಾಡಿನ ಸರಹದ್ದಿನ ಊರುಗಳಾದ ತಾಳವಾಡಿ, ತಲಮಲೆ, ಗುಮ್ಟಾಪುರ, ಗಾಜನೂರು, ಚಿಕ್ಕಹಳ್ಳಿ ಮುಂತಾದ ಊರುಗಳಲ್ಲಿದ್ದ ಶಾಲೆಗಳ್ಲಲಿ ಮಾಸ್ತರಾಗಿ ಕೆಲಸ ಮಾಡಿದರು.

ಆಗೆಲ್ಲ ಪ್ರಸಿದ್ಧಿ ಪಡೆದ ನಾಟಕ ಕಂಪನಿಗಳು, ತಾಲ್ಲೂಕು ಕೇಂದ್ರಗಳಲ್ಲಿ ಬಂದು ತಿಂಗಳು ಅಥವಾ ಎರಡು ತಿಂಗಳು ಮೊಕ್ಕಾಂಮಾಡಿ ಜನಪ್ರಿಯ ನಾಟಕಗಳನ್ನು ಪ್ರದರ್ಶನ ಮಾಡುತ್ತಿದ್ದವು. ತಾಳವಾಡಿಗೆ ಹತ್ತಿರದ ತಾಲ್ಲೂಕು ಕೇಂದ್ರಗಳಾದ ನಂಜನಗೂಡು, ಮೈಸೂರು ಮುಂತಾದ ಕಡೆಗಳಲ್ಲಿ ನಾಟಕ ಕಂಪನಿಯ ಮೊಕ್ಕಾಂ ಇದ್ದರೆ ನಮ್ಮ ತಂದೆಯವರು ಆಕಂಪನಿಯ ಎಲ್ಲಾ ನಾಟಕಗಳಿಗೆ ತಪ್ಪದೇ ಹಾಜರಾಗಿರುತ್ತಿದ್ದರು.

ಆಗೆಲ್ಲ, ಕಂಪನಿ ನಾಟಕ ಎಂದರೆ ಅದು ಪ್ರಾರಂಭವಾಗುವುದೇ ರಾತ್ರಿ ಹತ್ತು ಗಂಟೆಯ ವೇಳೆಗೆ. ಈಗಿನಂತೆ ವಿದ್ಯುಚ್ಛಕ್ತಿ ಇರಲಿಲ್ಲ. ಮೈಕಿನ ಹೆಸರೂ ಸಹ ಕೇಳಿರದ ಸಮಯ. ನಾಟಕ ಕಲಾವಿದರು ತಮ್ಮ ಗಂಟಲಿನ ಶಕ್ತಿಯಿಂದಲೇ ನೆರೆದಿರುವ ಪ್ರೇಕ್ಷಕರನ್ನು ರಂಜಿಸಬೇಕಾಗಿತ್ತು. ಅತೀ ಹಿಂದಿನ ಸಾಲಿನಲ್ಲಿ ಕುಳಿತಿರುವ ಪ್ರೇಕ್ಷಕರಿಗೂ ಕೇಳಿಸುವಂತೆ ಸಂಭಾಷಣೆ ಹಾಡುಗಳನ್ನು ಹೇಳಬೇಕಾಗಿತ್ತು.

ಸಂಜೆಯ ವೇಳೆಗಾಗಲೇ ದೂರದ ಊರುಗಳಿಂದ ಎತ್ತಿನ ಗಾಡಿಯಲ್ಲಿ ಒಂದು ನಾಟಕದ ಟೆಂಟಿನ ಹತ್ತಿರ ಜನ ಜಮಾಯಿಸುತ್ತಿದ್ದರು. ಅವರೆಲ್ಲ ಊರಿನಿಂದಲೇ ಬುತ್ತಿ ಕಟ್ಟಿಕೊಂಡು ಬಂದು, ನಾಟಕ ನಡೆಯುವ ಸ್ಥಳದ ಹತ್ತಿರದಲ್ಲೇ ರಾತ್ರಿಯ ಊಟ ತಿಂಡಿ ಮುಗಿಸುತ್ತಿದ್ದರು. ಹತ್ತು ಗಂಟೆಗೆ ನಾಟಕ ಪ್ರಾರಂಭವಾದರೆ ಇಡೀ ರಾತ್ರಿ ನಡೆಯುತ್ತಿತ್ತು. ಪ್ರೇಕ್ಷಕರ ಅರಚಾಟ, ಒನ್ಸ್‌ಮೇರ್ ಎಂಬ ಕಿರುಚಾಟ ಇದರ ನಡುವೆ ನಾಟಕದ ಸಂಭಾಷಣೆ, ಹಾಡು ಇವೆಲ್ಲ ನಡೆಯುತ್ತಿದ್ದವು. ನಾಟಕ ರಂಗದ ಆಯಕಟ್ಟಿನ ಸ್ಥಳಗಳಲ್ಲಿ ಹಚ್ಚಿಟ್ಟ ದೀಪಗಳು, ವೇದಿಕೆಯಲ್ಲಿ ಪ್ರಜ್ವಲಿಸುತ್ತಿದ್ದ ಗ್ಯಾಸ್ ಲೈಟ್‌ಗಳು ಮತ್ತು ನಾಟಕದ ರಂಗನ್ನು ಹೆಚ್ಚಿಸಲು ಆ ಲೈಟ್‌ಗಳಿಗೆ ಬಟರ್ ಪೇಪರ್ ಬಳಸಿ ಬಣ್ಣದ ಬೆಳಕು ಚೆಲ್ಲುವಂತೆ ಮಾಡುತ್ತಿದ್ದ ರಂಗ ಸಜ್ಜಿಕೆಗಳು, ನಾಟಕದ ಮೆರುಗನ್ನು ಹೆಚ್ಚಿಸುತ್ತಿದ್ದ ಕಾಲವದು.

ಈಗ ನಾನು ಹೇಳ ಹೊರಟಿರುವ ಘಟನೆ ಇದೇ ರೀತಿಯಾದ ಒಂದು ಕಂಪನಿ ನಾಟಕದಲ್ಲಿ ನಡೆದ ಘಟನೆ. ಇದಕ್ಕೆ ಸಾಕ್ಷಿಯಾಗಿದ್ದವರು ನನ್ನ ತಂದೆ. ಹಿಂದೆಯೇ ಹೇಳಿದಂತೆ ನನ್ನ ಅಪ್ಪನಿಗೆ ನಾಟಕದ ಹುಚ್ಚು ವಿಪರೀತ. ಒಂದು ಸಲ ಹೀಗೆಯೇ ಆಗ ಅತ್ಯಂತ ಪ್ರಸಿದ್ಧಿಯಲ್ಲಿದ್ದ ನಾಟಕ ಶಿರೋಮಣಿ ಎ.ವಿ.ವರದಾಚಾರ್ಯರ ನಾಟಕ ಕಂಪನಿ ಮೊಕ್ಕಾಂ ಮಾಡಿತ್ತು. ಮೈಸೂರು ಅಥವಾ ನಂಜನಗೂಡಿನಲ್ಲಿರಬಹುದು. ನಾಟಕ ಶಿರೋಮಣಿ ವರದಾಚಾರ್ಯರು ದುರ್ಯೋಧನನ ಪಾತ್ರ, ಕನ್ನಡ ಚಿತ್ರರಂಗದ ಪಿತಾಮಹ ಎಂದು ಮುಂದೆ ಪ್ರಸಿದ್ಧಿಯಾದ ಆರ್.ನಾಗೇಂದ್ರರಾಯರು ಅಭಿಮನ್ಯುವಿನ ಪಾತ್ರ ಆಗ ಅವರಿಗೆ ಸುಮಾರು ೧೮ ವರ್ಷ ಪ್ರಾಯ.

ನಾಟಕ ಪ್ರಾರಂಭವಾಯಿತು. ಚಕ್ರವ್ಯೂಹವನ್ನು ಭೇದಿಸಿ ವೀರ ಅಭಿಮನ್ಯು ಮುನ್ನುಗುತ್ತಿದ್ದಾನೆ. ಆ ಸಂದರ್ಭದಲ್ಲಿ ವೀರೋಚಿತವಾದ ಸಂಭಾಷಣೆ ಕಂದಪದ್ಯಗಳು ಇವೆಲ್ಲದರ ಜತೆಗೆ ಅಭಿನಯ ಚತುರರಾದ ವರದಾಚಾರ್ಯರ ಅಮೋಘ ಅಭಿನಯ, ಜತೆಗೆ ಸುಂದರ ಯುವಕನಾಗಿದ್ದ ನಾಗೇಂದ್ರರಾಯರಂತೂ ನೋಡಿದವರಿಗೆಲ್ಲ ಇವನೇ ಕುರುಕ್ಷೇತ್ರದ ಅಭಿಮನ್ಯು ಎಂದು ಭ್ರಮಿಸುವ ರೀತಿಯಲ್ಲಿ ಆ ಪಾತ್ರಕ್ಕೆ ಹೊಂದುವ ಪೋಷಾಕಿನಲ್ಲಿ ವಿಜೃಂಭಿಸುತ್ತಿದ್ದರು. ಯುದ್ಧದಲ್ಲಿ ಅಭಿಮನ್ಯುವಿನ ಆಯುಧಗಳು ಕೈಜಾರಿ ಹೋಗುತ್ತವೆ. ಅವನನ್ನು ದುರ್ಯೋಧನ, ದ್ರೋಣ ಮುಂತಾದ ಕುರುಸೇನಾಪತಿಗಳು ಸುತ್ತುವರಿದಿದ್ದಾರೆ. “ನಿರಾಯುಧನ ಮೇಲೆ ಅಸ್ತ್ರ ಪ್ರಯೋಗ ಮಾಡುವಂಥ ಹೇಡಿಗಳೇ ನೀವು” ಎಂದು ಅಭಿಮನ್ಯು ಅಲ್ಲಿ ಅವನನ್ನು ಸುತ್ತುವರಿದವರನ್ನು ಪ್ರಶ್ನಿಸುತ್ತಾನೆ. ಆಗ ದುರ್ಯೋಧನನ ಪಾತ್ರಧಾರಿಯಾದ ವರದಾಚಾರ್ಯರು; “ಎಲೈ ಬಾಲಕ ಇಲ್ಲಿ

ಕೆಳಗೆ ಬಿದ್ದಿರುವ ಯಾವ ಆಯುಧವನ್ನಾದರೂ ಎತ್ತಿಕೊಂಡು ಯುದ್ಧ ಮುಂದುವರಿಸು" ಎಂದು ಹೇಳುತ್ತಾರೆ.

ಅಭಿಮನ್ಯುವು ಬಗ್ಗಿ ಕೆಳಗೆ ಬಿದ್ದಿರುವ ಕತ್ತಿಯನ್ನು ಇನ್ನೇನು ಎತ್ತಿಕೊಳ್ಳಬೇಕು, ಆಗ ಹಿಂದಿನಿಂದ ಅವನ ಕೈ ಕತ್ತರಿಸುವ ದೃಶ್ಯ. ಇನ್ನೇನು ನಾಗೇಂದ್ರರಾಯರು ಬಗ್ಗಿ ಕೆಳಗೆ ಬಿದ್ದಿರುವ ಕತ್ತಿ ಎತ್ತುವ ಹಾಗೆ ಅಭಿನಯಿಸುತ್ತಿದ್ದಾರೆ. ಆಗ ಹಿಂದಿನಿಂದ ದುರ್ಯೋಧನ ಪಾತ್ರಧಾರಿ ಎ. ವಿ. ವರದಾಚಾರ್ಯರು ಅವನ ಕೈ ಕತ್ತರಿಸುವಂತೆ ಅಭಿನಯಿಸಿದರು.

ಇದ್ದಕ್ಕಿದ್ದಂತೆ, ದಿಢೀರೆಂದು ಮುಂದಿನ ಸಾಲಿನಲ್ಲಿ ನಾಟಕ ನೋಡುತ್ತಿದ್ದ ಒಬ್ಬ ಪ್ರೇಕ್ಷಕ ಛಂಗೆಂದು ನಾಟಕದ ವೇದಿಕೆಗೆ ನೆಗೆದ. ತಕ್ಷಣವೇ ವರದಾಚಾರ್ಯರ ಕತ್ತಿನ ಪಟ್ಟಿಯನ್ನು ಹಿಡಿದು.

"ಭಿನಾಲ್ಕೆ ತೇರಿಮಾಕು, ಕ್ಯಾಬೋಲ ತುನೆ
ಒ ಲಡಕೆಕೊ ಚಾಕು ಉಠಾನೆಕೊಬೋಲ
ಔರ್ ಪೀಛ್ಚೆಸೆ ಹಾತ್ ಕಾಟಾಹೈ ... ತೇರಿ ಮಾಕೂ"

ಹೀಗೆ ಹಲವಾರು ಬಯ್ಗಗಳಿಂದ ಬೈಯ್ದು, ತನ್ನ ಕಾಲಿನಲ್ಲಿದ್ದ ಛಡಾವನ್ನು ತೆಗೆದು ವರದಾಚಾರ್ಯರಿಗೆ ಬಾರಿಸಿಯೇ ಬಿಟ್ಟ.

ಈ ದಿಢೀರ್ ಘಟನೆಯಿಂದ ಇಡೀ ನಾಟಕ ನೋಡಲು ನೆರೆದಿದ್ದವರು, ಅಭಿನಯಿಸುತ್ತಿದ್ದ ಕಲಾವಿದರು ಎಲ್ಲಾ ತಬ್ಬಿಬ್ಬರಾದರು. ಆ ಕ್ಷಣ ಏನಾಯಿತು ಎಂಬುದೇ ತಿಳಿಯದಾಯಿತು. ನಂತರ ಸ್ವಲ್ಪ ಸಾವರಿಸಿಕೊಂಡು ನಾಟಕದ ಮ್ಯಾನೇಜರು ತೆರೆ ಎಳೆದು ಟೆಂಟಿನ ದೀಪಗಳನ್ನು ಹಚ್ಚಿ ಪರಿಸ್ಥಿತಿಯನ್ನು ತಹಬಂದಿಗೆ ತಂದರು.

ಸ್ವಲ್ಪ ಸಾವರಿಸಿಕೊಂಡ ನಾಟಕ ಶೀರೋಮಣಿ ವರದಾಚಾರ್ಯರು ಸ್ಟೇಜಿನ ಮೇಲೆ ಬಂದರು. ಅಲ್ಲಿ ನೆರೆದಿದ್ದ ಪ್ರೇಕ್ಷಕರನ್ನು ಉದ್ದೇಶಿಸಿ ಅವರಂದ ಮಾತುಗಳು ನಿಜವಾದ ಒಬ್ಬ ಮಹಾ ಕಲಾವಿದನು ಮಾತ್ರ ಆಡುವ ಮಾತುಗಳಾಗಿತ್ತು.

ನನಗೆ ನನ್ನ ಕಲಾವೃತ್ತಿಯಲ್ಲಿ ಇಂದು ಈ ಪ್ರೇಕ್ಷಕ ಮಹಾಶಯರು ನೀಡಿದಂಥ ಪ್ರಶಸ್ತಿ ನನಗೆ ಇಲ್ಲಿಯವರೆಗೆ ಸಂದ ಎಲ್ಲ ಪ್ರಶಸ್ತಿಗಳಗಿಂತಲೂ ಮಿಗಿಲಾದದ್ದು.

"ಇಲ್ಲಿ ನಡೆಯುತ್ತಿರುವುದು ನಾಟಕವಲ್ಲ, ನಿಜವಾಗಿಯೇ ನಡೆಯುತ್ತಿದೆ. ಆ ಬಾಲಕನು ಪಾತ್ರಧಾರಿಯಲ್ಲ. ಅವನು ಅಭಿಮನ್ಯು, ನಾನು ನಿಜವಾದ ದುರ್ಯೋಧನ ಎಂದೇ ತಿಳಿದ ಅವರು ಹೀಗೆ ಮಾಡಿದ್ದು ಸರಿ".

ಎಂದು ಆ ಪ್ರೇಕ್ಷಕನಿಗೆ ಹಾರ ಅರ್ಪಿಸಿ ಗೌರವಿಸಿದರಂತೆ. ಪ್ರೇಕ್ಷಕರನ್ನು ಈ ರೀತಿ ಹಿಡಿದಿಡುವಂಥ ಅಭಿನಯ, ನಟನೆಯಲ್ಲಿ ಆಗಿನ ಕಲಾವಿದರು ತೋರತ್ತಿದ್ದ

ತನ್ಮಯತೆ, ತಮ್ಮ ವೃತ್ತಿಗೆ ಅವರು ಸಲ್ಲಿಸುತ್ತಿದ್ದ ಗೌರವ ಮತ್ತು ನಿಷ್ಠೆ ನಿಜಕ್ಕೂ ಅವಿಸ್ಮರಣೀಯ.

ಇಂಥ ಅದ್ಭುತ ಘಟನೆಯನ್ನು ಕಣ್ಣಾರೆ ಕಂಡು ಅನುಭವಿಸಿದ ನನ್ನ ಅಪ್ಪ ಅಂದು ಎಷ್ಟು ಸೋಜಿಗ ಪಟ್ಟರೋ ವರ್ಣಿಸಲು ಸಾಧ್ಯವಿಲ್ಲ.

3

ಜೈ ಸೀತಾರಾಂ

ಈಗ್ಗೆ ಸುಮಾರು ೮೦ – ೧೦೦ ವರ್ಷಗಳ ಹಿಂದೆ, ಈಗಿನಂತೆ ಟಿ.ವಿ, ರೇಡಿಯೋ, ಸಿನಿಮಾ, ವೀಡಿಯೋ, ಮುಂತಾದ ಯಾವ ಮನರಂಜನಾ ಮಾಧ್ಯಮವೂ ಇರಲಿಲ್ಲ. ಯಾವ ಹಳ್ಳಿಯಲ್ಲಿಯೂ ವಿದ್ಯುಚ್ಛಕ್ತಿ ಸರಬರಾಜು ಇರಲೇ ಇಲ್ಲ. ಇನ್ನು ಟಿ.ವಿ. ಸಿನಿಮಾಗಳ ಮಾತೆಲ್ಲಿ. ಆಗ ಮನರಂಜನೆ ಎಂದರೆ ನಾಟಕ ಒಂದೇ. ಆಗಿನವರು ನಾಟಕ ಬಿಟ್ಟರೆ ಬೇರೆ ಯಾವ ದೃಶ್ಯ ಮಾಧ್ಯಮವನ್ನೂ ಕಂಡವರಲ್ಲ. ಹಳ್ಳಿಗಳಲ್ಲಿ ಬೆಳೆ ಕಟಾವು ಆದ ಮೇಲೆ ರೈತಾಪಿ ಜನರಿಗೆ ಸ್ವಲ್ಪ ಬಿಡುವಿನ ವೇಳೆ ಇರುತ್ತಿತ್ತು. ಆಗ ಹಳ್ಳಿಗಳಲ್ಲಿ ನಾಟಕದ ಮಾಸ್ತರುಗಳು ಅಲ್ಲಿಯೇ ಕೆಲವು ಪ್ರತಿಭೆಗಳನ್ನು ಗುರುತಿಸಿ ನಾಟಕದ ಪ್ರಾಕ್ಟೀಸು ಮಾಡಿಸಿ ಆಡಿಸುತ್ತಿದ್ದರು. ಇಂಥ ನಾಟಕಗಳು ತೀರಾ ಬಾಲಿಶ ರೀತಿಯಲ್ಲಿ ಪ್ರದರ್ಶಿಸಲ್ಪಡುತ್ತಿದ್ದುವೇ ವಿನಾ ಯಾವ ರೀತಿಯ ವೃತ್ತಿಪರತೆ ಇರುತ್ತಿರಲಿಲ್ಲ. ಆದರೂ ಇವು ಜನರಿಗೆ ಸಮಯಕಳೆಯಲು ಸಹಾಯಕವಾಗಿ ಬೇಕಾದ ಮನರಂಜನೆ ಒದಗಿಸುತ್ತಿದ್ದವು.

ಇವನ್ನ ಬಿಟ್ಟರೆ, ವೃತ್ತಿನಾಟಕ ಕಂಪನಿಗಳು ಪ್ರದರ್ಶಿಸುತ್ತಿದ್ದ ನಾಟಕಗಳು ಬಹಳ ಶಿಸ್ತಿನಿಂದ, ಮತ್ತು ವೃತ್ತಿಪರತೆಯಿಂದ ಕೂಡಿದ ನಾಟಕಗಳಾಗಿದ್ದವು.

ಒಂದೊಂದು ಊರಿನಲ್ಲಿ ಸುಮಾರು ಎರಡು ಅಥವಾ ಮೂರು ತಿಂಗಳು ಮೊಕ್ಕಾಂಮಾಡಿ ಜನರಿಗೆ ಮನರಂಜನೆ ನೀಡುವಲ್ಲಿ ಅತ್ಯಂತ ಯಶಸ್ವಿಯಾಗಿದ್ದ ಈ ನಾಟಕ ಕಂಪನಿಗಳ ನಾಟಕಗಳು ಹಲವು ಬಹಳ ಹೆಸರುವಾಸಿಯಾಗಿ ಜನರ ನಾಲಗೆಮೇಲೆ ಹರಿದಾಡುತ್ತಿದ್ದವು.

ನಾಟಕ ಶಿರೋಮಣಿ ಎ.ವಿ.ವರದಾಚಾರ್ಯರ ಕಂಪನಿ, ಶ್ರೀ ಕೊಟ್ಟೂರಪ್ಪನವರ ಕಂಪನಿ ರಾಯಚೂಟಿ ನಾಟಕ ಕಂಪನಿ, ನಟಭಯಂಕರ

ಗಂಗಾಧರರಾಯರ ಕಂಪನಿ, ಗುಬ್ಬಿ ಕಂಪನಿ, ಹೀಗೆ ಹಲವು ಕಂಪನಿಗಳು ಆಗಿನ ನಾಟಕ ರಂಗದ ಮುಂಚೂಣಿಯಲ್ಲಿದ್ದವು.

ಈ ಕಂಪನಿಗಳಲ್ಲಿ ನಟಿಸುತ್ತಿದ್ದ ಹಲವು ನಟರು ತಮ್ಮ ಸಂಭಾಷಣೆ ಹೇಳುವ ಶೈಲಿ, ಸುಶ್ರಾವ್ಯವಾಗಿ ಹಾಡುತ್ತಿದ್ದ ಹಾಡುಗಳು ಮುಂತಾದವುಗಳಿಂದ ಅತ್ಯಂತ ಪ್ರಸಿದ್ಧಿ ಪಡೆದಿದ್ದರು.

ಇಂಥ ಕೆಲವು ಹೆಸರಾಂತ ನಟರೆಂದರೆ, ವರದಾಚಾರ್ಯರು, ನಟಭಯಂಕರ ಗಂಗಾಧರರಾಯರು, ಶ್ರೀ ಕೊಟ್ಟೂರಪ್ಪನವರು ಇವರಲ್ಲಿ ಒಬ್ಬೊಬ್ಬರೂ ಒಂದೊಂದು ರೀತಿ ವೈಶಿಷ್ಟತೆಯನ್ನು ಹೊಂದಿದ್ದವರಾಗಿದ್ದರು. ವರದಾಚಾರ್ಯರು ಅತ್ಯಂತ ಆಕರ್ಷಕ ವ್ಯಕ್ತಿ ಮತ್ತು ನಾಟಕದ ಎಲ್ಲ ಬಗೆಯಲ್ಲಿಯೂ ಪ್ರವೀಣರು. ಅವರ ಪ್ರಗಲ್ಭ ಅಭಿನಯ ಜನರ ಮನಸ್ಸನ್ನು ಸೂರೆಗೊಂಡಿತ್ತು. ನಟಭಯಂಕರ ಗಂಗಾಧರರಾಯರು ಹೆಸರಿಗೆ ತಕ್ಕಂತೆ ನಟಭಯಂಕರರೇ. ಹಿರಣ್ಯಕಶಿಪು, ಕಂಸ, ರಾವಣ ಹೀಗೆ ಅವರು ರಾಕ್ಷಸ ಪಾತ್ರಗಳಲ್ಲಿಯೇ ವಿಜೃಂಭಿಸುತ್ತಿದ್ದರು. ಜನರಿಗಂತೂ ಅವರ ಅಭಿನಯ ಮತ್ತು ಅವರ ಕಂಚಿನ ಕಂಠದಿಂದ ಹೊಮ್ಮುತ್ತಿದ್ದ ಹಾಡುಗಳು ಹುಚ್ಚು ಹಿಡಿಸಿಬಿಡುತ್ತಿದ್ದವು.

ಶ್ರೀ ಕೊಟ್ಟೂರಪ್ಪನವರು ತಮ್ಮ ಕಂಠಮಾಧುರ್ಯಕ್ಕೆ ಹೆಸರಾದವರು. ಅವರು ಅತ್ಯಂತ ಮಧುರವಾಗಿ ಹಾಡಿ ಜನಮನ ಗೆದ್ದ ನಟರು. ಪ್ರೇಕ್ಷಕರು ಅವರ ಹಾಡನ್ನು ಕೇಳಲೆಂದೇ ದೂರದ ಊರುಗಳಿಂದ ಬಂದು ಗಂಟೆಗಟ್ಟಲೆಕಾದು ನಾಟಕ ನೋಡಿ ಆನಂದಿಸುತ್ತಿದ್ದರಂತೆ.

ಇಂಥದ್ದೇ ಒಂದು ನಾಟಕದಲ್ಲಿ ನಡೆದ ಘಟನೆಯನ್ನು ನನ್ನ ಅಪ್ಪ ನನಗೆ ಹೇಳಿದ್ದು ಈಗ ಓದುಗರೊಂದಿಗೆ ಹಂಚಿಕೊಳ್ಳುತ್ತಿದ್ದೇನೆ. ಕೊಟೂರಪ್ಪನವರು ಹನುಮಂತನ ಪಾರ್ಟು ಮಾಡುವುದರಲ್ಲಿ ಹೆಸರುವಾಸಿ. ಅಂದಿನ ಕಾಲದಲ್ಲಿ ನಟನು ಯಾವುದೇ ಪಾರ್ಟು ಮಾಡಲಿ, ನಾಟಕದ ಕಥೆ ಅದೇನೇ ಇರಲಿ, ಅವನು ಸುಶ್ರಾವ್ಯವಾಗಿ ಹಾಡಲೇಬೇಕು. ಕೊಟ್ಟೂರಪ್ಪನವರೂ ಸಹ ಹನುಮಂತನ ಪಾರ್ಟಿನಲ್ಲಿ ಅದ್ಭುತವಾಗಿ ಹಾಡುತ್ತಿದ್ದರು.

ಎಂದಿನಂತೆ ಕೊಟ್ಟೂರಪ್ಪನ ಕಂಪನಿ ಮೊಕ್ಕಾಂ ಹಾಕಿತ್ತು. ನಾಟಕ ಎಂದರೆ ಎಷ್ಟೇ ಮೈಲಿ ದೂರವಾದರೂ ಸೈಕಲ್ಲಿ ತುಳಿದು ಅಲ್ಲಿಗೆ ಹಾಜರ್, ನನ್ನ ಅಪ್ಪ. ಈ ಘಟನೆ ನಡೆದ ದಿನ ನಾಟಕಕ್ಕೆ ಎಂದಿನಂತೆ ಹೊರಟರು ನನ್ನ ಅಪ್ಪ ಮತ್ತು ಅವರ ಜತೆ ನಮ್ಮ ಸೋದರ ಮಾವ ಕೂಡ. ಅಂದೇಕೋ ಎಲ್ಲರಿಗಿಂತ ಮುಂಚೆ ಹೋಗಿ ಟಿಕೆಟ್ ಪಡೆಯುತ್ತಿದ ನನ್ನ ಅಪ್ಪ ಈ ನಾಟಕಕ್ಕೆ ಸ್ವಲ್ಪ ಲೇಟ್ ಆಗಿ ಹೋದರು. ಎರಡೇ ಎರಡು ಟಿಕೇಟು ಮಾತ್ರ ಇದ್ದವು. ಅದೂ ಬೆಂಚಿನ ಟಿಕೇಟ್, ಬೇರೆಲ್ಲೂ

ಸ್ಥಳವಿಲ್ಲ. ನಾಟಕ ನೋಡದೇ ಹಿಂದೆ ಬಂದವರೇ ಅಲ್ಲ ನನ್ನ ಅಪ್ಪ. ಇದ್ದ ಎರಡು ಟಿಕೆಟ್ ಕೊಂಡು ಒಳಗೆ ಹೋದರೆ ಒಂದೇ ಒಂದು ಬೆಂಚಲ್ಲಿ ಮಾತ್ರ ಜಾಗ ಇದೆ. ಬೇರೆಲ್ಲಾ ಜಾಗವೆಲ್ಲ ತುಂಬಿ, ನಾಟಕ ಮುಂದಿರ ಜನರಿಂದ ತುಂಬಿ ತುಳುಕುತ್ತ ಇತ್ತು.

ಇದ್ದ ಒಂದು ಬೆಂಚಿನ ಕಡೆ ಓಡಿ ಸೀಟು ಹಿಡಿಯಲು ಆ ನುಗ್ಗಾಟದ ಮಧ್ಯದಲ್ಲಿ ಜನರನ್ನು ತಳ್ಳಿಕೊಂಡು ಹೇಗೋ ಕಷ್ಟಪಟ್ಟು ಬೆಂಚಿನ ಹತ್ತಿರ ಬಂದರು. ಅಲ್ಲಿ ನೊಡಿದರೆ 4 ಜನ ಕೂರುವ ಆ ಬೆಂಜಿನ ಮಧ್ಯದಲ್ಲಿ ಒಬ್ಬ ಧಡೂತಿ ಆಸಾಮಿ ಕುಳಿತಿದ್ದಾನೆ. ನನ್ನ ಅಪ್ಪ ಮತ್ತು ಸೋದರಮಾವ ಇಬ್ಬರೂ ಸಾಕಷ್ಟು ಧಡೂತಿ ಆಸಾಮಿಗಳೇ. ಆದರೆ ಅಲ್ಲಿ ಆಸೀನನಾಗಿದ್ದವನಂತೂ ಇವರಿಬ್ಬರ ಎರಡರಷ್ಟು ಧಡಿಯ. ಉದ್ದಕ್ಕೆ ಕತ್ತಿನವರೆಗೂ ಇಳಿಬಿಟ್ಟು ಕೂದಲು, ಹಣೆಯ ತುಂಬಾ ಕುಂಕುಮ ಹಚ್ಚಿಕೊಂಡಿದ್ದಾನೆ. ಏಕಾಗ್ರತೆಯಿಂದ ನಾಟಕದ ಸ್ಟೇಜಿನ ಕಡೆ ನೋಡುತ್ತಾ ಕುಳಿತಿದ್ದಾನೆ. ಅವನ ಆಕಾರ ವೇಷ ನೋಡಿದ ನಮ್ಮ ಅಪ್ಪ ಅವನನ್ನು ಪಕ್ಕಕ್ಕೆ ಒತ್ತಿಕೊಂಡು ಕುಳಿತು ಕೊಳ್ಳುವಂತೆ ಹೇಳಲೂ ಸಹಾ ಹಿಂಜರಿದರು. ಇನ್ನೇನು ನಾಟಕ ಬೇರೆ ಪ್ರಾರಂಭ ಆಗುವ ಸಮಯ. ಇದೆಂಥ ವಿಪರೀತವಪ್ಪ, ಸರಿ ಹೇಗೋ ಅವನ ಇಕ್ಕೆಲಗಳಲ್ಲಿ ಸ್ವಲ್ಪ ಜಾಗ ಇದೆಯಲ್ಲ. ಅಲ್ಲೇ ಸಾವರಿಕೊಂಡು ಕೂತರಾಯಿತು ಎಂದು ಯೋಚಿಸಿ ಅವನ ಎರಡೂ ಪಕ್ಕಗಳಲ್ಲಿ ಇದ್ದ ಸ್ವಲ್ಪ ಜಾಗದಲ್ಲಿಯೇ ಬೆಂಚಿನ ಒಂದು ಅಂಚಿನಲ್ಲಿ ನನ್ನ ಅಪ್ಪ, ಮತ್ತೊಂದು ಅಂಚಿನಲ್ಲಿ ನನ್ನ ಮಾವ ಕುಳಿತರು.

ನಾಟಕ ಪ್ರಾರಂಭವಾಯಿತು. ಆಗೆಲ್ಲಾ ನಾಟ ಶುರುಆಗುವುದೇ ರಾತ್ರಿ ಹತ್ತು ಗಂಟೆಯ ವೇಳೆಗೆ. ಸೂತ್ರಧಾರ ಬಂದು ಕಂದಪದ್ಯಗಳನ್ನು ಹಾಡಿ, ನಾಟಕವನ್ನು ಮುಂದುವರಿಸುತ್ತಾನೆ. ನಡುರಾತ್ರಿಯವೇಳೆಗೆ ಕೊಟ್ಟೂರಪ್ಪನವರ ಮುಖ್ಯ ಸೀನ್ ಬರುತ್ತದೆ. ನಾಟಕದ ಸ್ಟೇಜ್ ಬಿಟ್ಟರೆ ಬೇರೆ ಕಡೆ ಕಡುಕತ್ತಲು. ಈಗಿನಂತೆ ಬೀದಿ ದೀಪಗಳಿರಲಿಲ್ಲ. ನಿಜವಾದ ಕತ್ತಲನ್ನು ಅನುಭವಿಸಬೇಕೆಂದರೆ ಆಗಿನ ಕಾಲದಲ್ಲಿ ಮಾತ್ರ ಸಾಧ್ಯವಾಗಿತ್ತು. ಈಗೆಲ್ಲಾ ಪೂರ್ಣಪ್ರಮಾಣದ ಕತ್ತಲನ್ನು ಕಾಣಲು ಸಾಧ್ಯವಿಲ್ಲ. ಎಲ್ಲಿಯಾದರೂ ಒಂದು ದೀಪ ಉರಿಯುತ್ತಲೇ ಇರುತ್ತದೆ. ರಾತ್ರಿಯ ನೀರವತೆ ಆ ಸಂದರ್ಭಕ್ಕೆ ಸರಿಯಾದ ವೇದಿಕೆ ನಿರ್ಮಾಣ ಮಾಡಿತ್ತು. ನಿಶ್ಯಬ್ಧ ಎಂದರೆ ಎಲ್ಲೆಲ್ಲೂ ನಿಶ್ಯಬ್ಧ, ನಾಟಕದ ಪಾರ್ಟುದಾರರು ಆಡುವ ಮಾತು, ಹಾಡುವ ಹಾಡುಬಿಟ್ಟರೆ ಬೇರಾವ ಶಬ್ಧವೂ ಇರಲಿಲ್ಲ. ಕೊಟೂರಪ್ಪನವರು ಎಂದಿನಂತೆ ಹನುಮಂತನ ಪಾರ್ಟು. ನಾಟಕದ ಸ್ಟೇಜಿನ ಮೇಲೆ ಒಂದು ಮರದ ಸೀನ್ ಹಾಕಿ ಎತ್ತರದಲ್ಲಿ ಕುಳಿತು ಹಾಡುವ ದೃಶ್ಯ.

ಹನುಮಂತನು ತನ್ನ ರಾಮಭಕ್ತಿಯನ್ನು ಪ್ರದರ್ಶಿಸುವ ಸೀನ್ ಅದು. ಇಡೀ ನಾಟಕ ಮಂದಿರದ ಎಲ್ಲಾ ದೀಪಗಳನ್ನು ಆರಿಸಿ ಕೊಟ್ಟೂರಪ್ಪನವರ ಮೇಲೆ ಮಾತ್ರ ಬೆಳಕು ಬೀಳುವಂತೆ ಸಜ್ಜು ಮಾಡಿದ್ದರು. ಇನ್ನು ಆ ಸೀನ್‌ಗೆ ಹೆಚ್ಚು ರಂಗು ಬರುವಂತೆ ಅವರ ಮೇಲೆ ತಿಳಿ ನೀಲಿ ಬೆಳಕು ಹಾಯುವಂತೆ ಮಾಡಿದ್ದರು.

ಕೊಟ್ಟೂರಪ್ಪನವರು ಹನುಮಂತನ ವೇಷದಲ್ಲಿ ಸ್ಟೇಜಿನ ಮೇಲೆ ಮರದ ಮೇಲೆ ಕುಳಿತು ಹಾಡಲು ಶುರುಮಾಡಿದರು. ಅವರೊಬ್ಬರು ಮಾತ್ರ ಕಾಣಿಸುತ್ತಿದ್ದಾರೆ. ಬೇರೆಲ್ಲ ಕಡೆ ಕತ್ತಲು ನಡುರಾತ್ರಿಯ ನೀರವತೆ ಅವರು ಹಾಡಿದ ಹಾಡು.

"ಶ್ರೀರಾಮಚಂದ್ರಂ ದಶರಥಾತ್ಮಜಂ ಅಪ್ರಮೇಯಂ" ಎಂದು ಶುರುವಾಗುವ ಹಾಡು. ಈ ಹಾಡನ್ನು ಕೊಟ್ಟೂರಪ್ಪನವರು ತಮ್ಮ ಸುಶ್ರಾವ್ಯವಾದ ಕಂಠದಿಂದ ಪ್ರೇಕ್ಷಕರು ಮೈಮರೆಯುವಂತೆ ಹಾಡುತ್ತಿದ್ದಾರೆ. ಹಾಡುತ್ತ ಹಾಡುತ್ತಾ ಹನುಮಂತನು ತನ್ನ ಎದೆಯನ್ನು ಬಗೆದು ತೋರಿದಾಗ ಅಲ್ಲಿ ಅವನ ವಕ್ಷಸ್ಥಲದಲ್ಲಿ ಶ್ರೀರಾಮನು ಕಾಣಿಸುತ್ತಾನೆ. ಇದು ಆ ಸೀನಿನ ಸಾರಾಂಶ. ಕೊಟ್ಟೂರಪ್ಪನವರು ಎದೆ ಬಗೆದು ಶ್ರೀರಾಮನ ದರ್ಶನ ಮಾಡಿಸುತ್ತಾರೆ.

ಆಗ ಇಡೀ ನಾಟಕಮಂದಿರವೇ ಅದುರಿ ಹೋಗುವಂತೆ ಒಂದು ಚೀತ್ಕಾರ ಪ್ರೇಕ್ಷಕರ ಕಡೆಯಿಂದ ಬಂತು. ಅಷ್ಟಕ್ಕೇ ನಿಲ್ಲದೆ ಜೈಶ್ರೀ ರಾಂ, ಜೈಶ್ರೀರಾಂ, ಎಂದು ಪದೇ ಪದೇ ಒರಲುತ್ತಿರುವ ಶಬ್ಧ.

ನಾಟಕ ನಿಂತು ಹೋಯಿತು. ಪರದೆ ಇಳಿಬಿಟ್ಟಿರು. ಏನಾಯಿತಪ್ಪ ಎಂದು ಎಲ್ಲರೂ ನೋಡಿದರೆ ಬೆಂಚಿನ ಮೇಲೆ ಕುಳಿತು ನಾಟಕ ನೋಡುತ್ತಿದ್ದ ಈ ನಮ್ಮ ಧಡೂತಿ ಆಸಾಮಿಗೆ ಕೊಟ್ಟೂರಪ್ಪನವರ ಹನುಮಂತನ ಅಭಿನಯದಿಂದ ಆವೇಶ ಬಂದು, ಜೈ ಶ್ರೀರಾಂ ಎಂದು ಕೆಳಗೆ ಬಿದ್ದು ಕೈಕಾಲು ಝಾಡಿಸುತ್ತಾ ಮೈಮೇಲೆ ಪ್ರಜ್ಞೆಯೇ ಇಲ್ಲದೆ ಒಂದೇಸಮನೆ ಒದರುತ್ತಿದ್ದಾನೆ.

ಈ ದೃಶ್ಯವನ್ನು ಕಂಡವರಲ್ಲಿ ಕೆಲವರು ಇವನ ಆವೇಶ ಇಳಿಯಲು ತಟ್ಟೆಯಲ್ಲಿ ಕರ್ಪೂರ ಹತ್ತಿಸಿ ಅವನ ಮುಖದ ಮುಂದೆ ಆರತಿ ಬೆಳಗಲು ಶುರುಮಾಡಿದರು. ಮತ್ತೆ ಕೆಲವರು ಲಗುಬಗೆಯಿಂದ ಓಡಿಹೋಗಿ ತೆಂಗಿನಕಾಯಿ ತಂದು ನಿವಾಳಿಸಿ ಒಡೆಯುತ್ತಿದ್ದಾರೆ. ಇದು ಹೀಗಿದ್ದರೆ ಅವನ ಪಕ್ಕದಲ್ಲಿ ಕುಳಿತಿದ್ದ ನನ್ನ ಅಪ್ಪ ಮತ್ತು ಮಾವನ ಗತಿಏನಾಯಿತು. ಈ ಬೃಹದಾಕಾರಿಯು ತನ್ನ ಎರಡೂ ಕೈಗಳನ್ನೂ ಪಕ್ಕಕ್ಕೆ ಆವೇಶದಿಂದ ಜೈಶ್ರೀರಾಂ ಎಂದು ಚಾಚಿದ ರಭಸಕ್ಕೆ ಇವರಿಬ್ಬರೂ ಬೆಂಚಿನ ಸಮೇತ ಕೆಳಕ್ಕೆ ಉರುಳಿ ಬಿದ್ದಿದ್ದಾರೆ. ಇವರಿಬ್ಬರ ಮೇಲೆ ಆ ಧಡೂತಿ ಮನುಷ್ಯನ ಎರಡೂ ಕಾಲುಗಳೂ ಬಿದ್ದಿವೆ. ಜತೆಗೆ ಆವೇಶದಿಂದ ಕಾಲೆರಡನ್ನೂ

ಝಾಡಿಸುತ್ತಲೂ ಇದ್ದಾನೆ.

ಜನರು ಅವನ ಆವೇಶ ಇಳಿಸುವ ಆತುರದಲ್ಲಿದ್ದಾರೆ. ಅವನ ಕಾಲಿನಡಿ ಸಿಕ್ಕಿ ಬಜ್ಜಿಯಾಗುತ್ತಿದ್ದ ನನ್ನ ಅಪ್ಪ ಮತ್ತು ಮಾವನ ಫಜೀತಿ ಕೇಳುವವರೇ ಇಲ್ಲ.

ಇವರಿಗೆ ಬಿದ್ದ ನೋವಿನಿಂದ ಕಿರುಚಲೂ ಸಹಾ ಆಗುತ್ತಿಲ್ಲ. ಕಿರುಚಿದ್ದರೂ ಜೈಶ್ರಿರಾಂ ಎಂಬ ಅವನ ಆವೇಶದ ಅರಚಾಟದಲ್ಲಿ ಇವರ ಧ್ವನಿ ಕೇಳುವರಾರು.

ಈ ಆವೇಶ ಇಳಿದ ಮೇಲೆ ಆ ಧಡೂತಿ ಮನುಷ್ಯನನ್ನು ಕಷ್ಟಪಟ್ಟು ಮೇಲಕ್ಕೆ ಎತ್ತಿದಾಗ ಅವನ ಕಾಲಿನಡಿಯಲ್ಲಿದ್ದು ವಿಲವಿಲ ಒದ್ದಾಡುತ್ತಿದ್ದ ನನ್ನ ಅಪ್ಪ ಮತ್ತು ಮಾವ ಕಾಣಿಸಿದ್ದು.

ಮೈಕೈ ನೋವಿನಿಂದ ನರಳುತ್ತಾ ಆ ನಡುರಾತ್ರಿಯಲ್ಲಿ ಹೇಗೋ ಸುಧಾರಿಸಿಕೊಂಡು ಮನೆ ಸೇರಿದರು. ಅಂದಿನ ಇವರ ನಾಟಕ ನೋಡುವ ಸಂಭ್ರಮ ಹೀಗೆ ಮುಕ್ತಾಯವಾಯ್ತು.

ಅಂದಿನ ದಿನಗಳಲ್ಲಿ ನಾಟಕದಲ್ಲಿ ಹೇಗೆ ಪಾರ್ಟು ಮಾಡುತ್ತಿದ್ದರು. ಪ್ರೇಕ್ಷಕರು ಮೈಮರೆಯುವಂಥ ದೃಶ್ಯಗಳನ್ನು ಸೃಷ್ಟಿಸುತ್ತಿದ್ದರು. ನಟ ಮತ್ತು ಪ್ರೇಕ್ಷಕರ ನಡುವಿನಲ್ಲಿ ಎಂಥ ಸಂಬಂಧ ರೂಪುಗೊಳ್ಳುತ್ತಿತ್ತು ಎಂಬುದಕ್ಕೆ ಇದೊಂದು ಉದಾಹರಣೆ.

4

ಕುರಿತೋದದೆಯುಂ ಕಾವ್ಯಪ್ರಯೋಗಪರಿಣತ ಮತಿಗಳ್

ಎಲ್ಲ ಹಳ್ಳಿಗಳಲ್ಲಿಯೂ ಇರುವಂತೆ ನಮ್ಮ ಊರಿನಲ್ಲಿಯೂ, ಊರಿನ ಮಧ್ಯದಲ್ಲಿ ಒಂದು ದೇವಸ್ಥಾನ ಇದೆ. ಅದು ಪ್ರಸನ್ನ ಶ್ರೀ ವೆಂಕಟರಮಣಸ್ವಾಮಿ ದೇವಸ್ಥಾನ. ದೇವಸ್ಥಾನದ ಮುಂದೆ ವಿಶಾಲವಾದ ಕಲ್ಯಾಣಿ. ಸುತ್ತಲೂ ಬ್ರಾಹ್ಮಣರ ಮನೆಗಳು. ಒಂದು ಸಾಲಿನಲ್ಲಿ ಎಂಟು ಮತ್ತೊಂದು ಸಾಲಿನಲ್ಲಿ ಆರು ಮನೆಗಳು.

ದೇವಸ್ಥಾನದ ಎದುರಿಗೆ ಒಂದು ಮನೆ, ದೇವಸ್ಥಾನಕ್ಕೆ ನೇರ ಹಿಂದೆ ಒಂದು ಮನೆ. ಹೀಗಿತ್ತು ನನ್ನ ಸ್ವಗ್ರಾಮವಾದ ವೆಂಕಟಯ್ಯನ ಛತ್ರ. ಈ ಊರಿಗೆ ಸುಮಾರು ೪೦೦ ವರ್ಷಗಳ ಇತಿಹಾಸ ಇದೆ ಎಂದು ನನ್ನ ತಂದೆ ತಾಯಿಯಿಂದ ತಿಳಿದಿದ್ದೆ. ಶ್ರೀ ವೆಂಕಟಯ್ಯಂಗಾರ್ ಎಂಬುವರು ಇಲ್ಲಿ ಬಂದು ದೇವಸ್ಥಾನ ಕಲ್ಯಾಣಿ ಮತ್ತು ಅಗ್ರಹಾರವನ್ನು ನಿರ್ಮಿಸಿ ಅಲ್ಲಿ ಬ್ರಾಹ್ಮಣರ ಕುಟುಂಬಗಳು ವಾಸಿಸಲು ಅನುಕೂಲ ಮಾಡಿ ಈ ಊರನ್ನು ಕಟ್ಟಿದರು ಮತ್ತು ಅದರಿಂದಲೇ ಇದಕ್ಕೆ ವೆಂಕಟಯ್ಯನ ಛತ್ರ ಎಂಬ ಹೆಸರು ಬಂತು ಎಂಬುದು ಈ ಗ್ರಾಮದ ಇತಿಹಾಸದಿಂದ ತಿಳಿದು ಬರುತ್ತದೆ.

ಅಗ್ರಹಾರದ ಹಾಗೆಯೇ ಆ ಊರಿನಲ್ಲಿ ಬ್ರಾಹ್ಮಣರಿಗೆ ಮತ್ತು ದೇವಸ್ಥಾನಕ್ಕೆ ದತ್ತಿ ಬಿಟ್ಟ ಜಮೀನುಗಳನ್ನು ಸಾಗುವಳಿ ಮಾಡಲು ರೈತಾಪಿ ಜನರು ಸಹಾ ಇಲ್ಲಿ ಬಂದು ನೆಲೆಸಿದರು. ಅಂದಿನ ಸಾಮಾಜಿಕ ವ್ಯವಸ್ಥೆಯಂತೆ, ಲಿಂಗಾಯಿತರ ಕೇರಿ,

ಉಪ್ಪಲಿಗರ ಕೇರಿ, ಬ್ರಾಹ್ಮಣರ ಅಗ್ರಹಾರ ಮತ್ತು ಇತರೇ ಜಾತಿಯವರಿಗೆ ಬೇರೆ ಬೇರೆ ಕೇರಿಗಳು ಇದ್ದವು, ನಾನು ಈ ಊರಿನಲ್ಲಿ ನನ್ನ ಬಾಲ್ಯವನ್ನು ಕಳೆದ ಸಮಯದಲ್ಲೂ ಸಹಾ ಈ ಎಲ್ಲಾ ಕೇರಿಗಳು ಇದ್ದುದ್ದನ್ನು ಕಂಡಿದ್ದೇವೆ.

ವಿಶೇಷ ಸಂದರ್ಭಗಳಲ್ಲಿ ಹಬ್ಬಹರಿದಿನಗಳಲ್ಲಿ ನಮ್ಮೂರಿನ ದೇವಸ್ಥಾನದಲ್ಲಿ ವಿಶೇಷ ಪೂಜೆ ಮತ್ತು ಉತ್ಸವಗಳು ನಡೆಯುತ್ತಿದ್ದವು. ಮನೆಗೊಂದಾಳಿನಂತೆ ಎಲ್ಲ ಜಾತಿಯವರೂ ಬಂದು ಈ ಎಲ್ಲಾ ಕಾರ್ಯಕ್ರಮಗಳನ್ನೂ ತುಂಬ ಉತ್ಸಾಹದಿಂದ ನಡೆಸುತ್ತಿದ್ದರು. ಆಗೆಲ್ಲ ಹಳ್ಳಿಯ ಜನ ಹೆಚ್ಚು ಸ್ವಾವಲಂಬಿಗಳಾಗಿದ್ದರು. ಎಲ್ಲದಕ್ಕೂ ಸರ್ಕಾರದ ಸಹಾಯವನ್ನು ಎದುರು ನೋಡುತ್ತಿರಲಿಲ್ಲ. ತಾವಾಗಿಯೇ ಸಾಮಾನು ಸರಂಜಾಮುಗಳನ್ನು ಒದಗಿಸಿಕೊಂಡು, ಮಾಡುವ ಕೆಲಸವನ್ನೂ ಅಚ್ಚುಕಟ್ಟಾಗಿ ಮಾಡಿಮುಗಿಸುತ್ತಿದ್ದರು. ಊರಿಗೊಂದು ಗೋಮಾಳ, ಒಂದು ಕೆರೆ ಇದ್ದೇ ಇರುತ್ತಿತ್ತು. ನನ್ನೂರಿನ ಮುಂದೆ ಬಂಡಿಗೆರೆ ಎಂಬ ಕೆರೆ ಇತ್ತು. ಈಗಲೂ ಇದೆ. ಆದರೆ ಅದು ಅಭಿವೃದ್ಧಿಯ ಹೆಸರಿನಲ್ಲಿ ಈಗ ನಡೆಯುತ್ತಿರುವ ಒತ್ತುವರಿ ಮತ್ತು ಇತರ ಅರ್ಥಹೀನ ಕಾರ್ಯಕ್ರಮಗಳಿಗೆ ಬಲಿಯಾಗಿ ಬರಿ ಮೈದಾನವಾಗಿದೆ. ಅದರ ನೂರಾರು ಎಕರೆ ಅಚ್ಚುಕಟ್ಟು ಪ್ರದೇಶ. ಈಗ ಬರಡಾಗಿ ದಾರುಣಪರಿಸ್ಥಿತಿಯಲ್ಲಿದೆ.

ಸುಗ್ಗಿ ಕಾಲವಾದ ಮೇಲೆ ಊರಿನವರೆಲ್ಲ ಮನೆಗೊಂದಾಳಿನಂತೆ ಕೂಡಿ ಕೆರೆಯ ಹೂಳೆತ್ತುತ್ತಿದ್ದರು. ಅಲ್ಲಿ ಸಂಗ್ರಹವಾದ ಗೋಡು ಅಂದರೆ ಕೆರೆಯಲ್ಲಿ ತುಂಬಿದ್ದ ಮೆಕ್ಕಲುಮಣ್ಣನ್ನು ಗುಡ್ಡೆ ಮಾಡಿ ಹೊರಕ್ಕೆ ತೆಗೆದು ಕೆರೆಯ ಆಳವನ್ನು ಹೆಚ್ಚಿಸುತ್ತಿದ್ದರು. ಅಲ್ಲಿ ಸಂಗ್ರಹವಾದ ಗೋಡನ್ನು ಹರಾಜು ಮಾಡಲಾಗುತ್ತಿತ್ತು. ಕೆರೆಯ ಮುಂದಿನ ಗದ್ದೆಯವರೇ ಅದನ್ನು ಕೊಂಡು ತಮ್ಮ ತಮ್ಮ ಜಮೀನಿಗೆ ಫಲವತ್ತು ಹೆಚ್ಚಿಸಲು ಉಪಯೋಗಿಸುತ್ತಿದ್ದರು. ಹರಾಜಿನಿಂದ ಬಂದ ಹಣವನ್ನು ಊರೊಟ್ಟಿನ ಹಣ ಎಂದು ಊರಿನ ಪಟೇಲ ಅಥವಾ ಗೌಡನ ಹತ್ತಿರ ಜೋಪಾನವಾಗಿ ಇರಿಸಲಾಗುತ್ತಿತ್ತು. ಈ ಹಣವನ್ನು ಊರಿನ ಯಾವುದಾದರೂ ಪೊದು ಕೆಲಸಕ್ಕೆ ವಿನಿಯೋಗಿಸುತ್ತಿದ್ದರು. ಹೀಗಿತ್ತು ಅಂದಿನ ವ್ಯವಸ್ಥೆ. ಕೆರೆಯ ಹೂಳೆತ್ತಲು ಹಳ್ಳಿಜನ ಸರ್ಕಾರದ ಬಜೆಟ್‌ಗೆ ಕಾಯುತ್ತಿರಲಿಲ್ಲ. ಈ ರೀತಿ ಪೊದು ಕೆಲಸ ಯಾರ ಹಂಗಿಲ್ಲದೇ ವರ್ಷಾವರ್ಷ ನಡೆಯುತ್ತಿತ್ತು. ಇಂಥ ಕೆಲಸಗಳಿಗೆ ಈಗ ಎಷ್ಟೊಂದು ರೀತಿಯ ಫೈಲುಗಳ ಹಾರಾಟ, ಪುಂಡು ರಾಜಕಾರಣಿಯ ಕೈವರಸೆ, ಕಾಂಟ್ರಾಕ್ಟುದಾರನಿಂದ ದರೋಡೆ, ಎಂಬಿತ್ಯಾದಿ ಕಾರ್ಯಕ್ರಮಗಳಿವೆ. ಇಷ್ಟೆಲ್ಲಾ ಮಾಡಿದರೂ ಕಡೆಗೆ ಕಳಪೆ ಕಾಮಗಾರಿಯಿಂದಾಗಿ ಯಾವ ಪ್ರತಿಫಲವೂ ಇಲ್ಲದ ಪರಿಸ್ಥಿತಿ ಸೃಷ್ಟಿಯಾಗಿದೆ. ಕಾಲಾಯತಸ್ಮೈ ನಮಃ ಎಂದು ಸುಮ್ಮನಾಗಬೇಕಾದ

ಹತಾಶ ಸ್ಥಿತಿ.

ನಮ್ಮ ಕಣ್ಣ ಮುಂದೆ ಇದ್ದು ಈಗ ಮಾಯವಾದ ಅಂದಿನ ಸ್ಥಿತಿಯ ಒಂದು ಇಣುಕು ನೋಟವಷ್ಟೆ ಈವರೆಗೂ ನಾನು ಹೇಳಿದ್ದು, ನಾನು ದಾಖಲಿಸಬೇಕಾದ ಮುಖ್ಯ ವಿಷಯ ಇದೋ ಇನ್ನು ಮುಂದೆ, ನಿಮ್ಮ ಕಣ್ಣಮುಂದೆ. ಹೀಗೆಯೇ ಒಂದು ಹಬ್ಬದ ದಿನ, ಬೆಳಿಗ್ಗೆಯಿಂದಲೇ ದೇವಸ್ಥಾನದಲ್ಲಿ ಸಂಭ್ರಮ. ವಿಶೇಷ ಪೂಜೆ ದಿನವಿಡೀ ನಡೆಯುತ್ತಲಿತ್ತು. ಅಂದು ಸಂಜೆ ದೇವರಿಗೆ ಅಲಂಕಾರ ಮಾಡಿ, ದೇವಸ್ಥಾನವನ್ನೆಲ್ಲ ಸುಣ್ಣ ಬಳಿದು ಸಿಂಗಾರಮಾಡಿ ಮುಖ್ಯ ಪೂಜೆಗಾಗಿ ಸಜ್ಜು ಮಾಡಿದ್ದರು. ಪೂಜೆ ಪ್ರಾರಂಭವಾಯಿತು. ದೇವಸ್ಥಾನದಲ್ಲಿ ಊರಿನ ಜನವೆಲ್ಲ ಜಮಾಯಿಸಿದ್ದರು. ಗರ್ಭಗುಡಿಯ ಒಳಗೆ ಮುಖ್ಯಪೂಜಾರಿಗಳು ಪೂಜಾವಿಧಿಗಳನ್ನು ಒಂದೊಂದಾಗಿ ಪೂರ್ತಿ ಮಾಡಿ ಮಹಾಮಂಗಳಾರತಿಯ ಘಟ್ಟಕ್ಕೆ ಬಂದರು. ನಮ್ಮೂರಿನ ದೇವಸ್ಥಾನದಲ್ಲಿ ಒಂದು ರಿವಾಜಿತ್ತು. ನಮ್ಮ ವಂಶಜರಿಗೆ ಅಲ್ಲಿ ಮೊದಲ ತೀರ್ಥದ ಮರ್ಯಾದೆ. ಅದಾದ ನಂತರ ದೇವಸ್ಥಾನದ ಹಿಂದಿನ ಮನೆಯರಿಗೆ ಎರಡನೇ ತೀರ್ಥದಮರ್ಯಾದೆ ನಂತರ ಮಿಕ್ಕವರಿಗೆ.

ಮಂಗಳಾರತಿಯ ಘಟ್ಟಕ್ಕೆ ಬಂದ ಪೂಜಾರರು, ಮಂಗಳಾರತಿಯ ನಂತರ ತೀರ್ಥ ಕೊಡಬೇಕಲ್ಲ, ಆಗ ಅಲ್ಲಿಯ ಬ್ರಾಹ್ಮಣ ಗೋಷ್ಠಿಯಲ್ಲಿ ದೇವಸ್ಥಾನದ ಹಿಂದಿನ ಮನೆ ಯಜಮಾನರು ಬಂದಿಲ್ಲ ಎಂಬುದನ್ನು ಗಮನಿಸಿದರು. ಗರ್ಭಗುಡಿಯ ಒಳಗಿಂದ ಹೊರಕ್ಕೆ ಬಂದು ಮುಂದಿನ ಸಾಲಿನಲ್ಲಿ ಆ ದೇವಸ್ಥಾನದ ರಿವಾಜಿನಂತೆ ಎಲ್ಲರಿಗಿಂತ ಮುಂದೆ ನಿಂತು ವೇದ ಘೋಷ ಮಾಡುತ್ತಿದ್ದನನ್ನ ಅಪ್ಪನ ಬಳಿಬಂದರು. ಬಂದು "ಶ್ರೀನಿವಾಸಯ್ಯಂಗಾರ್ಯ ಈ ಹಿಂದಿನ ಮನೆ ಯಜಮಾನರು ಇನ್ನೂ ಬಂದಿಲ್ಲವಲ್ಲ. ಅವರನ್ನು ಬೇಗ ಬರಹೇಳಿ. ಮಹಾಮಂಗಳಾರತಿ ಮಾಡದೇ ಇನ್ನು ತಡ ಮಾಡಲು ಸಾಧ್ಯವಿಲ್ಲ" ಎಂದರು.

ಇದನ್ನು ಕೇಳಿದ ನನ್ನ ಅಪ್ಪ, ಅಲ್ಲಿಯೇ ಸ್ವಲ್ಪ ದೂರದಲ್ಲಿ ನಿಂತಿದ್ದ ನಮ್ಮ ಮನೆ ಆಳನ್ನು ಕರೆದು "ಲೋ, ಆ ಕನ್ನಡಕದ ಐನೋರಮನೆಗೆ ಹೋಗಿ ಮಂಗಳಾರತಿಗೆ ಹೊತ್ತಾಯಿತು. ತಕ್ಷಣ ಬರೋಕೆ ಹೇಳು" ಎಂದು ಅಪ್ಪಣೆ ಮಾಡಿದರು. ಆ ಊರಿನಲ್ಲಿ ಎಲ್ಲರಿಗಿಂತ ಮೊದಲು ಕನ್ನಡಕ ಹಾಕಿಕೊಂಡವರು ಆ ಗುಡಿ ಹಿಂದಿನ ಯಜಮಾನರು ಅದಕ್ಕೇ ಊರಿನ ಜನ ಅವರನ್ನು 'ಕನ್ನಕಡದ ಐನೋರು' ಎಂದೇ ಕರೆಯುತ್ತಿದ್ದರು. ಅವರ ನಿಜ ನಾಮಧೇಯದ ಪ್ರಸ್ತಾಪ ಇಲ್ಲಿ ಅಪ್ರಸ್ತುತ. ಆ ಊರಿನಲ್ಲಿ ಮೊದಲು ಕಿರಾಣಿ ಅಂಗಡಿ ಇಟ್ಟಿದ್ದ ನನ್ನ ಅಪ್ಪನನ್ನು ಜನ 'ಅಂಗಡಿ ಐನೋರು' ಎಂದೇ ಕರೆಯುತ್ತಿದ್ದರು. (ಅಯ್ಯನವರು ಎಂಬ ಶಬ್ದ ಆಡು ಮಾತಿನಲ್ಲಿ ಐನೋರು ಎಂದಾಗಿರಬೇಕು).

ಗುಡಿಯ ಹಿಂದೆಯೇ ಇದ್ದ ಅವರ ಮನೆಗೆ ಓಡಿಹೋಗಿ ತಕ್ಷಣವೇ ತಿರುಗಿ ಬಂದ ನಮ್ಮ ಮನೆ ಆಳು, "ಬುದ್ಧೀ, ಕನ್ನಡಕದ ಐನೋರು ರಾಮಣ್ಣ ಓತ್ತವರಂತೆ, ಈಗಲೇ ಬತ್ತಾರಂತೆ, ಒಸಿ ತಡೀಬೇಕೆಂತೆ". ಎಂಬ ಸಂದೇಶವನ್ನು ನನ್ನ ಅಪ್ಪನಿಗೆ ತಿಳಿಸಿದ. ಇಲ್ಲಿವರೆಗೂ ಈ ನಿರೂಪಣೆ ಒಂದು ಸಾಮಾನ್ಯ ಘಟನೆಯ ನಿರೂಪಣೆಯಾಗಿದೆ. ಎಲ್ಲೆಲ್ಲೂ ನಡೆಯುವ ಘಟನೆ. ಇದಕ್ಕೆ ಅತ್ಯಂತ ಮೆರುಗನ್ನು ಕೊಟ್ಟದ್ದು ಮುಂದಿನ ಮಾತು. ನಮ್ಮ ಆಳು ನನ್ನ ಅಪ್ಪನಿಗೆ ಹೇಳಿದ ಈ ಮಾತನ್ನು ಕೇಳಿಸಿಕೊಂಡ ಸುಬ್ಬಪ್ಪ ಎಂಬ ಆ ಊರಿನ ಪ್ರಮುಖರಲ್ಲಿ ಒಬ್ಬರು. ಹೇಳಿದ ಮಾತುಗಳು ಅತ್ಯಂತ ಮಾರ್ಮಿಕ ಮತ್ತು ಅರ್ಥಪೂರ್ಣ. ಅವರ ಮಾತನ್ನು ಅವರ ಹೇಳಿದ ಶೈಲಿಯಲ್ಲಿಯೇ ಹೇಳಿದ್ದೇನೆ.

"ಅಲ್ಲ ಬುಧ್ಧಿ, ರಾಮಣ್ಣ, ಅಂದ್ರೇನ ರಾಮು, ತನ್ನ ತಮ್ಮ ಲಕ್ಸಮಣ ರಾವಣತ್ರ ಏಟು ತಿಂದುಬುಟ್ಟು ಜ್ಞಾನ ತಪ್ಪಿ ಬಿದ್ದುಬುಟ್ಟಾಗ ಏನಂದ ಏಳಿ. ರಾಜ್ಯ ಓಗ್ಲಿ, ಎಡ್ತಿ ಓಗ್ಲಿ, ತಮ್ಮ ಸಿಕ್ಕಾನ, ನನ್ ತಮ್ಮ ಓಗ್ಬುಟ್ರೆ, ನಾನು ಪಿರಾಣ ಬುಟ್‌ಬುಡ್‌ತಿವನಿ ಅನ್ನಿಲ್ವ ಎಳಿ, ಆದ್ರೆ ಈ ಕನ್ನಡಕದ ಐನೋರು ತನ್‌ತಮ್ಮನ ಮೇಲೇ ಕೋರ್ಟಲ್ಲಿ ವ್ಯಾಜ್ಯ ಆಕವ್ರೆ. ಇಂಗ್ ಮಾಡ್ಬುಟ್ಟು ರಾಮಾಣ್ಣ ಓತ್ತವರಲ್ಲ ಇದೇನ ಬುಧ್ಧಿ, ಓಸಿ ನೀವೆ ಏಳಿ. ಇದ್ರಲ್ಲೇನಾರ ಅರ್ತ ಇದ್ದೈತಾ?"

(ಕನ್ನಡಕದ ಐನೋರಿಗೂ ಅವರ ತಮ್ಮನಿಗೂ ಆಸ್ತಿಗಾಗಿ ಕೋರ್ಟಿನಲ್ಲಿ ವ್ಯಾಜ್ಯ ನಡೆಯುತ್ತಿತ್ತು). ಇದನ್ನು ಕೇಳಿದ ಅಲ್ಲಿದ್ದ ಎಲ್ಲರೂ ಆಶ್ಚರ್ಯದಿಂದ ಮೂಕರಾದರು. ಇಷ್ಟಕ್ಕೂ ಸುಬ್ಬಪ್ಪ ಅಕ್ಷರಸ್ಥನಲ್ಲ. ಯಾವ ಶಾಲೆಯಲ್ಲೂ ಕಲಿತವನಲ್ಲ. ಆದರೆ ರಾಮಾಯಣದ ಬಗ್ಗೆ ಅವನಿಗಿದ್ದ ಅರಿವು ಸಂಸ್ಕೃತ ಓದಿದ್ದ, ಅಲ್ಲಿದ್ದ ಬ್ರಾಹ್ಮಣ ಸಮೂಹದಲ್ಲಿ ಯಾರಿಗೂ ಇರಲಿಲ್ಲ.

ನನ್ನ ಅಪ್ಪ, ಸುಬ್ಬಪ್ಪನನ್ನು ಉದ್ದೇಶಿಸಿ;

"ನೀನೇ ನಿಜವಾದ ವಾಲ್ಮೀಕಿ ಸುಬ್ಬಪ್ಪ. ಸಂಸ್ಕೃತ ಓದಿದ್ದೇವೆ, ವೇದ ಓದಿದ್ದೇವೆ ಎಂದು ಬೀಗುವ ನಾವೆಲ್ಲ ಮೂರ್ಖರು. ನಿನ್ನ ಜ್ಞಾನದ ಮುಂದೆ ನಮ್ಮದೆಲ್ಲವನ್ನೂ ನಿವಾಳಿಸಿ ಒಗೆಯಬೇಕು" ಎಂದರು.

ಆ ಗುಂಪಿನಲ್ಲಿ ಅಂದು ನಾನು ಈ ಘಟನೆಗೆ ಮೂಕಪ್ರೇಕ್ಷಕನಾಗಿದ್ದುದ್ದು ನನ್ನ ಅದೃಷ್ಟ ಎಂದೇ ಹೇಳಬೇಕು.

ಈಗ ಹೇಳಿ ಕನ್ನಡಿಗರು "ಕುರಿತೋದದೆಯುಂ ಕಾವ್ಯ ಪ್ರಯೋಗ ಪರಿಣಿತಮಿತಿಗಳಲ್ಲವೆ?" – ಕವಿರಾಜಮಾರ್ಗಕಾರನ ಮಾತು ಎಷ್ಟು ಸತ್ಯ

5

ಅಮಾವಾಸ್ಯೆ ತರ್ಪಣ

ಸಂಪ್ರದಾಯಸ್ಥ ಬ್ರಾಹ್ಮಣರು ಪ್ರತಿ ಅಮಾವಾಸ್ಯೆಯ ದಿನ, ಅಮಾವಾಸ್ಯೆ ತರ್ಪಣ ಬಿಡುವುದು ಸಾಮಾನ್ಯವಾಗಿತ್ತು. ನಾನು ಚಿಕ್ಕವನಿದ್ದಾಗ ನನ್ನ ಅಪ್ಪ ಈ ಅಮಾಸ್ಯೆ ತರ್ಪಣ ಬಿಡುತ್ತಿದ್ದನ್ನು ಸಹಜವಾಗಿಯೇ ನೋಡಿದ್ದೇನೆ. ಈ ಅಮಾತರ್ಪಣ ಎಂದರೆ ಮನೆಯಲ್ಲಿಯ ಹಿರಿಯರು ಅಮಾವಾಸ್ಯೆಯಂದು, ಪ್ರಾತಃಕಾಲದ ಆಹ್ನೀಕಗಳನ್ನು ಮುಗಿಸಿ, ನಂತರ ಗತಿಸಿದ ಪಿತೃಗಳಿಗೆ ತರ್ಪಣ ಬಿಡುವುದು.

ನನ್ನ ಹಳ್ಳಿಯಮನೆ ಬಹಳ ವಿಸ್ತಾರವಾದ ತೊಟ್ಟಿಮನೆ. ಬರೀ ವಿಸ್ತಾರ ಇತ್ತೇ ವಿನಃ ಏನೂ ಅನುಕೂಲ ಇರಲಿಲ್ಲ. ಮನೆಮುಂದೆ ಎರಡು ಜಗುಲಿಗಳು, ಅಲ್ಲಿಂದ ಮೆಟ್ಟಿಲುಗಳನ್ನು ಹತ್ತಿ ಬಂದರೆ ಮನೆ ಹೆಬ್ಬಾಗಿಲು, ಈ ಹೆಬ್ಬಾಗಿಲು ಹೆಸರಿಗಷ್ಟೇ ಹೆಬ್ಬಾಗಿಲು ಆದರೆ ಬಾಗಿಲು ಹಿರಿದಾಗಿರುತ್ತಿರಲಿಲ್ಲ. ಬಾಗಿಲಿನ ಚೌಕಟ್ಟು ಭಾರಿಯಾಗಿದ್ದು, ಅದೇಕೋ ಬಾಗಿಲು ಮಾತ್ರ ಬಹಳ ಚಿಕ್ಕದಾಗಿರುತ್ತಿತ್ತು. ನಾನು ಆಕಾಲದಲ್ಲಿ ಕಂಡ ಹಳ್ಳಿಯ ತೊಟ್ಟಿ ಹಟ್ಟಿಗಳೆಲ್ಲದರ ಮುಖ್ಯದ್ವಾರಗಳ ವಿನ್ಯಾಸವು ಹೀಗೆ ಇರುತ್ತಿದ್ದವು.

ಆಗಿನ ಪೀಳಿಗೆಯವರೆಲ್ಲ ಬಹಳ ದೃಢಕಾಯರಾಗಿದ್ದು ಆಜಾನುಬಾಹುಗಳಾಗಿದ್ದರು. ಇಂಥ ಆಜಾನು ಬಾಹು ದೇಹಿಗಳು ಮನೆ ಒಳಕ್ಕೆ ಬರಬೇಕಾದರೆ ಹೆಬ್ಬಾಗಿಲಿನ ಮೂಲಕ ಬರಬೇಕು ತಮ್ಮ ನೀಳ ದೇಹವನ್ನು ಅರ್ಧದಷ್ಟು ಬಗ್ಗಿಸಿ, ಬಾಗಿಲಿನ ಚೌಕಟ್ಟಿಗೆ ತಲೆ ತಾಗದಂತೆ ಒಳಕ್ಕೆ ಬರಬೇಕಾಗಿತ್ತು.

ಒಳಕ್ಕೆ ಬರುವಾಗಲೆಲ್ಲ ಬಾಗಿಲಿನ ಹತ್ತಿರ ಬಂದಾಗಲೇ ಬಗ್ಗಿ, ಬಾಗಿಲುದಾಟಿ ಮನೆ ಒಳಕ್ಕೆ ಬಂದಮೇಲೆ ನೆಟ್ಟಗಾಗಿ ಮುಂದೆ ಬರಬೇಕು. ಅನೇಕ ಸಲ ಹೀಗೆ ಈ

ರೀತಿ ಸರ್ಕಸ್ ಮಾಡುವಾಗ ಇನ್ನೇನು ಬಾಗಿಲುದಾಟಿಯಾಗಿದೆ ಎಂದು ತಿಳಿದು ತಲೆ ಎತ್ತಿಬಿಡುತ್ತಿದ್ದರು. ಆಗ ಧಡಾರ್ ಎಂದು ನೆತ್ತಿ ಬಾಗಿಲಿಗೆ ಬಡಿದು ಅಸಹನೀಯ ವೇದನೆ ಪಡುತ್ತಿದ್ದರು. ಈ ರೀತಿ ನನ್ನ ಹಳ್ಳಿಯಲ್ಲಿ ಯಾರಾದರೂ ಬಾಗಿಲಿಗೆ ತಲೆ ಹೊಡಿಸಿಕೊಳ್ಳುವುದನ್ನು ದಿನಕ್ಕೆ ಒಂದು ಬಾರಿಯಾದರೂ ನೋಡಬಹುದಾಗಿತ್ತು. ಚಿಕ್ಕಮಕ್ಕಳಾದ ನಮಗೆ ಹಿರಿಯರು ಹೀಗೆ ಬಾಗಿಲಿಗೆ ತಲೆ ಹೊಡಿಸಿಕೊಳ್ಳುವುದನ್ನು ನೋಡಿದಾಗಲೆಲ್ಲ ನಗು ತಡೆಯಲು ಆಗುತ್ತಿರಲಿಲ್ಲ. ನಾವು ಸಹಜವಾಗಿ ನಕ್ಕರೆ ಈ ಹಿರಿಯರಿಗೆ, ತಲೆ ಬಡಿದ ನೋವಿನ ಜತೆಗೆ ಅಸಾಧ್ಯವಾದ ಕೋಪ ಬರುತ್ತಿತ್ತು. ಅವರುಗಳ ಕೋಪ ಮತ್ತು ನೋವಿನಿಂದ ಪಡುವ ಪಾಡನ್ನು ಕಂಡು ನಮಗೆಲ್ಲ ಮತ್ತಷ್ಟು ನಗು. ಕೆಲವರಂತೂ ಕೈಗೆ ಸಿಕ್ಕರೆ ನಕ್ಕ ಹುಡುಗನ ಕೆನ್ನೆಗೆ ಬಾರಿಸಿ ಬಿಡುತ್ತಿದ್ದರು. ಆದರೆ ಆ ರೀತಿ ಏಟು ತಿನ್ನುವವರು ತೀರ ಕಡಿಮೆ. ಏಕೆಂದರೆ ಚಿಕ್ಕ ಹುಡುಗರಾದ ನಾವುಗಳು ಇವರು ಬಾರಿಸಲು ಕೈಯೆತ್ತುವುದರೊಳಗೆ ಛಂಗೆಂದು ನೆಗೆದು ಆ ಸ್ಥಳದಿಂದ ಮಾಯವಾಗಿ ಬಿಡುತ್ತಿದ್ದೆವು.

ಹುಡುಗರಾದ ನಮಗೆ ಒಬ್ಬ ಹಿರಿಯರು ಈ ರೀತಿ ನೋವಿನಿಂದ ನರಳಿದಾಗ ಏಕೆ ನಗುಬರುತ್ತಿತ್ತು. ಅದಕ್ಕೆ ಏನು ಕಾರಣ ಎಂದು ಎಷ್ಟೋ ಸಲ ಗಾಢವಾಗಿ ಯೋಚಿಸಿದ್ದೇನೆ. ಇದರ ಮನೋವೈಜ್ಞಾನಿಕ ಹಿನ್ನೆಲೆ ಏನು ಇರಬಹುದು ಎಂದೂ ಯೋಚಿಸಿದ್ದೇನೆ. ಬಹುಶಃ ಈ ರೀತಿ ಹುಡುಗರು ನಗುವುದಕ್ಕೆ ಬಹುಶಃ ಆಗಿನ ಹಿರಿಯರ ನಡವಳಿಕೆ ಕಾರಣವಾಗಿರಬೇಕು.

ನನಗೆ ತಿಳಿದಂತೆ ಆಗೆಲ್ಲ ಯಾವ ತಂದೆ ತಾಯಿಯಾಗಲೀ ಏಳೆಂಟು ವರ್ಷ ಹರೆಯದ ಮಕ್ಕಳೊಂದಿಗೆ ಸರಸವಾಗಿ ಮಾತನಾಡಿದ್ದೇ ಇಲ್ಲ. ಮಕ್ಕಳು ಆಗೆಲ್ಲ ಹಿರಿಯ ಆಜ್ಞಾಪಾಲಕರೇ ವಿನಃ, ಅವರೊಂದಿಗೆ ಸಂಭಾಷಣೆ ಮಾಡುವ ಹಕ್ಕುದಾರರಾಗಿರಲಿಲ್ಲ. ಆದ್ದರಿಂದ ಈ ರೀತಿ ಯಾವಾಗಲೂ ಗುರ್ರೆಂದು ಗಂಭೀರ ವದನರಾಗಿ ಪಡ್ಡೆ ಹುಡುಗರಿಗೆ ಬರೀ ಅಪ್ಪಣೆಗಳನ್ನು ಮಾತ್ರ ದಯಪಾಲಿಸುತ್ತಿದ್ದ ದೊಡ್ಡವರು ಬಾಗಿಲಿಗೆ ತಲೆ ಬಡಿಸಿಕೊಂಡು ನೋವಿನಿಂದ ಒದ್ದಾಡಿದಾಗ ಅದನ್ನು ಕಂಡ ಹುಡುಗರಿಗೆ ಒಳಗೊಳಗೇ ಒಂದು ರೀತಿಯ Sadistic Pleasure ಸಿಗುತ್ತಿತ್ತು ಎಂದು ಕಾಣುತ್ತದೆ. ಇದಕ್ಕಾಗಿಯೇ ಅದು ನಗುವಾಗಿ ಹೊರಹೊಮ್ಮುತ್ತಿತ್ತು ಎಂದು ನನಗೆ ಅನಿಸುತ್ತದೆ.

ಮನೆಯಲ್ಲಿ ದೊಡ್ಡವರೆಲ್ಲ ಕುಳಿತು ಮಾತನಾಡುವಾಗ ಪಡ್ಡೆಹುಡುಗರಿಗೆ ಯಾವ ರೀತಿಯಾದ ಪಾತ್ರವೂ ಇರುತ್ತಿರಲಿಲ್ಲ. ಅವರ ಮುಂದೆ ಕುಳಿತುಕೊಳ್ಳಲೂ ಸಹ ಅವಕಾಶ ಇರುತ್ತಿರಲಿಲ್ಲ.

ಮಕ್ಕಳನ್ನು ಮುದ್ದಿಸಿವುದೆಲ್ಲ ಮಗುವಿಗೆ ಸುಮಾರು ಎರಡು – ಮೂರು ವರ್ಷ ವಯಸ್ಸು ಇರುವಾಗ ಮಾತ್ರ. ಎಳೆ ವಯಸ್ಸಿನಲ್ಲಿ ಅದಕ್ಕೆ ಇವರು ಮುದ್ದಿಸಿದರೆ ಏನು ತಿಳಿಯುತ್ತಿತ್ತೋ ಅಥವಾ ಅದನ್ನು ಅನುಭವಿಸಿ ಸಂತೋಷಪಡುತ್ತಿತ್ತೋ ಯಾರಿಗೆ ಗೊತ್ತು. ಹಾಗೇ ಸಂತಸವಾಗಿದ್ದರೂ ಆ ಅನುಭವವನ್ನು ಮನದಾಳದಲ್ಲಿ ದಾಖಲಿಸಿ ಪುನಃ ರೀಕಾಲ್ (recall) ಮಾಡಿ ಅನುಭವಿಸುವುದು, ನನಗೆ ತಿಳಿದಮಟ್ಟಿಗೆ ಸಾಧ್ಯವಾಗಿಲ್ಲ. ಮನೋವಿಜ್ಞಾನಿಗಳು ಇದರ ಬಗ್ಗೆ ಹೆಚ್ಚಿನ ಪಾಂಡಿತ್ಯ ಪೂರ್ಣ ವಿಶ್ಲೇಷಣೆ ನೀಡಬಹುದು. ಆದರೆ ನನ್ನಂಥ ಅಜ್ಞನಿಗೆ ಇದರ ಬಗ್ಗೆ ಹೆಚ್ಚು ತಿಳಿದಿಲ್ಲ.

Parental Care ಎಂದು ಈ ಕಾಲದಲ್ಲಿ ಹೇಳಲ್ಪಡುವ ವಿಚಾರ ಆ ಕಾಲದಲ್ಲಿ ಈಗ ಕಾಣಿಸುವಷ್ಟು ಮಟ್ಟಿಗೆ ಪ್ರಕಟವಾಗುತ್ತಿರಲಿಲ್ಲ. ಈಗ ಒಂದು ಮಗುವನ್ನು Pre-nursery, UKG and LKG ಹೀಗೆ ಹಲವಾರು ವಿಧವಾದ ಕೆ.ಜಿ, ಕ್ವಿಂಟಾಲ್ ರೀತಿಯಲ್ಲಿ ಗಮನಿಸುತ್ತಾರೆ.

ನ್ಯೂಕ್ಲಿಯಸ್ ಫ್ಯಾಮಿಲಿ, ಒಂದೇ ಮಗು ಅಥವಾ ಹೆಚ್ಚೆಂದರೆ ಎರಡು ಮಕ್ಕಳಿರುತ್ತಾರೆ ಒಂದು ಸಂಸಾರಕ್ಕೆ. ಈ ಕಾರಣಕ್ಕೆ ತಂದೆ ತಾಯಂದಿರು ಮಕ್ಕಳ ಕಡೆ ಬಹಳ ಹೆಚ್ಚಿನ ಗಮನ ಕೊಡಬಲ್ಲರು. Micro Family Concept ಜನ ಮಾನಸದಲ್ಲಿ ಮೂಡಿರಲಿಲ್ಲ. ಮಹಾಕವಿ ಅಡಿಗರ ಮಾತಿನಲ್ಲಿ ಹೇಳುವುದಾದರೆ

“ಹುಟ್ಟಿದ್ದಕ್ಕಷ್ಟು ಗಟ್ಟಿಸಿದನು
ಗಟ್ಟಿಸಿದ್ದಕ್ಕಷ್ಟು ಹುಟ್ಟಿಸಿದನು” ಎಂಬಂತೆ ಇತ್ತು.

ಅವ್ಯಾಹತವಾಗಿ ಮಕ್ಕಳು ಜನಿಸುತ್ತಿದ್ದುವು. ಆಯಸ್ಸು ಗಟ್ಟಿಯಾಗಿದ್ದರೆ ಸಂಘರ್ಷದ ಬದುಕಿನಲ್ಲಿ ಬದುಕಿ ಮುಂದೆ ಬರುತ್ತಿದ್ದವು. ಇಲ್ಲದಿದ್ದರೆ ಅಲ್ಪಾಯುಷ್ಯದಲ್ಲೇ ತೀರಿಕೊಳ್ಳುತ್ತಿದ್ದವು. ನಾನು ಕಂಡ ಹಾಗೆ ಪ್ರತಿಯೊಬ್ಬರ ಮನೆಯಲ್ಲೂ ಒಂದೋ, ಮಕ್ಕಳು ಹುಟ್ಟುವ ಸಂಭ್ರಮ. ಇಲ್ಲದಿದ್ದರೆ ಯಾವುದೋ ಒಂದು ಮಗುವಿನ ಮರಣ – ನೀರಿನಲ್ಲಿ ಮುಳುಗಿಯೋ ಅಥವಾ ಹಿತ್ತಲಿನ ಪೊದರಿನಲ್ಲಿ ಹಾವುಚೇಳು ಕಡಿದೋ ಅಥವಾ ಯಾವುದೋ ತಿಳಿಯದ ರೋಗಗಳಿಂದ ಪೀಡಿತವಾಗಿ ಸರಿಯಾಗಿ ಔಷಧೋಪಚಾರಗಳಿಲ್ಲದೆ ಮರಣಿಸುತ್ತಿದ್ದವು. ಮಕ್ಕಳ ಜನನ ಮತ್ತು ಮರಣ ಬಹುಸಾಧಾರಣವಾಗಿ ಮತ್ತು ಯಾಂತ್ರಿಕವಾಗಿ ನಡೆಯುತ್ತಿದ್ದ ಕಾಲವದು. ಬದುಕುಳಿದರೆ ಮಾತ್ರ ಅವು ದೀರ್ಘಾಯುಷಿಯಾಗಿ ದೃಢಕಾಯರಾಗಿ ಬೆಳೆಯಲು ಅಂದಿನ ದಿನಗಳಲ್ಲಿ ಅವಕಾಶವಿತ್ತು. ತಿನ್ನುವ ಅನ್ನ, ಸೇವಿಸುವ ಗಾಳಿ, ಕುಡಿಯುವ ನೀರು ಇವೆಲ್ಲ ಯಾವ ಕಲಬೆರಕೆಯಿಲ್ಲದೆ ಮಾಲಿನ್ಯಕ್ಕೆ ಒಳಗಾಗದೇ ಯಥೇಚ್ಛವಾಗಿ

ಸಿಗುತ್ತಿದ್ದರಿಂದ, ಮಕ್ಕಳು ಆರೋಗ್ಯವಂತರಾಗಿ ಬೆಳೆಯುತ್ತಿದ್ದವು. ಅರ್ಧ ಕಿ.ಮೀದೂರ ಕ್ರಮಿಸಲೂ ಸಹ ಈಗಿನಂತೆ ವಾಹನ ಉಪಯೋಗಿಸುತ್ತಿರಲಿಲ್ಲ. ಪಡ್ಡೆಹುಡುಗರಂತೂ ಒಂದೆರಡು ಕಿ.ಮೀ ದೂರವನ್ನು ಓಡುತ್ತಲೇ ಕ್ರಮಿಸುತ್ತಿದ್ದರು. ದಿನವಿಡೀ ಗದ್ದೆ, ಹೊಲ ಅಥವಾ ಶಾಲೆಗೆ ನಡೆದುಕೊಂಡೇ ಹೋಗಬೇಕಾಗಿದ್ದರಿಂದ ಬೇರೆ ವ್ಯಾಯಾಮದ ಅವಶ್ಯಕತೆಯೇ ಇರುತ್ತಿರಲಿಲ್ಲ. ಅಂದಿನ ಜೀವನಕ್ರಮ ಈಗಿನಂತೆ ಒಂದು ಬಗೆಯ ಅವಸರ, ಧಾವಂತದಿಂದ ಕೂಡಿರಲಿಲ್ಲ. ಆಗಿನ ಜೀವನಕ್ರಮ ಒಂದು ಬಗೆಯ ನಿಧಾನವಾದ ಲಯದಲ್ಲಿ ನಡೆಯುತ್ತಿತ್ತು. ಇಷ್ಟೆಲ್ಲಾ ಪೀಠಿಕಾ ಪ್ರಕರಣ ಏಕೆಂದರೆ, ಅದು ಶುರು ಆದದ್ದು ಮನೆ ಹೆಬ್ಬಾಗಿಲಿನಿಂದ. ಆ ಬಾಗಿಲ ವಿಷಯ ಬಂದಾಗ ಅದು ನನ್ನ ನೆನಪುಗಳನ್ನು ಆಳವಾಗಿ ಕೆದಕಿ, ಇಷ್ಟೆಲ್ಲಾ ಚಿತ್ರಗಳನ್ನು ಮೇಲಕ್ಕೆ ತಂದು ಬಿಟ್ಟಿತು. ಈಗ ಮನೆ ಹೆಬ್ಬಾಗಿಲಿನಿಂದ ಪುನಃ ಪ್ರಾರಂಭ ಮಾಡುತ್ತೇನೆ.

ಅಮಾವಾಸ್ಯೆ ಬಂದರೆ ಸಾಕು ಆ ದಿನ ನನ್ನ ಅಪ್ಪ ಹಿತ್ತಲಿನ ಭಾವಿಯಲ್ಲಿ ನೀರು ಸೇದಿ ಸ್ನಾನ ಮಾಡಿ, ಸಾವಕಾಶವಾಗಿ ನಡುಹಜಾರದಲ್ಲಿ ಕುಳಿತು ನಾಮಧಾರಣೆ ಮಾಡಿಕೊಂಡು ತರ್ಪಣಕ್ಕೆ ಅಣಿಯಾಗುತ್ತಿದ್ದರು. ಈ ಕಾರ್ಯಕ್ರಮ ಶುರುವಾಗುವಾಗ, ಎಲ್ಲರಿಗೂ ಮನೆಯ ಹೆಬ್ಬಾಗಿಲಿನಿಂದ ಒಳಕ್ಕೆ ಪ್ರವೇಶವನ್ನು ನಿಷೇಧಿಸಲಾಗುತ್ತಿತ್ತು. ಏನಿದರೂ ಪಕ್ಕದ ಹಿತ್ತಲ ಬಾಗಿಲನ್ನು ಉಪಯೋಗಿಸಬೇಕು. ಕೆಲವು ದೊಡ್ಡವರು ಹೆಬ್ಬಾಗಿಲಿನಿಂದ ಒಳಗೆ ಬರಬಹುದಾಗಿತ್ತು. ಹುಡುಗರಿಗಂತೂ ಪ್ರವೇಶ ಕಡ್ಡಾಯವಾಗಿ ನಿಷೇಧ. ನನ್ನಂಥ ಪಡ್ಡೆಗಳಿಗೆ ಈ ತರ್ಪಣ ಬಿಡುವಾಗ ಅಪ್ಪ ಏನು ಮಾಡುತ್ತಾರೆ ಎಂದು ತಿಳಿಯುವ ಕುತೂಹಲ. ಆದರೆ ನನ್ನ ಕುತೂಹಲವನ್ನು ಕೇಳುವವರಾರೂ ಇರಲಿಲ್ಲ. ಆಗೆಲ್ಲ ದೊಡ್ಡವರ ಮಾತೆಂದರೆ ಸುಗ್ರೀವಾಜ್ಞೆ. ಉಲ್ಲಂಘಿಸುವ ಮಾತೇ ಇಲ್ಲ. ಹೀಗೆ ಒಂದು ಅಮಾವಾಸ್ಯೆ ದಿನ ಅಪರಾನ್ಹ, ನನ್ನ ತಂದೆ ಹಜಾರದಲ್ಲಿ ಕುಳಿತು ತರ್ಪಣ ಮಾಡಲು ಸಿದ್ಧರಾಗಿದ್ದಾರೆ. ಬೆಳಿಗ್ಗಿನಿಂದ ಹಿತ್ತಲ ಬಾಗಿಲ ಮೂಲಕವೇ ಓಡಾಡಿಕೊಂಡಿದ್ದ ನನಗೆ ಇಂದು ಹೇಗಾದರೂ ಮಾಡಿ ಮುಂದಿನ ಬಾಗಿಲಿನಿಂದ ಒಳಗೆ ನುಗ್ಗಿಬಿಡಬೇಕು. ಅಪ್ಪ ಏನು ಮಾಡುತ್ತಿದ್ದಾನೆ ಎಂದು ನೋಡಿಯೇ ಬಿಡಬೇಕು ಎಂಬ ಛಲ ಬಂತು. ಹಾಗೆ ಹೀಗೆ ಸಂದರ್ಭ ನೋಡಿಕೊಂಡು ಅರ್ಧ ಓರೆಯಾಗಿ ಮುಚ್ಚಿದ್ದ ಹೆಬ್ಬಾಗಿಲನ್ನು ತಳ್ಳಿಕೊಂಡು ಇದ್ದಬದ್ದ ಧೈರ್ಯವನ್ನು ಒಗ್ಗೂಡಿಸಿ ಒಳಕ್ಕೆ ನುಗ್ಗಿಯೇ ಬಿಟ್ಟೆ. ಇನ್ನೇನು ನಡು ಹಜಾರದಲ್ಲಿ ತರ್ಪಣ ಮಾಡುತ್ತಿದ್ದ ಅಪ್ಪನ ಹಿಂಬದಿಯಿಂದ ಹಿತ್ತಲಕಡೆ ಓಡೋಣ ಎಂದು ಒಳಗೆ ನುಗ್ಗಿದ ನನ್ನನ್ನು ಅಲ್ಲಿಯೇ ಇದ್ದ ನನ್ನ ತಾಯಿ ನ್ನನ ಕೈಹಿಡಿದು ತಡೆದುಬಿಟ್ಟಳು. “ಏಯ್

ಏನೋ ಗೂಳಿ ತರಾ ನುಗ್ಗುತ್ತಿದ್ದೀಯಾ, ಹೋಗೋ ಹಿಂದೆ" ಎಂದು ಗದರಿದಳು.

ಈ ಗಲಾಟೆಯನ್ನು ಕೇಳಿದ ನನ್ನ ಅಪ್ಪ ತಿರುಗಿನೋಡಿ "ಯಾಕೆ ಅವನನ್ನು ತಡೆಯುತ್ತೀಯೆ, ಏಯ್ ಬಾರೋ ಇಲ್ಲಿ ಬಾ ಪಕ್ಕದಲ್ಲಿ ಕೂರು" ಅಂದರು. ನನ್ನ ಅಪ್ಪನ ಈ ಮಾತನ್ನು ಕೇಳಿ ನನ್ನ ತಾಯಿಗೆ ದಿಗ್ಭ್ರಮೆ ಆಯಿತು. ತರ್ಪಣ ಬಿಡುವಾಗ ಮಗುವನ್ನು ಪಕ್ಕದಲ್ಲಿ ಕೂಡಿಸುವುದೆಂದರೆ ಎಂಥಾ ಅಪಚಾರ ಎಂದು ಭ್ರಮಿಸುತ್ತಿದ್ದಾಗಲೇ ನಾನು ಅಮ್ಮನ ಕೈ ಬಿಡಿಸಿಕೊಂಡು ಬಹಳ ವಿನಯದಿಂದ ಅಪ್ಪನ ಬಳಿ ಕೂತೆ. ನನಗೆ ಆಗ ಮನಸ್ಸಿನಲ್ಲಿ ಭಯ ಮತ್ತು ಆಶ್ಚರ್ಯ ಎರಡೂ ಏಕಕಾಲಕ್ಕೆ ಉಂಟಾಯಿತು.

ಪಕ್ಕದಲ್ಲಿದ್ದ ನನ್ನನ್ನು ಕುರಿತು ನನ್ನ ಅಪ್ಪ ಹೇಳಿದ ಮಾತುಗಳಿವು. ಚಿಕ್ಕಂದಿನಲ್ಲಿ ಕೇಳಿದ ಆ ಮಾತುಗಳೂ ಇಂದೂ ನನ್ನ ಕಿವಿಗಳಲ್ಲಿ ಮಾರ್ದನಿಸುತ್ತಲಿವೆ. ನನ್ನ ಅಪ್ಪನ ಆ ಮಾತುಗಳನ್ನು ಅಂದು ನಾನು ಕೇಳಿದಂತೆಯೇ, ಯಾವ ಮಾರ್ಪಾಡುಗಳೂ ಮಾಡದೆ, ನನ್ನ ಮನದಾಳದಿಂದ ರಿಕಾಲ್ ಮಾಡಿ ನಿಮ್ಮ ಮುಂದೆ ಇಡುತ್ತಿದ್ದೇನೆ.

"ನೋಡೋ ಈ ಅಮಾವಾಸ್ಯೆ ತರ್ಪಣ ಅಂದರೆ ನಮ್ಮ ಪಿತೃಗಳಿಗೆ ಅವರ ಹೆಸರುಗಳನ್ನು ಹೇಳಿ ಎಳ್ಳು ನೀರು ಬಿಡುವ ತರ್ಪಣ ನಾನು ನನ್ನ ತಂದೆಗೆ ಪಿತಾ ತರ್ಪಯಾಮಿ ಎಂದು ತರ್ಪಣ ಬಿಡುತ್ತೇನೆ. ಹೀಗೆ ಮಾತಾ, ಮಾತಾಮಹ, ಪ್ರಪ್ರಿತಾಮಹ ಎಂದು, ಅಪ್ಪ, ಅವರ ಅಪ್ಪ, ತಾಯಿಯ ಅಪ್ಪ, ತಾಯಿಯ ತಾತ ಹೀಗೆ ತರ್ಪಣ ಬಿಡುತ್ತೇನೆ. ಇದೆಲ್ಲ ಆದನಂತರ ಕಡೆಯಲ್ಲಿ ಜ್ಞಾತಾ, ಅಜ್ಞಾತಪಿತ್ರುನ್ ತೃರ್ಪಯಾಮಿ ಅಷ್ಟಲ್ಲದೇ, ಜ್ಞಾತಾ ಅಜ್ಞಾತಾಪಿತ್ರ್ಯ ಪತ್ನೀ.., ಎಂದು ಹೇಳಿ ತರ್ಪಣ ಬಿಟ್ಟು, ಈ ಕಾರ್ಯವನ್ನು ಮುಗಿಸುತ್ತೇನೆ."

"ಈ ಜ್ಞಾತಾ ಅಜ್ಞಾತ ಪಿತೃ ತರ್ಪಯಾಮಿ ಅಂದರೇನು ಗೊತ್ತೋ ನಿನಗೆ"

"ನಿನಗೆ, ನಾನು ಅಂದರೆ ನಿನ್ನ ಅಪ್ಪ ಗೊತ್ತು. ನನಗೆ ನನ್ನ ಅಪ್ಪ ಅಂದರೆ ನಿನ್ನ ತಾತ ಗೊತ್ತು. ನೀನು ನಿನ್ನ ತಾತನನ್ನು ನೋಡಿಲ್ಲ. ಏಕೆಂದರೆ ನೀನು ಹುಟ್ಟುವ ಮೊದಲೇ ಅವನು ತೀರಿಕೊಂಡಿದ್ದ ನಾನೂ ನಿನ್ನಹಾಗೆ ನನ್ನ ತಾತನನ್ನು ಕಂಡಿಲ್ಲ. ಆದರೆ ತಾತನೊಬ್ಬನಿದ್ದ ಎಂದು ಅವನನ್ನು ಕಂಡಿದ್ದ ನನ್ನ ಅಪ್ಪನಿಂದ ಕೇಳಿತಿಳಿದಿದ್ದೇನೆ."

"ಹೀಗೆ ಎಲ್ಲಿಯವರೆಗೆ ತಿಳಿಯಬಹುದು, ಬಹುಶಃ ಒಂದೇಳು ತಲೆಮಾರಿನವರೆಗೆ ಹೋಗಬಹುದು. ಅದಕ್ಕೂ ಹಿಂದೆ ಯಾವನು ಪಿತೃ? ಎಲ್ಲಿದ್ದ? ಇದೊಂದು ತಿಳಿಯದು. ಈ ಸಮಸ್ಯೆಯಿಂದಲೇ ನಮ್ಮ ಹಿಂದಿನವರು ಜ್ಞಾತ ಅಂದರೆ ತಿಳಿದಿರುವ ಮತ್ತು ಅಜ್ಞಾತ ಎಂದರೆ ತಿಳಿಯದಿರುವ ಎಲ್ಲಾ ಪಿತೃಗಳಿಗೂ

ತರ್ಪಯಾಮಿ ಎಂದು ಹೇಳಿದ್ದಾರೆ. ಸಾಲದ್ದಕ್ಕೆ ಅಜ್ಞಾತ ಪಿತೃಗಳ ಅಜ್ಞಾತ ಪತ್ನಿಯರನ್ನೂ ಸೇರಿಸಿದ್ದಾರೆ. ಅದರಿಂದ ಎಲ್ಲಿಯವರೆಗೆ ತಿಳೀದಿದೆಯೋ ಅಲ್ಲಿವರೆಗೆ ಮಾತ್ರ ಕುಲಗೋತ್ರ ಎಲ್ಲ. ಅದರ ಹಿಂದಿನದೆಲ್ಲ ಅಜ್ಞಾತ, ಗೊತ್ತಾಯಿತ. ಇದು ಈಗ ನಿನಗೆ ತಿಳಿಯುವುದಿಲ್ಲ. ಮುಂದೆ ನಿನಗೆ ವಯಸ್ಸಾದ ಮೇಲೆ, ತನಗೆ ತಾನೇ ತಿಳಿಯುತ್ತದೆ. ಈಗ ಹೋಗು ನಿನ್ನ ಕೆಲಸ ನೋಡು" ಎಂದು ಬಿಟ್ಟರು.

ಇದನ್ನು ಕೇಳಿ ನನ್ನ ತಾಯಿ ನನ್ನ ಅಪ್ಪನೊಂದಿಗೆ ವಾದಕ್ಕೆ ಶುರುಮಾಡಿದರು. "ಸುಮ್ಮನೆ ನಿಮ್ಮ ವಿತಂಡಾವಾದದಿಂದ ಹುಡುಗನಿಗೆ ಏನೇನೋ ಹೇಳಿಕೊಡಬೇಡಿ. ಜ್ಞಾತಾ ಅಜ್ಞಾತ ಪಿತೃ ಎಂದರೆ, ಮಕ್ಕಳಿಲ್ಲದೇ ನಮ್ಮ ವಂಶದಲ್ಲಿ ಆಗಿಹೋದವರಿಗೆ ಇರಬೇಕು. ಪಿತೃಗಳೆಲ್ಲಾ ನೀವು ಹೇಳುವಂತೆ ಅಜ್ಞಾತರಲ್ಲ" ಎಂದು ತಗಾದೆ ತೆಗೆದರು.

ಅದಕ್ಕೆ ನನ್ನ ಅಪ್ಪ, "ನೀನು ಹೇಳುವ ಹಾಗೆಯೂ ಇರಬಹುದು ಆದರೆ ನಾನು ಹೇಳಿದ್ದೂ ಸುಳ್ಳಲ್ಲ. ಅದು ವಾಸ್ತವ" ಎಂದರು.

ಅತ್ಯಂತ ಸಂಪ್ರದಾಯಸ್ಥರಾಗಿ, ಪ್ರತಿ ಅಮಾವಾಸ್ಯೆಗೂ, ತಪ್ಪದೇ ಪಿತೃತರ್ಪಣ ಮಾಡಿ, ಎಲ್ಲ ಸಂಪ್ರದಾಯಗಳನ್ನೂ ಮತ್ತು ಅವುಗಳು ವಿಧಿಸಿದ್ದ ಕಟ್ಟುಪಾಡುಗಳನ್ನೂ ತಪ್ಪದೇ ಅನುಸರಿಸುತ್ತಿದ್ದ ನನ್ನ ಅಪ್ಪನ ಮನಸ್ಸಿನಲ್ಲಿದ್ದದ್ದು ಇಂಥ ಕ್ರಾಂತಿಕಾರಿಯಾದ ವಿಚಾರಧಾರೆ. ವೈಚಾರಿಕತೆ ಬರೀ ಇಂದಿನವರ ಸ್ವತ್ತಲ್ಲ. ವಿಚಾರವಾದಿ ಬುದ್ಧಿಜೀವಿ ಅಂದ ತಕ್ಷಣ ನಮ್ಮ ಕಣ್ಣಮುಂದೆ ಬರುವುದು, ಕುರುಚಲು ಗಡ್ಡಬಿಟ್ಟು ಉದ್ದನೆನಿಲುವಂಗಿ ಧರಿಸಿ, ಹೆಗಲಿಗೊಂದು ಹಸುಬೆ ಚೀಲ ನೇತುಹಾಕಿಕೊಂಡು ಹಳೆಯದೆಲ್ಲವನ್ನೂ ಧಿಕ್ಕರಿಸಿ / ತಿರಸ್ಕರಿಸಿ, ಹೊಸದೇನನ್ನೂ ಸರಿಯಾಗಿ ಹೇಳಲಾಗದ ಒಂದು ಜೋಭದ್ರ ಮುಖ. ನಾನು ಜನಿವಾರವನ್ನು ಕಿತ್ತು ಹಾಕಿಬಿಟ್ಟೆ. ನಾನು ಜಾತಿ ಚೌಕಟ್ಟನ್ನು ಮೀರಿದ್ದೇನೆ ಎಂದು ದಪ್ಪಗಂಟಲಿನಿಂದ ಕೂಗೆಬ್ಬಿಸಿ, ಬುದ್ಧಿಜೀವಿಯ ಮುಖವಾಡ ಧರಿಸಬೇಕಿಲ್ಲ ಜನಿವಾರ ಕಿತ್ತು ಬಿಸುಟಾಕ್ಷಣಕ್ಕೆ ಯಾರೂ ಬಸವಣ್ಣನವರಾಗುವುದಿಲ್ಲ. ಬಟ್ಟೆಕಿತ್ತೆಸೆದು ಬತ್ತಲೆಯಾದವರು ಯಾರೂ ಗೊಮ್ಮಟನಾಗಿಲ್ಲ. ವೈಚಾರಿಕತೆ, ಕ್ರಾಂತಿಕಾರಿ ಚಿಂತನೆ ಅತ್ಯಂತ ಸಂಪ್ರದಾಯಸ್ಥರ ಮನದಲ್ಲೂ ಆಗಲೇ ಮೂಡುತ್ತಿತ್ತು, ನಿಮ್ಮ ಚಿಂತನಾ ಪಥ ಹೇಗೆ ಸಾಗುತ್ತಿದೆ ಎಂಬುದು ಮುಖ್ಯವೇ ಹೊರತು ನಿಮ್ಮ ಬಾಹ್ಯ ವೇಷಗಳು ಮುಖ್ಯವಲ್ಲ. ಇದಕ್ಕಿಂತ ಭಿನ್ನವಾಗಿ, ಇದನ್ನೂ ಮೀರಿದ ವಿಚಾರಗಳಿದ್ದರೆ ಅದು ಸಹೃದಯರಾದ ಓದುಗರಿಗೆ ಬಿಟ್ಟಿದ್ದು. ಎಷ್ಟೇ ಸಂಪ್ರದಾಯಸ್ಥನಾಗಿ, ಅದಕ್ಕೆ ತಕ್ಕ ವೇಷ, ಭೂಷಣ ಆಚಾರಗಳನ್ನು

ಪಾಲಿಸುತ್ತಿದ್ದವನ ಮನದಲ್ಲಿಯೂ ವೈಚಾರಿಕತೆಯ ಕಿಡಿ ಹೊತ್ತುತ್ತಿತ್ತು ಎಂದು ವೇದ್ಯವಾಗಿದೆ.

6
ಬರಿಗುಳಿ ವೃತ್ತಾಂತ

ನನ್ನ ಬಾಲ್ಯವೆಲ್ಲ ವೆಂಕಟಯ್ಯನ ಛತ್ರ ಎಂಬ ಕುಗ್ರಾಮದಲ್ಲಿ ಕಳೆಯಿತು. ಈಗಿನ ಆಧುನಿಕ ಸೌಲಭ್ಯಗಳು ಯಾವುವು ಇರದಿದ್ದರೂ ಈಗ ನಡೆದು ಬಂದ ದಾರಿಯ ಕಡೆ ತಿರುಗಿನೋಡಿದರೆ (ಅಡಿಗರ ಕ್ಷಮೆ ಯಾಚಿಸಿ) ನನ್ನ ಬಾಲ್ಯ ಆನಂದಮಯವಾಗಿತ್ತೆಂದೇ ಹೇಳಬೇಕು. ರಸಋಷಿ ಕುವೆಂಪುರವರ ವಾಣಿಯಂತೆ ಆನಂದಮಯ ಈ ಜಗ ಹೃದಯ ಅಂದಂತೆ ನನ್ನ ಹೃದಯವೂ ಬಾಲ್ಯದ ನೆನಪಿನಿಂದ ಆನಂದಮಯವಾಗಿಯೇ ಇದೆ.

ನನ್ನ ಹಳ್ಳಿಯಲ್ಲಿ ಎಲ್ಲರಿಗೂ ಅವರ ನಿಜ ಹೆಸರಿನೊಂದಿಗೆ ಒಂದು ಅಡ್ಡ ಹೆಸರು ಇರುತ್ತಿತ್ತು. ಎಷ್ಟೋ ಜನರ ನಿಜ ನಾಮಧೇಯ ಯಾರಿಗೂ ತಿಳಿದೇ ಇರಲಿಲ್ಲ. ಅಷ್ಟೇಕೆ ಅಡ್ಡ ಹೆಸರಿನಿಂದ ಕರೆದರೆ ಮಾತ್ರ ಪ್ರತಿಕ್ರಿಯಿಸುತ್ತಿದ್ದರೇ ವಿನಃ ಅಕಸ್ಮಾತ್ ಅವರ ನಿಜವಾದ ಹೆಸರಿನಿಂದ ಕರೆದರೆ ತಿರುಗಿಯೂ ಸಹ ನೋಡುತ್ತಿರಲಿಲ್ಲ. ಈ ಅಡ್ಡ ಹೆಸರು ಬರಲು ಏನು ಹಿನ್ನೆಲೆ ಎಂದು ಆಗ ನಾನು ಯಾವ ರೀತಿಯ ಸಂಶೋಧನೆಯನ್ನೂ ಮಾಡಿರಲಿಲ್ಲ. ಈಗ ಆ ಹೆಸರುಗಳನ್ನು ಮೆಲುಕು ಹಾಕುತ್ತ, ಅವುಗಳ ಹಿನ್ನೆಲೆ ಕಂಡುಹಿಡಿಯುವ ತವಕ ಇದ್ದರೂ ಸರಿಯಾದ ಮಾಹಿತಿ ನೀಡಲು ಆ ಕಾಲದ ಹಿರಿಯರು ಈಗ ಜೀವಿಸಿಲ್ಲ.

ಮಾದಪ್ಪ ಎಂಬ ಹೆಸರಿನ ಮೂವರು ಇದ್ದರು. ಒಬ್ಬನಿಗೆ ಬಾಬಾರಿಮಾದಪ್ಪ ಎಂದು ಹೆಸರಿದ್ದರೆ ಮತ್ತೊಬ್ಬನನ್ನು ಬೊಮ್ಮಡಿ ಮಾದಪ್ಪ ಎಂದು ಕರೆಯುತ್ತಿದ್ದರು. ಬಹುಶಃ ಈ ವ್ಯಕ್ತಿ ಚಿಕ್ಕಂದಿನಲ್ಲಿ ಬಹಳ ಬೊಮ್ಮಡಿ ಹೊಡೆಯುತ್ತಿದ್ದಿರಬೇಕು. ಮೂರನೇ ಮಾದಪ್ಪನನ್ನು ಭದ್ರಮ್ಮನ ಮಾದಪ್ಪ ಎಂದು ಕರೆಯುತ್ತಿದ್ದರು. ಭದ್ರಮ್ಮ ಆ ವ್ಯಕ್ತಿಯ ತಾಯಿಯ ಹೆಸರಿರಬೇಕು ಮತ್ತು ಆ ಭದ್ರಮ್ಮೆ ಒಂದು

ಕಾಲದಲ್ಲಿ ಬಹಳ ಹೆಸರುವಾಸಿಯಾಗಿದ್ದಿರಬೇಕು.

ಈ ಅಡ್ಡ ಹೆಸರುಗಳ ವಿಶ್ಲೇಷಣೆ ಮಾಡುತ್ತ ಹೋದೆ. ಆ ಅಡ್ಡ ಹೆಸರುಗಳಲ್ಲಿಯೂ ಒಂದು ರೀತಿ ಸಾಮಾಜಿಕ ಜಾತಿ ವ್ಯವಸ್ಥೆಯ ಜಾಡನ್ನು ಕಾಣಬಹುದು. ಲಿಂಗಾಯಿತರ ಅಡ್ಡ ಹೆಸರುಗಳೆಲ್ಲಾ ಅವರವರ ಅಪ್ಪ ಅಥವಾ ಅಮ್ಮ ಅಥವಾ ಅವರ ಕಸುಬಿನ ಸೂಚಕವಾಗಿದ್ದರೆ, ಉಪ್ಪಾರರಿಗಿದ್ದ ಅಡ್ಡ ಹೆಸರುಗಳೆಲ್ಲ ಬಹಳ ವಿಚಿತ್ರವಾಗಿರುತ್ತಿದ್ದುವು.

ಒಬ್ಬನ ಹೆಸರು ಸೊಳ್ಳಿಪುಕ್ಕ, ಇನ್ನೊಬ್ಬನ ಹೆಸರು ಪೊಣ್‌ಮಾದ, ಮತ್ತೊಬ್ಬ ಮೂಗಾಟಿ, ಅವರ ಕೋಮಿನ ಯಜಮಾನನ ಹೆಸರು ತೋಡ. ಪೆರಾರಿ ಎಂದು ಮತ್ತೊಂದು ಅಡ್ಡ ಹೆಸರು. ಮತ್ತೊಬ್ಬನ ಹೆಸರು ಬೆಕ್ಕಲುಮಾದ. ತೊರೆಯರು ಅಥವಾ ಪರಿವಾರದವರ ಕೋಮಿನಲ್ಲಿ ನಾನು ಕಂಡುಕೇಳಿದ ಕೆಲವು ಅಡ್ಡ ಹೆಸರುಗಳು ಈ ರೀತಿಯಾಗಿದ್ದವು. ವಸ್ತಿ ಎಂದು ಒಬ್ಬನ ಅಡ್ಡ ಹೆಸರಾದರೆ ಮತ್ತೊಬ್ಬನನ್ನು ಮುದುಗೈ ಎಂದು ಕರೆಯುತ್ತಿದ್ದರು. ಇವೆಲ್ಲ ಅವರವರ ಕಸುಬಿನಲ್ಲಿ ಅವರ ಪರಿಶ್ರಮ ಪರಿಣಿತಿಗೆ ತಕ್ಕುದ್ದಾಗಿದ್ದವೋ ಅಥವಾ ಅವರ ಬಾಲ್ಯದಲ್ಲಿ ಅವರಾಡಿದ ಮಕ್ಕಳಾಟದ ಕುರುಹುಗಳೋ ತಿಳಿಯದು. ಒಂದಂತೂ ನಿಜ ಇವೆಲ್ಲ ಅಪ್ಪಟ ದೇಸಿ ಕನ್ನಡದ ಹೆಸರುಗಳು. ಈಗೆಲ್ಲ ಇಂಥ ಹೆಸರುಗಳನ್ನು ಉಚ್ಚರಿಸಲೂ ಸಹ ಹಿಂಜರಿಯುತ್ತಾರೆ. ಅದೊಂದು ರೀತಿಯ ಕೀಳರಿಮೆಯಿಂದ ಬಳಲುತ್ತಾರೆ.

ಬ್ರಾಹ್ಮಣರಿಗೂ ಸಹ ಅಡ್ಡ ಹೆಸರುಗಳು ಇದ್ದುವು. ನಮ್ಮೂರಿನಲ್ಲಿದ್ದ ಬ್ರಾಹ್ಮಣಕುಟುಂಬಗಳ ಯಜಮಾನರುಗಳಲ್ಲಿ ಐದು ಜನರಿಗೆ ಒಂದೇ ಹೆಸರು ಇತ್ತು ರಂಗಾಚಾರ್ ಎಂದು. ಒಬ್ಬ ರಂಗಾಚಾರ್ ಆ ಊರಿನ ಸ್ಥಾಪಕರ ವಂಶಸ್ಥರು ಅದರಿಂದ ಅವರನ್ನು ಜನ ಯಜಮಾನ್ ರಂಗಪ್ಪ ಎಂದು ಕರೆಯುತ್ತಿದ್ದರು. ಎರಡನೇ ರಂಗಾಚಾರ್ ವಂಶಜರು ಮೈಸೂರಿನಿಂದ ಬಂದು ಆ ಹಳ್ಳಿಯಲ್ಲಿ ನೆಲಸಿದ್ದರಿಂದ ಅವರನ್ನು ಮೈಸೂರು ರಂಗಪ್ಪ ಎಂದು ಕರೆಯಲಾಯಿತು. ಇನ್ನು ಮೂರನೇ ರಂಗಾಚಾರ್ ಇವರ ಮೂಲ ಸೋಸಲೆಗ್ರಾಮ ಆದ್ದರಿಂದ ಅವರು ಸೋಸಲೆ ರಂಗಪ್ಪ. ಮತ್ತೊಬ್ಬ ರಂಗಾಚಾರ್‌ರವರ ಮನೆ ಆ ಊರಿನ ಗುಡಿ ಹಿಂದೆ ಇತ್ತು. ಇವರನ್ನು ಗುರುತಿಸಲು ಅವರು ಗುಡಿಹಿಂದಿಲರಂಗಪ್ಪ ಆಗಿಬಿಟ್ಟರು. ಇನ್ನು ಕಡೆ ಮತ್ತು ಐದನೇ ರಂಗಾಚಾರ್ ಸರದಿ. ಈ ಹಿರಿಯರ ತಂದೆ ಆ ಊರಿನಲ್ಲಿರಿರಲಿಲ್ಲ. ಅವರು ಸತ್ತಿದ್ದರೋ ಅಥವಾ ದೇಶಾಂತರ ಹೋಗಿದ್ದರೋ ಯಾರಿಗೂ ತಿಳಿಯದು. ಅವರ ತಾಯಿಯ ಹೆಸರು ಅಮ್ಮಣ್ಣಮ್ಮ ಎಂದು. ಇವರ ತಾಯಿಯ ಹೆಸರನ್ನು ಇವರ ಹೆಸರಿನ ಮುಂದಿಟ್ಟು ಅಮ್ಮಣ್ಣಮ್ಮನ ರಂಗಪ್ಪ ಎಂದು

ಕರೆದುಬಿಟ್ಟರು.

ಇಲ್ಲಿ ವಿಶೇಷವೆಂದರೆ ಈ ಅಡ್ಡ ಹೆಸರಿನಿಂದ ಕರೆಯುವುದನ್ನು ಯಾರೂ ಅವಮಾನ ಅಥವಾ ಕುಚೋದ್ಯದ ಕೃತ್ಯ ಎಂದು ತಿಳಿದಿರಲಿಲ್ಲ. ಅಡ್ಡ ಹೆಸರಿನವರೆಲ್ಲರನ್ನೂ ಅವರವರ ಅಡ್ಡ ಹೆಸರಿನಿಂದಲೇ ಕರೆಯುತ್ತಿದ್ದರು ಮತ್ತು ಅವರೂ ಸಹ ಬಹಳ ಸಹಜವಾಗಿಯೇ ಪ್ರತಿಕ್ರಿಯಿಸುತಿದ್ದರು. ಉಪ್ಪಾರರಲ್ಲಿ ಅಡ್ಡ ಹೆಸರುಗಳು ಬಹಳ ಬಳಕೆ ಇತ್ತು. ಹೀಗೇಕೆ ಎಂದು ಸ್ವಲ್ಪ ಸಂಶೋಧನೆ ಮಾಡಿದಾಗ ಒಂದು ಸ್ವಾರಸ್ಯಕರವಾದ ವಿಚಾರ ತಿಳಿದುಬಂತು. ಇದನ್ನು ನನ್ನ ತಾಯಿಯಿಂದ ನಾನು ತಿಳಿದೆ. ಉಪ್ಪಾರ ಜಾತಿಯವರು ನಾನು ಚಿಕ್ಕಂದಿನಲ್ಲಿ ಕಂಡಂತೆ ಅರ್ಧ ಬುಡಕಟ್ಟು ಜನಾಂಗಕ್ಕೆ ಸೇರಿದವರಂತೆಯೇ ಇದ್ದರು. ಅವರ ಆಚಾರ ನಂಬಿಕೆ ದೇವರು ಎಲ್ಲ ಸ್ವಲ್ಪ ಬುಡಕಟ್ಟು ಜನರಂತೆಯೇ ಇತ್ತು. ಅವರು ತಮ್ಮ ಮಕ್ಕಳಿಗೆ ತಮ್ಮ ಹಿರಿಯರ ಹೆಸರುಗಳನ್ನೇ ಇಡುತ್ತಿದ್ದರು. ರಂಗಸೆಟ್ಟಿಯಮಗ ಚಿಕ್ಕ ರಂಗಸೆಟ್ಟಿ, ಅವನ ತಾತನ ಹೆಸರು ದೊಡ್ಡ ರಂಗಸೆಟ್ಟಿ ಹೀಗೆ. ಇದರಿಂದಾಗಿ ಅವರ ಹೆಸರುಗಳು ಅವರ ವಂಶದ ಯಾರಾದರೂ ಹಿರಿಯರ ಹೆಸರಾಗಿಯೇ ಇರುತ್ತಿತ್ತು. ಮತ್ತೊಂದು ವಿಚಾರ ಅಂದರೆ ಅವರು ಮಕ್ಕಳನ್ನು ತಪ್ಪು ಮಾಡಿದಾಗ ಅವಾಚ್ಯ ಶಬ್ದಗಳಿಂದ ಬೈಯುವುದು ವಾಡಿಕೆ. ಇಂದಿನ ಕಾಲಕ್ಕೆ ಅದೆಲ್ಲ ಅಶ್ಲೀಲ, ಅಸಂಸ್ಕೃತ ಎಂದು ಅನಿಸಿದರೂ, ಆಗೆಲ್ಲ ಆ ರೀತಿಯ ಮಾತುಗಳು ಸರ್ವ ಸಮ್ಮತವಾಗಿತ್ತು. ಹೀಗೆ ಮಕ್ಕಳನ್ನು, ಕಿರಿಯರನ್ನು ಬಯ್ಯುವಾಗ ಅವರ ಹೆಸರು ಹಿಡಿದು ಅವಾಚ್ಯ ಶಬ್ಧಗಳಿಂದ ಬೈಯಲು ಸಾಧ್ಯವಿಲ್ಲ. ಏಕೆಂದರೆ ಅವರ ಹೆಸರು ತಮ್ಮ ವಂಶದ ಹಿರಿಯರ ಹೆಸರು. ಬೈಯ್ದರೆ ಹಿರಿಯರನ್ನೇ ಬೈಯ್ದಂತೆ. ಅದಕ್ಕಾಗಿ ಎಲ್ಲ ಮಕ್ಕಳಿಗೂ ಕಡ್ಡಾಯವಾಗಿ ಒಂದು ಅಡ್ಡ ಹೆಸರು ಇರಲೇಬೇಕು. ಇಲ್ಲದಿದ್ದರೆ ಅವರನ್ನು ಮನಸ್ವೇಚ್ಛೆ ಬಯ್ಯುವುದು ಹೇಗೆ. ಇನ್ನು ಈ ಅಧ್ಯಾಯದ ಶೀರ್ಷಿಕೆಯ ವಿಚಾರಕ್ಕೆ ಬರೋಣ. ಈ ಬರಿಗುಳಿಯ ವೃತ್ತಾಂತವನ್ನು ದಾಖಲಿಸಬೇಕಾದರೆ, ಗುಳಿಯ ಬಗ್ಗೆ ಸ್ವಲ್ಪ ವಿವರಣೆ ನೀಡಲೇಬೇಕು.

ಹಿಂದೆಲ್ಲ ಬೆಳೆದ ದವಸಧಾನ್ಯಗಳನ್ನು ಶೇಖರಿಸಿ ಇಡಲು ಈಗಿನಂತೆ ಆಧುನಿಕ ಸೌಲಭ್ಯಗಳು ಇರಲಿಲ್ಲ. ಆಗಿನ ಕಾಲಕ್ಕೆ ತಕ್ಕಂತೆ, ಲಭ್ಯವಿರುವ ತಂತ್ರಜ್ಞಾನವನ್ನು ಬಳಸುತ್ತಿದ್ದರು. ಬಹಳ ಸಮಯ ಶೇಖರಿಸಿಡಲು, ಮತ್ತು ಮಳೆ, ಗಾಳಿ, ಕ್ರಿಮಿಕೀಟಗಳಿಂದ ಧಾನ್ಯಗಳು ಕೆಡದಂತೆ ಇರಿಸಲು ನೆಲದಲ್ಲಿ ತೋಡಿದ ಗುಳಿಗಳನ್ನು ಉಪಯೋಗಿಸುತ್ತಿದ್ದರು.

ಈ ಗುಳಿಯ ವಿನ್ಯಾಸ ಬಹಳ ತಾಂತ್ರಿಕತೆಯಿಂದ ಕೂಡಿತ್ತು. ನೆಲದ ಮಟ್ಟಕ್ಕೆ ಇರುವ ಗುಳಿಯ ಬಾಯಿ ಬಹಳ ಕಿರಿದಾಗಿತ್ತು. ಕೇವಲ ಒಬ್ಬ ಸಾಮಾನ್ಯ ಆಕಾರದ ಮನುಷ್ಯ ಇಳಿಯಲು ಬರುವಂತೆ ಇಡುತ್ತಿದ್ದರು. ಒಳಗೆ ಇಳಿದರೆ ಗುಳಿಯ ಮಧ್ಯಭಾಗ ಅಂದರೆ ಹೊಟ್ಟೆಯ ಭಾಗ ವಿಶಾಲವಾಗಿರುವಂತೆ ತೋಡಿರುತ್ತಿದ್ದರು. ಸುಮಾರು ಎರಡಾಳು ಆಳ ಇರುತ್ತಿತ್ತು. ಈ ಗುಳಿಯ ಒಳಮೈ ಮತ್ತು ಕೆಳಗಿನ ನೆಲವನ್ನು ಕಲಸಿದ ಮಣ್ಣಿನಿಂದ ಬಹಳ ನಯವಾಗಿ ಗಿಲಾವು ಮಾಡುತ್ತಿದ್ದರು.

ಅವರವರ ಅಗತ್ಯಕ್ಕೆ ಅನುಸಾರವಾಗಿ ಗುಳಿಯ ವಿಸ್ತಾರವನ್ನು ನಿಗದಿಪಡಿಸಿ ಆ ಪ್ರಮಾಣದಲ್ಲಿ ತೋಡಿ ಗುಳಿ ಸಿದ್ಧಪಡಿಸುತ್ತಿದ್ದರು. ಗುಳಿಯ ಬಾಯಿ ಚೌಕಾಕಾರದಲ್ಲಿದ್ದು ಅದರ ನಾಲ್ಕೂ ಭುಜಗಳಿಗೆ ಕಲ್ಲಿನ ಚೌಕಟ್ಟನ್ನು ಇಟ್ಟು ಭದ್ರಮಾಡಲಾಗುತ್ತಿತ್ತು. ಗುಳಿಯಲ್ಲಿ ಧಾನ್ಯ ತುಂಬಿದ ಮೇಲೆ ಈ ಕಲ್ಲಿನ ಚೌಕಟ್ಟಿನ ಮೇಲೆ ಅದರ ಅಗಲಕ್ಕೆ ತಕ್ಕಹಾಗೆ ಪೂರ್ತಿ ಮುಚ್ಚುವಂತೆ ಒಂದು ಕಲ್ಲು ಚಪ್ಪಡಿ ಇಟ್ಟು ಗುಳಿ ಮುಚ್ಚಿಡುತ್ತಿದ್ದರು. ಗುಳಿಯನ್ನು ತೆಗೆದು ಒಳಕ್ಕೆ ಇಳಿದು ಅದರಲ್ಲಿ ಧಾನ್ಯ ತುಂಬುವುದೂ ಒಂದು ಕಲೆ. ಎಲ್ಲರಿಗೂ ಇದು ಬರುತ್ತಿರಲಿಲ್ಲ. ಗುಳಿ ಇಳಿದು ಅದರೊಳಗೆ ರಾಗಿ ತುಂಬುವುದಕ್ಕೆಂದೇ ಪರಿಣಿತರಿದ್ದರು. ಗುಳಿಯ ಗೋಡೆಗೆ ರಾಗಿ ಸೋಗೆ ಇಟ್ಟು ಹಂತ ಹಂತವಾಗಿ ತುಂಬುತ್ತಿದ್ದರು. ಸಾಮಾನ್ಯವಾಗಿ ಸುಮಾರು ಎರಡು ಎಕರೆ ಮೂರು ಎಕರೆ ಸಾಗುವಳಿ ಜಮೀನು ಇದ್ದವರೆಲ್ಲ ಒಂದು ಅಥವಾ ಎರಡು ಗುಳಿಗಳನ್ನು ಹೊಂದಿರುತ್ತಿದ್ದರು. ಗುಳಿಗಳು ಅವರವರ ಮನೆಮುಂದೆಯೇ ಇರುತ್ತಿದ್ದವು. ಕೆಲವೊಮ್ಮೆ ಖಾಲಿ ಇರುವ ಗುಳಿಯನ್ನು ಬಾಡಿಗೆಗೆ ಬಿಡುವ ರೂಢಿ ಇತ್ತು. ಅದಕ್ಕೆ ಬಾಡಿಗೆ ಧಾನ್ಯರೂಪದಲ್ಲಿ ಸಂದಾಯ ಮಾಡುತ್ತಿದ್ದರು. ಈಗಿನಂತೆ ಎಲ್ಲದಕ್ಕೂ ರೂಪಾಯಿಯನ್ನು ಬಳಸುತ್ತಿರಲಿಲ್ಲ. ಈಗೆಲ್ಲ ಬರೀ Currency Economy ತಾನೆ. ಇದಿಷ್ಟು ಗುಳಿ ಬಗ್ಗೆ ಹೇಳಿದ್ದಾಯಿತು.

ಅಡ್ಡ ಹೆಸರಿನ ಬಗ್ಗೆ ಹಿಂದೆಯೇ ತಿಳಿಸಿದಂತೆ ನಮ್ಮೂರಿನಲ್ಲಿ ಒಬ್ಬರಿಗೆ ಬರ್ಗುಳಿ ಸಿದ್ದಪ್ಪ ಎಂದು ಹೆಸರಿತ್ತು. ಬರ್ಗುಳಿ ಅಥವಾ ಪದ ವಿಭಾಗ ಮಾಡಿದರೆ ಬರಿ ಗುಳಿ ಸಿದ್ದಪ್ಪ. ಅವರಿಗೆ ಅಡ್ಡ ಹೆಸರು ಬರಲು ಒಂದು ಹಿನ್ನೆಲೆ ಇತ್ತು ಮತ್ತು ಅದೆಲ್ಲರಿಗೂ ಸಹ ತಿಳಿದಿತ್ತು. ಈ ಸಿದ್ದಪ್ಪ ಎನ್ನುವ ವ್ಯಕ್ತಿ ಹಿಂದೆ, ತನ್ನ ಮನೆಯಲ್ಲಿ ಉಣ್ಣಲು ರಾಗಿ ಮುಗಿದಾಗ, ಪಕ್ಕದ ಮನೆಯವರ ಹತ್ತಿರ ಹೋಗಿ, “ನೋಡಪ್ಪಾ, ನನ್ ಗುಳಿ ತೆಗೆದಾಗ ಕೊಟ್ಟೆ, ಈಗೆ ಒಂದೆರಡು ಕೊಳಗ ರಾಗಿ ಕೊಡು” ಎಂದು ಹೇಳಿ ರಾಗಿಕಡ ಪಡೆದ. ಸರಿ ಪಕ್ಕದ ಮನೆಯವನು ತಾನೆ ಎಲ್ಲಿ ಹೋಗ್ತಾನೆ. ಅವನ ಗುಳಿ ತೆಗೆದಾಗ ಇಸ್ಕಂಡ್ರೆ ಆಯ್ತು ಅಂತ ಅವನು ಎರಡು ಕೊಳಗ ರಾಗಿ

ಕೊಟ್ಟ.

ಈ ಕಡ ಪಡೆದ ರಾಗಿಯನ್ನು ಉಂಡು ಮುಗಿಸಿಯಾಯಿತು. ಮತ್ತೇನು ಮಾಡೋದು. ಈ ಭೂಪ ಸುಮ್ಮನಿರನೇ ತನ್ನ ಮನೆಯ ಹಿಂದಿನ ಬೀದಿಯವನನ್ನು ಹಿಡಿದ. ಅವನ ಹತ್ತಿರವೂ ಇದೇ ರಾಗ, ಮತ್ತೆರಡು ಕೊಳಗ ರಾಗಿ ಗಿಟ್ಟಿಸಿದ. ಹೀಗೆ ಸುಮಾರು ಮೂರು ನಾಲ್ಕು ಜನರ ಹತ್ತಿರ ಕಡ ಪಡೆದು ಸುಮಾರು ಐದಾರು ತಿಂಗಳು ಕಾಲ ಹಾಕಿ ಬಿಟ್ಟ. ರಾಗಿ ಕೊಟ್ಟವರು ಸುಮ್ಮನಾಗಲಿಲ್ಲ. ರಾಗಿ ಹಿಂದಕ್ಕೆ ಕೊಡುವಂತೆ ಪೀಡಿಸಿದರು. ಇವನೋ ತನ್ನ ಗುಳಿಯನ್ನು ತೆಗೆಯಲು ಮುಂದಾಗಲೇ ಇಲ್ಲ. ಇದರಿಂದಾಗಿ ರಾಗಿ ಕೊಟ್ಟವರು ಕೋಪಗೊಂಡು ಎಲ್ಲರೂ ಒಟ್ಟಾಗಿ ಸೇರಿ, ಇವನನ್ನು ಏನು ಕೇಳೋದು, ಹೇಗಿದ್ದರೂ ಇವನ ಗುಳಿಯಲ್ಲಿ ರಾಗಿ ಇದೆ. ನಾವೇ ಅಗೆದು ನಮಗೆ ಬರಬೇಕಾದ ರಾಗಿ ತೆಗೆದುಕೊಂಡು ಮಿಕ್ಕದ್ದನ್ನು ಅವನಿಗೇ ಕೊಟ್ಟು ಬಿಡೋಣ ಎಂದು ತೀರ್ಮಾನಿಸಿದರು. ಅವನ ಪ್ರತಿಭಟನೆಯನ್ನೂ ಲೆಕ್ಕಿಸದೆ ಅವನ ಮನೆಮುಂದೆ ಇದ್ದ ಅವನ ಗುಳಿ ಅಗೆದು ಮೇಲೆ ಮುಚ್ಚಿದ್ದ ಚಪ್ಪಡಿ ಕಲ್ಲನ್ನು ಸರಿಸಿ ಗುಳಿ ತೆಗೆದೇ ಬಿಟ್ಟರು.

ಆಗಲ್ಲವೇ ಸ್ವಾರಸ್ಯ ನಡೆದದ್ದು. ಗುಳಿಗೆ ದೀಪ ಇಳಿ ಬಿಟ್ಟು ನೋಡುತ್ತಾರೆ. ಅದು ಬರಿ ಖಾಲಿಗುಳಿ, ಅದರೊಳಗೆ ರಾಗಿಯೂ ಇಲ್ಲ, ಏನೂ ಇಲ್ಲ. ಅದನ್ನು ಕಂಡ ಅವರೆಲ್ಲ ಆ ಕ್ಷಣದಲ್ಲಿ ಕೋಪಗೊಂಡರೂ ನಂತರ ಸಾವರಿಕೊಂಡು ಅವರಲ್ಲಿಯೇ ಹಿರಿಯನಾದವನೊಬ್ಬ ಹೇಳಿದ ಮಾತುಗಳಿವು:

"ಏ ಬಡ್ಡತ್ತದೆ, ಇಲ್ಲೇನಿದ್ದಾತು, ಬರ್ಗುಳಿ, ಹೊಟ್ಗಿಲ್ಲಾಂದ್ರೆ ಅಂಗೇ ಕೊಡ್ತಿದ್ವಲ್ಲ. ಹೋಗಡೋ ಬರ್ಗುಳಿ ಬಡ್ಡತ್ತದೆ. ಅದ್ಯಾಕುಡೋ ಸುಳ್ಳೇಲ್ದೆ, ನೀ ಬರ್ಗುಳಿ ಸಿದ್ದಪ್ಪ ಕಣಲೇ"ಎಂದು ಬಿಟ್ಟ. ಅಂದಿನಿಂದ ಅವನು ಬರ್ಗುಳಿ ಸಿದ್ದಪ್ಪನಾಗಿ ಬಿಟ್ಟ.

ಈ ಬರ್ಗುಳಿ ಸಿದ್ದಪ್ಪನೊಡನೇ ತಳುಕು ಹಾಕಿಕೊಂಡಿರುವ ಮತ್ತೊಂದು ರೋಚಕ ಘಟನೆ ನೆನಪಿಗೆ ಬಂತು.

ಶಾಲಾಮಾಸ್ತರಾಗಿ ಇಪ್ಪತ್ತೇಳು ವರ್ಷ ಆ ಕೆಲಸ ಮಾಡಿ ಆ ಕೆಲಸದಲ್ಲಿ ಹೆಚ್ಚು ಸವಾಲುಗಳು ಇಲ್ಲದೆ ಯಾಂತ್ರಿಕವಾದ್ದರಿಂದ ಸಾಹಸಿ ಪ್ರವೃತ್ತಿ ನನ್ನ ಹೊಂದಿದ್ದ ಅಪ್ಪ ಆ ಕೆಲಸಕ್ಕೆ ರಾಜೀನಾಮೆ ಕೊಟ್ಟುಬಿಟ್ಟರು. ಇದು ಅವರು ತಮ್ಮ ಜೀವನದಲ್ಲಿ ಮಾಡಿದ ಸಾಹಸ ಕೃತ್ಯಗಳಲ್ಲಿ ಅತ್ಯಂತ ಅಪಾಯಕಾರಿಯಾದ ಕೃತ್ಯ. ಅವರು ರಾಜೀನಾಮೆ ನೀಡಿದಾಗ ನಮ್ಮ ಸಂಸಾರದ ಸೈಜು ಹೀಗಿತ್ತು. ನಾಲ್ಕು ಗಂಡು ಮಕ್ಕಳು, ನನ್ನ ಹಿರಿಯಣ್ಣನಿಗೆ ಹದಿನಾರು ವರ್ಷ, ಎರಡನೇ ಅಣ್ಣನಿಗೆ ಹದಿಮೂರು ವರ್ಷ ಮೂರನೆಯ ಅಣ್ಣನಿಗೆ ಎಂಟು ವರ್ಷ ವಯಸ್ಸು ಮತ್ತು ನಾನು ಹುಟ್ಟಿ ಸುಮಾರು ಆರು ತಿಂಗಳಾಗಿತ್ತು. ಅದೃಷ್ಟವಶಾತ್ ಆ ವೇಳೆಗಾಗಲೇ

ನಮ್ಮೆಲ್ಲರಿಗಿಂತ ಹಿರಿಯಳಾದ ನನ್ನ ಅಕ್ಕನಿಗೆ ಮದುವೆ ಆಗಿ ಗಂಡನ ಮನೆಯಲ್ಲಿದ್ದಳು. ಈ ಸ್ಥಿತಿಯಲ್ಲಿ ಇವರು ರಾಜೀನಾಮೆ ನೀಡುವುದೇ. ಈಗ ನೆನಸಿಕೊಂಡರೆ ಭಯವಾಗುತ್ತದೆ. ನನ್ನ ಅಪ್ಪನ ಅದೃಷ್ಟವೋ ಅಥವಾ ನಾವುಗಳೆಲ್ಲ ಪಡೆದುಕೊಂಡ ಬಂದ ಭಾಗ್ಯವೋ ಒಟ್ಟಿನಲ್ಲಿ ನಾವೆಲ್ಲ ಬದುಕಿ ಚೆನ್ನಾಗಿಯೇ ಬಾಳಿ, ಈಗ ಬಾಳ ಸಂಜೆಯ ಹೊಸ್ತಿಲಿನ ಬಳಿ ಬಂದಿದ್ದೇವೆ. ನಮ್ಮ ಮುಂದಿನ ಪೀಳಿಗೆಯವರೂ ಸಹ ಸಂತೃಪ್ತ ಜೀವನ ನಡೆಸುತ್ತಿದ್ದಾರೆ.

ನನ್ನ ಅಪ್ಪ ನನ್ನ ಸ್ವಗ್ರಾಮಕ್ಕೆ ಬಂದು ಒಂದು ಕಿರಾಣಿ ಅಂಗಡಿ ಪ್ರಾರಂಭಿಸಿದರು. ಅದಕ್ಕೆ ಅವರು ಆಗ ಹಾಕಿದ ಬಂಡವಾಳ ಎಷ್ಟಿರಬಹುದು ನನ್ನ ಅಪ್ಪನ ಇಪ್ಪತ್ತೇಳು ವರ್ಷ ಮಾಸ್ತರಿಕೆಮಾಡಿದ್ದಕ್ಕೆ ಪ್ರಾವಿಡೆಂಟ್ ಫಂಡಿನಲ್ಲಿ ಉಳಿತಾಯವಾಗಿದ್ದ ರೂ. 425/- ಮತ್ತು ಅಮ್ಮನ ಹುಂಡಿಯಿಂದ ರೂ. 25/- ಒಟ್ಟಿನಲ್ಲಿ ರೂ. 500/-.

ನನ್ನೂರಿನಲ್ಲಿ ನ್ನನ ಅಪ್ಪ ಕಿರಾಣಿ ಅಂಗಡಿ ಪ್ರಾರಂಭಿಸುವುದಕ್ಕೆ ಒಂದು Commercial angle ಇತ್ತು. ನನ್ನ ಹಳ್ಳಿ ಸುಮಾರು ಹತ್ತು ಹನ್ನೆರಡು ಹಳ್ಳಿಗಳಿಂದ ಸುತ್ತುವರೆದಿತ್ತು. ಅಲ್ಲೆಲ್ಲಿಯೂ ಸಹಾ ಜನರ ದಿನ ಬಳಕೆಗೆ ಬೇಕಾಗುವ ನಿತ್ಯೋಪಯೋಗಿ ಸಾಮಾನುಗಳನ್ನು ಮಾರುವ ಯಾವ ಅಂಗಡಿಯೂ ಇರಲಿಲ್ಲ. ಇದರಿಂದ ಆ ಹಳ್ಳಿಯ ಜನರೆಲ್ಲ ಹತ್ತಿರದಲ್ಲಿದ್ದ ನನ್ನ ಅಪ್ಪನ ಅಂಗಡಿಗೆ ಬರಬೇಕಾಗಿತ್ತು. ಇಲ್ಲದಿದ್ದರೆ ದೂರದ ತಾಲ್ಲೂಕು ಕೇಂದ್ರವಾದ ಚಾಮರಾಜನಗರಕ್ಕೇ ಹೋಗಬೇಕಾದಂಥ ನಿರ್ಭಂದ. ಇದರಿಂದಾಗಿ ನನ್ನ ಅಪ್ಪ ಮಾರ್ಕೆಟ್ ಸರ್ವೆಯನ್ನು ಪಕ್ಕಾವಾಗಿಯೇ ಮಾಡಿದ್ದ ಎಂದು ತಿಳಿಯಬೇಕು. ಅಂಗಡಿ ಪ್ರವರ್ಧಮಾನಕ್ಕೆ ಬಂದು ಆರ್ಥಿಕ ಸ್ಥಿತಿ ಸುಧಾರಿಸಿತು. ನನ್ನ ಅಮ್ಮ ಮತ್ತು ಎರಡನೇ ಅಣ್ಣ ಶಲ್ಲಣ್ಣನ ಅಪಾರ ಪರಿಶ್ರಮವೂ ಸೇರಿತ್ತು. ಅಗಂಡಿಯಲ್ಲಿ ನಿಂತು ವ್ಯಾಪಾರ ಮಾಡುವುದನ್ನೇ ಮುಖ್ಯ ಉದ್ಯೋಗವನ್ನಾಗಿ ತೆಗೆದುಕೊಂಡು ತನ್ನ ಮುಂದಿನ ವಿದ್ಯಾಭ್ಯಾಸವನ್ನು ಬಲಿಕೊಟ್ಟ ಶಲ್ಲಣ್ಣ. ನನ್ನ ಹಿರಿಯಣ್ಣ, ನಾನು ಮತ್ತು ನನ್ನ ಮೂರನೇ ಅಣ್ಣ ನಮ್ಮ ವ್ಯಾಸಂಗವನ್ನು ಮುಂದುವರೆಸಿದೆವು. ನಂತರದ ದಿನಗಳಲ್ಲಿ ನನ್ನ ದೊಡ್ಡಣ್ಣ ಅವನ ವಿದ್ಯಾಭ್ಯಾಸ ಮುಗಿಸಿ ನನ್ನ ಅಪ್ಪನ ಜತೆಗೆ ನಿಂತು ಅಂಗಡಿ ಮೇಲ್ವಿಚಾರಣೆ ವಹಿಸಿಕೊಂಡ. ಅವನೂ ಸಹಾ ಬೇರೆ ಉದ್ಯೋಗ ಅರಸಿ ಹೋಗಲಿಲ್ಲ. ಪ್ರತಿದಿನ 8 ಮೈಲಿ ಸೈಕಲ್ ತುಳಿದು ಚಾಮರಾಜನಗರಕ್ಕೆ ಹೋಗಿ, ಅಂಗಡಿಗೆ ಬೇಕಾದ ಸಾಮಾನುಗಳನ್ನು ಸೈಕಲ್ಲಿನ ಮೇಲೆ ಕಟ್ಟಿಕೊಂಡು ದಿನಕ್ಕೆ ಒಂದು ಬಾರಿ ಕೆಲವೊಮ್ಮೆ ಮೂರುಬಾರಿ ಈ ರೀತಿ ನನ್ನೂರಿಂದ ನಗರಕ್ಕೆ ಹೋಗಿ ಬರುತ್ತಿದ್ದರು ನನ್ನ ಅಪ್ಪ. ಅವರ ದೈಹಿಕ ಶ್ರಮವನ್ನು

ನೆನೆಸಿಕೊಂಡರೆ ಈಗಲೂ ದಿಗ್ಭ್ರಮೆಯಾಗುತ್ತದೆ. ಮನುಷ್ಯ ಮಾತ್ರದವನಿಂದ ಸಾಧ್ಯವಾಗದ ಕೆಲಸ ನಮ್ಮ ಅಪ್ಪ ಮಾಡಿದ್ದು.

ಹೀಗೆ ಬದುಕು ಸಾಗುತ್ತಿತ್ತು. ಮೊದಲೇ ಹೇಳಿದಂತೆ ಸಾಹಸೀ ಪ್ರವೃತ್ತಿಯ ನನ್ನ ಅಪ್ಪ ಸುಮ್ಮನೆ ಇರುವ ಆಸಾಮಿ ಅಲ್ಲ. ಈಗೆಲ್ಲ ಬಿಸಿನೆಸ್ ಡೈವರ್ಸಿಫಿಕೇಷನ್ (Business diversification) ಎನ್ನುತ್ತಾರಲ್ಲ ಹಾಗೆ ವ್ಯವಸಾಯಕ್ಕೆ ಕೈ ಹಾಕಿದರು. ನಮ್ಮೂರಿನಿಂದ ಸುಮಾರು 8 ಮೈಲು ದೂರದಲ್ಲಿ ಅಟ್ಟುಗೂಳಿಪುರ ಎಂಬ ಊರಿದೆ. ಅದು ಕಾಡಂಚಿನ ಊರು. ಆ ಊರಿನಿಂದ ಮುಂದೆ ಆಗ ದಟ್ಟವಾದ ಕಾಡಿತ್ತು. ಆ ಕಾಡಿನಲ್ಲಿ ಮರಗಳು ಎಷ್ಟು ಒತ್ತಾಗಿ ಬೆಳೆದಿದ್ದವು ಅಂದರೆ, ನಡು ಹಗಲಿನಲ್ಲಿಯೂ ಸೂರ್ಯರಶ್ಮಿ ನೆಲಕ್ಕೆ ಬೀಳುತ್ತಿರಲಿಲ್ಲ. ಮಿಕ್ಕ ಜಾತಿ ಮರಗಳ ಸಮೂಹದೊಂದಿಗೆ ಹುಲುಸಾದ ಬಿದಿರು ಕಾಡೂ ಸಹ ಇತ್ತು. ಹತ್ತಿರದಲ್ಲಿಯೇ ಹರಿಯುವ ಚಿಕ್ಕಹೊಳೆ ಮತ್ತು ಎಣ್ಣೊಳೆ (ಹೊನ್ನು+ಹೊಳೆ- ಹೊನ್ನೊಳೆ-ಗ್ರಾಮ್ಯವಾಗಿ ಎಣ್ಣೊಳೆಯಾಗಿತ್ತು) ಪಕ್ಕದಲ್ಲಿ ಬಿದಿರು ಕಾಡು ಇಷ್ಟು ಸಾಕಲ್ಲವೆ ಆನೆಗಳ ಹಿಂಡು ಬಂದು ಮೇಯಲು. ಅಲ್ಲಂತೂ ಕಾಡಾನೆಗಳು ಹಿಂಡು ಹಿಂಡಾಗಿ ಸಂಚಾರ ಮಾಡುತ್ತಿದ್ದವು. ಆಗಿನ ಕಾಲದಲ್ಲಿ ಕಾಡು ಬಹಳ ಸೊಂಪಾಗಿ ಬೆಳೆಯುತ್ತಿತ್ತು ಮತ್ತು ವನ್ಯಜೀವಿಗಳಿಗೆ ಆಶ್ರಯ ಕೊಡುತ್ತಿತ್ತು. ಕ್ರಮೇಣ ಜನಸಂಖ್ಯೆ ಬೆಳೆದಂತೆ ಹಂತ ಹಂತವಾಗಿ ಕಾಡು ಮಾಯವಾಗಲು ಶುರು ಆಯಿತು. ಈಗ ನಾನು ದಾಖಲಿಸಿರುವ ಕಾಲದಲ್ಲಿದ್ದಷ್ಟು ಕಾಡು ಈಗ ಅಲ್ಲಿ ಕಾಣಲು ಸಿಗುವುದಿಲ್ಲ. ಈಗೆಲ್ಲಾ ಕಾಡಿದ್ದ ಜಾಗವೆಲ್ಲ ಬಟ್ಟಬಯಲಾಗಿದೆ. ಇನ್ನು ಆನೆಗಳು ಸುರಕ್ಷಿತ ಅಭಯಾರಣ್ಯ ಪ್ರದೇಶದಲ್ಲಿ ಮಾತ್ರ ಕಾಣಸಿಗುತ್ತವೆ. ಅದಿಲ್ಲದಿದ್ದರೆ ಯಾವುದಾದರೂ ಮೃಗಾಲಯದಲ್ಲಿ ಸರ್ಕಾರದ ಸಹಾಯಧನದಿಂದ ಹೊಟ್ಟೆ ಹೊರೆಯುವ ಬಡಕಲು ಆನೆಯನ್ನು ನೋಡಬೇಕು. ಅದೂ ಇಲ್ಲದೇ ಹೋದರೆ ಜನರ ಭಕ್ತಿ ಪರಾಕಾಷ್ಠೆಯ ಚಿನ್ಹೆಯಾಗಿ ಯಾವುದಾದರೂ ದೇವಸ್ಥಾನದಲ್ಲಿ ನೋಡಬಹುದು. ಇದ್ದ ಕಾಡನ್ನೆಲ್ಲ ಕ್ರಮೇಣ ಕಡಿದು ಸಾಗುವಳಿ ಮತ್ತು ವಸತಿ ಪ್ರದೇಶಗಳನ್ನಾಗಿ ಪರಿವರ್ತಿಸಲಾಗಿದೆ. ಇರುವ ಕಾಡನ್ನೆಲ್ಲ ಕಡಿದು ಬಟಾ ಬಯಲನ್ನಾಗಿಸಿದ ಮೇಲೆ, ಈಗ ಮನೆಗೊಂದು ಮರ ನೆಡಿ ಎಂದು ಊರಿನಲ್ಲೆಲ್ಲ ಮರ ನೆಡುವ ಕಾರ್ಯಕ್ರಮವನ್ನು ಕಾಣುತ್ತೇವೆ. ಕಾಡನ್ನು ಊರಾಗಿಸಿ ಊರನ್ನು ಕಾಡು ಮಾಡುವ ಈ ಉಲ್ಟಾ ಪ್ರವೃತ್ತಿಗೆ ಏನು ಹೇಳುವುದೋ ತಿಳಿಯದು. ಬಹುಶಃ ಇದು ಈ ಯುಗದ ಧರ್ಮ ಇರಬಹುದೇನೋ.

ಜನರು ಸಲ್ಲಿಸಿದ ತೆರಿಗೆ ಹಣವನ್ನು ಹೆಗ್ಗಣದಂತೆ ಮೇದು ತಿಂದು ತೇಗಿ, ಆನೆಯಷ್ಟೇ ದಪ್ಪವಾಗಿರುವ ಅನೇಕ ರಾಜಕೀಯ ನಾಯಕ / ನಾಯಕಿಮಣಿಗಳು ಪ್ರಸಿದ್ಧ ದೇವಾಲಯಗಳಿಗೆ ಆನೆಮರಿಗಳನ್ನು ದಾನ ಮಾಡುವುದನ್ನೂ ನೋಡುತ್ತಲಿದ್ದೇವೆ. ಇದ್ಯಾವ ದೇವ್ರಿಗೆ ಪ್ರೀತೀನೋ ತಿಳಿಯದು. ಏನೋ ಒಟ್ಟಿನಲ್ಲಿ ಒಂದು ಆನೆಗಾದರೂ ಒಂದಷ್ಟು ಆಶ್ರಯ ಸಿಕ್ಕಿತಲ್ಲ ಎಂದು ಸಮಾಧಾನ ಪಟ್ಟುಕೊಳ್ಳಬೇಕಷ್ಟೆ. ಈ ಕಾಡಂಚಿನಲ್ಲಿ ಅಟ್ಟುಗೂಳಿಪುರಕ್ಕೆ ಸೇರಿದಂತೆ ಸರ್ಕಾರದಿಂದ 15 ಎಕರೆ ಕಾಡು ಜಮೀನು ಖರೀದಿ ಮಾಡಿದರು ನನ್ನ ಅಪ್ಪ. ಅವರು ಆ ಜಮೀನನ್ನು ಖರೀದಿಸಿದಾಗ ಅದು ಸಾಗುವಳಿಗೆ ಯೋಗ್ಯವಾಗಿರಲಿಲ್ಲ. ಬರೀ ಕಲ್ಲು ಮುಂಟೆ, ಮೋಟು ಮರಗಳು ಜಮೀನಿನಲ್ಲಿ ಅಲ್ಲಲ್ಲಿ ಬೃಹದಾಕಾರದ ಹುಣಸೆ ಮರಗಳು, ಹೀಗಿತ್ತು. ಆ ಜಮೀನಿನ ಮೇಲ್ಮೈ ಲಕ್ಷಣ. ಆ ಮೋಟು ಮರಗಳನ್ನು ಸವರಿ, ಜಮೀನನ್ನು ಸಮತಟ್ಟು ಮಾಡಿ ಅಲ್ಲಲ್ಲಿ ಬೆಳೆದಿದ್ದ ಕಾಡುಮೆಳೆಗಳನ್ನು ಕಡಿಸಿ, ಸುಮಾರಾಗಿ ವ್ಯವಸಾಯಕ್ಕೆ ಯೋಗ್ಯವನ್ನಾಗಿ ಮಾಡಲು, ನನ್ನ ಅಪ್ಪನಿಗೆ ಒಂದು ವರ್ಷ ಹಿಡಿಯಿತು. ಸರಿಯಾದ ಮಳೆ ಬಿದ್ದ ಮೇಲೆ ಆ ಜಮೀನಿನಲ್ಲಿ ಜೋಳ ಬಿತ್ತನೆ ಮಾಡಿಸಿದರು. ಆ ಜಮೀನಿಗೆ ಹೋಗಬೇಕಾದರೆ ಈ ಬರ್ಗುಳಿ ಸಿದ್ದಪ್ಪನ ಮನೆಯನ್ನು ಹಾದು ಹೋಗಬೇಕಾಗಿತ್ತು. ನನ್ನ ಅಪ್ಪ ಪ್ರತಿದಿನ ಬೆಳಿಗ್ಗೆ ಸಿದ್ದಪ್ಪನ ಮನೆ ಮುಂದೆ ಸೈಕಲ್ ತುಳಿದುಕೊಂಡು ಅಟ್ಟುಗೂಳಿಪುರಕ್ಕೆ ಹೋಗುತ್ತಿದ್ದರು. ಪುನಃ ಸಂಜೆ ವಾಪಸ್ಸು. ಈ ದೈನಂದಿನ ಕಾರ್ಯಕ್ರಮವನ್ನು ತಪ್ಪದೇ ಕಾಣಬಹುದಾಗಿತ್ತು. ದಿನಾ ಇದನ್ನೇ ನೋಡುತ್ತಿದ್ದ ಈ ಬರ್ಗುಳಿ ಸಿದ್ದಪ್ಪನಿಗೆ ಏನನ್ನಿಸಿತೋ ಏನೋ ಒಂದು ದಿನ ನನ್ನ ಅಪ್ಪ ಜಮೀನಿಗೆ ಹೊರಟು ಇವನ ಮನೆ ಮುಂದೆ ಹಾದು ಹೋಗುತ್ತಿದ್ದಾಗ. ಅಡ್ಡಗಟ್ಟಿ ಸಂಭಾಷಣೆಗೆ ಪ್ರಾರಂಭಿಸಿದ. ಸರಿ ಊರಿನವನು, ಪರಿಚಯದವನು, ಮಾತನಾಡದೇ ಹೋಗುವುದು ಸಭ್ಯತೆ ಅಲ್ಲ. ಅದಲ್ಲದೆ ಅವರಿಬ್ಬರಲ್ಲಿ ಯಾವ ವೈಷಮ್ಯ ಅಥವಾ ವೈರತ್ವವೂ ಇರಲಿಲ್ಲ. ಅದರಿಂದ ನನ್ನಪ್ಪ ಸಹಾ ಮಾತಿಗೆ ನಿಂತರು.

"ಏನ್ ಸಿದ್ದಪ್ಪಾ, ಆರೋಗ್ಯಾನಾ, ಏನ್ಸಮಾಚಾರ" ಅಂದರು ನನ್ನ ಅಪ್ಪ

"ಏನಿಲ್ಲ ಬುದ್ಧಿ, ಜಮೀನ್ಗೆ ಒಂಟ್ರ" ಅಂದ ಸಿದ್ದಪ್ಪ

"ಹೌದು, ದಿನಾ ನೋಡ್ತಾನೇ ಇದ್ದೀಯಲ್ಲ" ಅಂದರು.

ಅದಕ್ಕೆ ಸಿದ್ದಪ್ಪ ಹೀಗಂದ"ಅಲ್ಲ ಬುದ್ಧಿ ನೀವು ನೀರ್‌ಮಂತ್ರುಸೋ ಐನೋರು (ಐಯ್ಯನವರು ಎಂಬ ಪದದ ಗ್ರಾಮ್ಯರೂಪ) ನಿಮ್ ಕೈಲಿ ಮೇಟಿ ಇಡಿಯೋಕ್ಕಾದ್ದಾ. ನೀರ್‌ಮಂತ್ರುಸೋದ್ ಬುಟ್ಟು ಆರಂಭ ಮಾಡ್ತೀನಿ ಅಂತ

ಒಂಟವರಲ್ಲ. ನೀವೇನಾರಾ ಆ ಆನೆಕಾಡ್ನಲ್ಲಿ ಮಾಡಿರೋ ಜಮೀನ್ನಿ ಒಂದು ಗೊನೆ ಜೋಳ, ಒಂದೇ ಒಂದ್ ಗೊನೆ ಜೋಳ ಆನೆಗಳ್ ಕೈತಪ್ಪಿಸಿ ಬೆಳ್ದು ತಂದ್ಬುಟ್ರೆ, ನಾನು ನನ್ ಲಿಂಗ ತೆಗ್ದು ನಾಯ್ಕತ್ಗೆ ಹಾಕ್ಬುಡ್ತೀನಿ" ಅಂತ ಸವಾಲೆಸೆದುಬಿಟ್ಟ.

ಸಿದ್ದಪ್ಪನ ಮನಸ್ಸಿನಲ್ಲಿ ಇಂಥ ಆಲೋಚನೆ ಇದೆ ಎಂದು ನನ್ನ ಅಪ್ಪ ತಿಳಿದಿರಲಿಲ್ಲ. ದೀಢೀರೆಂದು ಅವನಂದ ಆ ಮಾತುಗಳಿಂದ ಸ್ವಲ್ಪ ಆವಾಕ್ಕಾದರು. ನನ್ನ ಅಪ್ಪ ಮೊದಲೇ ಸಾಹಸೀ ಮನುಷ್ಯ. ಅದರ ಮೇಲೆ ಸವಾಲೆಂದರೆ ಸುಮ್ಮನಿರುವ ಜಾಯಮಾನದವನಲ್ಲ.

"ನೋಡು ಸಿದ್ದಪ್ಪ, ಇದೇ ಮಾತು, ಅಲ್ಲಿ, ಆ ಆನೆ ಕಾಡ್ನಲ್ಲಿ ನಿನ್ನ ಕಣ್ಣ ಮುಂದೇನೇ, ಜೋಳ ಬೆಳೆದು, ಆನೆಗಳಿಗೆ ಸಿಕ್ಕದಂತೆ ಕಟಾವ್ ಮಾಡಿ ತರಲಿಲ್ಲ – ನಾನೂ ನನ್ ಜನಿವಾರ ಕಿತ್ತೆಸೆದ್ಬುಡ್ತೀನಿ"ಅಂತ ಮರು ಸವಾಲ್ ಎಸೆದೇ ಬಿಟ್ಟರು.

ಸುತ್ತಲೂ ಬೀಡಿ ಸೇದುತ್ತ ಅರಳಿಕಟ್ಟೆ ಮೇಲೆ ಕುಳಿತಿದ್ದ ಜನರಿಗೂ ಇವರಿಬ್ಬರ ಮಾತುಗಳು ಕೇಳಿಸಿತು. ಇನ್ನು ಕೇಳಬೇಕೆ ಈ ಪ್ರಸಂಗ, ಆ ಸುತ್ತಲಿನ ಊರುಗಳಿಗೆಲ್ಲ ಮಿಂಚಿನಂತೆ ಒಬ್ಬರ ಬಾಯಿಂದ ಒಬ್ಬರಿಗೆ ಹಬ್ಬಿತು. ಈ ಸವಾಲ್ ಮರು ಸವಾಲ್ ವಿಚಾರ ಆ ಹಳ್ಳಿಗಾಡಿನಲ್ಲೆಲ್ಲಾ ರಪ್ಪಟ್ಟಾಗಿ ಬಿಟ್ಟಿತು.

ಈ ಘಟನೆ ನಡೆದ ಮೇಲೆ ನನ್ನ ಅಪ್ಪನಿಗೆ ಮೈಮೇಲೆ ಆವೇಶ ಬಂದವರಂತೆ ಆಗಿ ಆ ಜಮೀನಿನಲ್ಲಿ ಆಗತಾನೇ ಬಿತ್ತಿದ್ದ ಜೋಳದ ಬೆಳೆಯನ್ನು ಆನೆಗಳ ಹಾವಳಿಯಿಂದ ಜೋಪಾನ ಮಾಡುವ ಕೆಲಸಕ್ಕೆ ಪ್ರಾರಂಭಿಸಿಬಿಟ್ಟರು.

ಜಮೀನಿನಲ್ಲಿದ್ದ ಮೂರು ಭಾರೀ ಹುಣಸೇಮರಗಳ ಮೇಲೆ ಅಟ್ಟಣೆಗಳನ್ನು ಕಟ್ಟಿಸಿದರು. ಅದರ ಮೇಲೆ ಹತ್ತಲು ಏಣಿಯಂತೆ ಕವಲು ಬಿಟ್ಟಿದ್ದ ಬಿದಿರುಗಳನ್ನು ಕಟ್ಟಿಸಿದರು. ಪಕ್ಕದ ತಮಿಳುನಾಡಿನ ಕೊಯಮುತ್ತೂರಿಗೆ ಹೋಗಿ 10 ಸೆಲ್ ಹಾಕುವ ಉದ್ದನೆಯ ಎರಡು ಟಾರ್ಚ್‌ಗಳನ್ನು ಕೊಂಡುಕೊಂಡು ಬಂದರು. ಈ ಟಾರ್ಚ್‌ನ ಬೆಳಕು ಬಹಳ ತೀಕ್ಷಣವಾಗಿರುತ್ತಿತ್ತು ಮತ್ತು ರಾತ್ರಿ ಹೊತ್ತು ಆನೆಗಳ ಕಣ್ಣಿಗೆ ನೇರವಾಗಿ ಬೀಳುವಂತೆ ಬೆಳಕು ಬಿಟ್ಟರೆ ಅವು ಈ ತೀಕ್ಷ್ಣ ಬೆಳಕಿಗೆ ಭ್ರಮಿಸಿ ಮುಂದೆ ಬರುತ್ತಿರಲಿಲ್ಲ. ಮೈಸೂರಿಗೆ ಹೋಗಿ ಎರಡು ಚರೆ ಬಂದೂಕುಗಳನ್ನೂ ಕೊಂಡುಕೊಂಡು ಬಂದರು. ಚರೆ ಬಂದೂಕು ಅಂದರೆ ಅದರಲ್ಲಿ ತೋಟಾಗೆ ಬದಲಾಗಿ ಸಣ್ಣ ಸಣ್ಣ ಕಬ್ಬಿಣದ ಗುಂಡುಗಳನ್ನು ತುಂಬಿ ಹಾರಿಸುತ್ತಿದ್ದರು. ಇದರಿಂದ ಚದುರಿದ ಚರೆ (ಸಣ್ಣ ಕಬ್ಬಿಣದ ಗುಂಡು) ಆನೆಯ ಮೈಮೇಲೆ ಹಾದು ಅದು ನೋವಿನಿಂದ ಭಯದಿಂದ ಓಡಿಬಿಡುತ್ತಿತ್ತು. ಈ ಬಂದೂಕು ಹೊಂದಲು ಯಾವಾಗ ಲೈಸೆನ್ಸ್ ಪಡೆದಿದ್ದರೋ ನನಗೆ ತಿಳಿಯದು. ಅಂತೂ ಬಂದೂಕು ತಂದದ್ದಂತೂ

ನಿಜ.

ಎಲ್ಲ ಅಟ್ಟಣೆಗಳಿಗೂ ಎರಡೂ ಪಕ್ಕದಲ್ಲಿ ಎರಡೆರಡು ಗ್ಯಾಸ್ ಲೈಟ್‌ಗಳನ್ನು ಕಟ್ಟಿ, ಅವು ರಾತ್ರಿಯೆಲ್ಲ ಉರಿಯುವಂಥ ಏರ್ಪಾಡು ಮಾಡಿದರು. ಇನ್ನು ಕಾವಲಿಗೆ ಒಂದೊಂದು ಅಟ್ಟಣೆಗೆ 3 ಜನರಂತೆ ಕಾವಲು ಕಾಯುವ ಏರ್ಪಾಟು ಮಾಡಿಬಿಟ್ಟರು. ಈ ಸವಾಲನ್ನು ಸ್ವೀಕರಿಸಿದ ಮೇಲಂತೂ ನನ್ನ ಅಪ್ಪ ದಿನಾ ಸಂಜೆ ಊರಿಗೆ ಬರುವುದನ್ನೇ ನಿಲ್ಲಿಸಿಬಿಟ್ಟರು. ಜಮೀನಿನಲ್ಲಿಯೇ ವಾಸ್ತವ್ಯ ಹೂಡಿಬಿಟ್ಟರು. ಅವರಿಗೆ ಮತ್ತು ಅಲ್ಲಿ ಕಾವಲು ಕಾಯುವ ಆಳುಗಳಿಗೆ ನಾನು ಮತ್ತು ನನ್ನ ಅಣ್ಣ ಎರಡು ಹೊತ್ತು ಸೈಕಲ್‌ನಲ್ಲಿ, ಮನೆಯಿಂದ ಊಟ ಸರಬರಾಜು ಮಾಡುವಂತೆ ಅಪ್ಪಣೆ ಮಾಡಿದರು. ನನ್ನ ತಾಯಿಯಂತೂ ದಿನಾ 9-10 ಆಳುಗಳಿಗೆ ಎರಡು ಹೊತ್ತು ಹಿಟ್ಟು ಬೇಯಿಸಿ ಒದ್ದೆ ಬಟ್ಟೆಯಲ್ಲಿ ಭದ್ರವಾಗಿ ಕಟ್ಟಿ ಬುತ್ತಿ ತಯಾರು ಮಾಡುವುದರಲ್ಲಿಯೇ ಸುಸ್ತಾಗಿ ಬಿಡುತ್ತಿದ್ದರು. ಇದರ ಜತೆಗೆ ನನ್ನಪ್ಪನಿಗೆ ಬೇರೆ ಬುತ್ತಿ ತಯಾರು ಮಾಡಬೇಕು. ಜೋಳದ ಬೆಳೆ ಬೆಳೆದು ಫಸಲು ಬಂತು. ಒಳ್ಳೆ ಮಳೆ ಬಿದ್ದು, ರಸವತ್ತಾದ ಜೋಳದ ತೆನೆಗಳು ಮೂಡಿ ಗಾಳಿಗೆ ತೊಯ್ದಾಡುತ್ತಿದ್ದ ಆ ನೋಟವೇ ನೋಟ, ಕಾಣಲು ಎರಡು ಕಣ್ಣುಗಳು ಸಾಲದೆಂಬಂತೆ ಹುಲುಸಾದ ಫಸಲು ಬಂತು.

ಜೋಳದ ಗಿಡಗಳು ತೆನೆದುಂಬಿದ ಮೇಲೆ ಆನೆಗಳು ಸುಮ್ಮನಿದ್ದಾವೆಯೇ ಒಂದು ರಾತ್ರಿ ಜೋಳದ ಹೊಲದ ಒಂದು ಬದಿಗೆ, ಒಂದು ಹಿಂಡು ಆನೆ ನುಗ್ಗಿಯೇ ಬಿಡ್ತು, ಇದನ್ನು ಕಂಡ ಆಳುಗಳು ಅಟ್ಟಣೆಯಿಂದ ಕೆಳಗೆ ಇಳಿದು ಆನೆಗಳನ್ನು ಓಡಿಸಲು ಭಯಪಟ್ಟು, ಅಟ್ಟಣೆಯಿಂದಲೇ ಬಿದಿರು ಕೊಳವೆಗಳನ್ನು (ಪೆಟಲು) ಹಿಡಿದು ಜೋರಾಗಿ ಶಬ್ದ ಮಾಡಲು ಶುರು ಮಾಡಿದರು. ಮತ್ತೊಂದು ಅಟ್ಟಣೆಯ ಮೇಲಿದ್ದ ನನ್ನ ಅಪ್ಪ ಅವರನ್ನು ಎಷ್ಟು ಹುರಿದುಂಬಿಸಿದರೂ ಆಳುಗಳು ಜೀವ ಭಯದಿಂದ ಕೆಳಗೆ ಇಳಿಯಲೇ ಇಲ್ಲ. ಇದೇಕೋ ಪರಿಸ್ಥಿತಿ ವಿಪರೀತಕ್ಕೆ ಬಂತು ಎಂದು ತಿಳಿದ ನನ್ನ ಅಪ್ಪ, ಒಂದು ಕೈಯಲ್ಲಿ ಟಾರ್ಚ್ ಹಿಡಿದು, ತೋಳಿಗೆ ಬಂದೂಕು ನೇತು ಹಾಕಿಕೊಂಡು ಅಟ್ಟಣೆಯಿಂದ ಇಳಿದೇ ಬಿಟ್ಟರು. ಇಳಿದು ಟಾರ್ಚ್ ಲೈಟ್ ಬೆಳಕಿನಲ್ಲಿ ಆನೆ ಹಿಂಡಿನ ಕಡೆ ಓಡಿದರು. ನೋಡುತ್ತಾರೆ ಸುಮಾರು ಏಳೆಂಟು ಆನೆಗಳು ಬೆಳೆದ ಪಸಲನ್ನು ಕಾಲಿನಿಂದ ತುಳಿದು ಸೊಂಡಿಲಿನಿಂದ ಸೆಳೆದು ಆರ್ಭಟ ಮಾಡುತ್ತಾ ಘೀಳಿಡುತ್ತಲಿವೆ. ಟಾರ್ಚ್ ಲೈಟ್‌ನಲ್ಲಿ ಕಂಡ, ಆನೆಗಳು ಮೇಯುತ್ತಿದ್ದ ದಿಕ್ಕಿಗೆ ಬಂದೂಕನ್ನು ಹೆಗಲಿಗೇರಿಸಿ ಆಕಾಶದ ಕಡೆ ಗುಂಡು ಹಾರಿಸಿದರು. ಗುಂಡಿನ ಶಬ್ದಕ್ಕೆ ಬೆದರಿದ ಆನೆಗಳು ಕಾಡಿನ ಕಡೆ ತಿರುಗಿ ಓಡಲಾರಂಭಿಸಿದವು. ಅಷ್ಟರಲ್ಲಿ ನನ್ನ ಅಪ್ಪ ಏಕಾಂಗಿಯಾಗಿ ಆನೆಗಳ

ಹಿಂಡಿನತ್ತ ಓಡಿದ್ದನ್ನು ಕಂಡ ಮಿಕ್ಕ ಕಾವಲುಗಾರರು ಧೈರ್ಯವನ್ನು ಒಗ್ಗೂಡಿಸಿಕೊಂಡು ಅಟ್ಟಣೆಯಿಂದ ಕೆಳಗಿಳಿದು ನನ್ನಪ್ಪ ನಿಂತಿದ್ದ ಸ್ಥಳಕ್ಕೆ ಗುಂಪಾಗಿ ಬಂದು ಪುನಃ ಆ ಆನೆ ಹಿಂಡಿನ ಹಿಂದೆಯೇ ಸದ್ದು ಮಾಡುತ್ತಾ ಟಾರ್ಚ್ ಬೆಳಕನ್ನು ಆ ದಿಕ್ಕಿಗೆ ಹಾಯಿಸುತ್ತಾ, ಹಿಂಡಾನೆಗಳು ಕಾಡಿನೊಳಕ್ಕೆ ಹೋಗುವವರೆಗೂ ಓಡಿಸಿದರು. ಆಗ ಸುಮಾರು ರಾತ್ರಿ 2 ಗಂಟೆ ಸಮಯ.

ನನ್ನ ಅಪ್ಪ ಅಂದು ಏಕಾಂಗಿಯಾಗಿ ಕಾಡಾನೆಗಳ ಗುಂಪನ್ನು ಎದುರಿಸಿ ಗುಂಡು ಹಾರಿಸಿದೇ ಇದ್ದಿದರೆ ಇಡೀ ಫಸಲನ್ನು ಆನೆಗಳ ಹಿಂಡು ಕ್ಷಣದಲ್ಲಿ ನಾಶ ಮಾಡಿಬಿಡುತ್ತಿತ್ತು.

ಆನೆಗಳಿಂದ ಫಸಲು ರಕ್ಷಣೆ ಮಾಡಿದ ಮೇಲೆ ಜೋಳ ಕಟಾವು ಆಯಿತು. ತೆನೆಗಳನ್ನು ಜೋಳದ ಮೆದೆಗಳಲ್ಲಿ ಪೇರಿಸಿ, ಪಕ್ವವಾದ ಮೇಲೆ ಮೂರು ಎತ್ತಿನಗಾಡಿಯ ತುಂಬ ತುಂಬಿಕೊಂಡು ನಮ್ಮ ಊರಿಗೆ ಹೊರಟರು ನನ್ನ ಅಪ್ಪ.

ನನ್ನೂರಿಗೆ ಬರಬೇಕಾದರೆ ಬರ್ಗುಳಿಸಿದ್ದಪ್ಪನ ಮನೆ ಮುಂದೆ ತಾನೆ ಬರಬೇಕು. ಅವನು ಹಿಂದೆ, ಎಸೆದ ಸವಾಲನ್ನು ಜ್ಞಾಪಕದಲ್ಲಿಯೇ ಇಟ್ಟಿದ್ದ ನನ್ನ ಅಪ್ಪ ಬರ್ಗುಳಿಸಿದ್ದಪ್ಪನ ಮನೆ ಮುಂದೆ ಗಾಡಿಗಳು ಬಂದಾಗ ಅಲ್ಲಿಯೇ ಗಾಡಿನಿಲ್ಲಿಸಿ ಸಿದ್ದಪ್ಪನನ್ನು ಕರೆದರು. ಹೊರಗೆ ಬಂದ ಸಿದ್ದಪ್ಪನನ್ನು ಉದ್ದೇಶಿಸಿ "ಏಯ್ ಸಿದ್ದಪ್ಪಾ. ಏನ್ ಹೇಳ್ದೆ ನೀನು ಒಂದು ತೆನೆ ಜೋಳ ಬೆಳ್ದು ತಂದ್ರೆ ಲಿಂಗ ತೆಗ್ದು ನಾಯ್ಕತ್ತಿಗೆ ಹಾಕ್ತೀನಿ ಅಂದೆಯಲ್ಲಾ ನೋಡು ಈಗ ಮೂರು ಗಾಡಿ ಜೋಳನಾ" ಹೀಗೆಂದವರೆ ಹಿಂದಿನ ಗಾಡಿಯಲ್ಲಿ ತುಂಬಿದ್ದ ಜೋಳದ ಮೂಟೆಗಳಲ್ಲಿ ಎರಡು ಮೂಟೆ ಜೋಳವನ್ನು ಸಿದ್ದಪ್ಪನ ಮನೆ ಜಗುಲಿಮೇಲೆ ಇಳಿಸಿ ಊರಿನ ಕಡೆ ಗಾಡಿ ಹೊರಡಿಸಿಕೊಂಡು ಬಂದುಬಿಟ್ಟರು. ಇದನ್ನೆಲ್ಲ ಕಣ್ಣಾರೆ ಕಂಡ ನನಗೆ ಒಂದು ಹಿನ್ನೋಟದಿಂದ ನೋಡಿದಾಗ, ನನ್ನ ಅಪ್ಪನಿಗೆ ಜೀವನವನ್ನು ಎದುರಿಸುವ ಸಾತ್ವಿಕ ಛಲ ಎಷ್ಟರಮಟ್ಟಿಗೆ ಇತ್ತು ಎಂಬುದು ಅರಿವಿಗೆ ಬಂತು. ಬರ್ಗುಳಿ ಸಿದ್ದಪ್ಪನ ಈ ರೀತಿಯಾದ ನಡತೆಗೆ ಏನು ಪ್ರಚೋದನೆ ಇರಬಹುದು ಎಂದು ಈಗ ಕುಳಿತು ವಿಶ್ಲೇಷಿಸಿದರೆ, ನನಗೆ ಹೊಳೆದದ್ದು ಹೀಗೆ.

ಬರಿ ಮಂತ್ರ ಹೇಳಿಕೊಂಡು, ಊರಿನ ಹುಡುಗರಿಗೆ ಪಾಠ ಹೇಳುವ ಬ್ರಾಹ್ಮಣನಿಗೆ ಬಿಸಿಲಿನಲ್ಲಿ ಬೆಂದು ಬೆಂಡಾಗಿ, ಉಳುಮೆ ಮಾಡಿ ಜಮೀನಿನಲ್ಲಿ ಫಸಲು ತೆಗೆಯುವ ತಾಕತ್ತು ಎಲ್ಲಿದೆ. ಅದು ಅವನಿಂದಾಗದ ಕೆಲಸ. ಇದೆಲ್ಲ ರೈತಾಪಿ ಜನರು ಮಾಡುವ ಕೆಲಸ ಬ್ರಾಹ್ಮಣನಾದವನಿಗೆ ಈ ಕೆಲಸವಲ್ಲ. ಇವನಾರೋ ನನ್ನ domainಗೆ trespass ಮಾಡುತ್ತಿದ್ದಾನಲ್ಲ ಎಂದು ಭಾವಿಸಿರಬೇಕು. ಅಥವ ಈ ಕೈಲಾಗದ ಬ್ರಾಹ್ಮಣ ಏನು ತಾನೆ ಮಾಡಬಲ್ಲ. ಎಂಬ

ತಾತ್ಸಾರ ಮನೋಭಾವ ಇದ್ದಿರಬೇಕು. ಜನ್ಮ ನಿರ್ಣೀತವಾದ ಜಾತಿವ್ಯವಸ್ಥೆಯು ಎಲ್ಲರ ಮನಸ್ಸಿನಲ್ಲಿ ಆಳವಾಗಿ ಬೇರು ಬಿಟ್ಟಿತ್ತು. ಜಾತಿ ಎಂಬುದು ಗುಣ ನಿರ್ಣೀತ ಎಂಬ ಆಲೋಚನೆ ಇನ್ನೂ ಜನರಲ್ಲಿ ಬಂದಿರಲಿಲ್ಲ ಎನಿಸುತ್ತದೆ. ಈ ವ್ಯವಸ್ಥೆಯನ್ನು ಸ್ವಲ್ಪ ಅಲುಗಾಡಿಸಿದರೂ ಸಮಾಜದ ಪ್ರತಿಭಟನೆಗೆ ಸಿದ್ಧವಾಗಬೇಕಿತ್ತು. ಪುರೋಗಾಮಿ ಚಿಂತನೆ ಇನ್ನೂ ಸಾಮಾನ್ಯನ ಮನಸ್ಸನ್ನು ಆವರಿಸಿರಲಿಲ್ಲ, ಪ್ರತಿಗಾಮಿಯಾಗಿಯೇ ಯೋಚಿಸುತ್ತಿತ್ತು ಎಂದು ತಿಳಿಯಬೇಕು ಅಷ್ಟೆ.

7

ತಾಟಕಿ ಸಂಹಾರ ಮತ್ತು ಮಲ್ಲಿನಾಥನ ಪುರಾಣ

ಶೀರ್ಷಿಕೆಯಲ್ಲಿ ಮಲ್ಲಿನಾಥನ ಪುರಾಣ ಎಂದಿದೆ. ಕನ್ನಡದ ಶ್ರೇಷ್ಠ ಕಾವ್ಯಗಳಲ್ಲಿ ಒಂದಾದ ಮಲ್ಲಿನಾಥಪುರಾಣದ ಬಗ್ಗೆ ಏನಾದರೂ ಬರೆದಿದ್ದೇನೆಂದು ತಿಳಿಯಬೇಕಿಲ್ಲ. ಆ ಪುರಾಣಕ್ಕೂ ಇದಕ್ಕೂ ಯಾವ ಸಂಬಂಧವೂ ಇಲ್ಲ. ಈ ವಿಷಯದ ಕಥಾನಾಯಕಿಯ ಹೆಸರನ್ನು ವಿಂಡಂಬನಾತ್ಮಕವಾಗಿ ಹೀಗೆ ಅಳವಡಿಸಿಕೊಳ್ಳಲಾಗಿದೆ ಅಷ್ಟೆ. ಈ ಅಧ್ಯಾಯದ ಕಥಾನಾಯಕಿಯ ಹೆಸರು ಮಲ್ಲಿ ಮತ್ತು ಅವಳ ಪ್ರಿಯಕರ ಮಲ್ಲಿನಾಥ – ಅದರಿಂದ ಮಲ್ಲಿನಾಥನ ಪುರಾಣ ಅಷ್ಟೆ.

ಸಮಾಜದಲ್ಲಿ ಈಗ ಗುರಿತಿಸಲ್ಪಟ್ಟು ಚರ್ಚೆಗೆ ಪ್ರಾಸವಾಗುತ್ತಿರುವ ಅನೇಕ ಹೀನ ಪದ್ಧತಿಗಳು ಮತ್ತು ನ್ಯೂನತೆಗಳು ಹಿಂದಿನ ಕಾಲದಲ್ಲಿಯೂ ಇದ್ದವು. ಆದರೆ ಈಗಿನಂತೆ, ದೃಶ್ಯಮಾಧ್ಯಮ, ಮತ್ತು ಮುದ್ರಣ ಮಾಧ್ಯಮಗಳಿಂದ ಬಿತ್ತರಿಸಲ್ಪಟ್ಟು ಚರ್ಚೆಗೆ ಗುರಿಯಾಗುತ್ತಿದ್ದ ಸಂಭವಗಳು ಅತೀ ಕಡಿಮೆ ಎಂದೇ ಹೇಳಬೇಕು.

~

ಇಂಥ ಹೀನ ಪದ್ಧತಿಗಳಲ್ಲಿ ಒಂದಾದ, ಅನಾದಿಯಿಂದಲೂ ಬಂದ ಅನೈತಿಕ ಸಂಬಂಧಗಳ ವಿಚಾರಕ್ಕೆ ಬರೋಣ. ಬಹುಪಾಲು ಸಂದರ್ಭಗಳಲ್ಲಿ ಬ್ರಾಹ್ಮಣ ವರ್ಗಕ್ಕೆ ಸೇರಿದ ಪುರುಷನು ಕೆಳವರ್ಗದ ಹೆಂಗಸಿನೊಂದಿಗೆ ಅನೈತಿಕ ಸಂಬಂಧ ಹೊಂದಿದ್ದ ಸಂಗತಿಗಳೇ ಹೆಚ್ಚು ವರದಿಯಾಗಿವೆ. ಇನ್ನು ಕೆಳವರ್ಗ / ಜಾತಿಯ ಪುರುಷನೊಂದಿಗೆ ಮೇಲ್ವರ್ಗದ ಹೆಂಗಸು ಅನೈತಿಕ ಸಂಬಂಧ ಹೊಂದಿದ್ದ

ಸಂಗತಿಳು ಅಷ್ಟು ಹೆಚ್ಚಾಗಿ ಬಹಿರಂಗವಾದದ್ದು ಕಡಿಮೆ. ಇಲ್ಲಿ ಯಾವ ವರ್ಗವನ್ನೂ ನೈತಿಕವಗಿ ಮೇಲು ಅಥವಾ ಕೀಳು ಎಂದು ಚಿತ್ರಿಸುವ ಪ್ರಯತ್ನ ಮಾಡಿಲ್ಲ. ನನ್ನ ಗಮನಕ್ಕೆ ಮತ್ತು ಅರಿವಿಗೆ ಬಂದ ಸಂಗತಿಯನ್ನು ಓದುಗರೊಂದಿಗೆ ಹಂಚಿಕೊಳ್ಳುವ ಪ್ರಯತ್ನ ಮಾಡಿದ್ದೇನೆ ಅಷ್ಟೆ.

ನೈತಿಕವಾಗಿ ಅಧಃಪತನ ಹೊಂದಿದ ವ್ಯಕ್ತಿಯನ್ನೂ ಮತ್ತು ನೈತಿಕವಾಗಿ, ನಿಷ್ಠುರವಾಗಿ ತನ್ನ ವೈಯಕ್ತಿಕ ಬದುಕನ್ನು ನಿರ್ಮಲವಾಗಿರುವಂತೆ ನೋಡಿ ಕೊಂಡವರನ್ನೂ ಸಮಾಜ ಯಾವ ರೀತಿ ನಡೆಸಿಕೊಳ್ಳುತ್ತದೆ ಎಂಬ ವಿಚಾರವನ್ನು ನನ್ನ ಬದುಕಿನಲ್ಲಿ, ಚಿಕ್ಕಂದಿನಲ್ಲಿ ನಾನು ಕಂಡ ಎರಡು ಘಟನೆಗಳು, ಮುಂದೆ ನಾನು ಬೆಳೆದು ದೊಡ್ಡವನಾದಾಗ ನನ್ನ ಬದುಕನ್ನು ರೂಪಿಸಿಕೊಳ್ಳಲು ಬಹುವಾಗಿ ಪ್ರಭಾವ ಬೀರಿದವು. ಈ ಎರಡೂ ಘಟನೆಗಳಲ್ಲಿಯೂ ಪ್ರಧಾನ ಪಾತ್ರ ನನ್ನ ಅಪ್ಪನದಾಗಿತ್ತು.

ನನ್ನ ಅಪ್ಪ ಕೊಳ್ಳೇಗಾಲ ಎಂಬ ಊರಿನಲ್ಲಿ ಮಾಸ್ತರಾಗಿ ಕೆಲಸ ಮಾಡುತ್ತಿದ್ದ ಸಮಯ. ತನ್ನ ವರಮಾನಕ್ಕೆ ತಕ್ಕಂತೆ ಒಂದು ಸಣ್ಣ ಮನೆಯನ್ನು ಬಾಡಿಗೆ ಪಡೆದು ಅದರಲ್ಲಿ ಸಂಸಾರ ನಡೆಸುತ್ತಿದ್ದರು. ಆ ಚಿಕ್ಕ ಮನೆಯಲ್ಲಿಯೇ ನಮ್ಮ ಸಂಸಾರ ಸಾಗುತ್ತಿತ್ತು. ಆ ಮನೆ ಈಗಿನ ಕಾಲಕ್ಕೆ ಹೋಲಿಸಿದರೆ ಸಾಕಷ್ಟು ವಿಶಾಲವಾಗಿಯೇ ಇತ್ತು. ಅಂದಿನ ವಿನ್ಯಾಸಕ್ಕೆ ತಕ್ಕಂತೆ ಅದೂ ಒಂದು ತೊಟ್ಟಿ ಮನೆ. ಮನೆಯ ಮಧ್ಯದಲ್ಲಿ ತೊಟ್ಟಿ. ಅದರ ಸುತ್ತಲೂ ಚೌಕಾಕಾರದಲ್ಲಿದ್ದ ಹೆಂಚು ಹೊದೆಸಿದ್ದ ಸೂರು. ಇದನ್ನು ದಾಟಿಕೊಂಡು ಮುಂದೆ ಹೋದರೆ ಹಜಾರ ಅಲ್ಲಿಂದ ಸ್ವಲ್ಪ ದೂರದಲ್ಲಿಯೇ ಅಡುಗೆ ಕೋಣೆ. ಹಿತ್ತಲಬಾಗಿಲಿನಿಂದ ಹಿತ್ತಲಿಗೆ ಬಂದರೆ ಅಲ್ಲಿ ಸ್ನಾನದ ಮನೆ ಅದರಿಂದ ಸಾಕಷ್ಟು ದೂರದಲ್ಲಿ ಪಾಯಿಖಾನೆ- ಹೀಗಿತ್ತು ಅಂದಿನ ಮನೆಗಳ ವಿನ್ಯಾಸ.

ಹಜಾರದಲ್ಲಿಯೇ ಮನೆಯವರೆಲ್ಲ ಮಲಗುತ್ತಿದ್ದರು. ಈಗಿನಂತೆ ಮನೆಯ ಪ್ರತಿಯೊಬ್ಬ ಸದಸ್ಯನಿಗೂ ಪ್ರತ್ಯೇಕ ಕೋಣೆ ಅದಕ್ಕೆ ಅಟ್ಯಾಚ್ ಬಾತ್‌ರೂಂ ಎಂಬ ವ್ಯವಸ್ಥೆ ಇರಲಿಲ್ಲ. ಶ್ರೀಮಂತರ ಮನೆಗಳಲ್ಲಿ ಇದ್ದಿರಬೇಕು. ಆದರೆ ಸಾಮಾನ್ಯ ಅಂದರೆ ನನ್ನಂಥವರು ಯಾವ ಶ್ರೀಮಂತನ ಮನೆಯನ್ನೂ ಕಂಡಿರಲಿಲ್ಲ. ಅದರ ಅವಶ್ಯಕತೆ ಸಹ ನಮಗೆ ಇರಲಿಲ್ಲ. ವಾಸಿಸಲು ಇಷ್ಟೆಲ್ಲ ಸೌಲಭ್ಯಗಳು ಇರಬೇಕು, ಹೀಗೆಯೇ ವಾಸಿಸಬೇಕು ಎಂದೆಲ್ಲ ಯಾವ ಕಲ್ಪನೆಯೂ ಸಹಾ ಬಾಲ್ಯದಲ್ಲಿ ನನಗಿರಲಿಲ್ಲ. ಇಷ್ಟೆಲ್ಲಾ ಅನುಕೂಲಗಳನ್ನು ಹೊಂದಿಸಿಕೊಂಡು ಅತ್ಯಂತ ಸೌಖ್ಯದಿಂದ ದೈನಂದಿನ ಬದುಕನ್ನು ಸಾಗಿಸಬಹುದು ಎಂದು ಯೋಚಿಸಿದವರಲ್ಲ ನನ್ನಂಥವರು.

ಹಣಕಾಸಿನ ಸೌಕರ್ಯ ಇದ್ದವರೂ ಸಹ ವಾಸದ ಮನೆಗಳನ್ನು ಅಂದಿನ ಕಾಲಕ್ಕೆ ಲಭ್ಯವಿರುವ ಸೌಕರ್ಯಗಳನ್ನು ಅಳವಡಿಸಿಕೊಂಡು, ಏಕೆ ಸುಖವಾಗಿಬಾಳಲು ಪ್ರಯತ್ನಿಸಲೇ ಇಲ್ಲ ಎಂದು ಈಗ ಅನಿಸುತ್ತದೆ. ಕೆಲವು ಕನಿಷ್ಠ ಸೌಲಭ್ಯಗಳನ್ನಾದರೂ ಮಾಡಿಕೊಳ್ಳಬಹುದಾಗಿತ್ತು ಎಂದೆನಿಸುತ್ತದೆ. ಇರಲಿ ಈಗ ಅದನ್ನು ಚಿಂತಿಸಿ ಫಲವಿಲ್ಲ. ಕೊಳ್ಳೇಗಾಲಕ್ಕೆ ನಮ್ಮಪ್ಪನಿಗೆ ವರ್ಗವಾಗಿ ಮಾಸ್ತರಿಕೆ ಮಾಡಲು ಬಂದಾಗ ಮೇಲೆ ಹೇಳಿದ ಮನೆಯಲ್ಲಿದ್ದರು.

ಆ ಮನೆಯನ್ನು ನಮಗೆ ಬಾಡಿಗೆಗೆ ಕೊಟ್ಟಿದ್ದ ಮನೆ ಮಾಲೀಕ ಸಹ ಒಬ್ಬ ಮಾಸ್ತರೇ. ಅವನೂ ಸಹ ನಮ್ಮಪ್ಪ ಕೆಲಸ ಮಾಡುತ್ತಿದ್ದ ಶಾಲೆಯಲ್ಲಿಯೇ ಮಾಸ್ತರನಾಗಿದ್ದ. ಸ್ವಲ್ಪ ಅನುಕೂಲದ ಕುಳ. ಎರಡು ಮೂರು ಮನೆಯ ಮಾಲೀಕನಾದ ಅವನು ಅವುಗಳನ್ನು ಬಾಡಿಗೆಗೆ ಕೊಟ್ಟು ಆ ಬೀದಿಗೆ ಹೆಚ್ಚು ಶ್ರೀಮಂತನಾದ ಕುಳನಾಗಿದ್ದ. ಶ್ರೀಮಂತನೆಂದರೆ ಶ್ರೀಮಂತಿಕೆಯೊಂದಿಗೆ ಕೆಲವು ಚಟಗಳು ಅಂಟಿಕೊಳ್ಳುವುದು ಸಹಜ. ಇವನೂ ಸಹ ಅದಕ್ಕೆ ಹೊರತಾದವನಲ್ಲ. ಅಲ್ಲಿಯೇ ಹತ್ತಿರದ ಪರಿವಾರದ ಕೇರಿಯ ಒಬ್ಬ ಮಹಿಳೆಯೊಂದಿಗೆ ಅನೈತಿಕ ಸಂಬಂಧ ಇರಿಸಿಕೊಂಡಿದ್ದ. ಅವಳ ನಡವಳಿಕೆ ಮಿಕ್ಕವರೊಡನೆ ವರ್ತಿಸುತ್ತಿದ ರೀತಿ ಅವಳ ಪ್ರವೃತ್ತಿ ಇವೆಲ್ಲವನ್ನೂ ನೋಡಿದರೆ ಅವಳು ರಾಮಾಯಣದ ತಾಟಕಾಸುರಿಯನ್ನೇ ನೆನಪಿಗೆ ತರುವಂತಿದ್ದಳು. ಈ ವಿಷಯ ಇವನ ಮನೆಯವರಿಗೂ ತಿಳಿದಿತ್ತು. ಅಷ್ಟೇಕೆ ಆ ಊರಿಗೇ ತಿಳಿದ ವಿಷಯ ಇದಾಗಿತ್ತು. ಅವನ ಮನೆಯವರು ಈ ವಿಷಯವನ್ನು ಹೆಚ್ಚು ಮಾಡದೆ ಹೇಗೋ ಬಾಳು ಸಾಗಿಸುತ್ತಿದ್ದರು. ಮನಸ್ಸಲ್ಲಿ ಎಷ್ಟು ಸಂಕಟ, ವ್ಯಥೆ ಇದ್ದರೂ, ಹೊರಗೆ ತೋರ್ಪಡಿಸದೇ ಮೌನವಾಗಿ ಸಹಿಸಿಕೊಂಡಿದ್ದರು.

ಆ ಮಹಿಳೆಯು ಅತ್ಯಂತ ಧೃಢಕಾಯದ ಮಹಿಳೆ. ಕಪ್ಪಗೆ ಭಾರೀ ಆಕಾರದ ಹೆಂಗಸು. ಜತೆಗೆ ವಿಪರೀತವಾದ ಉದ್ಧಟತನ ಬೇರೆ. ಇಡೀ ಬೀದಿಯಲ್ಲಿ ರಾಜಾರೋಷವಾಗಿ ಓಡಾಡುತ್ತ, ಹೆಂಗಸರಿರಲಿ, ಗಂಡಸರನ್ನೂ ಸಹ ಬೆದರಿಸಿ ಗಂಡುಬೀರಿಯಂತೆ ತಿರುಗಾಡುತ್ತಿದ್ದಳು. ಅವಳ ಗಂಡುಬೀರಿತನಕ್ಕೆ ಹೆದರಿ ಅಲ್ಲಿದ್ದ ಸುತ್ತಮುತ್ತಲಿನವರಾರೂ ಅವಳ ತಂಟೆಗೆ ಬರುತ್ತಿರಲಿಲ್ಲ. ಈ ತಾಟಕಿಯು ಬೀದಿಯಲ್ಲಿ ಬಂದರೆ ಎಲ್ಲರ ಮನೆ ಬಾಗಿಲೂ ಬಂದ್. ಅವಳು ಯಾರ ಮನೆಯಲ್ಲಿ ಏನು ಕೇಳಿದರೂ ತಕ್ಷಣ ಕೊಟ್ಟುಕಳುಹಿಸಿ ಬಿಡುತ್ತಿದ್ದರು. ಅವಳೊಂದಿಗೆ ಯಾರೂ ಮಾತಿಗೆ ಇಳಿಯುತ್ತಿರಲಿಲ್ಲ. ಅಷ್ಟಲ್ಲದೇ ಅವಳು ಆ ಮಾಸ್ತರನ ಮನೆಯ ಹಿಂದೆಯೇ ಇದ್ದ ಮತ್ತೊಂದು ಮನೆಯ್ಲಲ್ಲಿಯೇ ಬಂದು ತಂಗಿದ್ದಳು. ತನ್ನ ಕೇರಿಯಲ್ಲಿದ್ದ ಅವಳ ಮನೆಯಲ್ಲಿರಲಿಲ್ಲ. ಅವಳ ಬೈಯ್ಗುಳ ಹೊಯಿಲಿಗೆ

ಮರುದನಿಕೊಡುವ ಧೈರ್ಯ ಯಾರಿಗೂ ಇರಲಿಲ್ಲ.

ನನ್ನ ಅಪ್ಪ ಈ ವಿಚಾರದ ಕಡೆ ಹೆಚ್ಚು ಗಮನ ಕೊಡದೆ ತನ್ನ ಪಾಡಿಗೆ ತನ್ನ ಕೆಲಸದಲ್ಲಿ ಮಗ್ನರಾಗಿದ್ದರು. ನಾನು ಕಂಡ ಹಾಗೆ ನನ್ನ ಅಪ್ಪನ ಗುಣ ಅಂದರೆ, ತಾನಾಗಿ ಕೆಣಕಿ ಯಾರ ತಂಟೆಗೂ ಹೋದವರಲ್ಲ. ಆದರೆ ಯಾರಾದರೂ ಕೆಣಕಿ ಕಿರಿಕಿರಿ ಮಾಡಿದರೆ ಅಂಥವರನ್ನು ಸುಮ್ಮನೇ ಬಾಯಿ ಮಾತಿನಲ್ಲೇ ಬೆದರಿಸಿಬಿಟ್ಟವರೇ ಅಲ್ಲ, ಎರಡು ಬಾರಿಸಿ ಬುದ್ಧಿ ಕಲಿಸದೇ ಬಿಡುತ್ತಿರಲಿಲ್ಲ. ಶಾಲೆಯಿಂದ ಬಂದ ಮೇಲೆ ಹಜಾರದ ಕೆಳಗೆ, ತೊಟ್ಟಿಯ ಹತ್ತಿರ ಹಾಕಿರುತ್ತಿದ್ದ ಒಂದು ಈಸಿಛೇರ್ ಮೇಲೆ ಒರಗಿ ಕುಳಿತು ಸ್ವಲ್ಪ ಹೊತ್ತು ಸುಧಾರಿಸಿಕೊಳ್ಳುವುದು ನನ್ನ ಅಪ್ಪನ ಅಭ್ಯಾಸ. ಏನಾದರೂ ಗಹನವಾಗಿ ಓದಬೇಕಾದರೂ ಈಸಿಛೇರ್ ಮೇಲೆ ಒರಗಿಕೊಂಡೇ ಓದುತ್ತಿದ್ದರು.

ಒಂದು ಭಾನುವಾರದ ದಿನ ಶಾಲೆಗೆ ರಜ ಅಂದು ಮನೆಯಲ್ಲಿ ನನ್ನ ಅಪ್ಪನದೇ ಅಡುಗೆ. ಏಕೆಂದರೆ ನನ್ನ ತಾಯಿ ಎರಡು ದಿನದ ಹಿಂದೆಯೇ ನನ್ನ ತಾತನ ಮನೆಗೆ ಹೋಗಿದ್ದರು. ಅವರು ಹಿಂದಿರುಗಿ ಬರಲು ಇನ್ನೂ ಒಂದು ವಾರಬೇಕು. ಆ ಭಾನುವಾರದ ಮಧ್ಯಾಹ್ನ ವಿಪರೀತ ಸೆಕೆ. ಸುಡು ಬೇಸಗೆ ಬೇರೆ. ಅಡುಗೆ ಕೆಲಸ ಮುಗಿಸಿ ಎಂದಿನಂತೆ ತಮ್ಮ ನೆಚ್ಚಿನ ಈಸಿ ಛೇರ್‌ನಲ್ಲಿ ಒರಗಿಕೊಂಡು ಏನನ್ನೋ ಓದುತ್ತಿದ್ದರು ನಮ್ಮಪ್ಪ. ಸೆಕೆ ಕಾಲವಾದ್ದರಿಂದ ದಟ್ಟಿಪಂಚೆಮಾತ್ರ ಉಟ್ಟಿದ್ದರೇ ವಿನಃ ಸೊಂಟದ ಮೇಲಕ್ಕಕೆ ಏನನ್ನೂ ಧರಿಸಿರಲಿಲ್ಲ. ಅಡುಗೆ ಮಾಡಿ ಹರಿಯುತ್ತಿದ್ದ ಬೆವರನ್ನೂ ಒರಸಿಕೊಳ್ಳಲು ಒಂದು ತುಂಡು ಟವಲ್ ಮಾತ್ರ ಹೆಗಲ ಮೇಲೆ ಹಾಕಿಕೊಂಡಿದ್ದರು.

ಮಟ ಮಟ ಮಧ್ಯಾಹ್ನ, ಭಾನುವಾರವದ್ದರಿಂದ ಮಕ್ಕಳು ಬೀದಿಯಲ್ಲಿ ಆಟವಾಡುತ್ತಿದ್ದವು. ಆ ವಯಸ್ಸಿಗೆ ಸಹಜವಾಗಿ ಒಬ್ಬರನ್ನೊಬ್ಬರು ಓಡಿಸಿಕೊಂಡು ಹೋಗುವುದು, ಕೈಗೆ ಸಿಗದಂತೆ ಬಚ್ಚಿಟ್ಟುಕೊಳ್ಳುವುದು ಹೀಗೆ ಹಲವಾರು ರೀತಿಯ ಚೇಷ್ಟೆ ಮತ್ತು ಪುಂಡಾಟಗಳಲ್ಲಿ ತೊಡಗಿದ್ದವು.

ನನ್ನ ಅಣ್ಣ ಸಹ ತನ್ನ ಓರಗೆಯ ಹುಡಗರೊಂದಿಗೆ ಆಟ ಆಡುತ್ತಿದ್ದ. ಆಡುತ್ತ ಆಡುತ್ತಾ ಈ ತಾಟಕಾಸುರಿಯು ಇದ್ದ ಮನೆಯ ಒಳಗೆ ನುಗ್ಗಿದ. ಯಾವುದೋ ಹುಡುಗ ಬಾರಿಸಿದ ಚೆಂಡು ಆ ಮನೆಯೊಳಕ್ಕೆ ಬಿದ್ದಿತು. ಅದನ್ನೆತ್ತಿಕೊಳ್ಳುವ ಆತುರದಲ್ಲಿ ಹುಡುಗಾಟಿಕೆಯಿಂದ ಒಳಗೆ ನುಗ್ಗಿದ. ಇದನ್ನು ಕಂಡ ತಾಟಕಿ ಚೆಂಡನ್ನು ತಾನು ಎತ್ತಿಕೊಂಡು, ಹೀನಾಮಾನವಾಗಿ ವಾಚಾಮಗೋಚರವಾಗಿ ಬಯ್ಯುತ್ತಾ, ನನ್ನ ಅಣ್ಣನನನ್ನು ಅಟ್ಟಿಸಿಕೊಂಡು ಬಂದಳು. ಇವಳಿಂದ ರಕ್ಷಣೆ ಪಡೆಯಲು ಬೇರೇನೂ ದಾರಿ ತೊರದೆ ಪಕ್ಕದಲ್ಲಿಯೇ ಇದ್ದ ನಮ್ಮ ಮನೆಗೆ

ಓಡಿಬಂದು ಓದುತ್ತಾ ಕುಳಿತಿದ್ದ ನನ್ನ ಅಪ್ಪನ ಹಿಂದೆ ನಿಂತ.

ಮಹಾ ಬಜಾರಿಯಾದ ತಾಟಕಿ ಮನೆಯಲ್ಲಿ ನನ್ನ ಅಪ್ಪ, ಅದೂ ಒಬ್ಬರು ಪಾಠ ಹೇಳುವ ಮೇಷ್ಟ್ರು ಇದ್ದಾರೆ ಅವರು ಮನೆ ಯಜಮಾನ ಎಂದೂ ನೋಡದೆ ನನ್ನ ಮನೆಯೊಳಕ್ಕೆ ನನ್ನ ಅಪ್ಪನ ಹಿಂದೆ ಅವಿತಿದ್ದ ನನ್ನಣ್ಣನನ್ನು ಹಿಡಿಯಲು ಸೀದಾ ನುಗ್ಗಿಯೇ ಬಿಟ್ಟಳು. ಇದನ್ನು ಕಂಡ ನನ್ನಪ್ಪ ಎದ್ದು ನಿಂತು, "ಏಯ್ ಏನದು, ಯಾಕೆ ನುಗ್ಗೀಯ, ನಿಲ್ಲು" ಎಂದು ಗದರಿಸಿದರು.

ಈ ರಾಕ್ಷಸಿಗೆ ಈ ರೀತಿ ಯಾರಾದರೂ ಅವಳನ್ನು ಎದುರಿಸಿ ಮಾತನಾಡಿದ್ದನ್ನು ಕಂಡಿದ್ದೇ ಇಲ್ಲ. ಅವಳ ನಿರಂಕುಶ ಪ್ರಭುತ್ವಕ್ಕೆ ಧಕ್ಕೆ ಬಂದಿದ್ದೇ ಇಲ್ಲ. ಇದೇನಿದು ಇವನಾರೋ ತನಗೆ ಎದುರಾಡುತ್ತಾನಲ್ಲ ಎಂದು ತಿಳಿದಳು. ಅದಲ್ಲದೆ ಸುಸಂಸ್ಕೃತ ರೀತಿಯಲ್ಲಿ ವ್ಯವಹರಿಸುವ ಅಭ್ಯಾಸವೇ ಅವಳಿಗಿರಲಿಲ್ಲ. ಅವಳದು ಅಪ್ಪಟ ರಾಕ್ಷಸೀ ಪ್ರವೃತ್ತಿ. ಅಂಥವಳಿಂದ ಮಾನವ ಸಹಜವಾದ ಪ್ರತಿಕ್ರಿಯೆ ಎದುರು ನೋಡುವುದು ಮುಟ್ಠಾಳತನ.

ಯಾವಾಗ ನನ್ನಪ್ಪ ಎದ್ದುನಿಂತು ನನ್ನಣ್ಣನನ್ನು ಹಿಡಿಯುವ ಪ್ರಯತ್ನವನ್ನು ತಡೆದರೋ, ತಕ್ಷಣ ಬಹಳ ಕೋಪಬಂತು ಆ ತಾಟಕಿಗೆ. ಮಿಕ್ಕ ಹೆಂಗಸರುಗಳಾಗಿದ್ದರೆ, ಸ್ತ್ರೀಸಹಜವಾಗಿ, ಮನೆಒಳಕ್ಕೆ ಗಂಡು ಬೀರಿಯಂತೆ ನುಗ್ಗುತ್ತಿರಲಿಲ್ಲ. ಹಾಗೆ ಬಂದಿದ್ದರೂ ಮನೆ ಯಜಮಾನ ಇದ್ದಾನಲ್ಲ ಎಂದು ಹಿಂಜರಿದು, ನಡೆದ ವಿಷಯವನ್ನು ತಿಳಿಸಿ ತಾನು ಯಾಕೆ ಮನೆಯೊಳಗೆ ಬಂದೆ ಎಂದು ಹೇಳುತ್ತಿದ್ದರೋ ಏನೋ. ಅಂತೂ ಈ ತಾಟಕಿ ಹಾಗೆ ಸುತರಾಂ ಯಾರೂ ನಡೆದುಕೊಳ್ಳುತ್ತಿರಲಿಲ್ಲ. ಆದರೆ ಮಾನವ ಸಹಜವಾದ ನಡವಳಿಕೆಯೇ ಇಲ್ಲದ, ಈ ಅನಾಗರೀಕ ಹೆಂಗಸಿನಿಂದ ನಯವಾದ ನಡವಳಿಕೆಯನ್ನು ಹೇಗೆ ಎದುರು ನೋಡುವುದು.

ನನ್ನಪ್ಪ ಎದ್ದುನಿಂತು ಅವಳು ಮುಂದೆ ಬರದಂತೆ ತಡೆದರೋ, ಕೋಪದಿಂದ ಆ ಹೆಂಗಸು ಏನು ಮಾಡಿದಳು ಗೊತ್ತೆ. ಸೀದ ನನ್ನಪ್ಪನ ನಡುವಿಗೆ ಕೈ ಹಾಕಿ ಅವರು ಉಟ್ಟಿದ್ದ ಧೋತರವನ್ನೇ ಸೆಳೆದು ಬಿಡಲು ಮುಂದಾಗಿ ಬಿಟ್ಟಳು. ಈ ಅನಿರೀಕ್ಷಿತ ಧಾಳಿಯಿಂದ ಸ್ವಲ್ಪ ಸಾವರಿಸಿಕೊಂಡು ಒಂದು ಕೈಯಿಂದ ನಡುವಿನಲ್ಲಿ ಉಟ್ಟಿದ್ದ ಪಂಚೆಯನ್ನು ಬಲವಾಗಿ ಹಿಡಿದು ತನ್ನ ಎಡದ ಕಾಲೆತ್ತಿ ಆ ತಾಟಕಿಯ ಎದೆಗೆ ಝಾಡಿಸಿ ಒದ್ದರು. ಗರಡಿ ಸಾಮು ಮಾಡಿ ಲಾಘವವಾದ ದೇಹಧಾರ್ಢ್ಯ ಹೊಂದಿದ್ದ ನನ್ನಪ್ಪನ ಒದೆ, ಅದೂ ಎದೆಗೆ ಬಿದ್ದ ಆ ಒದೆಯು ಎಷ್ಟು ಜೋರಾಗಿತ್ತೆಂದರೆ ಆ ರಾಕ್ಷಿಸಿ ನಿಂತ ಜಾಗದಿಂದ ಚೆಂಡಿನಂತೆ ಎಗರಿ ಮೂರು ಉರುಳು ಉರುಳಿ ತೊಟ್ಟಿಯ ಮಧ್ಯಕ್ಕೆ ಹೋಗಿ ಧೊಪ್ಪೆಂದು ಬಿದ್ದಳು. ಮಿಕ್ಕ

ಯಾರಾಗಿದ್ದರೂ ಆ ಒದೆತಕ್ಕೆ ಅಲ್ಲಿಯೇ ಪ್ರಾಣ ಬಿಡುತ್ತಿದ್ದರೋ ಏನೋ. ಆದರೆ ಈ ಹೆಂಗಸು ಸ್ವಲ್ಪ ಸಮಯ ದಲ್ಲಿಯೇ ಸಾವರಿಸಿಕೊಂಡು ಮೇಲಕ್ಕೆ ಎದ್ದು, ಸೀದ ಅಲ್ಲಿಂದ ಹೊರಟು ಹೋಯಿತು. ಆ ಊರಿನ ಎಲ್ಲರನ್ನೂ ಕಾಡುತ್ತಿದ್ದ ಆ ಮಾರಿಯ ಅಹಂಕಾರ ಅಂದು ಅಡಗಿ ಹೋಯಿತು. ರಾಮಾಯಣದಲ್ಲಿ ರಾಮನು ತಾಟಕಾಸುರಿಯೆಂಬ ರಾಕ್ಷಸಿಯ ಸಂಹಾರ ಮಾಡಿದ್ದನ್ನು ಓದಿದ್ದೇವೆ. ಈ ಸಂಭವವು ಆ ರಾಮಾಯಣದ ತಾಟಕಾಸಂಹಾರದ ನೆನಪು ತರುವಂತಿತ್ತು.

ಇವೆಲ್ಲಾ ಕಣ್ಣುಮುಚ್ಚಿ ತೆಗೆಯುವುದರೊಳಗೆ ನಡೆದು ಹೋಯಿತು. ನನ್ನ ಅಪ್ಪ ಅಂಗಿ ತೊಟ್ಟು ಸರಸರನೇ ಹೊರಕ್ಕೆ ನಡೆದರು. ಇವರೆಲ್ಲಿಗೆ ಹೋಗುತ್ತಾರೆ ಎಂದು ತಿಳಿಯದ ನಾವು ಅವರಿಂದೆಯೇ ಅವರಿಗೆ ಕಾಣದಂತೆ ಹಿಂಬಾಲಿಸಿದಾಗ ಅವರು ಹೋದದ್ದು ಆ ಊರಿನ ಪೋಲಿಸ್ ಸಬ್‌ಇನ್ಸ್‌ಪಕ್ಟರ್ ಮನೆಗೆ. ಆ ಸಬ್‌ಇನ್ಸ್‌ಪಕ್ಟರ್ ತಮಿಳ, ನನ್ನಪ್ಪ ತಮಿಳು ಚೆನ್ನಾಗಿ ಮಾತನಾಡುತ್ತಿದ್ದರು. ಅದರಿಂದ ಅವನೂ ತಮಿಳು ಭಾಷೆಯಲ್ಲಿ ಸಂಭಾಷಿಸಲು ನಮ್ಮಪ್ಪನ ಸ್ನೇಹ ಮಾಡಿದ್ದ.

ಸೀದಾ ಹೋದವರೆ ಆ ಸಬ್‌ಇನ್ಸ್‌ಪಕ್ಟರಿಗೆ ನಡೆದೆಲ್ಲವನ್ನು ತಿಳಿಸಿ ಒಂದು ಕಂಪ್ಲೇಂಟ್ ಕೊಟ್ಟರು. ಸಬ್‌ಇನ್ಸ್‌ಪಕ್ಟರ್ ಅಲ್ಲಿಯೇ ಇದ್ದ ಒಬ್ಬ ಪೇದೆಯನ್ನು ಕರೆದು ಅವಳನ್ನು ಕರೆತರುವಂತೆ ಅಪ್ಪಣೆ ಮಾಡಿದ. ಸರಿ ತಾಟಕಿಯನ್ನು ಕರೆತರಲು ಪೇದೆ ಹೊರಟ. ಸ್ವಲ್ಪ ಸಮಯದ ನಂತರ ಹಿಂದಿರುಗಿ ಬಂದ ಆ ಪೇದೆ ಆ ಹೆಂಗಸು ಅವಳ ಮನೆಯಲ್ಲಿ ಇಲ್ಲ. ಈಗ ಎಲ್ಲಿದ್ದಾಳೋ ಗೊತ್ತಿಲ್ಲ ಎಂದು ವರದಿ ಮಾಡಿದ. ಇದು ಹೀಗೇ ಆಗಬಹುದು ಎಂದು ನಿರೀಕ್ಷಿಸಿದ್ದ ನನ್ನ ಅಪ್ಪ, ಅವಳ ಪ್ರಿಯಕರ ಆ ಮಾಸ್ತರ ಅವಳನ್ನು ಅಡಗಿಸಿ ಇಟ್ಟಿರಬಹುದು ಎಂಬ ಸೂಕ್ಷ್ಮವನ್ನು ಸಬ್‌ಇನ್ಸ್‌ಪಕ್ಟರಿಗೆ ತಿಳಿಸಿದರು.

ಇದರಿಂದ ಕೋಪಗೊಂಡ ಸಬ್‌ಇನ್ಸ್‌ಪಕ್ಟರ್ ತಕ್ಷಣ "ಆ ಮಾಸ್ತರನ್ನೇ ಎಳೆದುಕೊಂಡು ಬಾ" ಎಂದು ಪೇದೆಗೆ ಅಪ್ಪಣೆ ಮಾಡಿಬಿಟ್ಟ.

ಇಷ್ಟರಲ್ಲಿ ನಾವು ತಂಗಿದ್ದ ವಠಾರ ಅದರ ಹಿಂದಿನ ಮುಂದಿನ ಬೀದಿ ಜನರಿಗೆಲ್ಲ ಈ ಘಟನೆ ತಿಳಿದು ಅಲ್ಲಲ್ಲಿ ನಿಂತು ಇದರ ಬಗ್ಗೆಯೇ ಗುಸು ಗುಸು ಮಾತನಾಡುತ್ತಿದ್ದರು. ತಾಟಕಿಯನ್ನು ಪೋಲೀಸರು ಹುಡುಕುತ್ತಿರುವುದು, ಅವಳನ್ನು ಈ ಮಾಸ್ತರು ಅಡಗಿಸಿಟ್ಟಿದ್ದು ಈ ಎಲ್ಲ ವಿಷಯ ಅವರ ಮಾತಿನ ಗ್ರಾಸವಾಗಿತ್ತು. ಆ ತಾಟಕಿಯ ಜೋರಿಗೆ ಹೆದರಿ ಸುಮ್ಮನಿದ್ದವರೆಲ್ಲ ಈಗ ಅವಳ ಗರ್ವಭಂಗವಾಗಿ ಅವಳು ಪೋಲೀಸರ ಅತಿಥಿಯಾಗುವ ಸಮಯ ಬಂದಾಗ, ಬಹಳ ನಿರಾಳವಾಗಿ ಉಸಿರಾಡುವಂತಾಯಿತು. ಎಲ್ಲಡೆಯೂ ಒಂದು ರೀತಿ

ಸಂಭ್ರಮದ ವಾತಾವರಣ. ಯಾವುದೋ ಒಂದು ಪೀಡೆ ತೊಲಗಿದಂತೆ ಎಲ್ಲರೂ ಸಡಗರದಿಂದ ಓಡಾಡುತ್ತಿದ್ದರು. ಎಲ್ಲರ ಬಾಯಲ್ಲೂ ಇದೇ ಮಾತು. ಪೋಲೀಸರು ತನ್ನನ್ನೇ ಎಳೆದುಕೊಂಡು ಹೋಗಲು ಬರುತ್ತಿದ್ದಾರೆ ಎಂದು ತಿಳಿದ ಆ ಮಾಸ್ತರು ನನ್ನಪ್ಪನ ಬಳಿಗೆ ಓಡಿ ಬಂದು ಕಾಲಿಗೆ ಬಿದ್ದು ಬೇಡಿಕೊಂಡ. ಹೇಗಾದರೂ ಮಾಡಿ ತನ್ನನ್ನು ಪೋಲೀಸರ ಬಂಧಿಸದಂತೆ ಕಾಪಾಡಬೇಕು. ಇದಕ್ಕಾಗಿ ತಾನು ಏನು ಹೇಳಿದರೂ ಮಾಡಲು ತಯಾರು ಎಂದು ಅಂಗಲಾಚತೊಡಗಿದ. ಅಷ್ಟರವರೆಗೂ ನಡೆದ ಘಟನೆಯಿಂದ ವ್ಯಗ್ರರಾಗಿದ್ದ ನನ್ನ ಅಪ್ಪ ಆಗ ಸ್ವಲ್ಪ ಶಾಂತರಾಗಿದ್ದರು. ಅದಲ್ಲದೆ ಸುತ್ತ ನೆರೆದಿದ್ದವರೂ ಸಹ ಪರಿಸ್ಥಿತಿಯನ್ನು ಹತೋಟಿಗೆ ತೆಗೆದುಕೊಂಡರು. ಆ ಮಾಸ್ತರಿಗೆ "ಇನ್ನುಮುಂದೆ ಈ ತಾಟಕಿ ಆ ವಠಾರದಲ್ಲಿರಕೂಡದು ಮತ್ತು ಅವಳು ಅಲ್ಲಿರುವ ಯಾರ ತಂಟೆಗೂ ಬರಬಾರದು." ಈ ಷರತ್ತಿಗೆ ಒಪ್ಪಿದರೆ ನನ್ನ ಅಪ್ಪನ ಮನ ಒಲಿಸಿ ಕಂಪ್ಲೇಂಟು ಹಿಂದಕ್ಕೆ ಪಡೆಯುವಂತೆ ಮಾಡುವುದಾಗಿ ತಾಕೀತು ಮಾಡಿದರು.

ಭಯದಿಂದ ದೈನ್ಯನಾಗಿದ್ದ ಆ ಕಾಮುಕ ಮಾಸ್ತರು ಎಲ್ಲಾ ಷರತ್ತಿಗೂ ಒಪ್ಪಿ ಅಂಗಲಾಚತೊಡಗಿದ. ಸರಿ ಅಲ್ಲಿದ್ದವರ ಮಾತಿಗೂ ಒಂದು ಮರ್ಯಾದೆ ಆ ಕೊಡಬೇಕಲ್ಲ ಎಂದು ನನ್ನ ಅಪ್ಪ ಆ ಮಾಸ್ತರನ್ನು ಕರೆದುಕೊಂಡು ಸಬ್‌ಇನ್ಸ್‌ಪಕ್ಟರಿನ ಹತ್ತಿರ ಹೋಗಿ ನಡೆದುದೆಲ್ಲ ಪುನಃ ಹೇಳಿ. "ಒಳ್ಳೆಯ ನಡೆತೆಗೆ ಒಂದು ಅವಕಾಶ ಕೊಡೋಣ, ಈ ವಿಷಯ ಇಲ್ಲಿಗೇ ಬಿಟ್ಟು ಬಿಡಿ" ಎಂದರು. ಆ ಸಬ್‌ಇನ್ಸ್‌ಪಕ್ಟರ್ ಈ ಮಾತಿಗೆ ಒಪ್ಪಿದ ಆದರೆ ಅದಕ್ಕೆ ಮುಂಚೆ ಮಾಸ್ತರಿಗೆ ಪೋಲೀಸು ಭಾಷೆಯಲ್ಲಿ ಒಂದು ಸಹಸ್ರನಾಮಾರ್ಚನೆ ಮಾಡಿ ನಂತರ ಬಿಟ್ಟ.

ಅನೀತಿ ಎಷ್ಟೇ ವಿಜೃಂಭಿಸಿದರೂ ಕಡೆಗೆ ಅದು ಅಂತ್ಯವಾಗಲೇಬೇಕು. ಅನಿವಾರ್ಯಕಾರಣಗಳಿಂದ ಜನರು ಸಹಿಸಬಹುದು ಸುಮ್ಮನಿರಬಹುದು. ಆದರೆ ಅದರ ವಿರುದ್ಧ ಅವರ ಮನಸ್ಸಿನಲ್ಲಿ ವಿರೋಧ ಇದ್ದೇ ಇರುತ್ತದೆ. ಅದು ಗುಪ್ತಗಾಮಿನಿಯಾಗಿ ಜನರ ಮನಸ್ಸಿನಲ್ಲಿ ಹರಿಯುತ್ತಲೇ ಇರುತ್ತದೆ. ಪ್ರಕಟಗೊಳ್ಳಲು ಒಂದು ಪ್ರಚೋದನೆ ಬೇಕು ಅಷ್ಟೆ. ಅಂದು ನನ್ನ ಅಪ್ಪ ನೈತಿಕವಾಗಿ ಎಷ್ಟು ಎತ್ತರದಲ್ಲಿದ್ದರು ಅವರನ್ನು ಸುತ್ತ ಇದ್ದವರು ಎಷ್ಟು ಮರ್ಯಾದೆಯಿಂದ ಕಾಣುತ್ತಿದ್ದರು ಎಂಬುದೆಲ್ಲವನ್ನೂ ನೆನಸಿಕೊಂಡರೆ ನನ್ನಪ್ಪನ ಬಗ್ಗೆ ಇರುವ ಗೌರವ ನನ್ನ ಮನಸ್ಸಿನಲ್ಲಿ ಇಮ್ಮಡಿಯಾಗುತ್ತದೆ. ಸಾತ್ವಿಕತೆ ಮತ್ತು ರಾಕ್ಷಸೀ ಪ್ರವೃತ್ತಿಯ ನಡುವೆ ನಡೆದ ಈ ಹೋರಾಟದಲ್ಲಿ ಸಾತ್ವಿಕವು ಜಯಿಸಿದ್ದನ್ನು ನಾನು ಈಗ ನೆನಪಿಸಿಕೊಂಡು ಹೆಮ್ಮೆ ಪಡುತ್ತೇನೆ.

ನನ್ನೂರಿನ ಹತ್ತಿರದಲ್ಲಿ ಮತ್ತೊಂದು ಹಳ್ಳಿ ಇತ್ತು. ಆ ಹಳ್ಳಿಯ ಹೆಸರಿನ ಪ್ರಸ್ತಾಪ ಇಲ್ಲಿ ಬೇಡ. ಹಳ್ಳಿಯ ಶಾನುಭೋಗನ ಅವಾಂತರದ ಕಥೆ ಇಲ್ಲಿದೆ. ಎಂದಿನಂತೆ ಇದೂ ಸಹ ಒಂದು ಅನೈತಿಕ ಸಂಬಂಧದ ಕತೆಯೇ. ಈ ಶಾನುಭೋಗ ಆ ಪ್ರದೇಶದಲ್ಲಿ ಹೆಚ್ಚು ಶ್ರೀಮಂತ. ತೋಟತುಡಿಕೆ ಮನೆ ಎಲ್ಲ ಇತ್ತು ಇವನಿಗೆ. ಅದರಿಂದ ಆ ಪ್ರದೇಶದ ಹೆಚ್ಚು ಪ್ರಭಾವಶಾಲೀ ಮನುಷ್ಯರಲ್ಲಿ ಒಬ್ಬನಾಗಿದ್ದ. ಈ ಕಾರಣಗಳಿಂದಾಗಿ ಇವನ ಪ್ರತಾಪ ಸ್ವಲ್ಪ ಹೆಚ್ಚಾಗಿತ್ತು. ಅಮಾಯಕರನ್ನು ಗೋಳು ಹುಯ್ದುಕೊಳ್ಳುತ್ತಿದ್ದ ಮತ್ತು ಸ್ವಲ್ಪ ಮೆತ್ತನೆಯ ವ್ಯಕ್ತಿಗಳ ಮೇಲೆ ಬಹಳ ದರ್ಬಾರು ಮಾಡುತ್ತಿದ್ದ. ಇವನ ಬಗ್ಗೆ ಅನೇಕರಿಗೆ ಒಳಗೊಳಗೇ ಅಸಮಾಧಾನ ಇದ್ದರೂ ಮೇಲೆ ತೋರ್ಪಡಿಸಿಕೊಳ್ಳಲಾಗದೇ ಒದ್ದಾಡುತ್ತಿದ್ದರು. ಈ ಜೋರಿನ ಮನುಷ್ಯ ಇಷ್ಟಕ್ಕೆ ಸುಮ್ಮನಿರಲಿಲ್ಲ. ನಮ್ಮೂರಿನ ಒಂದು ಕೇರಿಯ ಮಹಿಳೆಯೊಂದಿಗೆ ಅನೈತಿಕ ಸಂಬಂಧ ಸಹ ಹೊಂದಿದ್ದ. ಇದು ಎಲ್ಲರಿಗೂ ತಿಳಿದಿದ್ದರೂ ಅಂದಿನ ಸಮಾಜದ ವ್ಯವಸ್ಥೆಯಂತೆ ಅದನ್ನು ಒಪ್ಪಿಕೊಂಡು ಸುಮ್ಮನಿದ್ದರು. ಇವನ ವರ್ತನೆ ಇವರಿಗೆ ಸರಿಬೀಳದಿದ್ದರೂ ಅವನ ಶಾನುಭೋಗಿಕೆ ಮತ್ತು ಶ್ರೀಮಂತಿಕೆಯ ದರ್ಪಕ್ಕೆ ಹೆದರಿ ಸಹಿಸಿಕೊಳ್ಳುತ್ತಿದ್ದರು.

ಈ ವ್ಯಕ್ತಿ ಒಂದು ಸಲ ನನ್ನ ಅಪ್ಪನೊಂದಿಗೆ ಜಗಳ ತಗಾದೆ ತೆಗೆದು ಸಾಕಷ್ಟು ಘರ್ಷಣೆ ಉಂಟುಮಾಡಿದ್ದ. ಆದರೆ ನನ್ನ ಅಪ್ಪನಿಗೆ ಇದ್ದ ನೈತಿಕ ಬಲ ಇವನಿಗಿರಲಿಲ್ಲ. ಆದ್ದರಿಂದ ಹೆಚ್ಚು ಗಲಾಟೆ ಮಾಡಿ ಪರಿಸ್ಥಿತಿ ವಿಕೋಪಕ್ಕೆ ಹೋದರೆ, ನನ್ನ ಅಪ್ಪನಿಂದ ಹೊಡೆತ ತಿನ್ನಬೇಕಾಗುತ್ತದೆ ಎಂದು ಅವನಿಗೂ ತಿಳಿದಿತ್ತು. ಒಟ್ಟಿನಲ್ಲಿ ಎಲ್ಲರೊಂದಿಗೂ ಸಾಮರಸ್ಯದಿಂದ ವರ್ತಿಸುವ ಬುದ್ಧಿ ಇವನಿಗೆ ಇರಲೇ ಇಲ್ಲ.

ನನ್ನೂರಿನಿಂದ ಸುಮಾರು 8 ಮೈಲು ದೂರದ ಕಾಡಂಚಿನ ಊರಿನ ಹತ್ತಿರ ಸ್ವಲ್ಪ ಜಮೀನು ಖರೀದಿಸಿ ಸಾಗುವಳಿ ಮಾಡಲು ಆ ಜಮೀನನ್ನು ಸಿದ್ಧಪಡಿಸುತ್ತಿದ್ದರು. ನನ್ನ ಅಪ್ಪ. ಈ ಕೆಲಸಕ್ಕಾಗಿ ದಿನಾ ಬೆಳಿಗ್ಗೆ ಸೈಕಲ್ಲಿನ ಮೇಲೆ ಆ ಜಮೀನಿಗೆ ಹೋಗುತ್ತಿದ್ದರು. ಈ ಶಾನುಭೋಗನ ಊರಿನಿಂದ ನನ್ನ ಅಪ್ಪ ಹೋಗುತ್ತಿದ್ದ ಜಮೀನಿನ ಮುಖ್ಯ ರಸ್ತೆಗೆ ಒಂದು ಕಾಲುದಾರಿ ಬಂದು ಸೇರುತ್ತಿತ್ತು. ಹಳ್ಳಿಯಿಂದ ಬೇರೆಲ್ಲಿಗೆ ಹೋಗಬೇಕಾದರೂ ಆ ಕಾಲುದಾರಿಯ ಮೂಲಕವೇ ಬಂದು ಮುಖ್ಯ ರಸ್ತೆಯನ್ನು ಸೇರಿಕೊಳ್ಳಬೇಕು. ಅಲ್ಲಿಂದ ಮುಂದಿನ ದಾರಿ. ಆ ದಾರಿ ಬಂದು ಮುಖ್ಯರಸ್ತೆಗೆ ಸೇರುವ ಜಾಗದಲ್ಲಿ ಒಂದು ಭಾರಿ ಆಲದಮರ ಅದರ ಕೆಳಗೆ ಜನರು ಕೂರಲು, ವಿಶ್ರಮಿಸಿಕೊಳ್ಳಲು ಒಂದೆರಡು ಕಲ್ಲಿನ ಆಸನಗಳಿದ್ದವು. ಕೆಲಸವಿಲ್ಲದೆ ಹಳ್ಳಿಗರು ಅದರ ಮೇಲೆ ಕುಳಿತು ಬೀಡಿಸೇದುತ್ತ ಹರಟೆ

ಹೊಡೆಯುತ್ತಿದ್ದ ದೃಶ್ಯ ಸಾಮಾನ್ಯವಾಗಿ ಕಾಣಿಸುತ್ತಿತ್ತು. ದಿನಾಲು ನನ್ನ ಅಪ್ಪ ಆ ದಾರಿಯಲ್ಲಿಯೇ ಸೈಕಲ್ ತುಳಿದುಕೊಂಡು ಜಮೀನಿಗೆ ಹೋಗುತ್ತಿದ್ದರು. ಒಂದು ದಿನ ಹೀಗೆ ಯಥಾಪ್ರಕಾರ ಸೈಕಲ್ಲಿನಲ್ಲಿ ನನ್ನ ಅಪ್ಪ ಎಂದಿನಂತೆ ಜಮೀನಿಗೆ ಹೊರಟರು. ಶಾನುಭೋಗನ ಊರಿನ ದಾರಿ ಬಂದು ಸೇರುವ ಜಾಗಕ್ಕೆ ಬಂದಿದ್ದಾರೆ. ಅಲ್ಲಿಂದ ಮುಂದೆ ಸುಮಾರು ದೂರ ರಸ್ತೆ ಬೋರೆಯಾಗಿ ಸೈಕಲ್ ತುಳಿಯಲು ಸ್ವಲ್ಪ ಶ್ರಮವಾಗುತ್ತಿತ್ತು. ಆದ್ದರಿಂದ ಸಾಮಾನ್ಯವಾಗಿ ಎಲ್ಲರೂ ಅಲ್ಲಿ ಸೈಕಲ್‌ನಿಂದ ಇಳಿದು ಬೋರೆ ಮುಗಿಯುವವರೆಗೂ ಸೈಕಲ್ ತಳ್ಳಿಕೊಂಡು ಹೋಗಿ, ಮುಂದೆ ಬರುವ ಇಳಿಜಾರಿನಲ್ಲಿ ಮುಂದಕ್ಕೆ ಹೋಗುತ್ತಿದ್ದರು. ಇದರಿಂದ ಶ್ರಮವೂ ಕಡಿಮೆ ಆಗಿ ದೇಹದ ಶಕ್ತಿಯ ವ್ಯಯವೂ ಆಗುತ್ತಿರಲಿಲ್ಲ.

ನನ್ನ ಅಪ್ಪ ಸಹ ಈ ಪದ್ಧತಿಯನ್ನೇ ಅನುಸರಿಸುತ್ತಿದ್ದರು. ಆ ದಿವಸ ಈ ಕಾಲುದಾರಿಯು ಬಂದು ಸೇರುವ ಜಾಗದಲ್ಲಿ ಎಂದಿನಂತೆ ಸೈಕಲ್‌ನಿಂದ ಇಳಿದು ನಿಧಾನವಾಗಿ ಸೈಕಲ್ ತಳ್ಳಿಕೊಂಡು ಮುಂದೆ ಹೋಗುತ್ತಿದ್ದಾರೆ. ಆಗ ದೀಢೀರನೆ ಎಲ್ಲಿಂದಲೋ, "ಸ್ವಾಮಿ ಅಯ್ಯಂಗಾರ್‍ರೇ, ನಿಲ್ಲಿ ನಿಲ್ಲಿ" ಎಂಬ ಒಂದು ಆರ್ತಧ್ವನಿ ಕೇಳಿಸಿತು. ಇದೇನಪ್ಪ ಈ ಜಾಗದಲ್ಲಿ ನನ್ನನ್ನು ಯಾರು ಕರೆಯುತ್ತಿದ್ದಾರೆ ಎಂದು ತಿಳಿಯದೇ ನಡೆಯುತ್ತಿದ್ದ ನನ್ನ ಅಪ್ಪ ಅಲ್ಲಿಯೇ ನಿಂತರು. ನಿಂತವರೇ ಧ್ವನಿ ಎಲ್ಲಿಂದ ಬಂತು ಎಂದು ತಿಳಿಯಲು ಸುತ್ತಲೂ ತಮ್ಮ ದೃಷ್ಟಿ ಬೀರಿದರು. ಆಗ ಶಾನುಭೋಗನು ತನ್ನೂರಿನ ಕಾಲುದಾರಿಯಲ್ಲಿ ಸತ್ತೆನೋ ಕೆಟ್ಟೆನೋ ಎಂಬಂತೆ ಓಡಿ ಬರುತ್ತಿರುವುದು ಕಾಣಿಸಿತು. ಸರಿ ಇದೇನು ಗ್ರಹಚಾರ, ಇವನ್ಯಾಕೆ ಹೀಗೆ ಭಯದಿಂದ ಓಡಿಬರುತ್ತಿದ್ದಾನೆ. ಏನ್ ಬಂತೋ ಇವನಿಗೆ ಎಂದು ಅವನು ಮುಖ್ಯರಸ್ತೆಗೆ ಬಂದು ಸೇರುವವರೆಗೂ ನಿಂತಲ್ಲಿಯೇ ನಿಂತು ಅವನು ಬರಲಿ ಎಂದು ಕಾದರು.

ಅವನು ಬಂದವನೇ ನನ್ನ ಅಪ್ಪನ ಕಾಲಿಗೆ ಬಿದ್ದು, "ಅಯ್ಯಂಗಾರ್‍ರೇ ಕಾಪಾಡಿ ಕಾಪಾಡಿ" ಎಂದು ಅಂಗಲಾಚುತ್ತಿದ್ದಾನೆ. ವಿಷಯ ಏನೆಂದು ತಿಳಿಯದ ನನ್ನ ಅಪ್ಪ "ಏಳಿ ಶಾನುಭೋಗರೇ ಇದೇನಿದು ವಿಪರೀತ. ಏನಾಯ್ತು? ಯಾಕೆ ಗಾಬರಿಯಾಗಿದ್ದೀರಿ?" ಎಂದರು.

"ಅಯ್ಯೋ ಅಯ್ಯಂಗಾರ್‍ರೆ ನೋಡಿ ಅಲ್ಲಿ" ಎಂದು ತನ್ನೂರಿನ ದಾರಿಯ ಕಡೆ ತೋರಿಸಿದ. ಆ ಕಡೆ ನೋಡಿದರೆ ಇವನ ಪ್ರಿಯಕರಿ, ಇವನನ್ನು ಊರಿನಿಂದ ಓಡಿಸಿಕೊಂಡು ಬಂದದ್ದು ತಿಳಿಯಿತು. ಓಡಿಬರುತ್ತಿದ್ದ ಅವಳು, ಶಾನುಭೋಗ ನನ್ನಪ್ಪನ ಜತೆಗೆ ಇದ್ದದ್ದನ್ನು ಕಂಡು ಮುಂದೆ ಬರದೆ ಆ ದಾರಿಯಲ್ಲಿಯೇ ಮರೆಯಾಗಿಬಿಟ್ಟಳು. ಆ ಊರಿನಲ್ಲಿ ಯಾರೇ ಆಗಲಿ ನನ್ನ ಅಪ್ಪನ ಮುಂದೆ

ಉದ್ಧಟತನದಿಂದ ವರ್ತಿಸುತ್ತಿರಲಿಲ್ಲ. ಹಾಗಿತ್ತು ನನ್ನಪ್ಪನ ವರ್ಚಸ್ಸು ಮತ್ತು ಅವರ ನಡೆನುಡಿ ಎಲ್ಲ. ನೇರ ನುಡಿ, ಸಚ್ಚಾರಿತ್ರ್ಯ, ನ್ಯಾಯಪರತೆ ಇವೆಲ್ಲ ಸದ್ಗುಣಗಳಿಂದ ವರ್ತಿಸುತ್ತಿದ್ದ ನನ್ನಪ್ಪನ ಮುಂದೆ ಈ ರೀತಿಯಾದ ಹೀನವರ್ತನೆಗೆ ಆಸ್ಪದವಿರಲಿಲ್ಲ. ಈ ಶಾನುಭೋಗನನ್ನು ಅವನ ಊರಿನಿಂದಲೇ ಅಟ್ಟಿಸಿಕೊಂಡು ಬರುತ್ತಿದ್ದಳು ಅವಳು. ಇವನು ಮುಖ್ಯದಾರಿಯಲ್ಲಿ ತಪ್ಪಿಸಿಕೊಳ್ಳದಂತೆ ಅವಳ ಇಬ್ಬರು ತಮ್ಮಂದಿರು ದಾರಿಸೇರುವ ಜಾಗದಲ್ಲಿ ಇವನಿಗಾಗಿ ಕಾಯುತ್ತಿದ್ದರು. ಈ ಸಮಯಕ್ಕೆ ಸರಿಯಾಗಿ ಅಲ್ಲಿ ಸೈಕಲ್ ತಳ್ಳಿಕೊಂಡು ಬರುತ್ತಿದ್ದ ನನ್ನಪ್ಪನನ್ನು ಕಂಡು ಶಾನುಭೋಗ ಅವರಿಗೆ ಶರಣಾದ. ನನ್ನ ಅಪ್ಪ ಅಲ್ಲಿಯೇ ನಿಂತಿದ್ದು ಕಂಡ ಅವರು ನನ್ನಪ್ಪನ ಎದುರಿಗೆ ಬರಲಾಗದೇ ಇದ್ದಲ್ಲಿಂದ ಜಾಗ ಖಾಲಿ ಮಾಡಿ ಹೊರಟು ಹೋದರು. ಶಾನುಭೋಗನ ಈ ಅವಸ್ಥೆ ಕಂಡು ಕನಿಕರ ಪಟ್ಟ ನನ್ನ ಅಪ್ಪ ಅವನಿಗೆ ತಾನು ಜಮೀನಿಗೆ ತೆಗೆದುಕೊಂಡು ಹೋಗುತ್ತಿದ್ದ ತಂಬಿಗೆಯಿಂದ ಕುಡಿಯಲು ನೀರು ಕೊಟ್ಟು ಅಲ್ಲಿಯೇ ಇದ್ದ ಕಲ್ಲಿನ ಹಾಸಿನ ಮೇಲೆ ಕುಳ್ಳಿರಿಸಿ ಶೈತ್ಯೋಪಚಾರ ಮಾಡಿದರು.

ನಂತರ ಸಾವಕಾಶವಾಗಿ “ಇದೇನು ನಿನ್ನ ಅವಸ್ಥೆ” ಎಂದು ಕೇಳಿದಾಗ ಅವನುಹೇಳಿದ್ದು. ತನ್ನ ಪ್ರಿಯಕರಿಗೆ ಕೇಳಿದಾಗಲೆಲ್ಲಾ ಸಾಕಷ್ಟು ಹಣ ಕೊಡುತ್ತಿದ್ದೆ. ಆದರೆ ಕೆಲದಿನದಿಂದ ಅವಳು ತನಗೆ 5 ಎಕರೆ ಜಮೀನು ಬರೆದುಕೊಡುವಂತೆ ಪೀಡಿಸುತ್ತಿದ್ದಳು. ಕೊಡಲು ಇಷ್ಟವಿಲ್ಲದ ಇವನು ಏನೋನೋ ಕಾರಣಗಳನ್ನು ಹೇಳಿ ಮುಂದೂಡಿಕೊಂಡು ಬರುತ್ತಲೇ ಇದ್ದ. ಆದರೆ ಇಂದು ಇವನ ಊರಿಗೆ ಹೋಗಿ ತನ್ನ ಬೇಡಿಕೆಯನ್ನು ಮುಂದುವರೆಸಿದ್ದಾಳೆ. ಎಂದಿನಂತೆ ಇವನು ಸಬೂಬು ಹೇಳಿದ್ದಾನೆ. ಏನಾದರಾಗಲೀ ಇಂದು ಒಂದು ತೀರ್ಮಾನ ಮಾಡಿಯೇ ಬಿಡಬೇಕೆಂದು ಇವನನ್ನು ಪೀಡಿಸಿದ್ದಾಳೆ. ಆಗ ಅಲ್ಲಿಂದ ಹೇಗಾದರೂ ಮಾಡಿ ತಪ್ಪಿಸಿಕೊಳ್ಳುವ ಪ್ರಯತ್ನ ಮಾಡಿದಾಗ ಅವಳು ಇವನನ್ನು ಓಡಿಸಿಕೊಂಡು ಬಂದಿದ್ದಾಳೆ. ಇಷ್ಟು ಅಂದು ನಡೆದ ರಾದ್ಧಾಂತದ ವಿವರ.

ಇದನ್ನು ಕೇಳಿದ ನನ್ನಪ್ಪ ಆ ಶಾನುಭೋಗನಿಗೆ, ಸರಿಯಾಗಿ ಬುದ್ಧಿ ಹೇಳಿ, ಅನೈತಿಕ ನಡವಳಿಕೆಯಿಂದಾಗುವ ಪರಿಣಾಮ, ಅದರಿಂದಾಗುವ ಮಾನನಷ್ಟ, ಜನರ ಮುಂದೆ ಕೇವಲವಾಗಿ ಅವಮಾನಿತವಾಗಬೇಕಾಗುವ ಅವಸ್ಥೆ ಎಲ್ಲ ತಿಳಿಯಿತೇ ಎಂದು ಹೇಳಿ. ಅವನನ್ನು ಮನೆಗೆ ಕರೆತಂದರು. ಬೆಳಿಗ್ಗೆ ಜಮೀನಿಗೆ ಹೋದರೆ ಮತ್ತೆ ನನ್ನಪ್ಪ ಸಂಜೆಗೇ ಬರುವುದು ವಾಡಿಕೆ. ಶಾಲೆಯಿಂದ ಬಂದ ನಾನು ನನ್ನಪ್ಪ ಜಗುಲಿಯ ಮೇಲೆ ಕುಳಿತದ್ದನ್ನು ಕಂಡು ಒಳಗೆ ಅಮ್ಮನ ಬಳಿಗೆ ಹೋಗಿ “ಇದೇನು ಅಪ್ಪ ಜಮೀನಿಗೆ ಹೋಗದೆ ಇಲ್ಲಿಯೇ ಇದ್ದಾರಲ್ಲ” ಎಂದು

ಕೇಳಿದಾಗ. "ಅದೇನೋಪ್ಪ ಒಂದೂ ತಿಳಿಯದೂ ತಡಿ ಈಗಲೇ ಅಧೀಕಪ್ರಸಂಗಿಯಂತೆ ಹೋಗಿ ಕೇಳಿಬಿಡಬೇಡ, ಹೊಡೆತ ತಿನ್ನುತ್ತೀಯ, ಸಂಜೆಯ ವೇಳೆಗೆ ಎಲ್ಲ ತಿಳಿಯುತ್ತೆ" ಎಂದರು. ಇದನ್ನು ಕೇಳಿದ ನಾನು ನನ್ನ ಕುತೂಹಲಕ್ಕೆ ಕಾರಣ ತಿಳಿಯುವ ವಿಚಾರವನ್ನು ಸಂಜೆಯವರೆಗೂ ಮುಂದೂಡಬೇಕಾದ ನಿರ್ಬಂಧಕ್ಕೆ ಸಿಲುಕಿದೆ.

ನನ್ನಪ್ಪ ಮಧ್ಯಾಹ್ನ ಶಾನುಭೋಗನಿಗೆ ಮನೆಯ್ಲಲಿಯೇ ಊಟ ಮಾಡಿಸಿ ಸೂರ್ಯಮುಳುಗುವುದರ ಒಳಗೆ ಅವನ ಊರಿಗೆ ತಲುಪಿಸಿದರು.

ನಂತರ ಸಾವಕಾಶವಾಗಿ ಈ ಘಟನೆಯ ವಿವರಣೆಯನ್ನು ನನ್ನ ತಾಯಿಗೆ ಅವರು ತಿಳಿಸಿದ್ದನ್ನು ನಾನು ಕೇಳಿಸಿಕೊಂಡೆ. ಆದರೂ ಆ ಚಿಕ್ಕ ವಯಸ್ಸಿನಲ್ಲಿ ಈ ನೀತಿ ಅನೀತಿಯ ಬಗ್ಗೆ ಅರಿವಿರದ ಕಾರಣ ಏನೋ ಯಾರೋ ಒಂದು ಹೆಂಗಸು ಶಾನುಭೋಗನನ್ನು ಓಡಿಸಿಕೊಂಡು ಹೋದಳು ಅವನನ್ನು ನನ್ನಪ್ಪ ಕಾಪಾಡಿದರು ಎಂದಷ್ಟೇ ಅರ್ಥಮಾಡಿಕೊಂಡೆ.

ಆ ಘಟನೆಯ ಹಿಂದೆ ಅಡಗಿದ್ದ ನೀತಿಯ ಪಾಠ ನಾನು ಬೆಳೆದು ಪ್ರಬುದ್ಧನಾದ ಮೇಲೆ, ನನ್ನ ಮನಃಪಟಲದ ಮೇಲೆ ಅನಾವರಣಗೊಂಡಿತು. ಇದೇ ಆ ಮಲ್ಲಿನಾಥನ ಪುರಾಣ.

8

ಅಭಿನವ ರಾಮಾನುಜ

ನನ್ನ ತಂದೆಯ ವೇಷಭೂಷಣಗಳೆಲ್ಲ ತೀರ ಸಂಪ್ರದಾಯಸ್ಥರ ರೀತಿಯಲ್ಲಿತ್ತು. ಆದರೆ ಈಗಾಗಲೇ ತಿಳಿಸಿದಂತೆ ಅವರ ನಡೆ ನುಡಿ ಯೋಚನಾಲಹರಿ ಎಲ್ಲ ಬಹಳ ಕ್ರಾಂತಿಕಾರಿಯಾಗಿದ್ದವು.

ಶ್ರೀ ವೈಷ್ಣವ ಮತವನ್ನು ನೆಲೆಗೊಳಿಸಿ ಅದಕ್ಕೆ ಒಂದು ಸಾಮಾಜಿಕ ನಿಷ್ಠೆಯನ್ನು ನೀಡಿ ಪ್ರವೃದ್ಧಮಾನಕ್ಕೆ ತಂದದ್ದು ಶ್ರೀ ರಾಮಾನುಜಾಚಾರ್ಯರು. ಆಚಾರ್ಯತ್ರಯರಲ್ಲಿ ಮಧ್ಯದವರಾದ ರಾಮಾನುಜರ ಸಾಮಾಜಿಕ ಕಾಳಜಿ, ಅವರು ತೆಗೆದುಕೊಂಡ ನಿಲುವುಗಳಿಂದ ನಮಗೆ ಸ್ಪಷ್ಟವಾಗುತ್ತವೆ. ತಮ್ಮ ಗುರುಗಳು ತಮಗೆ ಬೋಧಿಸಿದ ತಿರುಮಂತ್ರವನ್ನು ಅತ್ಯಂತ ರಹಸ್ಯವಾಗಿ ಕಾಪಾಡಿಕೊಳ್ಳಬೇಕು ಮತ್ತು ಬೇರಾರಿಗೂ ಹೇಳಬಾರದು ಎಂದು ಗುರುವಿನ ಅಪ್ಪಣೆ ಇದ್ದರೂ ಲೆಕ್ಕಿಸದೆ ದೇವಸ್ಥಾನದ ಗೋಪುರದ ಮೇಲೇರಿ ನಿಂತು ಎಲ್ಲರಿಗೂ ತಿಳಿಯಲಿ ಎಂದು ಗಟ್ಟಿಯಾಗಿ ಕೂಗಿ ಹೇಳಿದರಂತೆ.

ಹಾಗೆಯೇ ಕರ್ನಾಟಕದ ಮೇಲುಕೋಟೆಯಲ್ಲಿ ಅವರು 12 ವರ್ಷಗಳ ಕಾಲ ತಂಗಿದ್ದರು. ಆ ಸಮಯದಲ್ಲಿ ಮೇಲುಕೋಟೆಯ ಚಲುವನಾರಾಯಣಸ್ವಾಮಿಯ ದೇವಸ್ಥಾನಕ್ಕೆ ದಲಿತರಿಗೆ ಪ್ರವೇಶ ದೊರಕುವಂತೆ ಮಾಡಿದರು. ಸಾವಿರ ವರ್ಷಗಳ ಹಿಂದೆಯೇ ಇಂಥ ಪಥ ನಿರ್ಮಾಣ ಮಾಡಿ. ಸಾಮಾಜಿಕ ಕ್ರಾಂತಿಯನ್ನು ಪ್ರಾರಂಭಿಸಿದರವರು ಆಚಾರ್ಯ ರಾಮಾನುಜರು. ಅವರು ದೀನ ಕುಲ ದಿನಮಣಿಯಾಗಿ, ದಲಿತಜನ ಮಂದಾರನಾಗಿ ಪ್ರಸಿದ್ಧಿ ಪಡೆದರು. ಸಮಾಜದಲ್ಲಿ ಎಲ್ಲರೂ ಒಂದೇ, ಕರುಣಾಮಯನಾದ ಭಗವಂತನ ಕೃಪೆ ಎಲ್ಲರಿಗೂ ಒಂದೇ ಎಂದು ಧೃಢವಾಗಿ ನಂಬಿ ಅದರಂತೆ ನಡೆದ ಮಹಾಮಹಿಮ ಶ್ರೀರಾಮಾನುಜ.

ಇಷ್ಟೆಲ್ಲಾ ರಾಮಾನುಜರ ಮಹಿಮೆಯನ್ನು ಏತಕ್ಕೆ ಬರೆಯಬೇಕಾಯಿತೆಂದರೆ ನನ್ನ ಅಪ್ಪ ಶ್ರೀ ವೈಷ್ಣ ಸಂಪ್ರದಾಯದವರಾಗಿ ಆಚಾರ್ಯ ರಾಮಾನುಜರ ಪರಂಪರೆಯಲ್ಲಿ ಬಂದವರು. ಅವರು ತನ್ನ ಸಂಪ್ರದಾಯದಲ್ಲಿ ಜಾತಿ ವ್ಯವಸ್ಥೆಗೆ ಜಾಗವಿಲ್ಲ ಎಂಬ ರಾಮಾನುಜರ ತತ್ವವನ್ನು ಅಕ್ಷರಶಃ ಪಾಲಿಸಿದವರು.

ಇದಕ್ಕೆ ಒಂದು ನಿದರ್ಶನವಾಗಿ ನನ್ನ ಕಣ್ಣುಮುಂದೆ ನಡೆದ ಒಂದು ಘಟನೆಯ ವಿವರ ಇಲ್ಲಿದೆ. ನನ್ನೂರಿಂದ ಒಂದೆರಡು ಕಿ.ಮೀ ದೂರದಲ್ಲಿ ಒಂದು ವೆಂಕಟರಮಣಸ್ವಾಮಿ ದೇವಸ್ಥಾನ ಇದೆ. ನಾನು ಪ್ರಾಥಮಿಕ ಶಾಲೆಯಲ್ಲಿ ಓದುತ್ತಿದ್ದಾಗ ಆ ದೇವಸ್ಥಾನಕ್ಕೆ ಪೂಜೆಯ ವ್ಯವಸ್ಥೆ ಇಲ್ಲದೆ ಮುಚ್ಚಿಹೋಗಿತ್ತು. ಕೆಲವು ದನಗಾಹಿಗಳು ಆ ದೇವಸ್ಥಾನ ಮುಂದೆ ಇದ್ದ ಜಗುಲಿಯ ಮೇಲೆ ಮಧ್ಯಾಹ್ನದ ವೇಳೆ ಬಿಸಿಲಿನ ಝಳದಿಂದ ತಪ್ಪಿಸಿಕೊಳ್ಳಲು ಮಲಗಿ ನಿದ್ರಿಸುತ್ತಿದ್ದರು. ಇಷ್ಟನ್ನು ಬಿಟ್ಟರೆ ಅಲ್ಲಿಗೆ ಯಾರೂ ಹೋಗುತ್ತಿರಲಿಲ್ಲ.

ನನ್ನ ಅಪ್ಪ ಮತ್ತು ಊರಿನ ಇತರ ಪ್ರಮುಖರು ಸೇರಿಕೊಂಡು ಪೂಜೆ ಇಲ್ಲದೆ ಮುಚ್ಚಿಹೋಗಿದ್ದ ಆ ದೇವಸ್ಥಾನದ ಪುನರುದ್ಧಾರದ ಕೆಲಸ ಪ್ರಾರಂಭಿಸಿದರು. ಅದಕ್ಕಾಗಿ ಒಂದು ಕಮಿಟಿ ರಚನೆ ಮಾಡಿ ಅದಕ್ಕೆ ಆ ಸುತ್ತಲಿನ ಎಲ್ಲಾ ಗ್ರಾಮದ, ಎಲ್ಲಾ ವರ್ಗಗಳ ಮುಖ್ಯಸ್ಥರನ್ನು ಮೆಂಬರುಗಳನ್ನಾಗಿ ಮಾಡಿದರು. ಚಂದಾ ವಸೂಲಿ ಮಾಡಲಾಯಿತು. ಎಲ್ಲರಿಗಿಂತ ಮುಂದಾಗಿ ನನ್ನ ಅಪ್ಪ ತನ್ನ ಹೆಸರಿನಲ್ಲಿದ್ದ ಎರಡು ಎಕರೆ ಜಮೀನನ್ನು ದೇವಸ್ಥಾನದ ಹೆಸರಿಗೆ ವರ್ಗಾಯಿಸಿ ಬಿಟ್ಟರು.

ಸುಮಾರು ಊರುಗಳನ್ನು ಸುತ್ತಿ, ಅಲ್ಲಿ ಪೂಜೆ ಮಾಡಲು ಒಬ್ಬ ಪೂಜಾರಿಯನ್ನು ಪತ್ತೆ ಮಾಡಿ ಕರೆತಂದರು. ಅವನು ಮತ್ತು ಅವನ ಸಂಸಾರ ತಂಗಲು ದೇವಸ್ಥಾನದ ಹಿಂದುಗಡೆ ಒಂದು ಸಣ್ಣ ಮನೆ ನಿರ್ಮಾಣಗೊಂಡಿತು. ಹೀಗೆ ಎಲ್ಲ ಏರ್ಪಾಟುಗಳನ್ನು ಮಾಡಿ ಒಂದು ಶುಭಮುಹೂರ್ತದಲ್ಲಿ ಆ ದೇವಸ್ಥಾನದ ಪ್ರಾರಂಭೋತ್ಸವವನ್ನು ಬಲು ಅದ್ಧೂರಿಯಿಂದ ಕೊಂಡಾಡಲಾಯಿತು. ಸುಮಾರು 8 ರಿಂದ 10 ಹಳ್ಳಿಗಳಿಂದ ಜನ ಬಂದು ಈ ಸಮಾರಂಭದಲ್ಲಿ ಪಾಲುಗೊಂಡು ಸುಮಾರು ಒಂದು ವಾರಕಾಲ ಹಬ್ಬದ ವಾತಾವರಣ ಸೃಷ್ಟಿಯಾಗಿತ್ತು.

ಆ ದೇವಸ್ಥಾನದ ಮುಂದೆ ಒಂದು ಸಿಹಿನೀರಿನ ಬಾವಿ ಇತ್ತು ಈಗಲೂ ಇದೆ. ಆದರೆ ಅಂತರ್ಜಲ ಬತ್ತಿ ಈಗ ಬರಡು ಬಾವಿಯಾಗಿ ಬರಿ ಬಾವಲಿಗಳ ಆಶ್ರಯ ತಾಣವಾಗಿದೆ.

ಈ ಬಾವಿಯೇ ಅಲ್ಲಿನ ಸುತ್ತಮುತ್ತಲಿನ ಜನರಿಗೆ ಮತ್ತು ದೇವಸ್ಥಾನಕ್ಕೆ ನೀರಿನ ಸೆಲೆಯಾಗಿತ್ತು. ಈ ದೇವಸ್ಥಾನ ಪ್ರಾರಂಭವಾದ ಸಮಯದಲ್ಲಿಯೇ ಅಲ್ಲಿಂದ ಹತ್ತಿರದಲ್ಲಿಯೇ ಹರಿಯುತ್ತಿದ್ದ ಒಂದು ಸಣ್ಣ ಹೊಳೆಗೆ ಡ್ಯಾಂ ಕಟ್ಟುವ ಕೆಲಸವನ್ನೂ ಸರ್ಕಾರ ಪ್ರಾರಂಭಿಸಿತು. ಬೇರೆಲ್ಲೂ ಜಾಗವಿಲ್ಲದ್ದರಿಂದ ಈ ದೇವಸ್ಥಾನದ ಸುತ್ತ ಮುತ್ತಲೂ ಆ ಡ್ಯಾಂ ಕೆಲಸದ ಮೇಲ್ವಿಚಾರಣೆ ಮಾಡಲು ಬರುವ ಇಂಜನೀಯರ್ಗಳಿಗೆ ವಸತಿ ಗೃಹಗಳನ್ನು ಕಟ್ಟಲು ಸರ್ಕಾರದ ಲೋಕೋಪಯೋಗಿ ಇಲಾಖೆ ನಕ್ಷೆ ತಯಾರು ಮಾಡಿ ಕಟ್ಟುವ ಕೆಲಸ ಶುರುಮಾಡಿತು. ಸುಮಾರು 6 ರಿಂದ 7 ತಿಂಗಳಿನಲ್ಲಿ ದೇವಸ್ಥಾನದ ಸುತ್ತ ಸುಂದರವಾದ ಮನೆಗಳು ನಿರ್ಮಾಣಗೊಂಡು ಅದೊಂದು ನವನಗರವಾಗಿ ಪರಿವರ್ತನೆಯಾಗಿ ಬಿಟ್ಟಿತು. ಆ ಮನೆಗಳ ಸುತ್ತಲೂ ಗೋಡೆ ನಿರ್ಮಿಸಿ ಅದನ್ನೊಂದು ವಸತಿ ಸಮುಚ್ಚಯವನ್ನಾಗಿ ಮಾಡಿದ್ದರು. ದೇವಸ್ಥಾನ ಮತ್ತು ಅದಕ್ಕೆ ಸೇರಿದ್ದ ಬಾವಿ ಎಲ್ಲ ಈ ಸಮುಚ್ಚಯದ ಒಳಗೆ ಸೇರಿ ಬಿಟ್ಟಿತು. ಈ ದೇವಸ್ಥಾನದ ಮುಂದಿನ ಬಾವಿಗೆ ಪಂಪು ಅಳವಡಿಸಿ ಎಲ್ಲ ಮನೆಗಳಿಗೂ ನೀರಿನ ಅನುಕೂಲ ಮಾಡಿದರು. ಆದರೂ ಆ ಬಾವಿಗೆ ಜನ ನೀರು ಸೇದಿಕೊಳ್ಳಲು ಹಿಂದಿನಿಂದ ಇದ್ದ ರಾಟೆಯಗಳನ್ನು ಹಾಗೇ ಉಳಿಸಿಕೊಂಡಿದ್ದರು. ಎರಡು ರಾಟೆಗಳಿದ್ದುವು ಬಾವಿಯ ಒಂದೊಂದು ಬದಿಯಲ್ಲಿಯೂ ಒಂದೊಂದು ರಾಟೆ ಎರಡೂ ಕಡೆಯಿಂದಲೂ ನೀರು ಸೇದಬಹುದಾಗಿತ್ತು.

ದೇವಸ್ಥಾನದ ಅರ್ಚಕರು ದಿನಾ ದೇವರಪೂಜೆಗೆ ಈ ಬಾವಿಯಿಂದಲೇ ನೀರು ಸೇದಿಕೊಂಡು, ಅಭಿಷೇಕ, ಪೂಜೆ ಎಲ್ಲದಕ್ಕೂ ಉಪಯೋಗಿಸಿಕೊಳ್ಳುತ್ತಿದ್ದರು. ಈ ದೇವಸ್ಥಾನದ ನಿರ್ವಹಣಾ ಕಮಿಟಿಯನ್ನು ಪ್ರಾರಂಭಿಸಿದವರೇ ನನ್ನ ಅಪ್ಪ. ದೇವಸ್ಥಾನ ಪುನಃ ಪ್ರಾರಂಭವಾಗಿ ಸ್ವಲ್ಪ ಸಮಯದವರೆಗೂ ಅದರ ಕೆಲಸಕಾರ್ಯಗಳಲ್ಲಿ ಸಕ್ರಿಯ ಪಾತ್ರ ವಹಸಿದ ಮೇಲೆ ಇನ್ನು ದಿನನಿತ್ಯದ ಕೆಲಸಗಳಿಗೆ ತಾನು ಇರಬೇಕಿಲ್ಲ ಎಂದು ತೀರ್ಮಾನಿಸಿ, ಆ ಎಲ್ಲಾ ಕೆಲಸಗಳನ್ನೂ ಇತರ ಸದಸ್ಯರಿಗೇ ಬಿಟ್ಟು ತನ್ನ ಪಾಡಿಗೆ ತಾನಿದ್ದು ಬಿಟ್ಟಿದ್ದರು. ಆದರೂ ಆ ದೇವಸ್ಥಾನ ಧರ್ಮದರ್ಶಿಯಾಗಿ ಮಾತ್ರ ಮುಂದುವರಿದು, ನಿತ್ಯದ ಕೆಲಸಗಳನ್ನು ಬೇರೆ ಜನರಿಗೆ ವಹಿಸಿಬಿಟ್ಟರು.

ಇದು ಹೀಗೆ ನಿರಾಂತಕವಾಗಿ ನಡೆಯುತ್ತಿತ್ತು. ಈ ಕಾಲಕ್ಕಾಗಲೇ ನನ್ನ ಅಪ್ಪನಿಗೆ ವೃದ್ಧಾಪ್ಯ ಪ್ರಾರಂಭವಾಗಿತ್ತು. ಹೆಚ್ಚಾಗಿ ಯಾವ ಕೆಲಸಕ್ಕೂ ಕೈಹಾಕುತ್ತಿರಲಿಲ್ಲ. ತಮ್ಮ ದೈನಂದಿನ ಕೆಲಸಗಳನ್ನು ಮಾಡಿಕೊಂಡು ಒಂದು ರೀತಿಯ ವಿಶ್ರಾಂತ ಜೀವನ ನಡೆಸುತ್ತಿದ್ದರು. ಮಿಕ್ಕೆಲ್ಲ ಜವಾಬ್ದಾರಿಗಳನ್ನು ನನ್ನ

ಅಣ್ಣಂದಿರುಗಳೇ ನಿಭಾಯಿಸಿಕೊಂಡು ಹೋಗುತ್ತಿದ್ದರು. ನನ್ನ ಅಪ್ಪ ಸುಮ್ಮನೆ ಉಸ್ತುವಾರಿ ಮಾಡುತ್ತಾ ಬರೀ ಲೋಕಾಭಿರಾಮವಾಗಿ ಬಂದವರೊಂದಿಗೆ ಹರಟುತ್ತ ಕಾಲಕಳೆಯುತ್ತಿದ್ದರು.

ಒಂದು ಸಂಜೆ ಹೀಗೆ ಜಗುಲಿಯ ಮೇಲೆ ಕುಳಿತು ಅಲ್ಲಿದ್ದ ಕೆಲವು ಜನರೊಂದಿಗೆ ಏನೋ ಸುಮ್ಮನೆ ಮಾತನಾಡುತ್ತ ಕುಳಿತಿದ್ದರು. ಆಗ ಅಲ್ಲಿಗೆ ಒಬ್ಬ ಬಂದು ನನ್ನಪ್ಪನನ್ನು ಉದ್ದೇಶಿಸಿ, "ಬುದ್ಧೀ ದೇವಸ್ಥಾನಕ್ಕೆ ಬರಬೇಕಂತೆ, ಅಲ್ಲಿ, ಸಬ್‌ಇನ್ಸ್‌ಪೆಕ್ಟರ್, ಎಂಎಲ್‌ಎ ಎಲ್ಲ ಇದ್ದಾರೆ ನಿಮ್ಮನ್ನು ಬರಹೇಳಿದರು" ಎಂದ.

ಇದನ್ನು ಕೇಳಿದ ನನ್ನ ಅಪ್ಪ "ಸಬ್‌ಇನ್ಸ್‌ಪೆಕ್ಟರ್‌ಗ ನನ್ನ ಹತ್ತಿರ ಏನು ಕೆಲಸ, ನಾನೇಕೆ ಅಲ್ಲಿಗೆ ಹೋಗಲಿ ನಾನು ಬರೋಲ್ಲ" ಅಂದರು. ಅಷ್ಟರಲ್ಲಿ ಒಬ್ಬ ಪೋಲೀಸ್ ಪೇದೆ ಸಹ ಅಲ್ಲಿಗೆ ಬಂದ. "ಸ್ವಾಮಿ ದೇವಸ್ಥಾನದ ವಿಚಾರ, ಧರ್ಮದರ್ಶಿಯಾದ ತಾವು ಬರಲೇಬೇಕು, ನಮ್ಮ ಸಾಹೇಬರು ಬರಹೇಳಿದರು" ಎಂದ. ಇಷ್ಟೆಲ್ಲಾ ಆದಮೇಲೆ ಹೋಗದೇ ಇರಲು ಸಾಧ್ಯವೆ. ಸರಿ ಎಂದು ಆ ಪೇದೆಯೊಂದಿಗೆ ದೇವಸ್ಥಾನದ ಕಡೆ ನಡೆದರು. ಇವರ ಹಿಂದೆ ನಮ್ಮೂರಿನ ಒಂದಷ್ಟು ಮಂದಿ ಸಹ ಹೆಜ್ಜೆ ಹಾಕಿದರು.

ಎಲ್ಲರೂ ದೇವಸ್ಥಾನದ ಬಳಿ ಬಂದು ಸೇರಿದರು. ಅಲ್ಲಿ ನೋಡಿದರೆ ಸುಮಾರು 800 ರಿಂದ 1000 ಸಾವಿರ ಜನ ದೇವಸ್ಥಾನದ ಮುಂದೆ ಇದ್ದ ಅರಳಿಕಟ್ಟೆಯ ಬಳಿ ಜಮಾಯಿಸಿದ್ದಾರೆ. ನನ್ನ ಅಪ್ಪ ಬಂದ ಕೂಡಲೇ ಅಲ್ಲಿದ್ದ ಸಬ್‌ಇನ್ಸ್‌ಪೆಕ್ಟರ್ ಮತ್ತು ಆ ಕ್ಷೇತ್ರದ ಶಾಸಕ (ಅವನು ಮಾಧ್ಯಮಿಕ ಶಾಲೆಯಲ್ಲಿ ನನ್ನ ಅಪ್ಪನ ವಿದ್ಯಾರ್ಥಿಯಾಗಿದ್ದವನು) ಇಬ್ಬರೂ ನನ್ನ ಅಪ್ಪನ ಬಳಿಬಂದು, "ಬನ್ನಿ ಬನ್ನಿ ಅಯ್ಯಂಗಾರ್‍ರೇ" ಎಂದು ಕುಳಿತುಕೊಳ್ಳಲು ಜಾಗ ಮಾಡಿಕೊಟ್ಟರು.

ಆಗ ನನ್ನ ಅಪ್ಪ ಆ ಸಬ್‌ಇನ್ಸ್‌ಪೆಕ್ಟರು ಮತ್ತು ಶಾಸಕನನ್ನು ಉದ್ದೇಶಿಸಿ, "ಇದೇನಿದು, ಇಲ್ಲಿ ಇಷ್ಟು ಅವಾಂತರ, ಏನಾಯಿತು ಯಾಕಿಷ್ಟು ಜನ ಸೇರಿದ್ದಾರೆ" ಎಂದು ಕೇಳಿದರು. ಆಗಲ್ಲವೆ ಪರಿಸ್ಥಿತಿಯ ನಿಜ ಸ್ವರೂಪ ತಿಳಿದದ್ದು. ವಿಷಯ ಏನೆಂದರೆ,

ಅಂದು ಸುಮಾರು 12 ಗಂಟೆ ಮಧ್ಯಾಹ್ನದ ಸಮಯದಲ್ಲಿ ದೇವಸ್ಥಾನದ ಮುಂದಿನ ಬಾವಿಯಿಂದ ಬಾಯಾರಿಕೆ ತೀರಿಸಿಕೊಳ್ಳಲು ದಲಿತ ಸಮುದಾಯದ ಒಬ್ಬ ಯುವಕ, ನೀರು ಸೇದಿ ಕುಡಿದಿದ್ದಾನೆ. ತಮಗೆ ಮಾತ್ರ ಮೀಸಲಾಗಿದ್ದ ಹಗ್ಗ, ಬಿಂದಿಗೆಯನ್ನು ಉಪಯೋಗಿಸಿ ಬಾವಿನೀರು ಸೇದಿದ್ದು, ಮಲಿನ ಮಾಡಿದ್ದು ಮಹಾಪರಾಧ ಎಂದು ಅಲ್ಲಿನ ಜನ ಮತ್ತು ದೇವಸ್ಥಾನದ ಅರ್ಚಕ ಎಲ್ಲರೂ ಸೇರಿ, ಆ ಹುಡುಗನನ್ನು ಹಿಡಿದು ಕಟ್ಟಿಹಾಕಿ ಅವನಿಂದ ಅಪರಾಧ ರೂಪದಲ್ಲಿ ಹಣವಸೂಲಿ

ಮಾಡಬೇಕೆಂದು ಹಟ ಹಿಡಿದಾಗ, ಈ ಪ್ರಕರಣ ಪೋಲೀಸರವರೆಗೂ ಹೋಗಿ, ಸಬ್‌ಇನ್ಸ್‌ಪೆಕ್ಟರ್ ಮತ್ತು ಸ್ಥಳೀಯ ಶಾಸಕ ಎಲ್ಲರೂ ಅಲ್ಲಿಗೆ ಬಂದು ಪಂಚಾಯ್ತಿ ಮಾಡುತ್ತಿದ್ದಾರೆ ಎಂದು ತಿಳಿಯಿತು.

ಆದರೆ ಅಲ್ಲಿ ಒಂದು ಕಾನೂನು ಸೂಕ್ಷ್ಮ ಎದುರಾಗಿತ್ತು. ಆ ದೇವಸ್ಥಾನ ಮತ್ತು ಅದರ ಮುಂದಿನ ಭಾವಿ ಪೊದು ಸ್ವತ್ತೋ ಅಥವಾ ಖಾಸಗಿಯೋ ಎಂಬ ತರ್ಕ ಎದ್ದು ಅದರ ಬಗ್ಗೆ ತಿಳಿಯಲೆಂದೇ ಆ ದೇವಸ್ಥಾನದ ಧರ್ಮದರ್ಶಿಯಾಗಿದ್ದ ನನ್ನ ಅಪ್ಪನನ್ನು ಆ ಪಂಚಾಯ್ತಿಗೆ ಬರಹೇಳಿದ್ದಾರೆ ಎಂಬುದನ್ನು ನನ್ನ ಅಪ್ಪ ತಿಳಿದರು.

ದೇವಸ್ಥಾನ ಮತ್ತು ಬಾವಿ ಪೊದುವಾದರೆ ಅದರ ಉಪಯೋಗವನ್ನು ಅದಕ್ಕೆ ಪ್ರವೇಶವನ್ನು ಜಾತಿ ಆಧಾರದ ಮೇಲೆ ತಡೆಯುವುದು ಕಾನೂನು ರೀತಿ ಅಪರಾಧ ಮತ್ತು ಶಿಕ್ಷಾರ್ಹ. ಖಾಸಗಿ ಸ್ವತ್ತಾದರೆ ಈ ಕಾನೂನು ಅಲ್ಲಿಗೆ ಅನ್ವಯವಾಗುವುದಿಲ್ಲ.

ಇದು ಕಾನೂನಿನ ನೋಟವಾಯಿತು. ಆದರೆ ಮನಷ್ಯತ್ವ ಮತ್ತು ಸಾಮಾಜಿಕ ಆಯಾಮದಿಂದ ಬೇರೆ ಯಾವ ವಾದ ಸೃಷ್ಟಿಯಾಗುತ್ತದೆ. ನನ್ನ ಅಪ್ಪ ಆ ದೇವಸ್ಥಾನದ ಧರ್ಮದರ್ಶಿ. ಆ ದೇವಸ್ಥಾನ ಸರ್ಕಾರದ ಮುಜರಾಯಿ ಇಲಾಖೆಯ ವ್ಯಾಪ್ತಿಯಲ್ಲಿ ಇಲ್ಲ. ಹಾಗಾಗಿ ಆ ದೇವಸ್ಥಾನ, ಆ ಬಾವಿ ಎರಡು ಪೊದು ಅಲ್ಲ ಎಂದು ಹೇಳುತ್ತಾರೆ ಎಂದು ಅಲ್ಲಿ ನೆರೆದಿದ್ದ ಮೇಲುವರ್ಗದ ಜನರೆಲ್ಲ ಬಹಳ ಕುತೂಹಲದಿಂದ ನನ್ನ ಅಪ್ಪನ ಪ್ರತಿಕ್ರಿಯೆಯನ್ನು ಎದುರು ನೋಡುತ್ತಿದ್ದಾರೆ. ಅಲ್ಲಿ ಒಂದು ವಿಶೇಷ ಸಂಗತಿ ಏನಪ್ಪ ಅಂದರೆ ಆ ಸುತ್ತಮುತ್ತಲಿನ ಸಾಗುವಳಿ ಜಮೀನುಗಳೆಲ್ಲ ಮುಕ್ಕಾಲು ಪಾಲು ಮೇಲ್ವರ್ಗದವರ ಸ್ವಾಮ್ಯದಲ್ಲಿಯೇ ಇತ್ತು. ಆದರೆ ಆ ಜಮೀನಿನಲ್ಲಿ ಕೂಲಿ ಮಾಡಿ ಸಾಗುವಳಿ ಮಾಡುತ್ತಿದ್ದವರೆಲ್ಲ ದಲಿತ ಸಮುದಾಯದವರು. ಜನಸಂಖ್ಯೆಯಲ್ಲಿ ದಲಿತರು ಹೆಚ್ಚು, ಯಜಮಾನಿಕೆಯಲ್ಲಿ, ಭೂಸ್ವಾಮ್ಯದಲ್ಲಿ, ಇತರ ಮೇಲ್ವರ್ಗದವರದ್ದೇ ಮೇಲುಗೈ. ಇನ್ನು ಬೆರಳೆಣಿಕೆಯಷ್ಟು ಬ್ರಾಹ್ಮಣರಿದ್ದರು. ಅವರು ಯಾವ ಲೆಕ್ಕಕ್ಕೂ ಇಲ್ಲದವರಾಗಿದ್ದರು.

ಸುತ್ತಲೂ ಒಮ್ಮೆ ಕಣ್ಣು ಹಾಯಿಸಿದನ್ನ ಅಪ್ಪ, ಆ ಸಬ್‌ಇನ್ಸ್‌ಪೆಕ್ಟರ್ ಮತ್ತು ಶಾಸಕರನ್ನು ಉದ್ದೇಶಿಸಿ ಹೀಗೆ ಹೇಳಿದರು. "ಈ ದೇವಸ್ಥಾನ ಮತ್ತು ಬಾವಿ ಎಲ್ಲಿದೆ? ಅದರ ಸುತ್ತ ಏನಿದೆ?" ಅಂದರು. "ಇದೇನು ಸ್ವಾಮಿ, ದೇವಸ್ಥಾನ ಮತ್ತು ಬಾವಿ, ಇಲ್ಲೇ ಇದೆ ಅದರ ಸುತ್ತ ಕಾಂಪೌಂಡು ಇದೆ" ಅಂದರು. "ಆ ಕಾಂಪೌಂಡು ಯಾರದ್ದು?" ಎಂದು ಮರುಪ್ರಶ್ನೆ ನನ್ನಪ್ಪನದು. "ಅಯ್ಯೋ ಇದೇನು ಪ್ರಶ್ನೆ. ಅದನ್ನು PWD ಹಾಕಿದ್ದು" ಎಂದರು ಅಲ್ಲಿದ್ದ ಜನ. "PWD ಯಾರದ್ದು?" ಎಂದು

ಮತ್ತೆ ಪ್ರಶ್ನೆ ನನ್ನಪ್ಪನಿಂದ. "PWD ಸರ್ಕಾರದ್ದು, ಸರ್ಕಾರ ಎಲ್ಲರದ್ದು" ಎಂದು ಉತ್ತರ ಬಂತು. ಹಾಗಾದರೆ ಈ ದೇವಸ್ಥಾನ, ದೇವರು, ಬಾವಿ ಎಲ್ಲ ಎಲ್ಲರಿಗೂ ಸೇರಿದ್ದು ಎಂದು ತೀರ್ಪು ಕೊಟ್ಟರು ನನ್ನ ಅಪ್ಪ. ಅಷ್ಟಕ್ಕೇ ಬಿಡದೆ, ಇಷ್ಟಕ್ಕೆಲ್ಲಾ ಕಾರಣನಾಗಿದ್ದ ಆ ದಲಿತ ಯುವಕನನ್ನು ಕರೆದು "ಲೋ, ನೀನು ಬಾ ಇಲ್ಲಿ, ನೋಡು ಒಂದು ಲೋಟ ತೆಗೆದುಕೊಂಡು ಬಾ ಅದನ್ನು ಚೆನ್ನಾಗಿ ತೊಳೆ, ಇಲ್ಲಿರುವ ಬಿಂದಿಗೆಯಿಂದ ಈ ಬಾವಿಯಲ್ಲಿ ನೀರು ಸೇದಿ ಆ ಲೋಟಕ್ಕೆ ಸುರಿದು ಕೊಡು, ನಾನು ಅದನ್ನು ಕುಡಿಯುತ್ತೇನೆ. ನೋಡಪ್ಪ ಸಬ್‌ಇನ್ಸ್‌ಪೆಕ್ಟರ್, ನೋಡಪ್ಪ ಸ್ವಾಮಿ ಶಾಸಕ ನೀವೂ ಸಹ ಆ ಹುಡುಗ ಸೇದಿಕೊಟ್ಟ ನೀರನ್ನು ಕುಡಿಯುತ್ತೀರಾ" ಎಂದು ಹೇಳಿ ಅವರಿಬ್ಬರನ್ನು ಮತ್ತು ಅಲ್ಲಿ ಸೇರಿದ್ದವರೆಲ್ಲರನ್ನೂ ಕಕ್ಕಾಬಿಕ್ಕಿ ಮಾಡಿಬಿಟ್ಟರು.

"ನೋಡಿ ದೇವರು, ನೀರು, ಗಾಳಿ ಇವೆಲ್ಲ ಯಾರ ಸ್ವಂತ ಸ್ವತ್ತಲ್ಲ. ಇದೆಲ್ಲ ಇಡೀ ಮನುಷ್ಯರಿಗೆಲ್ಲ ಸೇರಿದ್ದು, ಇದನ್ನು ಜಾತಿ ದೃಷ್ಟಿಯಿಂದ ನೋಡುವುದು ಧರ್ಮವಲ್ಲ" ಎಂದುಬಿಟ್ಟರು. ನನ್ನಪ್ಪನಿಂದ ಬೇರೆಯೇ ರೀತಿಯಾದ ಪ್ರತಿಕ್ರಿಯೆ ಎದುರು ನೋಡಿದ್ದ ಇತರ ಮೇಲ್ವರ್ಗದ ಜನ ಇದರಿಂದ ಬಹಳ ಕೋಪಗೊಂಡು ಅವರನ್ನು ಹಲ್ಲೆ ಮಾಡಲು ಮುಂದಾದರು. ಇದನ್ನು ಕಂಡ ಅಲ್ಲಿ ನೆರೆದಿದ್ದ ದಲಿತ ಸಮುದಾಯದ ಜನ ನನ್ನಪ್ಪನನ್ನು ಸುತ್ತುವರಿದು ರಕ್ಷಣಾ ವರ್ತುಲ ನಿರ್ಮಿಸಿ ಅವರನ್ನು ಹಲ್ಲೆಯಿಂದ ಪಾರು ಮಾಡಿದರು. ಅಷ್ಟೇ ಅಲ್ಲದೆ ಅವರನ್ನು ಬಹಳ ಜೋಪಾನವಾಗಿ ನನ್ನೂರವರೆಗೂ ಕರೆತಂದು ಮನೆ ಸೇರಿಸಿ ಮತ್ತೇನಾದರೂ ಅಪಾಯ ಬರಬಹುದೆಂದು ಮುಂಜಾಗರೂಕತೆಯಿಂದ ನಮ್ಮ ಮನೆಯ ಸುತ್ತ ಸುಮಾರು ಏಳೆಂಟು ಜನ ಕಾವಲಿರಲು ಮೊದಲು ಮಾಡಿದರು.

ಈ ರಗಳೆಯ ಮಧ್ಯದಲ್ಲಿ ಆ ಶಾಸಕ ಮತ್ತು ಸಬ್‌ಇನ್ಸ್‌ಪೆಕ್ಟರ್ ಸ್ಥಳದಿಂದ ಮಾಯವಾಗಿಬಿಟ್ಟರು. ಇದಾದ ಎರಡು ಮೂರು ದಿನಗಳಲ್ಲಿ ಈ ಸುದ್ದಿ ಇಡೀ ಜಿಲ್ಲೆ ಮತ್ತು ತಾಲ್ಲೂಕಿನಲ್ಲಿ ಕಾಳ್ಗಿಚ್ಚಿನಂತೆ ಹರಡಿ, ತಾಲ್ಲೂಕು ಸಮಿತಿ ಅಧ್ಯಕ್ಷ, ಇತರ ರಾಜಕೀಯ ಮುಖಂಡರುಗಳೆಲ್ಲಾ ನನ್ನ ಮನೆಗೆ ಬಂದು ನನ್ನ ಅಪ್ಪನನ್ನು ಭೇಟಿ ಮಾಡಿ, ವಿವರ ಪಡೆಯ ತೊಡಗಿಬಿಟ್ಟರು.

ನನ್ನ ಅಪ್ಪ ಅವರುಗಳಿಗೆಲ್ಲ ಹೇಳಿದ್ದು ಇಷ್ಟೆ, ತಾನು ಯಾವ ಪ್ರಚಾರಕ್ಕಾಗಲಿ, ಸ್ವಂತ ಲಾಭಕ್ಕಾಗಲಿ ಹೀಗೆ ಮಾಡಲಿಲ್ಲ. ಎಂಥದೇ ಸಂದರ್ಭದಲ್ಲಾಗಲಿ ಮನುಷ್ಯತ್ವ ಮರೆಯಬಾರದು, ಸಾಮಾಜಿಕ ನಿಷ್ಠೆಯನ್ನು ಮರೆಯಬಾರದು ಅಷ್ಟೆ. ಬೇರಾವ ಉದ್ದೇಶವೂ ಇಲ್ಲ. ಅದಲ್ಲದೆ ಶ್ರೀ ವೈಷ್ಣವ ಸಂಪ್ರದಾಯದಲ್ಲಿ ಜಾತಿ ವ್ಯವಸ್ಥೆಗೆ ಅವಕಾಶವಿಲ್ಲ. ತಾನೇನಿದ್ದರು ತನ್ನ ಹಿಂದಿನ ಆಚಾರ್ಯರಂತೆಯೇ ಅವರು ನಡೆದ ದಾರಿಯಲ್ಲಿ ನಡೆದಿದ್ದೇನೆ. ಇದರಲ್ಲಿ ನನ್ನ ಹಿರಿಮೆ ಏನೂ ಇಲ್ಲ

ಎಂದು ಖಡಾಖಂಡಿತವಾಗಿ ಹೇಳಿದರು.

ಕೆಲವರಂತೂ ನನ್ನ ಅಪ್ಪನನ್ನು ಹೇಗಾದರೂ ಒಪ್ಪಿಸಿ ತಾಲ್ಲೂಕು ಪಂಚಾಯಿತಿಗೆ ತಮ್ಮ ಪಕ್ಷದ ಅಭ್ಯರ್ಥಿಯಾಗಿ ನಿಲ್ಲಿಸಬೇಕೆಂದು ಸಹ ಪ್ರಯತ್ನಪಟ್ಟರು. ನನ್ನಪ್ಪ ಇವೆಲ್ಲಕ್ಕೂ ಸೊಪ್ಪುಹಾಕಲಿಲ್ಲ. ರಾಜಕೀಯಕ್ಕೂ ತನಗೂ ದೂರ, ಅದರ ಸಹವಾಸವೇ ಬೇಡ ಅಂದುಬಿಟ್ಟರು.

ಸರ್ಕಾರ ಮತ್ತು ಕಾನೂನಿನ ಬಲವಂತ ಮತ್ತು ಭಯ ಇವೆರಡೂ ಇಲ್ಲದೇ ಹೋದರೆ ಅಸ್ಪೃಶ್ಯತೆ ಇಂದಿಗೂ ಸಹ ಮುಂಚಿನಂತೆಯೇ ತಲೆಯೆತ್ತಿ ತನ್ನ ಪಿಶಾಚಿತನವನ್ನು ಪ್ರಾರಂಭ ಮಾಡುತ್ತದೆ. ಜನರೆಲ್ಲ ಕಾನೂನಿನ ಶಿಕ್ಷೆಯ ಭಯಕ್ಕೆ ಬಾಯಿ ಮುಚ್ಚಿಕೊಂಡು ಸಾರ್ವಜನಿಕವಾಗಿ ಅಸ್ಪೃಶ್ಯತೆಯನ್ನು ಪಾಲಿಸುತ್ತಿಲ್ಲ. ಹೃದಯ ಪರಿವರ್ತನೆ ಇನ್ನೂ ಸಂಪೂರ್ಣವಾಗಿ ಆಗಿಲ್ಲ ಎಂದೇ ನನ್ನ ಭಾವನೆ. ಈ ಅನಿಷ್ಠ ಪದ್ಧತಿಗಳು ಎಲ್ಲ ದೇಶಗಳಲ್ಲಿಯೂ ಒಂದಲ್ಲ ಒಂದು ರೀತಿಯಲ್ಲಿ ಇದ್ದೇ ಇವೆ. ದಕ್ಷಿಣ ಆಫ್ರಿಕ, ಜಿಂಬಾಬ್ವೆ ಅಮೇರಿಕ ಮುಂತಾದ ಕಡೆ ನಡೆದ ಕರಿಯರ ಮೇಲಿನ ದೌರ್ಜನ್ಯಗಳು, ನಮ್ಮ ಸಮಾಜದಲ್ಲಿ ಇದ್ದ ಅಸ್ಪೃಶ್ಯತೆ ಎಂಬ ಹೀನ ಪದ್ಧತಿ ಇವೆಲ್ಲ ಮನುಕುಲಕ್ಕೆ, ಈ ಸಮಾಜಕ್ಕೆ ಅಂಟಿದ ಕಳಂಕಗಳು.

ಹುಟ್ಟು ಮತ್ತು ಬಣ್ಣ ಅವಲಂಬಿಸಿ ಜನರನ್ನು ಮೇಲು ಕೀಳು ಎಂದು ವಿಭಜಿಸುವ ಹೀನಾಯವಾದ ಆಚರಣೆಯು ಎಂದು ಉದ್ಭವವಾಯಿತೋ ತಿಳಿಯದು. ಆಚಾರ್ಯ ರಾಮಾನುಜರಿಂದ ಮೊದಲಾಗಿ, ಕನಕದಾಸ, ಏಬ್ರಹಾಂ ಲಿಂಕನ್, ಮಾರ್ಟಿನ್‌ಲೂಥರ್ ಕಿಂಗ್, ಮಹಾತ್ಮಾಗಾಂಧಿ, ಜ್ಯೋತಿ ಬಾ ಫುಲೆ, ಅಂಬೇಡ್ಕರ್ ಇಂಥ ಮಹನೀಯರುಗಳಿಂದ ಅವರ ಕ್ರಾಂತಿಕಾರಿಯಾದ ಸಮಾಜಮುಖಿಯಾದ ಪ್ರವರ್ತನೆಗಳಿಂದ ಮನುಕುಲದ ಉದ್ಧಾರ ಆಗಿದೆ.

ನನ್ನ ಅಪ್ಪನ ಸಮಾಜ ಮುಖಿಯಾದ ನಡತೆ ನನ್ನ ಜೀವನದ ಮೇಲೆ ಅಚ್ಚಳಿಯದ ಪ್ರಭಾವ ಬೀರಿದೆ. ಇದಕ್ಕೆ ಮೇಲೆ ವಿವರಿಸಿದ ಘಟನೆ ಒಂದೇ ಸಾಕು. ಯಾವುದೇ ಪ್ರಚಾರದ ಆಸೆಯ ಇಲ್ಲದೆ ತಾನು ನಂಬಿದ್ದ ತತ್ವಗಳಿಗೆ ಬದ್ಧರಾಗಿದ್ದು, ತನ್ನ ಜೀವನದುದ್ದಕ್ಕೂ ಹಾಗೆಯೇ ನಡೆದ ನನ್ನ ಅಪ್ಪ ಸಹ ತನ್ನದೇ ಆದ ರೀತಿಯಲ್ಲಿ ಸಾಮಾಜಿಕ ನಿಷ್ಠೆಯನ್ನು ಮೆರೆದ ಮಹನೀಯ.

9

ಈಜುವ ಶಾಲೆ

ಇಡೀ ಶಾಲೆಯೇ ಈಜುವುದನ್ನು ನೀವು ಎಲ್ಲಾದರೂ ಕೇಳಿದ್ದೀರ ಅಥವಾ ಕಂಡಿದ್ದೀರ. ನಾನು ಕಂಡಿಲ್ಲ, ಆದರೆ ಖಂಡಿತ ಕೇಳಿ ತಿಳಿದಿದ್ದೇನೆ.

ನನ್ನ ಅಪ್ಪ ಶಾಲಾ ಮಾಸ್ತರಾಗಿದ್ದರು ಎಂಬುದನ್ನು ಹಿಂದಿನ ಅಧ್ಯಾಯದಲ್ಲಿಯೇ ತಿಳಿಸಿದ್ದೇನೆ. ಅವರು ಮಾಸ್ತರರಾಗಿದ್ದು ಆಗಿನ ಗೋಬಿಚೆಟ್ಟಿಪ್ಪಾಳಯಂ ಡಿಸ್ಟ್ರಿಕ್ಟ್ ಬೋರ್ಡ್ ವ್ಯಾಪ್ತಿಯಲ್ಲಿ ಬರುವ ಶಾಲೆಗಳಲ್ಲಿ. ಈ ಡಿಸ್ಟ್ರಿಕ್ಟ್ ವ್ಯಾಪ್ತಿಗೆ ಕೊಳ್ಳೇಗಾಲ, ತಾಳವಾಡಿ, ಬಣ್ಣಾರಿ ಮುಂತಾದ ಸ್ಥಳಗಳೆಲ್ಲ ಸೇರಿದ್ದವು. ಬಣ್ಣಾರಿ ಈಗ ತಮಿಳುನಾಡಿಗೆ ಸೇರಿದೆ. ಇದು ದಿಂಬಂಘಾಟ್‌ದಿಂದ ಕೆಳಕ್ಕೆ ಇಳಿದ ತಕ್ಷಣಸಿಗುವ ಗ್ರಾಮ. ಇಲ್ಲಿರುವ ಮಾರಿಯಮ್ಮನ ದೇವಸ್ಥಾನ ಬಹಳ ಪ್ರಸಿದ್ಧ. ಈಗಲೂ ಸಹ ಮಾರಿಯಮ್ಮನ ಜಾತ್ರೆಗೆ ಸಾವಿರಾರು ಜನ ಸೇರುತ್ತಾರೆ. ಮೈಸೂರು ಅರಸರ ಚರಿತ್ರೆಯನ್ನು ಗಮನಿಸಿದರೆ, ಬಣ್ಣಾರಿಯ ಹತ್ತಿರ ಇದ್ದ ಡಣಾಯಕನ ಕೋಟೆಯಲ್ಲಿ ಒಬ್ಬ ಪಾಳೇಗಾರನಿದ್ದನಂತೆ. ಅವನು ಮೈಸೂರು ಒಡೆಯರ ಸಾಮಂತನಾಗಿದ್ದ ಎಂಬ ಉಲ್ಲೇಖವಿದೆ. ಬಣ್ಣಾರಿಯ ಸುತ್ತಮುತ್ತಲು ದುರ್ಗಮ ಬೆಟ್ಟಗುಡ್ಡಗಳ ಪ್ರದೇಶ. ಬಣ್ಣಾರಿಯ ಹತ್ತಿರ ಭವಾನಿ ನದಿ ಹರಿಯುತ್ತದೆ. ಈ ಭವಾನಿ ನದಿಯು ಕಾವೇರಿಯ ಉಪನದಿ ಮತ್ತು ಇದು ತಮಿಳು ನಾಡಿನ ಭವಾನಿ ಎಂಬ ಸ್ಥಳದಲ್ಲಿ ಕಾವೇರಿಯೊಡನೆ ಸೇರುತ್ತದೆ.

ಈ ಭವಾನಿ ನದಿಗೆ ಸತ್ಯಮಂಗಲ ಮತ್ತು ಬಣ್ಣಾರಿಯ ನಡುವೆ ಈಗ ಲೋವರ್ ಭವಾನಿ ಡ್ಯಾಂ ಕಟ್ಟಿದ್ದಾರೆ. ಈ ಡ್ಯಾಂನಿಂದ ಬಹಳ ಪ್ರದೇಶಗಳು ಈಗ ವ್ಯವಸಾಯಕ್ಕೆ ಒಳಪಟ್ಟು ಫಲವತ್ತಾದ ಜಮೀನುಗಳಾಗಿ ಮಾರ್ಪಟ್ಟಿದೆ.

ನನ್ನ ಅಪ್ಪ ಈ ಭವಾನಿ ಡ್ಯಾಂ ಕಟ್ಟುವುದಕ್ಕೆ ಮುಂಚೆ ಆ ನದಿಯ ತೀರದಲ್ಲಿದ್ದ ಪೀರ್ ಕಡವು ಮತ್ತು ಪಟ್ರಮಂಗಲಂ ಎಂಬ ಗ್ರಾಮದ ಶಾಲೆಯಲ್ಲಿ ಮಾಸ್ತರಾಗಿ ಕೆಲಸ ಮಾಡುತ್ತಿದ್ದರು. ಪೀರ್‌ಕಡವು ಮತ್ತು ಪಟ್ರಮಂಗಲಂ ಗ್ರಾಮಗಳು ಬಣ್ಣಾರಿಯ ಮೇಲಕ್ಕೆ ಅರಣ್ಯ ಪ್ರದೇಶದ ಬೆಟ್ಟದ ಪ್ರಾಂತ್ಯದಲಿದ್ದ ಗ್ರಾಮಗಳು.

ಅಲ್ಲಿನ ಮಕ್ಕಳ ವಿದ್ಯಾಭ್ಯಾಸಕ್ಕಾಗಿ ಭವಾನಿ ನದಿಯ ದಂಡೆಯಲ್ಲಿ ಒಂದು ಶಾಲೆ ನಿರ್ಮಿಸಿದ್ದರು. ಈ ಎರಡೂ ಗ್ರಾಮಗಳು ಸ್ವಲ್ಪ ಬೆಟ್ಟಗುಡ್ಡಗಳ ಮಧ್ಯದಲ್ಲಿ ಇದ್ದು ದುರ್ಗಮವಾಗಿದ್ದರಿಂದ ಈ ಶಾಲೆಗೆ ಮಾಸ್ತರಾಗಿ ಬಂದು ಕೆಲಸ ಮಾಡಲು ಜನ ಅಷ್ಟೊಂದು ಉತ್ಸಾಹ ತೋರುತ್ತಿರಲಿಲ್ಲ. ಇನ್ನೂ ಆಗತಾನೆ ಕೆಲಸಕ್ಕೆ ಸೇರಿ ಒಂದೆರಡು ವರ್ಷಗಳಾಗಿದ್ದ ನನ್ನ ಅಪ್ಪ ವಿದ್ಯಾಇಲಾಖೆಯ ಕಣ್ಣಿಗೆ ಬಿದ್ದ. ಸರಿ ಪೀರ್‌ಕಡವಿಗೆ ವರ್ಗವಾಗಿಬಿಟ್ಟಿತು. ಬೆಟ್ಟದ ತಳಭಾಗದ ಪ್ರದೇಶವಾದದ್ದರಿಂದ ಅಲ್ಲಿ ವರ್ಷವಿಡೀ ವಿಪರೀತ ಶೆಖೆ. ಆದರೆ ನದೀ ತೀರದಲ್ಲಿದ್ದರಿಂದ ಜನರು ನೀರಿಗೆ ಕಷ್ಟಪಡಬೇಕಾಗಿರಲಿಲ್ಲ. ಅಲ್ಲಿನ ಶಾಲೆಯನ್ನು ಭವಾನಿ ನದಿಯ ಆಚೆ ತೀರದಲ್ಲಿ ಕಟ್ಟಲಾಗಿತ್ತು. ಗ್ರಾಮಗಳೆರಡೂ ನದಿಯ ಈ ಕಡೆ ತೀರದಲ್ಲಿದ್ದುವು. ಶಾಲೆಗೆ ಹೋಗಬೇಕಾದರೆ ನದಿಯನ್ನು ದಾಟಿಕೊಂಡೇ ಹೋಗಬೇಕು. ಶಾಲೆಯನ್ನು ತಲುಪಲು ನದಿದಾಟುವುದು ಅನಿವಾರ್ಯವಾಗಿತ್ತು. ಇಂಥ ಶಾಲೆಗೆ ಮಾಸ್ತರಾಗಿ ನನ್ನ ಅಪ್ಪನಿಗೆ ವರ್ಗವಾಯಿತು.

ಆ ಕಾಲದಲ್ಲಿ ಬಾಲಕಿಯರು ಶಾಲೆಗೆ ಬರುವುದು ಬಹಳ ಅಪರೂಪ. ಎಲ್ಲೋ ಪಟ್ಟಣ ಪ್ರದೇಶದಲ್ಲಿ ಬಾಲಕಿಯರ ಶಾಲೆ ಇರುತ್ತಿದ್ದವೇ ವಿನಃ ಗ್ರಾಮೀಣ ಪ್ರದೇಶದಲ್ಲಂತೂ ಹೆಣ್ಣು ಮಕ್ಕಳು ಶಾಲೆಗೆ ಬರುವ ಅಭ್ಯಾಸವೇ ಇರಲಿಲ್ಲ. ನನ್ನ ಅಪ್ಪ ವರ್ಗವಾಗಿ ಬಂದ ಪೀರ್‌ಕಡವು ಶಾಲೆಯಲ್ಲಿ ಬಾಲಕಿಯರು ಇರಲೇ ಇಲ್ಲ. ಅಲ್ಲಿಗೆ ಬರುತ್ತಿದ್ದವರೆಲ್ಲಾ ಹುಡುಗರೇ.

ಅದೂ ಬೆಳೆಕಟಾವು ಮಾಡುವ ಅಥವಾ ಬಿತ್ತನೆ ಮಾಡುವ ಸಂದರ್ಭಗಳಲ್ಲಿ ಹುಡುಗರು ಶಾಲೆಗೆ ಬರುತ್ತಲೇ ಇರಲಿಲ್ಲ. ಅದು ತಮಿಳು ಭಾಷಿಕರ ಪ್ರದೇಶವಾದ್ದರಿಂದ ಮಾಸ್ತರನ್ನು ವಾಧ್ಯಾರ್ ಎಂದೇ ಕರೆಯುತ್ತಿದ್ದರು. ಸ್ಕೂಲ್ ವಾಧ್ಯಾರ್ ಒಬ್ಬನೇ ಇಡೀ ಊರಿಗೆ ವಿದ್ವಾನ್ ಮತ್ತು ಪಂಡಿತ. ಮಿಕ್ಕವರು ಅಷ್ಟು ಅಕ್ಷರಸ್ಥರಲ್ಲ. ತೋಟ, ತುಡಿಕೆ ಜಮೀನು ನೋಡಿಕೊಂಡಿರುತ್ತಿದ್ದರು.

ಊರಿನಲ್ಲಿ ಪ್ರಮುಖ ವ್ಯಕ್ತಿಗಳು ಅಂದರೆ ಕೌಂಡರ್‌ಮನೆ, ಕೌಂಡರ್ ಅಂದರೆ ಗೌಂಡರ್ ಅಥವಾ ಗೌಡ ಎಂದು ಕನ್ನಡದಲ್ಲಿ. ಅವರ ಮನೆಯಲ್ಲಿ ಮದುವೆ ಅಥವಾ ಬೇರೆ ಯಾವುದೇ ಶುಭ ಸಮಾರಂಭಗಳಲ್ಲಿ ಊರ ಜನರೆಲ್ಲ ಬಂದು ಮುಯ್ಯಿ ಒಪ್ಪಿಸುವುದು ಆಗಿನ ಸಂಪ್ರದಾಯ. ಮುಯ್ಯಿ ಒಪ್ಪಿಸಿ ಅದನ್ನು ಬರೆಯಿಸಬೇಕು.

ಈ ಮುಯ್ಯಿ ಒಪ್ಪಿಸಿದ್ದನ್ನು ಸ್ವೀಕರಿಸಿ ಬರೆದುಕೊಳ್ಳುವುದು ಊರಿನ ಶಾಲೆಯ ವಾಧ್ಯಾರ್ ಕೆಲಸ. ಸಮಾರಂಭವೆಲ್ಲ ಮುಗಿದ ಮೇಲೆ ಮುಯ್ಯಿನ ಲೆಕ್ಕವನ್ನು ಗೌಂಡರ್‌ಗೆ ಕೊಟ್ಟು, ಅವನು ಈ ಕೆಲಸಕ್ಕಾಗಿ ಪ್ರತ್ಯೇಕವಾಗಿ ಕೊಡುವ ದಕ್ಷಿಣೆಯನ್ನು ಪಡೆದುಕೊಳ್ಳಬೇಕು. ಇದು ಅಂದಿನ ಕಾಲದಲ್ಲಿ ಆ ಊರುಗಳಲ್ಲಿ ಜಾರಿಯಲ್ಲಿದ್ದ ನಿಯಮ. ಇದನ್ನು ಶಾಲೆಯ ವಾಧ್ಯಾರ್‌ಗಳು ಮೀರುವ ಹಾಗಿಲ್ಲ. ನನ್ನಪ್ಪ ಸಹ ಗೌಂಡರ್ ಮನೆಯ ಮುಯ್ಯಿ ಲೆಕ್ಕವನ್ನು ಬರೆದು ದಕ್ಷಿಣೆ ಪಡೆದ ಸಂಗತಿಯನ್ನು ನಮಗೆಲ್ಲಾ ಹೇಳಿದ್ದರು. ಏತಕ್ಕೆಂದರೆ ಸುಗ್ಗಿ ಮತ್ತು ಬಿತ್ತನೆ ಸಮಯಗಳಲ್ಲಿ ಹುಡುಗರು ಶಾಲೆಗೆ ಬರುತ್ತಿರಲಿಲ್ಲವಲ್ಲ. ಮಾಸ್ತರಿಗೆ ಏನೂ ಕೆಲಸವಿಲ್ಲ. ಸರಿ ಮುಯ್ಯಿಲೆಕ್ಕವನ್ನಾದರೂ ಬರೆಯುತ್ತಿದ್ದರು.

ಈ ಶಾಲೆಯ ಭವಾನೀ ನದಿಯ ಆಚೆಯ ತೀರದಲ್ಲಿತ್ತು ಎಂದು ಮೊದಲೇ ತಿಳಿಸಿದೆ. ಆದರೆ ಊರು ಈ ಕಡೆಯ ತೀರದಲ್ಲಿತ್ತು. ವಿದ್ಯಾರ್ಥಿಗಳು ಮತ್ತು ಮಾಸ್ತರು ಎಲ್ಲ ಊರಿನಲ್ಲಿ ವಾಸ ಮಾಡುತ್ತಿದ್ದರು. ಶಾಲೆಯು ಕೆಲಸ ಮಾಡುವ ಸಮಯದಲ್ಲಿ ಮಾತ್ರ ಆಚೆನ ತೀರಕ್ಕೆ ಹೋಗಬೇಕು ಮತ್ತು ಶಾಲೆಯನ್ನು ನಡೆಸಬೇಕಾಗಿತ್ತು. ಮೊದಲೇ ಹೇಳಿದಂತೆ ಆ ಊರು ಬಹಳ ಶೆಖೆ ಪ್ರದೇಶ. ಶಾಲೆಯಲ್ಲಿ ಬರೀ ಹುಡುಗರದ್ದೇ ಕಾರುಬಾರು. ಹುಡುಗಿಯರಂತೂ ಇರಲೇ ಇಲ್ಲ.

ಏನು ಕಾರಣಕ್ಕಾಗಿ ಶಾಲೆಯನ್ನು ನದಿಯ ಮತ್ತೊಂದು ಬದಿಯಲ್ಲಿ ಕಟ್ಟಿದ್ದರೋ ಕಾಣೆ. ಅಂತೂ ಅಲ್ಲಿನ ಪರಿಸ್ಥಿತಿ ಹಾಗಿತ್ತು. ನನ್ನ ಅಪ್ಪ ಈಜುವುದರಲ್ಲಿ ಪ್ರವೀಣ.

ಈ ಶಾಲೆಗೆ ವರ್ಗವಾದ ಮೇಲೆ ನನ್ನ ಅಪ್ಪ ಆ ಪೀರ್‌ಕಡುವು ಗ್ರಾಮಕ್ಕೆ ಹೋಗಿ ಕೆಲಸಕ್ಕೆ ರಿಪೋರ್ಟ್ ಮಾಡಿಕೊಂಡರು. ಆ ಊರಿನಲ್ಲಿ ಒಂದು ಮನೆಯನ್ನು ಬಾಡಿಗೆಗೆ ಏರ್ಪಾಡು ಮಾಡಿಕೊಂಡರು.

ಬೇಸಿಗೆ ರಜ ಮುಗಿದ ನಂತರ ಶಾಲೆಗಳು ಪುನಃ ಪ್ರಾರಂಭವಾಗುತ್ತದೆ. ಉಪಾಧ್ಯಾಯರುಗಳು ಸಹ ಈ ಸಮಯದಲ್ಲಿಯೇ ಒಂದು ಶಾಲೆಯಿಂದ ಮತ್ತೊಂದು ಶಾಲೆಗೆ ವರ್ಗವಾಗುವುದು ಪದ್ಧತಿ. ನನ್ನಪ್ಪನಿಗೂ ಈ ಸಮಯದಲ್ಲಿಯೇ ವರ್ಗವಾಯಿತು.

ಪೀರ್‌ಕಡುವಿಗೆ ವರ್ಗವಾಗಿ ಶಾಲೆ ಪ್ರಾರಂಭವಾಗುವ ಸಮಯವೂ ಬಂದಿತು. ತುಂಬಿಹರಿಯುತ್ತಿದ್ದ ಭವಾನಿ ನದಿಯ ಆ ಬದಿಯಲ್ಲಿ ಶಾಲೆ, ಊರು ಈ ಬದಿಯಲ್ಲಿ. ಆ ಶಾಲೆಯ ಮಾಸ್ತರು ಅಲ್ಲಿ ಓದುವ ಹುಡುಗರು, ಅಲ್ಲಿನ ಜವಾನ ಎಲ್ಲರೂ ಊರಿನಿಂದ ನದಿ ದಾಟಿ ಆ ಬದಿಯಲ್ಲಿರುವ ಶಾಲೆಗೆ ಹೋಗಬೇಕು. ಶಾಲೆ ಮುಗಿದ ಮೇಲೆ ಪುನಃ ಈ ಬದಿಯಲ್ಲಿರುವ ಊರಿಗೆ ಬರಬೇಕು.

ನದಿ ದಾಟಲು ಸೇತುವೆ ಇರಲಿಲ್ಲ. ತೆಪ್ಪ ಉಪಯೋಗಿಸಬೇಕು ಇಲ್ಲವೆ ಈಜು ಬರುವವರು ಈಜಿಕೊಂಡು ಆ ಕಡೆ ತೀರವನ್ನು ಸೇರಬೇಕು. ಈ ಪೀರ್‌ಕಡುವಿನ ಶಾಲೆಯ ವೈಶಿಷ್ಟ್ಯವೇ ಈ ಈಜುವಿಕೆಯದ್ದು. ಊರಿನಿಂದ ನದಿ ತೀರಕ್ಕೆ ಬಂದು ಉಪಾಧ್ಯಾಯರು, ಶಾಲಾ ವಿದ್ಯಾರ್ಥಿಗಳು ಮತ್ತು ಗುಮಾಸ್ತ, ಜವಾನ ಎಲ್ಲರೂ ತಮ್ಮ ತಮ್ಮ ಮೈಮೇಲಿನ ಶರ್ಟು ಮತ್ತು ಪಂಚೆಯನ್ನು ಬಿಚ್ಚಿ ತಲೆಗೆ ರುಮಾಲಿನಂತೆ ಸುತ್ತಿ, (ಚಡ್ಡಿ ಮಾತ್ರ ಮೈಮೇಲೆ) ನದಿಗೆ ಇಳಿದು ಎಲ್ಲರೂ ಒಟ್ಟಿಗೆ ಈಜಿಕೊಂಡು ಆ ಕಡೆ ತೀರವನ್ನು ಸೇರುತ್ತಿದ್ದರಂತೆ. ಆ ತೀರದಲ್ಲಿ ತಲೆಗೆ ಸುತ್ತಿದ್ದ ಮುಂಡಾಸನ್ನು ಬಿಚ್ಚಿ ಚೌಕದಿಂದ ಮೈ ಒರಸಿಕೊಂಡು ಶರ್ಟು ಧೋತರಗಳನ್ನು ಧರಿಸಿ ಶಾಲೆಗೆ ಹಾಜರಾಗುತ್ತಿದ್ದರು. ಮಾಸ್ತರು, ಜವಾನ ಮತ್ತು ಗುಮಾಸ್ತ ಇವರೆಲ್ಲ ಚೆಡ್ಡಿ ಧರಿಸಿದ್ದರೆ ಶಾಲೆಯ ಮಕ್ಕಳೆಲ್ಲ ಬರೀ ಲಂಗೋಟಿಯಲ್ಲಿಯೇ ಈಜಿಕೊಂಡು ಬರುತ್ತಿದ್ದರಂತೆ.

ಪುನಃ ಸಂಜೆ ಶಾಲೆ ಮುಗಿದ ನಂತರ ಈ ಈಜುವ ಕಾರ್ಯಕ್ರಮ ಪುನರಾವರ್ತನೆ ಆಗುತ್ತಿತ್ತು. ನನ್ನ ಅಪ್ಪ ಆ ಊರಿನಲ್ಲಿ ಕೆಲಸ ಮಾಡಿದ್ದು ಒಂದು ವರ್ಷದವರೆಗೆ ಮಾತ್ರ. ಆ ಒಂದು ವರ್ಷ ಪೂರ್ತಾ ದಿನಾ ಶಾಲೆಗೆ ಈಜಿಕೊಂಡೇ ಹೋಗಿ ಮಾಸ್ತರಿಕೆ ಮಾಡಿದರಂತೆ.

ಮುಂದೆ ಲೋವರ್ ಭವಾನಿ ಡ್ಯಾಂ ಕಟ್ಟಿದ ಮೇಲೆ ಈ ಎರಡೂ ಗ್ರಾಮಗಳು ಅಣೆಕಟ್ಟೆಯ ಹಿನ್ನೀರಿನಲ್ಲಿ ಮುಳುಗಡೆ ಆಗಿ ಹೋದವು. ಪೀರ್‌ಕಡು ಗ್ರಾಮವನ್ನು ಸ್ಥಳಾಂತರಿಸಿ ಈಗ ಬಣ್ಣಾರಿಯ ಹತ್ತಿರ ಹೊಸದಾಗಿ ನಿರ್ಮಿಸಿದ್ದಾರೆ.

ಭಾರತದ ಪ್ರಧಾನಿ ಆಗಿದ್ದ ಲಾಲ್ ಬಹದ್ದೂರ್ ಶಾಸ್ತ್ರಿ ಅವರು ಶಾಲೆಗೆ ಈಜಿಕೊಂಡು ಹೋಗಿ ವಿದ್ಯಾಭ್ಯಾಸ ಮಾಡಿದರು ಎಂದು ಓದಿ ತಿಳಿದಿದ್ದೇವೆ.

ಆದರೆ ಈ ಹಳೆ ಪೀರ್‌ಕಡವು ಗ್ರಾಮದ ವಿದ್ಯಾರ್ಥಿಗಳು, ಮಾಸ್ತರು ಎಲ್ಲಾ ಲಾಲ್‌ಬಹದ್ದೂರರಿಗಿಂತ ಮುಂಚೆಯೇ ಈಜಿಕೊಂಡೇ ವ್ಯಾಸಂಗ ಮಾಡಿದ್ದರು ಎಂದು ತಿಳಿಯುತ್ತದೆ.

10

ಮಾನವಧರ್ಮ

20ನೇ ಶತಮಾನದ ಕಾಲದಲ್ಲಿ ಪ್ಲೇಗ್ ಪಿಡುಗು ಇಡೀ ಭಾರತದಲ್ಲಿ ಉಂಟು ಮಾಡಿದ ತಲ್ಲಣವನ್ನು ವರ್ಣಿಸಲು ಸಾಧ್ಯವಿಲ್ಲ. ಈ ಪ್ಲೇಗ್ ಮಾರಿಯಿಂದ ಆದ ಜನ ಕ್ಷಯ, ಒಂದು ಯುದ್ಧದಿಂದ ಕೂಡ ಸಂಭವಿಸುವುದಿಲ್ಲ. ಅಷ್ಟರ ಮಟ್ಟಿಗೆ ಅದರ ಅಟ್ಟಹಾಸ ಮೆರೆದಿತ್ತು. ಪ್ಲೇಗ್ ಮೊದಮೊದಲು ಬಂದು ಆವರಿಸಿ ಸಾಲು ಸಾಲಾಗಿ ಜನರನ್ನು ಬಲಿತೆಗೆದುಕೊಂಡಾಗ, ವೈದ್ಯರಿಗೂ ಸಹಾ ಅದರ ತಡೆ ಮತ್ತು ಚಿಕಿತ್ಸೆಯ ಬಗ್ಗೆ ಪೂರ್ಣ ಅರಿವಿರಲಿಲ್ಲ. ಊರಿಗೆ ಊರೇ ಪ್ಲೇಗ್ ಮಾರಿಗೆ ಬಲಿಯಾಗಿ ಇಡೀ ಊರೇ ಸ್ಮಶಾನವಾಗಿ ಬಿಡುತ್ತಿತ್ತು.

ಜನರು ಊರನ್ನು ಬಿಟ್ಟು ಊರಿನ ಹೊರಗೆ ಗುಡಿಸಲು ಕಟ್ಟಿಕೊಂಡು, ಪ್ಲೇಗ್ ಸಾಂಕ್ರಾಮಿಕ ರೋಗ ಮರೆಯಾಗುವವರೆಗೆ ಊರ ಹೊರಗೇ ವಾಸಿಸುತ್ತಿದ್ದರು. ಈ ಸಾಂಕ್ರಾಮಿಕ ರೋಗ ಮೊದಲು ಇಲಿಗಳಿಗೆ ಬಂದು ಅದರಿಂದ ಜನರಿಗೆ ಹರಡುತ್ತಿತ್ತು. ಆ ಕಾಲದಲ್ಲಿ ಪ್ಲೇಗ್ ರೋಗ ತನ್ನ ರುದ್ರನರ್ತನವನ್ನು ಮಾಡುತ್ತಿದ್ದ ಸಮಯದಲ್ಲಿ, ಊರಿನ ಯಾವುದಾದರೂ ಒಂದು ಮನೆಯಲ್ಲಿ ಇಲಿಯೊಂದು ಸತ್ತು ಬಿದ್ದರೆ ಮುಗಿಯಿತು. ಇಡೀ ಊರೇ ಖಾಲಿಯಾಗಿಬಿಡುತ್ತಿತ್ತು. ಎಲ್ಲರೂ ಊರ ಹೊರಗಿನ ಮೈದಾನ ಪ್ರದೇಶದಲ್ಲಿ ಗುಡಿಸಲು ಕಟ್ಟಿಕೊಂಡು ವಾಸಿಸಲು ಮೊದಲು ಮಾಡಿಬಿಡುತ್ತಿದ್ದರು. ಎಲ್ಲೋ ಕೆಲವರು ಮೊಂಡು ಧೈರ್ಯದಿಂದ ಊರಿನಲ್ಲಿ ಉಳಿಯುತ್ತಿದ್ದ ಕಾಲವದು.

ಸಾಲು ಸಾಲಾಗಿ ಊರಿನಲ್ಲಿ ಸತ್ತು ಬಿದ್ದ ಜನರ ಅಂತ್ಯಕ್ರಿಯೆ ಮಾಡಲೂ ಸಹ ಜನರು ಸಿಗುತ್ತಿರಲಿಲ್ಲ. ಆ ಪಿಡುಗಿಗೆ ಅಷ್ಟು ಹೆದರುತ್ತಿದ್ದರು. ಅದಲ್ಲದೆ ಅದು ಸಾಂಕ್ರಾಮಿಕ ರೋಗವಾದ್ದರಿಂದ ಸತ್ತವರನ್ನು ಸ್ಮಶಾನಕ್ಕೆ ಸಾಗಿಸಲೂ ಜನರು

ಸಿಗದೆ ಹರಸಾಹಸ ಪಡುವ ಸ್ಥಿತಿ ಇತ್ತು ಆಗ.

ಈಗಿನಂತೆ ವಾಹನ ಸೌಕರ್ಯ, ವಿದ್ಯುತ್ ಚಿತಾಗಾರ ಮುಂತಾದ ಆಧುನಿಕ ಸೌಲಭ್ಯಗಳು ಇರಲಿಲ್ಲ. ಈ ಆಧುನಿಕ ಕಾಲದಲ್ಲಿಯೂ ಹಳ್ಳಿಗಳಲ್ಲಿ ವಿದ್ಯುತ್ ಚಿತಾಗಾರಗಳಿಲ್ಲ. ಕಟ್ಟಿಗೆಯಿಂದಲೇ ಅಗ್ನಿ ಸಂಸ್ಕಾರ ಮಾಡುತ್ತಾರೆ. ಯಾವಾಗಲೋ ಒಬ್ಬರು ಸತ್ತರೆ ಸರಿ, ದಿನಾ ಹತ್ತಾರು ಮಂದಿ ಸತ್ತರೆ, ಅವರ ಸಂಸ್ಕಾರ ಯಾರು ಮಾಡುವುದು. ದಹನ ಕ್ರಿಯೆಗೆ ಕಟ್ಟಿಗೆ ಬೇಕು. ಶವವನ್ನು ಹೂಳುವ ಸಂಪ್ರದಾಯದವರು ಹೂಳಲು ಗುಳಿತೋಡಿಸಬೇಕು. ಅದಕ್ಕೆ ಮತ್ತೆ ಸಹಾಯಕರು ಬೇಕು. ಹೀಗೆ ಹಲವು ತೊಡಕುಗಳನ್ನು ಎದುರಿಸಬೇಕಿತ್ತು. ಊರಿಗೆ ಊರೇ ಸ್ಮಶಾನವಾದಾಗ, ಯಾರನ್ನು ಹೋಗಿ ಏನನ್ನು ಕೇಳುವುದು. ಸತ್ತವರಿಗಿಂತಲೂ ಬದುಕಿದ್ದವರ ಪಾಡೇ ಬಹಳ ಹೀನಾಯವಾಗಿದ್ದ ಸ್ಥಿತಿ ಆಗ.

ವೈದ್ಯ ವಿಜ್ಞಾನ ಇದನ್ನು ಸವಾಲನ್ನಾಗಿ ಸ್ವೀಕರಿಸಿ, ಸಂಶೋಧನೆ ನಡೆಸಿ, ಪ್ಲೇಗು, ಸಿಡುಬು, ಇನ್‌ಫ್ಲೂಯೆಂಜಾ, ಮುಂತಾದ ಸಾಂಕ್ರಾಮಿಕ ರೋಗಗಳನ್ನು ಈ ಪ್ರಪಂಚದಿಂದ ಮೂಲೋತ್ಪಾಟನೆ ಮಾಡಿದೆ. ಆದರೆ ಈ ಸಾಧನೆ ಒಂದು ದಿನ ಅಥವಾ ಒಂದು ವರ್ಷದಲ್ಲಿ ಉಂಟಾದ ಸಾಧನೆ ಅಲ್ಲ. ಅನೇಕಾನೇಕ ವಿಜ್ಞಾನಿಗಳ ಹಲವು ವರ್ಷಗಳ ಪರಿಶ್ರಮದಿಂದ ಈ ವೈದ್ಯಕೀಯ ಕ್ರಾಂತಿಯನ್ನು ಉಂಟು ಮಾಡಲಾಯಿತು.

ಆದರೆ ಈ ಪಿಡುಗುಗಳು ಆವರಿಸಿದ ಪ್ರಾರಂಭದಲ್ಲಿ ಸರಿಯಾದ ಮಾಹಿತಿ ಇಲ್ಲದೇ, ಈ ರೋಗಗಳಿಗೆ ಸರಿಯಾದ ತಡೆಮದ್ದುಗಳು ಇಲ್ಲದೇ ಜನರು ಪಟ್ಟ ಪಾಡು, ಅನುಭವಿಸಿದ ದುಃಖ, ಪಟ್ಟ ಪರಿಪಾಟಲು ಅಷ್ಟಿಷ್ಟಲ್ಲ. ಬದುಕು ಏನೆಲ್ಲಾ ದುಃಖಗಳನ್ನು ತಂದೊಡ್ಡುತ್ತಿತ್ತೋ ಅದನ್ನೆಲ್ಲಾ ಮೌನವಾಗಿ ಸಹಿಸಿಕೊಳ್ಳುತ್ತಿದ್ದರು ಆಗಿನ ಜನ. ಯಾರಲ್ಲಿ ಮೊರೆ ಇಡುವುದು, ಏನಂತ ಪ್ರತಿಭಟಿಸುವುದು. ಆಗ ಇದ್ದ ಸರ್ಕಾರಗಳೂ ಸಹ ಪ್ಲೇಗಿಗೆ ತಡೆ ಮದ್ದನ್ನು ಕಂಡುಹಿಡಿದ ಮೇಲೆ, ಪ್ಲೇಗು ಕ್ಯಾಂಪ್ ಮಾಡಿ, ಜನರಿಗೆ ತಡೆಮದ್ದಿನ ಸೂಜಿ ಹಾಕುವ ಏರ್ಪಾಡು ಮಾಡಿದ್ದವು.

Welfare stateನ ಕಲ್ಪನೆ ಇರಲಿಲ್ಲ. ಅದರಿಂದ ಸರ್ಕಾರದ ಪಾತ್ರ ಬಹಳ ಕಮ್ಮಿಯಾಗಿತ್ತು. ಬರೀ ಕಾನೂನು ಸುವ್ಯವಸ್ಥೆಯನ್ನು ಹೆಚ್ಚು ನಿಭಾಯಿಸುತ್ತಿದ್ದ ಸರ್ಕಾರ ತನ್ನ ಸಾಮಾಜಿಕ ಕರ್ತವ್ಯವನ್ನು ಈಗಿರುವಂತೆ ನಿರ್ವಹಿಸುತ್ತಿರಲಿಲ್ಲ. ಆಗಿನ ಸರ್ಕಾರಕ್ಕೆ ಸಾಮಾಜಿಕ ಕರ್ತವ್ಯ ಪ್ರಜ್ಞೆಯೇ ಇರಲಿಲ್ಲ ಎಂಬ ಅಭಿಪ್ರಾಯವಲ್ಲ. ಆದರೆ ಈಗಿರುವಂತೆ ಆಗೆಲ್ಲ ಇಷ್ಟೊಂದು ಬಾಬ್ತುಗಳು ಇರುತ್ತಿರಲಿಲ್ಲ. ಅದಲ್ಲದೆ ಜನರಿಗೂ ಸಹಾ ಸಾಮೂಹಿಕವಾಗಿ ಪ್ರತಿಭಟಿಸುವ ಮನೋಭಾವ ಇನ್ನೂ ಬಂದಿರಲಿಲ್ಲ. ಈಗಿನ ಕಾಲದಲ್ಲಿ ಪ್ರತಿಯೊಂದು ವಿಷಯಕ್ಕೂ

ಜನ ಪ್ರತಿಭಟಿಸಿ ಸರ್ಕಾರವನ್ನು ತರಾಟೆಗೆ ತೆಗೆದುಕೊಳ್ಳುತ್ತಾರೆ. ಯಾವುದೋ ರಸ್ತೆಯಲ್ಲಿ ವಾಹನ ಚಾಲಕನ ಅಜಾಗರೂಕತೆಯಿಂದಲೋ ಅಥವಾ ಬೇರೆನೋಕಾರಣದಿಂದಲೋ ಅಪಘಾತದಿಂದ ಯಾರಾದರೂ ಮೃತಪಟ್ಟರೆ ಓಡಿ ಹೋದ ಚಾಲಕನನ್ನು ಬಂಧಿಸಿ ಎಂದು ಶವವನ್ನು ನಡುರಸ್ತೆಯಲ್ಲಿಟ್ಟು ಪ್ರತಿಭಟಿಸುತ್ತಾರೆ. ಆಗ ಅಲ್ಲಿಗೆ ಜಿಲ್ಲಾಧಿಕಾರಿ ಬರಬೇಕು, ಸೂಪರಿಂಟೆಂಡೆಂಟ್ ಬರಬೇಕು, ಕೆಲವೊಮ್ಮೆ ಮಂತ್ರಿ ಮಹೋದಯ ಸಹ ಬರಬೇಕಾಗುತ್ತದೆ.

ಜನನಾಯಕ ಸರ್ಕಾರವಿದ್ದರೆ, ಜನರಿಗೆ ಬೇರೇನು ಸಿಗದಿದ್ದರೂ, ಬೆಲೆ ಏರಿಕೆ ಮತ್ತು ಭ್ರಷ್ಟಾಚಾರದಿಂದ ತತ್ತರಿಸುತ್ತಿದ್ದರೂ ಸಣ್ಣ ಸಣ್ಣ ಕಾರಣಗಳಿಗೂ ಸಹ ಸಾಮೂಹಿಕವಾಗಿ ಬೀದಿಗಿಳಿದು ಪ್ರತಿಭಟನೆ ನಡೆಸುವ ಸ್ವಾತಂತ್ರ್ಯವಿರುತ್ತದೆ.

ಆಗಿನ ಕಾಲದಲ್ಲಿ ಜನರು ತಮ್ಮ ಪಾಲಿಗೆ ಬಂದದ್ದನ್ನು ಮೌನವಾಗಿ ಅನುಭವಿಸುತ್ತಿದ್ದರು, ಅದು ಸುಖವಿರಲಿ, ದುಃಖವಿರಲಿ. ನಮ್ಮ ಜನರ ಈ ರೀತಿಯಾದ ಮನೋಭಾವದಿಂದಲೇ ಏನೋ ಬ್ರಿಟಿಷರು ನಮ್ಮ ದೇಶವನ್ನು ಎರಡು ಶತಮಾನಗಳ ಕಾಲ ಸುಖದಿಂದ ಆಳಿದರೆಂದು ತೋರುತ್ತದೆ. ಜನರು ಇಹಲೋಕದ ಜೀವನ ವಿಚಾರಗಳಿಗೆ ಹೆಚ್ಚು ತಲೆಕಡಿಸಿಕೊಳ್ಳದೇ, ಪರಲೋಕದ ಚಿಂತೆ ಮಾಡುತ್ತಿದ್ದರಿಂದ, ದಿನನಿತ್ಯದ ಜೀವನ, ಅದು ಬಂದಹಾಗೆ ನಡೆಯುತ್ತಿತ್ತು.

ಇಷ್ಟೆಲ್ಲಾ ಪೀಠಿಕೆ ಏಕೆ ನೀಡಬೇಕಾಗಿದೆ ಎಂದರೆ ಮುಂದೆ ನಡೆದ ಘಟನೆ ಈ ಪ್ಲೇಗು ಮಾರಿಗೇ ಸಂಬಂಧ ಪಟ್ಟಿದ್ದು, ಈ ಘಟನೆಯನ್ನು ನನ್ನ ಅಪ್ಪ ನಮಗೆ ಹೇಳಿದ್ದರು. ಇದು ಅವರ ಬಾಲ್ಯದಲ್ಲಿ ನಡೆದ ಘಟನೆ. ಅವರಿಂದ ಕೇಳಿ ತಿಳಿದ ಈ ವಿವರವನ್ನು ಓದುಗರೊಂದಿಗೆ ಹಂಚಿಕೊಂಡಿದ್ದೇನೆ. ನನ್ನ ಅಪ್ಪ ವ್ಯಾಸಂಗವನ್ನು ಮುಂದುವರೆಸಲು ತನ್ನ ಸ್ವಗ್ರಾಮವನ್ನುಬಿಟ್ಟು ಮೇಲುಕೋಟೆಗೆ ಹೋಗಬೇಕಾಯಿತು. ಆಗೆಲ್ಲ ಎಲ್ಲೆಂದರೆ ಅಲ್ಲಿ ಶಾಲಾ ಕಾಲೇಜುಗಳು ಇರಲಿಲ್ಲ. ಹೆಚ್ಚಿನ ಓದಿಗಾಗಿ ಪ್ರಮುಖ ಪಟ್ಟಣ ನಗರಗಳಲ್ಲಿ ಮಾತ್ರ ಇದ್ದ ಶಾಲೆಗಳಿಗೆ ಹೋಗಬೇಕಾಗಿತ್ತು.

ಹೀಗೆ ಮೇಲುಕೋಟೆಗೆ ಹೋದ ನನ್ನಪ್ಪ ಅಲ್ಲಿನ ಸಂಸ್ಕೃತ ಪಾಠಶಾಲೆಯಲ್ಲಿ ತಮ್ಮ ಓದನ್ನು ಮುಂದುವರೆಸುತ್ತಿದ್ದ ಸಮಯ. ಸಂಪ್ರದಾಯಸ್ಥ ಮನೆತನದಲ್ಲಿ ಹುಟ್ಟಿ ಬೆಳೆದಿದ್ದರಿಂದ ಚಿಕ್ಕ ವಯಸ್ಸಿನಿಂದಲೇ ತನ್ನ ತಂದೆಯಿಂದ ವೇದ ಪಾಠಗಳನ್ನು ಅಭ್ಯಾಸ ಮಾಡಿದ್ದರು. ಆಗೆಲ್ಲ ಸಂಪ್ರದಾಯಸ್ಥ ಬ್ರಾಹ್ಮಣ ಸಂಸಾರದಲ್ಲಿ, ಮನೆಯಲ್ಲಿರುವ ಗಂಡುಮಕ್ಕಳಿಗೆಲ್ಲ ಅವರು 8-10 ವರ್ಷ ವಯಸ್ಸಿನವರಾಗುವ ಒಳಗೇ ವೇದಪಾಠವನ್ನು ಬಾಯಿಪಾಠ ಮಾಡಿಸಿಬಿಡುತ್ತಿದ್ದರು.

ನನ್ನ ತಾತ ಆಗಿನ ಕಾಲಕ್ಕೆ ಸಾಮವೇದದ ಘನ ಪಂಡಿತರಾಗಿದ್ದರು. ಆದರೂ ಯಾವ ಬಿರುದು ಬಾವಲಿಗಳನ್ನೂ ಪಡೆದವರಲ್ಲ. ಹಾಗೆ ಮನ್ನಣೆ ಸಿಗಬೇಕಾದರೆ ದೂರದ ರಾಜನ ಆಸ್ಥಾನಕ್ಕೆ ನಡೆದುಕೊಂಡು ಹೋಗಿ, ಅವಕಾಶಕ್ಕಾಗಿ ಕಾದು, ಅದೃಷ್ಟ ಇದ್ದರೆ ರಾಜನ ದರುಶನ ಪಡೆದು, ಬಿರುದು ಶಾಲು ಒಂದಷ್ಟು ದಕ್ಷಿಣೆ ಪಡೆಯಲು ಪಾಡುಪಡಬೇಕಿತ್ತು. ಇಷ್ಟಲ್ಲಾ ಸಾಹಸ ಮಾಡಲು ನನ್ನ ತಾತನಿಗೆ ವ್ಯವಧಾನ ಇರಲಿಲ್ಲವೇನೋ. ಆದರೂ ಸುತ್ತಮುತ್ತಲಿನ ಪ್ರಾಂತ್ಯದಲ್ಲಿ ಸಾಮವೇದದ ವಿಚಾರದಲ್ಲಿ ನನ್ನ ತಾತನ ತೀರ್ಪೇ ಅಂತಿಮ. ಹೀಗೆ ವೇದಪಂಡಿತರ ವೃಂದದಲ್ಲಿ ಅವರಿಗೆ ಅಷ್ಟು ಹೆಚ್ಚಿನ ಮನ್ನಣೆ ಇತ್ತು.

ನನ್ನ ಅಪ್ಪ ಮೇಲುಕೋಟೆಯಲ್ಲಿ ಅಲ್ಲಿನ ಹೈಸ್ಕೂಲಿನ ಮುಖ್ಯೋಪಾಧ್ಯಾಯರ ಮನೆಯಲ್ಲಿಯೇ ತಂಗಿದ್ದು ವ್ಯಾಸಂಗ ಮುಂದುವರಸುತ್ತಿದ್ದರು. ಆ ಮುಖ್ಯೋಪಾಧ್ಯಾಯರು ನನ್ನ ತಾತನಿಗೆ ಬಹಳ ತಿಳಿದವರು ಮತ್ತು ದೂರದ ಸಂಬಂಧ ಕೂಡ. ಇದರಿಂದಾಗಿ ನನ್ನ ಅಪ್ಪ ಅವರ ಮನೆಯಲ್ಲಿರಲು ಏರ್ಪಾಡಾಗಿತ್ತು. ಆ ಮುಖ್ಯೋಪಾಧ್ಯಾಯರಿಗೆ ಮೇಲುಕೋಟೆಯ ಚಲುವನಾರಾಯಣಸ್ವಾಮಿ ದೇವಸ್ಥಾನದಲ್ಲಿ ದೇವರ ತೀರ್ಥದ ಬಟ್ಟಲನ್ನು ಜೋಪಾನವಾಗಿ ಹಿಡಿದು ದೇವರ ಉತ್ಸವದ ಹಿಂದೆ ನಡೆದು ಬರುವ ಒಂದು ಅಧಿಕಾರ ಇತ್ತು. ಈ ರೀತಿ ದೇವರ ಕೊಡೆ, ಚಾಮರ, ದೀವಟಿಗೆ ಮತ್ತು ಇತರ ಕೆಲಸಗಳನ್ನು ಒಂದೊಂದು ಕುಟುಂಬಕ್ಕೆ ವಂಶಪಾರಂಪರ್ಯವಾಗಿ ನೀಡಲಾಗಿತ್ತು.

ಆ ಮುಖ್ಯೋಪಾಧ್ಯಾಯರಿಗೆ ಸಾಮವೇದವನ್ನು ಕಲಿಯುವ ಆಸೆಯಿಂದ ನನ್ನಪ್ಪನನ್ನು ತನಗೆ ಸಾಮವೇದ ಪಾಠ ಹೇಳಿಕೊಡುವಂತೆ ಕೇಳಿದರು. ಬೆಳಿಗ್ಗೆ ಶಾಲೆಯಲ್ಲಿ ನನ್ನ ಅಪ್ಪ ಆ ಮುಖ್ಯೋಪಾಧ್ಯಾಯರಿಗೆ ಶಿಷ್ಯ. ಸಂಜೆ ಹೊತ್ತು ಇಳಿದ ಮೇಲೆ ನರಸಿಂಹಸ್ವಾಮಿ ಬೆಟ್ಟದ ಅಡಿಯಲ್ಲಿರುವ ಕಲ್ಯಾಣಿಯ ಮೆಟ್ಟಿಲುಗಳ ಮೇಲೆ ಕುಳಿತು ನನ್ನ ಅಪ್ಪ ಅವರಿಗೆ ಸಾಮವೇದ ಪಾಠ ಮಾಡಬೇಕು. ಆಗ ನನ್ನ ಅಪ್ಪ ಅವರಿಗೆ ಗುರು. ಇದಕ್ಕೆ ಗುರುದಕ್ಷಿಣೆಯ ರೂಪದಲ್ಲಿ ದೇವಸ್ಥಾನದ ತನ್ನ ಅಧಿಕಾರವನ್ನು ನನ್ನಪ್ಪನಿಗೆ ವಹಿಸಿ ಅದರಿಂದ ತಿಂಗಳಿಗೆ ಒಮ್ಮೆ ದೇವಸ್ಥಾನದಿಂದ ಅವರಿಗೆ ಸಂದಾಯವಾಗುತ್ತಿದ್ದ ಮೂರು ಕಾಸುಗಳನ್ನು ನನ್ನ ಅಪ್ಪನಿಗೆ ಕೊಡಬೇಕು. ಹೀಗೆ ಇವರಿಬ್ಬರೂ ಈಗ ಹೇಳುವಂತೆ Two-in-one ರೀತಿಯಲ್ಲಿ ವಿದ್ಯಾಭ್ಯಾಸ ಮಾಡುತ್ತಿದ್ದರಂತೆ.

ಜೀವನ ಹೀಗೆ ಸಾಗುತ್ತಿದ್ದಾಗ ಒಮ್ಮೆ ನನ್ನ ತಾತ ಸಹ ಯಾವುದೋ ಕಾರಣಕ್ಕಾಗಿ ಮೇಲುಕೋಟೆಗೆ ಬಂದಿದ್ದರಂತೆ. ಆ ಸಮಯದಲ್ಲಿ ಪ್ಲೇಗು ಮಾರಿ ಆ

ಊರಿನಲ್ಲಿ ತನ್ನ ಪಿಶಾಚ ನರ್ತನವನ್ನು ಶುರು ಮಾಡಿತು. ಸುಮಾರು ಜನರಿಗೆ ಪ್ಲೇಗು ತಗುಲಿ ಸತ್ತವರ ಸಂಖ್ಯೆಯೇ ತಿಳಿಯದಷ್ಟು ಜನ ಮೃತಪಟ್ಟರು. ಅಗ್ರಹಾರದಲ್ಲಿಯೂ ಜನರು ಸಾಯುವುದು ಪ್ರಾರಂಭವಾಯಿತು.

ಅಲ್ಲಿ ಒಂದು ಮನೆಯಲ್ಲಿ, ತಾತ, ಮಗ ಮತ್ತು ಮೊಮ್ಮಗ ಈ ಮೂವರೂ ಒಂದೇ ದಿನ ಪ್ಲೇಗು ರೋಗಕ್ಕೆ ತುತ್ತಾಗಿ ಒಬ್ಬರ ಹಿಂದೆ ಮತ್ತೊಬ್ಬರಂತೆ ಮೂರೂ ಜನರೂ ಮರಣ ಹೊಂದಿದರು. ಈ ಭೀಕರ ಪರಿಸ್ಥಿತಿಯಲ್ಲಿ ಮೃತಪಟ್ಟವರ ಅಂತ್ಯ ಸಂಸ್ಕಾರ ಯಾರು ಮಾಡುವುದು. ಮನೆಯಲ್ಲಿದ್ದ ಮೂರು ಗಂಡಸರೂ ಸತ್ತು ಬಿದ್ದಿದ್ದಾರೆ. ಇನ್ನಿರುವ ಹೆಂಗಸರು ಏನೂ ತಾನೆ ಮಾಡಿಯಾರು. ಸತ್ತವರನ್ನು ನೆನೆದು ದುಃಖಿಸುವುದೇ, ಶವಸಂಸ್ಕಾರ ಮಾಡಲು ಸಾಧ್ಯವಾಗದೇ ಮರುಗುವುದೇ, ಯಾರಿಗಾಗಿ ದುಃಖಿಸುವುದು, ಇದ್ದ ಮೂರೂ ಗಂಡು ದಿಕ್ಕು ಮರಣಿಸಿವೆ. ಇಂಥ ಹೃದಯ ವಿದ್ರಾವಕ ಸ್ಥಿತಿಯಲ್ಲಿತ್ತು ಆ ಮನೆ ಮತ್ತು ಅಲ್ಲಿನ ಬದುಕುಳಿದವರ ಸ್ಥಿತಿ.

ಆಗ ಆ ಮನೆಗೆ ನನ್ನ ತಾತ ಮತ್ತು ನನ್ನ ಅಪ್ಪ ಹೋಗಿ ಅಲ್ಲಿನ ದಾರುಣ ಸ್ಥಿತಿಯನ್ನು ಕಂಡರು. ಇಲ್ಲಿ ಗಮನಿಸುವ ವಿಚಾರವೆಂದರೆ ಪ್ಲೇಗು ಎಂಬ ಹೆಸರು ಕೇಳಿದರೇನೆ ಮೈಲುದೂರ ಓಡುವ ಪರಿಸ್ಥಿತಿಯಲ್ಲಿ ಪ್ಲೇಗಿನಿಂದ ಒಬ್ಬರಲ್ಲ ಮೂರು ಜನ ಸತ್ತು ಬಿದ್ದಿರುವ ಮನೆಗೆ ಇವರಿಬ್ಬರೂ ಹೋಗಿದ್ದಾರೆ. ಅಲ್ಲಿನ ಸ್ಥಿತಿಯನ್ನು ಗಮನಿಸಿದ ನನ್ನ ತಾತ, ತಕ್ಷಣ ನನ್ನ ಅಪ್ಪನಿಗೆ ಅಲ್ಲಿ ಸತ್ತಿರುವ ಒಬ್ಬೊಬ್ಬರನ್ನೂ ಊರ ಹೊರಗಿನ ಸ್ಮಶಾನಕ್ಕೆ ಸಾಗಿಸಲು ಹೇಳಿದರು. ಮೊದಲೇ ಪ್ಲೇಗಿನಿಂದ ಸತ್ತಿದ್ದಾರೆ. ಇನ್ನೂ ಶವ ಹೊರಲೂ ಸಹ ಜನರಿಲ್ಲ. ಸತ್ತಮೇಲೆ ಗಾದೆಯ ಮಾತಿನಂತೆ ದೇಹಗಳು ಹೆಣಭಾರ.

ಅಲ್ಪಸ್ವಲ್ಪ ಧೈರ್ಯದಿಂದ ಆ ಮನೆಯ ಮುಂದೆ ಸೇರಿದ್ದ ಕೆಲವರು, ನನ್ನ ತಾತ ಹೀಗೆ ತನ್ನ ಮಗನನ್ನು ಹೆಣಹೊರಲು ಹೇಳಿದ್ದನ್ನು ಕೇಳಿ, ಶಾಸ್ತ್ರದ ಪ್ರಕಾರ, ತಾಯಿ ತಂದೆ ಜೀವಂತವಾಗಿರುವ ನನ್ನ ಅಪ್ಪ ಶವಸಂಸ್ಕಾರ ಮಾಡುವುದು ಸರಿಯಲ್ಲ ಎಂದು ಕೊಂಕು ತೆಗೆದರು. ನೋಡಿ ಅಂಥ ದಾರುಣ ಸಮಯದಲ್ಲೂ ಶಾಸ್ತ್ರಕ್ಕೆ ಜೋತು ಬಿದ್ದು, ಮನುಷ್ಯತ್ವವನ್ನು ಮರೆತವರು ಇದ್ದರು. ಈ ರೀತಿಯ ಜನ ಎಲ್ಲ ಕಾಲದಲ್ಲೂ ಇದ್ದೇ ಇರುತ್ತಾರೆ.

ಇದನ್ನು ಕೇಳಿ ನನ್ನ ತಾತನಿಗೆ ತಡೆಯಲಾರದಷ್ಟು ಕೋಪಬಂದು, “ಯಾವ ಶಾಸ್ತ್ರದಲ್ಲಿ ಹೀಗೆ ಹೇಳಿದೆ? ಅಂತ್ಯ ಸಂಸ್ಕಾರ ಇಲ್ಲದೇ ಅನಾಥಪ್ರೇತವಾಗಿ ಹದ್ದು ನಾಯಿಗಳಿಗೆ ಆಹಾರವಾಗಬೇಕೆ? ಅಂಥ ಶಾಸ್ತ್ರ ಇದ್ದರೆ ಅದನ್ನು ಸುಡಿ. ಜೀವಂತವಾಗಿ ಇರುವ ಅವನ ತಂದೆ ನಾನೇ ಅವನಿಗೆ ಹೇಳುತ್ತಿದ್ದೇನೆ, ಮತ್ತೆ

ಯಾವ ಶಾಸ್ತ್ರ ಅವನನ್ನು ಬೇಡ ಎಂದು ಹೇಳಲು. ಒಬ್ಬ ಮನುಷ್ಯ ಸತ್ತಮೇಲೆ ಅವನಿಗೆ ಗೌರವಯುತವಾದ ಅಂತಿಮ ಸಂಸ್ಕಾರ ಮಾಡುವುದು ಮಾನವಧರ್ಮ. ಅದನ್ನು ಮೀರಿದ ಬೇರಾವ ಶಾಸ್ತ್ರ-ಪುರಣಾಗಳಿದ್ದರೆ ಅವುಗಳೆಲ್ಲ ಮುಟ್ಠಾಳರ ಶಾಸ್ತ್ರಗಳು. ಅವಕ್ಕೆ ಕವಡೆಕಾಸಿನ ಕಿಮ್ಮತ್ತಿಲ್ಲ. ಬಿಸಾಕಿ ಅವನ್ನೆಲ್ಲ" ಎಂದರು.

ನಂತರ ನನ್ನ ಅಪ್ಪ ಮತ್ತು ನನ್ನ ತಾತ ಇಬ್ಬರೇ ಸೇರಿ ಅಲ್ಲಿ ಸತ್ತಿದ್ದ ಮೂವರ ಶವಗಳನ್ನು ಒಂದೊಂದಾಗಿ ಸ್ಮಶಾನಕ್ಕೆ ಸಾಗಿಸಿ, ಅಲ್ಲಿ ಇಲ್ಲಿ ಹೋಗಿ ಕಟ್ಟಿಗೆ ಸಂಗ್ರಹಿಸಿ ಮೂರೂ ಜನರ ಅಗ್ನಿ ಸಂಸ್ಕಾರವನ್ನು ಶಾಸ್ತ್ರೋಕ್ತವಾಗಿ ಮಾಡಿ ಮುಗಿಸಿ ಸಂಜೆಯ ವೇಳೆಗೆ ಊರಹೊರಗಿನ ಕಲ್ಯಾಣಿಯಲ್ಲಿ ಸ್ನಾನಮಾಡಿ ಮನೆಗೆ ಬಂದು ಸೇರಿದರು.

ಇದನ್ನು ನನ್ನ ಅಪ್ಪ ನನಗೆ ಹೇಳಿದಾಗ ಆ ವಯಸ್ಸಿನಲ್ಲಿ ನನಗೆ ಅದು ಒಂದು ಸಾಹಸ ಘಟನೆಯೆಂದು ಮಾತ್ರ ತಿಳಿಯಿತು. ಆದರೆ ಈಗ ಬುದ್ಧಿ ಬಲಿತ ಮೇಲೆ ಆಲೋಚಿಸಿದಾಗ ನನ್ನ ತಾತನ ಆ ನಿಲುವು, ಅವರು ಮಾನವ ಧರ್ಮದ ಮೇಲೆ ಇಟ್ಟಿದ್ದ ಅಚಲ ನಂಬಿಕೆ, ಬರೀ ಗೊಡ್ಡು ವೇದಾಂತಕ್ಕೆ ಜೋತು ಬೀಳದೆ ಮನುಷ್ಯತ್ವವನ್ನು ಮೆರೆದ ಅವರ ಕೆಚ್ಚು ಇವೆಲ್ಲ ನನ್ನ ಅರಿವಿಗೆ ವೇದ್ಯವಾಗುತ್ತಿದೆ.

ಇದು ಆದಿ ಶಂಕರರು, ಸನ್ಯಾಸ ಸ್ವೀಕರಿಸಿ, ದೇಶಾಟನೆ ಮಾಡುತ್ತಿದ್ದ ಸಮಯದಲ್ಲಿ, ತಮ್ಮ ತಾಯಿಯು ಮೃತಪಟ್ಟ ಸುದ್ದಿ ತಿಳಿದು, ಅವಳಿಗೆ ಕೊಟ್ಟ ಮಾತಿನಂತೆ ಅವಳ ಅಂತ್ಯ ಸಂಸ್ಕಾರ ಮಾಡಲು ಬಂದಾಗ ಅಲ್ಲಿದ್ದ ಗೊಡ್ಡು ವೈದಿಕರು, ಸನ್ಯಾಸಿಯಾದವನು ಅಂತ್ಯಸಂಸ್ಕಾರ ಮಾಡಬಾರದು ಎಂದು ತಡಯೊಡ್ಡಿದ ಘಟನೆಯನ್ನು ನೆನಪಿಗೆ ತರುತ್ತದೆ.

ಕಾಲ ಯಾವುದೇ ಇರಲಿ, ಕ್ರಾಂತಿಕಾರಿ ಚಿಂತಕರೂ, ಪಥ ನಿರ್ಮಾಪಕರೂ ಇದ್ದೇ ಇರುತ್ತಾರೆ. ಜತೆಯಲ್ಲಿಯೇ ಗೊಡ್ಡು ವೇದಾಂತಿಗಳೂ, ಅಲ್ಪಮತಿಗಳೂ, ಸಂಕುಚಿತ ಮನೋಭಾವದ ಸಂಪ್ರದಾಯಸ್ಥರೂ ಒಟ್ಟೊಟ್ಟಿಗೆ ಇರುತ್ತಾರೆ ಎಂದು ತಿಳಿದೆ.

11

ಗೋಕುಲಾಷ್ಟಮಿ ತಿಂಡಿ

ನನ್ನಪ್ಪನ ತಾಯಿಯ ಊರು ಕಪಿಲಾ ನದೀತೀರದಲ್ಲಿರುವ ಕುಂಟನ ಬೆಳತೂರು. ಈ ಊರು ಈಗಲೂ ಒಂದು ಕುಗ್ರಾಮ. ನನ್ನಪ್ಪ ಹುಟ್ಟಿದ ಕಾಲದಲ್ಲಂತೂ ಇನ್ನೂ ಕುಗ್ರಾಮ ಮತ್ತು ಅಲ್ಲಿಗೆ ತಲುಪಲು ಬಹಳ ಪಾಡುಪಡಬೇಕಾಗಿತ್ತು. ಕರ್ನಾಟಕ ಮತ್ತು ಕೇರಳ ರಾಜ್ಯಗಳ ಗಡಿಭಾಗದ ಗ್ರಾಮ ಅದು. ಆ ಊರಿಗೆ ಯಾವ ಕಡೆಯಿಂದ ಹೋದರೂ ಕಪಿಲಾ ನದಿಯನ್ನು ದಾಟಿಯೇ ತೀರಬೇಕು. ನದಿದಾಟಲು ತೆಪ್ಪಗಳನ್ನು ಬಳಸುತ್ತಿದ್ದರು. ಬೇಸಿಗೆ ಕಾಲದಲ್ಲೂ ನದಿ ತುಂಬಿ ಹರಿಯುತ್ತಿದ್ದ ಕಾಲವದು. ಆದ್ದರಿಂದ ಆ ಊರಿಗೆ ಹೋಗಿ ಸೇರಬೇಕಾದರೆ ತೆಪ್ಪದ ಸಹಾಯವಿಲ್ಲದೆ ಬೇರೆ ದಾರಿಯೇ ಇರಲಿಲ್ಲ.

ಈ ಬೆಳತೂರು ಮೈಸೂರಿನಿಂದ ಸುಮಾರು 30 ರಿಂದ 40 ಕಿ.ಮೀ ದೂರದಲ್ಲಿದೆ. ಇಷ್ಟು ಹತ್ತಿರದಲ್ಲಿದ್ದ ಆ ಊರಿನಿಂದ ಮೈಸೂರಿಗೆ ಜನ ನಡೆದುಕೊಂಡೇ ಬರಬೇಕಾಗಿತ್ತು. ನನ್ನಪ್ಪನ ಬಾಲ್ಯದ ಕಾಲದಲ್ಲಿ ಯಾವ ಊರಿಗೂ ಬಸ್ಸಿನ ಸೌಕರ್ಯ ಇರಲಿಲ್ಲ. ಕೈಕಾಲು ಗಟ್ಟಿ ಇದ್ದವರು ನಡೆದೇ ಬರುತ್ತಿದ್ದರು. ಕೈಲಾಗದವರೂ, ಹೆಂಗಸರೂ, ಮಕ್ಕಳೂ ಎತ್ತಿನ ಗಾಡಿಯಲ್ಲಿ ಬರಬೇಕಿತ್ತು. ಹಳ್ಳಿಹಳ್ಳಿಗೆಲ್ಲ ಸಂಚಾರ ವ್ಯವಸ್ಥೆ ಇರಲೇ ಇಲ್ಲ. ಪ್ರಮುಖ ನಗರ ಪಟ್ಟಣಗಳಿಗೆ ಮಾತ್ರ ಒಂದೋ ಅಥವಾ ಎರಡೋ ಬಸ್ಸಿನ ಸಂಪರ್ಕ ಇತ್ತು. ಬೆಳತೂರಿನಲ್ಲಿ ತನ್ನ ತಾಯಿಯ ಮನೆಗೆ ಅಂದರೆ ನನ್ನ ಅಜ್ಜಿಯ ಮನೆಗೆ ಯಾವಾಗಲಾದರೊಮ್ಮೆ ನನ್ನ ಅಪ್ಪ ಹೋಗುವ ರೂಢಿ ಇತ್ತು. ಏನಾದರೂ ವಿಶೇಷ ಸಮಾರಂಭ, ಹಬ್ಬ ಹರಿದಿನ ಮುಂತಾದ ಮುಖ್ಯವಾದ ಸಂದರ್ಭಗಳಲ್ಲಿ ಮಾತ್ರ ಜನ ಒಂದೂರಿಂದ ಇನ್ನೊಂದೂರಿಗೆ ಹೋಗುತ್ತಿದ್ದರು. ಇಲ್ಲದಿದ್ದರೆ ತಮ್ಮ ತಮ್ಮ

ಹಳ್ಳಿಗಳಲ್ಲಿಯೇ ತಮ್ಮ ದೈನಂದಿನ ಚಟುವಟಿಕೆಗಳನ್ನು ಗಮನಿಸುತ್ತಾ ತಮ್ಮ ಪಾಡಿಗೆ ತಾವು ಇದ್ದು ಬಿಡುತ್ತಿದ್ದರು. ಅದಲ್ಲದೆ ಈ ಬೆಳತೂರು ಅದರ ಪಕ್ಕದ ಊರಾದ ಸರಗೂರು ಮುಂತಾದ ಗ್ರಾಮದವರಂತೂ ಆ ಕಾಲದಲ್ಲಿಯೇ ಸೋಂಬೇರಿತನಕ್ಕೆ ಹೆಸರಾಗಿದ್ದವರು. ವರ್ಷದ ಮುಕ್ಕಾಲು ಬಾಗ ಮಳೆ ಬೀಳುತ್ತಿತ್ತು ಮತ್ತು ಕಪಿಲಾನದಿಯ ಪ್ರವಾಹ. ಜಮೀನಿನಲ್ಲಿ ಬಿತ್ತನೆ, ಕಟಾವು ಮುಗಿದ ಮೇಲಂತೂ ಜನರಿಗೆ ಬೇರೇನೂ ಕೆಲಸವೇ ಇರುತ್ತಿರಲಿಲ್ಲ. ಜಗುಲಿಯ ಮೇಲೆ ಕುಳಿತು ಕಾಲ ಕಳೆಯಲು ಇಸ್ಪೀಟು ಆಡುವುದು, ಸ್ವಲ್ಪ ಚುರುಕಾಗಿರಲು ನಸ್ಯ ಏರಿಸುವುದು ಇವೆರಡೇ ಅಲ್ಲಿನ ಜನರ ಅತಿಮುಖ್ಯ ಚಟುವಟಿಕೆ. ಇದಲ್ಲದೆ ಭಾರತದ ಜನಸಂಖ್ಯೆಯ ಹೆಚ್ಚಳಕ್ಕೆ ತಮ್ಮಿಂದಾದ ಕೊಡುಗೆಯನ್ನು ತಪ್ಪದೇ ನೀಡುತ್ತಿದ್ದರು. ಇದಕ್ಕೆ ಅಲ್ಲಿನ ಜನರ ಮನೋಭಾವ ಕಾರಣವಲ್ಲ. ಆ ಊರುಗಳ ಪರಿಸ್ಥಿತಿ ಹಾಗಿತ್ತು. ಆ ಜನರಿಗೆ ಬೇರೆ ಯಾವ ಮಾರ್ಗವೂ ಇರಲಿಲ್ಲ. ಊರಿಂದ ಊರಿಗೆ ಹೋಗಲು ಸಾರಿಗೆ ಸಂಪರ್ಕ ಇಲ್ಲ, ವಿದ್ಯುಚ್ಛಕ್ತಿ ಇಲ್ಲ, ಯಾವಾಗಲೂ ಜಿಟಿ ಜಿಟಿ ಮಳೆ, ಬೇರೇನೂ ತಾನೆ ಮಾಡಿಯಾರು.

ಈ ಬೆಳತೂರಿನ ನನ್ನ ಅಜ್ಜಿ ಮನೆಗೆ ಹೋದರೆ ನನ್ನ ಅಪ್ಪನಿಗೆ ಅಲ್ಲಿ ತನ್ನ ಸೋದರ ಮಾವನ ಮಗನೊಬ್ಬನೇ ಜತೆಗಾರ. ಇಬ್ಬರೂ ಓರಗೆಯವರಾದ್ದರಿಂದ ಅವರಿಬ್ಬರಲ್ಲಿ ಹೆಚ್ಚಿನ ಸ್ನೇಹ ಇತ್ತು. ಅದಲ್ಲದೆ ಇಬ್ಬರೂ ಅಸಾಮಾನ್ಯ ಈಜುಗಾರರು. ಊರ ಮುಂದಿನ ಕಪಿಲಾ ನದಿಯಲ್ಲೇ ಇವರಿಬ್ಬರ ಈಜಿನ ಪ್ರಾವೀಣ್ಯ ಪ್ರದರ್ಶನ. ಮೈಲುಗಟ್ಟಲೆ ನದಿಯಲ್ಲಿ ಈಜಿಕೊಂಡೇ ತೀರದ ಊರುಗಳಿಗೆ ಹೋಗಿಬಿಡುತ್ತಿದ್ದರು. ಇವರಿಬ್ಬರ ಈಜಿನ ಸಾಹಸಗಳು ಆ ಸುತ್ತಮುತ್ತಲಿನ ಹಳ್ಳಿಯವರಿಗೆಲ್ಲಾ ತಿಳಿದಿತ್ತು. ನನ್ನ ಅಪ್ಪ ಬೆಳತೂರಿಗೆ ಬರುವುದನ್ನೇ ಕಾಯುತ್ತಿದ್ದ ಅವರ ಸೋದರ ಮಾವನ ಮಗ, ಬಂದ ಕೂಡಲೇ ಇಬ್ಬರೂ ಸೇರಿಕೊಂಡು ಬೆಳಿಗ್ಗೆಯಿಂದ ಸಂಜೆಯವರೆಗೂ ಈಜುವುದು. ತೀರದಲ್ಲಿ ಬೃಹದಾಕಾರವಾಗಿ ಬೆಳೆದು ನದಿಯ ಮಧ್ಯಭಾಗಕ್ಕೆ ರೆಂಬೆಗಳನ್ನು ಚಾಚಿಕೊಂಡಿದ್ದ ಮರದ ಮೇಲೆ ಹತ್ತಿ ನದಿಯ ಮಧ್ಯಕ್ಕೆ ಜಿಗಿದು ಈಜುವುದು ಹೀಗೆ ಇವರ ಆಟಗಳು. ಆ ಊರಿನಲ್ಲಿ ಇದ್ದಷ್ಟು ದಿನ ಹೀಗೆಯೇ ಇವರಿಬ್ಬರ ಘಟಿಂಗತನಕ್ಕೆ ತಡೆಯೇ ಇರುತ್ತಿರಲಿಲ್ಲ. ಇವರಿಬ್ಬರಿಗೆ ತಮ್ಮ ಮನೆಯಲ್ಲೇ ಊಟ ಮಾಡಬೇಕೆಂಬ ನಿಯಮವಿರಲಿಲ್ಲ. ಇಷ್ಟು ಪ್ರಸಿದ್ಧ ಘಟಿಂಗರಾಗಿದ್ದ ಇವರಿಬ್ಬರಿಗೆ ಯಾರ ಮನೆಯಲ್ಲಾದರೂ ಊಟಕ್ಕೆ ಆಹ್ವಾನ ಇದ್ದೇ ಇರುತ್ತಿತ್ತು. ನನ್ನ ಅಪ್ಪನನ್ನು ಶೀನು ಎಂದೂ ಅವರ ಸೋದರಮಾವನ ಮಗನನ್ನು ಸಾಮಿ ಎಂದೂ ಕರೆಯುತ್ತಿದ್ದರು. ಈ ಶೀನು-ಸಾಮಿ ಜೋಡಿ ಎಂದರೆ ತಿಳಿಯದವರೇ ಆ

ಊರಿನಲ್ಲಿರಲಿಲ್ಲ.

ಒಂದು ಸಲ ನನ್ನ ಅಪ್ಪ ಗೋಕುಲಾಷ್ಟಮಿ ಹಬ್ಬದ ವೇಳೆಗೆ ಬೆಳತೂರಿಗೆ ಹೋಗಿದ್ದರು. ಶ್ರೀ ವೈಷ್ಣವರಿಗೆ ಗೋಕುಲಾಷ್ಟಮಿ ಬಹಳ ಪ್ರಮುಖವಾದ ಹಬ್ಬ. ಆ ಹಬ್ಬವನ್ನು ಅವರು ಅತೀ ವಿಜೃಂಭಣೆಯಿಂದ ಆಚರಿಸುತ್ತಿದ್ದರು. ಗೋಕುಲಾಷ್ಟಮಿಗೆ ಎರಡು ತಿಂಗಳು ಮುಂಚೆನಿಂದಲೇ ಹಬ್ಬಕ್ಕೆ ಬೇಕಾದ ತಯಾರಿಗಳು ಪ್ರಾರಂಭವಾಗಿಬಿಡುತ್ತಿದ್ದವು. ಈಗಿನಂತೆ ಗ್ರೈಂಡರ್ ಮಿಕ್ಸಿ ಇರಲಿಲ್ಲವಾದ್ದರಿಂದ ತಿಂಡಿಗಳನ್ನು ತಯಾರು ಮಾಡಲು ಬೇಕಾದ ಅಕ್ಕಿಹಿಟ್ಟು, ಹೆಸರು ಬೇಳೆ ಹಿಟ್ಟು, ಮುಂತಾದ ಹಿಟ್ಟುಗಳನ್ನು ಹಬ್ಬಕ್ಕೆ ಮೊದಲೇ ತಯಾರು ಮಾಡಿಕೊಳ್ಳಬೇಕು. ಅದಕ್ಕಾಗಿ ಅಕ್ಕಿ ಮತ್ತು ಇತರ ಧಾನ್ಯಗಳನ್ನು ತೊಳೆದು ಅಂಗಳದಲ್ಲಿ ಬಿಸಿಲಿಗೆ ಹಾಕಿ, ಒಣಗಿಸಿ ತೆಗೆದು ಇಟ್ಟುಕೊಳ್ಳುವುದು. ನಂತರ ಅವುಗಳನ್ನು ಹುರಿದು ಬೀಸುವ ಕಲ್ಲಿನಲ್ಲಿ ಹದವಾಗಿ ಬೀಸಬೇಕು. ಬೀಸುವ ಕ್ರಿಯೆ ಸಾಮೂಹಿಕವಾಗಿ ನಡೆಯುತ್ತಿತ್ತು. ಎಲ್ಲರೂ ಒಬ್ಬರಿಗೆ ಒಬ್ಬರು ಸಹಾಯ ಮಾಡುತ್ತಿದ್ದರು. ಬೀಸಿದ ಹಿಟ್ಟುಗಳನ್ನು ಸರಿಯಾಗಿ ವಿಂಗಡಿಸಿ ಇಡಬೇಕು. ನಂತರ ಇವನ್ನೆಲ್ಲ ಕರಿಯಬೇಕಲ್ಲ. ಅದಕ್ಕಾಗಿ ಬಹಳ ಮುಂಚೆನಿಂದಲೇ ಬೆಣ್ಣೆ ಶೇಖರಣೆ ಮಾಡಿ, ಬೆಣ್ಣೆ ಕಾಯಿಸಿ ತುಪ್ಪ ಮಾಡಿಕೊಳ್ಳಬೇಕು. ಆಗೆಲ್ಲ ತಿಂಡಿಗಳನ್ನು ತುಪ್ಪದಲ್ಲೇ ಕರಿಯುತ್ತಿದ್ದರು. ಎಣ್ಣೆ ಉಪಯೋಗಿಸುವ ಅಭ್ಯಾಸವೇ ಇರಲಿಲ್ಲ. ಕಟ್ಟಿಗೆ ಒಲೆಹಚ್ಚಿಕೊಂಡು, ಅದರ ಮುಂದೆ ಕುಳಿತು ಆ ಹೊಗೆಯಲ್ಲಿ ಈ ಎಲ್ಲಾ ತಿಂಡಿಗಳನ್ನು ಒಂದೊಂದಾಗಿ ಕರಿದು ಸಿದ್ಧಪಡಿಸುತ್ತಿದ್ದರು.

ಅಯ್ಯಂಗಾರ್ಯರ ಮನೆಯ ಚಕ್ಕುಲಿ (ಇದನ್ನು ಮುರುಕು ಎಂದು ಕರೆಯುತ್ತಾರೆ), ಮುಚ್ಚೋರೆ, ತೇಂಗೊಳಲು, ಕೋಡುಬಳೆ, ಕಜ್ಜಾಯ ಎಂದು ಕನ್ನಡದಲ್ಲಿ ಹೇಳಲ್ಪಡುವ ಅತಿರಸ, ರವೆಉಂಡೆ ಮುಂತಾದ ತಿಂಡಿಗಳು ಬಹಳ ಹೆಸರುವಾಸಿ. ಎಲ್ಲವನ್ನೂ ತುಪ್ಪದಲ್ಲೇ ಕರಿದಿದ್ದರಿಂದ ಅವುಗಳನ್ನು ಬಾಯಲ್ಲಿ ಹಾಕಿದರೇ ಗರಗರನೇ ಕರಗಿ ಬಿಡುತ್ತಿದ್ದುವು. ಇಂಥ ರುಚಿಕಟ್ಟಾದ ತಿಂಡಿಗಳನ್ನು ಮಾಡಿಟ್ಟರೆ ತಿನ್ನುವುದಕ್ಕೆ ಜನರಿಗೇನು ಕಮ್ಮಿ. ಗೋಕುಲಾಷ್ಟಮಿ ಹಬ್ಬ ಬರುವುದನ್ನೇ ಎಲ್ಲರೂ ಕಾತುರದಿಂದ ಎದುರು ನೋಡುತ್ತಿದ್ದರು. ಹಬ್ಬದ ದಿನ ಮನೆಯನ್ನೆಲ್ಲ ಶುಭ್ರವಾಗಿ ತೊಳೆದು ಮಾವಿನ ತೋರಣಗಳಿಂದ ಸಿಂಗರಿಸಿ, ವಿಧವಿಧವಾದ ಹಣ್ಣುಗಳು, ಅಂದರೆ ಸೀಬೆಹಣ್ಣು, ಕಿತ್ತಳೆ, ಮುಂತಾದವು, ತರಕಾರಿಗಳು, ಬದನೆ, ಸೌತೆ ಮುಂತಾದುವು, ಜತೆಗೆ ಸುಲಿಯದೇ ಇರುವ ಇಡೀ ತೆಂಗಿನಕಾಯಿ, ಇವನ್ನೆಲ್ಲ ಮರದಿಂದ ಮಾಡಿರುವ ಚೌಕಟ್ಟಿಗೆ ನೇತುಹಾಕಿ, ಜತೆಗೆ ಸಿದ್ಧಪಡಿಸಿದ ತಿಂಡಿಗಳಲ್ಲಿ, ಚಕ್ಕುಲಿ, ಮುಚ್ಚೋರೆ, ತೇಂಗೊಳಲು,

ಮುಂತಾದವುಗಳನ್ನೂ ಸಹ ಈ ಹಣ್ಣು ತರಕಾರಿಗಳ ಜತೆ ಒಪ್ಪವಾಗಿ ಜೋಡಿಸಿ ಈ ಮರದ ಚೌಕಟ್ಟನ್ನು ಮನೆಯಲ್ಲಿ ಹಜಾರದ ಸೂರಿಗೆ ಎತ್ತರದಲ್ಲಿ ಕಟ್ಟಿ ಅದಕ್ಕೆ ಮತ್ತೆ ಹೂವು ತೋರಣಗಳಿಂದ ಅಲಂಕಾರ ಮಾಡುತ್ತಿದ್ದರು. ಈ ಚೌಕಟ್ಟಿನ ಮಧ್ಯದಲ್ಲಿ ಒಂದು ಸಣ್ಣ ಬೆಳ್ಳಿ ತೊಟ್ಟಿಲನ್ನು ಕಟ್ಟಿ, ಅದರಲ್ಲಿ ಪುಟ್ಟ ಅಂಬೆಗಾಲು ಕೃಷ್ಣನ ವಿಗ್ರಹವನ್ನೂ ಇಡುತ್ತಿದ್ದರು. ಗೋಕುಲಾಷ್ಟಮಿಯ ದಿನ ಬೆಳಗಿನಿಂದಲೂ ಮನೆಯವರೆಲ್ಲ ಉಪವಾಸ ಇರುತ್ತಿದ್ದರು.

ಶ್ರೀ ಕೃಷ್ಣಪರಮಾತ್ಮನು ಹುಟ್ಟಿದ್ದು ಅರ್ಧರಾತ್ರಿಯಲ್ಲಿ ತಾನೆ, ಆದ್ದರಿಂದ ಅರ್ಧರಾತ್ರಿ ಹನ್ನೆರಡು ಗಂಟೆಯ ಸಮಯಕ್ಕೆ ವಿಶೇಷವಾದ ಪೂಜೆ ಭಜನೆ ಎಲ್ಲಾ ಮಾಡಿ, ದೇವರಿಗೆ ಮಂಗಳಾರತಿ ಮಾಡಿ ಶ್ರೀಕೃಷ್ಣನು ಹುಟ್ಟಿದ ಸಂಭ್ರಮವನ್ನು ಬಹಳ ಸಡಗರದಿಂದ ಕೊಂಡಾಡುತ್ತಿದ್ದರು. ಮನೆಯವರೆಲ್ಲರಿಗೂ ಈ ಪೂಜೆಯ ನಂತರ ಊಟ ತಿಂಡಿ. ಗೋಕುಲಾಷ್ಟಮಿ ಹಬ್ಬ ಎಂದರೆ ಇಷ್ಟೂ ಕಾರ್ಯಕ್ರಮಗಳನ್ನು ಎಲ್ಲಾ ಅಯ್ಯಂಗಾರ್ಯರ ಮನೆಗಳಲ್ಲೂ ಚಾಚೂ ತಪ್ಪದೇ ಪಾಲಿಸುತ್ತಿದ್ದರು. ಗೋಕುಲಾಷ್ಟಮಿಯ ಮಾರನೆದಿನದಿಂದ ಎಲ್ಲರಿಗೂ ಮಾಡಿಟ್ಟಿರುವ ತಿಂಡಿಗಳನ್ನು ಒಂದೊಂದಾಗಿ ತಿಂದು ಮುಗಿಸುವುದೇ ಕೆಲಸ. ಇದಲ್ಲದೇ ರೈತಾಪಿ ಜನರಿಗೆಲ್ಲ ಬುಟ್ಟಿ ಬುಟ್ಟಿ ತಿಂಡಿ ಕೊಡಲೇಬೇಕು. ಅವರೆಲ್ಲ ಸಾಲುಸಾಲಾಗಿ ಬಂದು ಎಲ್ಲ ಅಯ್ಯಂಗಾರರ ಮನೆಯಿಂದ ತಿಂಡಿ ಸಂಗ್ರಹಿಸಿಕೊಂಡು ಹೋಗುವ ಪದ್ಧತಿ ಇತ್ತು. ಇಷ್ಟೇ ಅಲ್ಲ, ಯಾವ ಮನೆಯಲ್ಲಿ ಮುರುಕು, ಚೆನ್ನಾಗಿ ಮಾಡಿದ್ದಾರೆ ಯಾವ ಮನೆಯ ತೇಂಗೋಳಲು ರುಚಿ, ಹೀಗೆ ತಿಂಡಿ ತಿಂದವರಿಂದ ಗುಣಮಾಪನ ಪ್ರಶಸ್ತಿಯನ್ನು ಎದುರು ನೋಡುತ್ತಿದ್ದರು. ಸುಮಾರು ಹದಿನೈದು ದಿನಗಳು ಈ ತಿಂಡಿ ಭಕ್ಷಣಗಳ ವಿತರಣೆ ನಡೆಯುತ್ತಿತ್ತು.

ಈಗಿನ ಕಾಲದಲ್ಲಿ ಜನರಿಗೆ ಇಷ್ಟೆಲ್ಲಾ ವ್ಯವಧಾನ ಇಲ್ಲ. ಗೋಕುಲಾಷ್ಟಮಿ ಹಬ್ಬವನ್ನೂ ಸಹ ಯಾಂತ್ರಿಕವಾಗಿ ಆಚರಿಸಬೇಕಲ್ಲ ಎಂಬ ನಿರ್ಬಂಧದಿಂದ ಆಚರಿಸುತ್ತಾರೆ. ಯಾರಿಗೂ ಹಬ್ಬಗಳಲ್ಲಿ ತಲ್ಲೀನರಾಗಿ ಸಡಗರದಿಂದ ಆಚರಿಸಲು ಸಮಯ ಇಲ್ಲ. ಗೋಕುಲಾಷ್ಟಮಿಗೆ ಮಾಡಿದ ತಿಂಡಿಗಳು, ಭಕ್ಷಣಗಳನ್ನು ದೂರದ ಊರುಗಳಲ್ಲಿದ್ದ ಮಗಳ ಮನೆಗೋ ಅಥವಾ ಬೇರೆ ಹತ್ತಿರದ ಸಂಬಂಧಿಗಳ ಮನೆಗೋ ತೆಗೆದುಕೊಂಡು ಹೋಗಿ ಕೊಡುವ ಅಭ್ಯಾಸವೂ ಇತ್ತು. ಹೀಗೆ ಈ ಹಬ್ಬದ ಸಮಯದಲ್ಲಿ ಬೆಳತೂರಿಗೆ ಬಂದಿದ್ದ ನನ್ನ ಅಪ್ಪ ಹಬ್ಬ ಮುಗಿದ ಎರಡು ದಿನಗಳ ನಂತರ ಮೈಸೂರಿಗೆ ಹೊರಟರು. ಜತೆಗೆ ಸೋದರ ಮಾವನ ಮಗ ಸಾಮಿಯೂ ಸಹ ಹೊರಟ.

ಈ ಶೀನು-ಸಾಮಿ ಮೈಸೂರಿಗೆ ಹೊರಡುವ ಸಮಾಚಾರ ತಿಳಿದ ಅಜ್ಜಿಯೊಬ್ಬಳು ಇವರಿಬ್ಬರನ್ನೂ ಕಂಡು, "ಲೋ ಮಕ್ಕಳಿರಾ ಹೇಗೋ ಮೈಸೂರಿಗೆ ಹೋಗುತ್ತಿದ್ದೀರಿ, ಹೋಗುವಾಗ ಈ ಎರಡು ಬುಟ್ಟಿ ಗೋಕುಲಾಷ್ಟಮಿ ತಿಂಡಿಯನ್ನು ಮೈಸೂರಿನಲ್ಲಿರುವ ನನ್ನ ಮಗಳಿಗೆ ತಲುಪಿಸಿಬಿಡಿ. ಇದೋ ನಿಮಗೆ ತಿನ್ನಲು ಬೇರೆ ತಿಂಡಿ ಮೂಟೆ ಇಟ್ಟಿದ್ದೇನೆ. ಅದನ್ನು ದಾರಿಉದ್ದಕ್ಕೂ ತಿಂದು ಮುಗಿಸಿ, ಈ ಎರಡು ಬುಟ್ಟಿಗಳನ್ನು ನನ್ನ ಮಗಳಿಗೆ ತಲುಪಿಸಿಬಿಡಿ" ಎಂದು ಹೇಳಿತು. ಸರಿ, ದಾರಿಸವೆಸಲು ಹೇಗೋ ತಿಂಡಿ ಮೂಟೆ ಕೊಟ್ಟಿದೆ ಈ ಮುದುಕಿ ನಮ್ಮದೇನು ಹೋಗಬೇಕು, ತೆಗೆದುಕೊಂಡು ಹೋಗಿ ಕೊಟ್ಟರಾಯಿತು ಎಂದು ಅಜ್ಜಿಯಿಂದ ಎರಡು ತಿಂಡಿ ತುಂಬಿದ ಬುಟ್ಟಿಗಳನ್ನು ತೆಗೆದುಕೊಂಡರು. ಜತೆಗೆ ತಮಗೆ ಕಟ್ಟಿಟ್ಟಿದ್ದ ತಿಂಡಿ ಮೂಟೆಯನ್ನು ಮರೆಯದೇ ತೆಗೆದುಕೊಂಡದ್ದಾಯಿತು.

ಇಬ್ಬರೂ ಮೈಸೂರಿನ ಕಡೆ ಹೆಜ್ಜೆ ಹಾಕಲು ಶುರು ಮಾಡಿದರು. ಸ್ವಲ್ಪ ದೂರ ಸವೆಸಿದ ಮೇಲೆ ದಾರಿಯಲ್ಲಿದ್ದ ಒಂದು ಮರದ ನೆರಳಿನಲ್ಲಿ ಸುಧಾರಿಸಿಕೊಂಡು, ಅಜ್ಜಿಯು ಇವರಿಗೆಂದೇ ಕೊಟ್ಟಿದ್ದ ತಿಂಡಿ ಮೂಟೆಯನ್ನು ಬಿಚ್ಚಿ ತಿಂಡಿಯನ್ನೆಲ್ಲಾ ತಿಂದು ಮುಗಿಸಿಬಿಟ್ಟು, ಆ ಎರಡು ತಿಂಡಿ ಬುಟ್ಟಿಯನ್ನು ಹೆಗಲಿಗೇರಿಸಿ ಪುನಃ ನಡೆಯಲು ಶುರು ಮಾಡಿದರು. ಸುಮಾರು 5 ರಿಂದ 6 ಕಿಲೋ ಮೀಟರ್ ನಡೆದಿದ್ದಾರೆ, ಆಯಾಸವಾಯಿತು. ಸರಿ ಹತ್ತಿರದ ಮರದ ನೆರಳಲ್ಲಿ ಸ್ವಲ್ಪ ಸುಧಾರಿಸಿಕೊಳ್ಳುವ ಎಂದು ಇಬ್ಬರೂ ಕುಳಿತರು. ಸಾಮಿ ಸುಮ್ಮನೇ ಇರಬೇಕಲ್ಲ. "ಲೋ ಶೀನ ಒಂದು ಬುಟ್ಟಿಯ ಮುಚ್ಚಳ ಸ್ವಲ್ಪ ತೆಗೆಯೋ ಆ ಮುದುಕಿ ಏನಿಟ್ಟಿದೆ ಒಳಗೆ ಅಂತ ನೋಡೋಣ" ಅಂದ. ಸರಿ, ನನ್ನ ಅಪ್ಪ ಒಂದು ಬುಟ್ಟಿಯ ಮುಚ್ಚಳತೆರೆದರು. ಆ ಬುಟ್ಟಿಯ ಮೇಲು ಪದರದಲ್ಲಿ ಗರಿಗರಿಯಾದ ಮುರುಕು ಅಥವಾ ಚಕ್ಕುಲಿಗಳನ್ನು ಪೇರಿಸಿ ಇಡಲಾಗಿತ್ತು. ಇದನ್ನು ನೋಡಿದ ಸಾಮಿ "ಏಯ್ ಶೀನ, ಎಲ್ಲ ಚಕ್ಕುಲಿಯಿಂದ ಒಂದೊಂದು ರೌಂಡು ಮುರಿದುಕೋ, ಚಕ್ಕುಲಿಯಲ್ಲಿ ಎಷ್ಟು ರೌಂಡ್ ಇದೇ ಎಂದು ಯಾರು ಲೆಕ್ಕ ಇಟ್ಟಿರುತ್ತಾರೆ. ನಮಗೆ ಈಗ ತಿನ್ನಲು ಚಕ್ಕಲಿ ಸಿಕ್ಕಿದಂತೆಯೂ ಆಯ್ತು, ಆ ಮುದುಕಿ ಮಗಳ ಮನೆಗೆ ತಿಂಡಿ ತಲುಪಿಸಿದಂತೆಯೂ ಆಯ್ತು" ಎಂದ ಸರಿ ಎಲ್ಲ ಚಕ್ಕುಲಿಗಳಿಂದ ಅವುಗಳ ಹೊರಗಿನ ಒಂದೊಂದು ಸುತ್ತು ಮುರಿದುಕೊಂಡು ತಿಂದು ಹಾಕಿದರು. ಮಿಕ್ಕ ತಿಂಡಿಯನ್ನು ಹಾಗೇ ಇಟ್ಟು ಮತ್ತೆ ಬುಟ್ಟಿ ಹೊತ್ತುಕೊಂಡು ನಡೆಯಲು ಶುರು ಮಾಡಿದರು. ಮುಂದೆ ಐದಾರು ಮೈಲಿ ನಡೆದು ಸುಸ್ತಾದಾಗ ಪುನಃ ಮರದ ನೆರಳಿನಲ್ಲಿ ಕುಳಿತು ಹಿಂದೆ ಮಾಡಿದಂತೆಯೇ ಚಕ್ಕುಲಿಗಳನ್ನು ಒಂದೊಂದು ಸುತ್ತಾಗಿ ಮುರಿದುಕೊಂಡು ತಿಂದದ್ದಾಯಿತು.

ಶ್ರಮವಹಿಸಿ ನಡೆಯುತ್ತಿದ್ದರಿಂದ ಈ ತುಪ್ಪದಲ್ಲಿ ಕರಿದ ತಿಂಡಿಗಳು ಇವರಿಬ್ಬರ ಹೊಟ್ಟೆ ಸೇರಿದ ಕ್ಷಣ ಮಾತ್ರದಲ್ಲಿ ಜೀರ್ಣವಾಗಿ ಬಿಡುತ್ತಿದ್ದವು. ಇದೇ ರೀತಿ ಎರಡು ಸಲ ದಣಿವಾರಿಸಿಕೊಳ್ಳುವಷ್ಟರಲ್ಲಿ ಬುಟ್ಟಿಯಲ್ಲಿದ್ದ ಚಕ್ಕುಲಿಗಳು ಮಾಯವಾದವು. ಸರಿ ಆ ಮುದುಕಿ ಚಕ್ಕುಲಿ ಕುಳುಹಿಸಿದ್ದಾಳೋ ಇಲ್ಲವೋ ಎಂದು ಅವಳ ಮಗಳು ಏತಕ್ಕೆ ತನಿಖೆ ಮಾಡುತ್ತಾಳೆ. ಬುಟ್ಟಿಗಳನ್ನು ತಲುಪಿಸಿದರೆ ಸಾಕು. ಅವಳೇನು ನಮ್ಮ ಮುಂದೆಯೇ ಬುಟ್ಟಿ ಬಿಚ್ಚಿ ಏನೇನು ತಂದಿದ್ದಾರೆ ಎಂದು ನೋಡುತ್ತಾಳೆಯೇ ಎಂದುಕೊಂಡು ಇವರಿಬ್ಬರೂ ಮುಂದೆ ಸಾಗಿದರು. ಸಣ್ಣ ವಯಸ್ಸು ಮತ್ತು ಅಷ್ಟು ದೂರ ನಡೆದುಕೊಂಡೇ ಹೋಗಬೇಕಲ್ಲ. ಮುಂದೆ ಮಧ್ಯಾಹ್ನ ಊಟದ ಸಮಯ. ಸ್ವಲ್ಪ ವಿಶ್ರಮಿಸಿಕೊಳ್ಳೋಣ ಎಂದು ನೀರಿನ ಕಟ್ಟೆಯೊಂದರ ಹತ್ತಿರ ಮರದ ನೆರಳಲ್ಲಿ ಮಲಗಿದರು. ಆಗ ಸಾಮಿ ನನ್ನ ಅಪ್ಪನನ್ನು ಕುರಿತು, “ಲೋ ಶೀನ ಆ ಮುದುಕಿ ಎರಡು ಬುಟ್ಟಿಗಳನ್ನು ನಮ್ಮ ಹತ್ತಿರ ಕೊಟ್ಟು ಕಳುಹಿಸಿದ್ದಾಳೆ ಎಂದು ಅವಳ ಮಗಳಿಗೇನು ಗೊತ್ತು. ಅವಳೇನು ತನ್ನ ಮಗಳಿಗೆ ಕಾಗದ ಬರೆದು ತಿಳಿಸುತ್ತಾಳೇನು? ಆ ಮುದುಕಿಯಂತೂ ಮೈಸೂರಿಗೆ ಸಧ್ಯದಲ್ಲಿ ಬರೋಲ್ಲ. ಒಂದು ಕೆಲಸ ಮಾಡೋಣ ಒಂದು ಬುಟ್ಟಿಯಲ್ಲಿ ಮಿಕ್ಕಿರುವ ತಿಂಡಿಯನ್ನು ತಿಂದು ಮುಗಿಸಿಬಿಟ್ಟು ಉಳಿದ ಒಂದು ಬುಟ್ಟಿಯನ್ನು ಜೋಪಾನವಾಗಿ ತಲುಪಿಸಿಬಿಡೋಣ” ಎಂದ.

ಸಾಮಿಯ ಈ ಮಾತು ನನ್ನ ಅಪ್ಪನಿಗೂ ಸರಿ ಎಂದು ತೋರಿತು. ಹೇಗಿದ್ದರೂ ಬಿಚ್ಚಿದ ಒಂದು ಬುಟ್ಟಿಯಲ್ಲಿ ಎಲ್ಲ ಬಗೆ ತಿಂಡಿಗಳನ್ನು ಸ್ವಲ್ಪ ಸ್ವಲ್ಪ ಸ್ವಾಹ ಮಾಡಿದ್ದಾಗಿದೆ ಅದನ್ನೇಕೆ ಕೊಂಡೊಯ್ಯಬೇಕು. ಇನ್ನೊಂದು ಬುಟ್ಟಿ ಹೇಗೋ ಇದೆ. ಅದನ್ನು ಕೊಟ್ಟರೆ ಆಯಿತು ಎಂದು ಯೋಚಿಸಿ, “ಸರಿ ಸಾಮಿ ಹಾಗೇ ಮಾಡೋಣ” ಎಂದರು. ಒಂದು ಬುಟ್ಟಿ ತಿಂಡಿ ಸ್ವಾಹ ಆಗಿಹೋಯಿತು. ಆಯಾಸ ಪರಿಹಾರ ಆದ ಮೇಲೆ ಪುನಃ ಶೀನು-ಸಾಮಿಯ ಮೈಸೂರು ಪ್ರಯಾಣ ಮುಂದುವರೆಯಿತು. ಮೈಸೂರು ಸೇರಲು ಇವರು 30 ರಿಂದ 40 ಕಿ.ಮೀ ನಡೆಯಬೇಕಿತ್ತು. ಆಗತಾನೇ ಇನ್ನೂ ಅರ್ಧದಾರಿ ಕೂಡ ಸವೆದಿರಲಿಲ್ಲ. ಸರಿ ಪಡ್ಡೆ ಹುಡುಗರು ತಾನೆ, ದೈಹಿಕ ಆಯಾಸ ಬೇರೆ, ಜೀರ್ಣಶಕ್ತಿಯಂತೂ ಅಪಾರ. ಈ ತಿಂಡಿಗಳು ಇವರಿಗೆ ಯಾವ ಲೆಕ್ಕ. ಅರ್ಧದಾರಿಯವರೆಗೂ ಹೇಗೋ ಬಂದದ್ದಾಯ್ತು, ಇನ್ನು ಮುಂದುವರಿಸೋಣ ಏನು ಅವಸರ, ಎಷ್ಟೊತ್ತಾಗಲೀ ಮೈಸೂರು ತಲುಪಿದರೆ ಸರಿ ಎಂದು ಇವರಿಬ್ಬರೂ ತಮ್ಮ ಪ್ರಯಾಣ ಮುಂದುವರೆಸಿದರು. ಮಿಕ್ಕ ಅರ್ಧದಾರಿ ನಡೆಯುವುದರಲ್ಲಿ, ಮಧ್ಯದಲ್ಲಿ ಅಲ್ಲಲ್ಲಿ ನಿಂತು ಒಂದೊಂದಾಗಿ ತಿಂಡಿಗಳನ್ನು ತಿಂದು ಮುಗಿಸಿದರು. ಇಬ್ಬರ ಕೈಯಲ್ಲೂ ಒಂದೊಂದು ಖಾಲಿ ಬುಟ್ಟಿ

ಅದನ್ನು ಕೈಯಲ್ಲಿ ಹಿಡಿದುಕೊಂಡು ಹಿಂದಕ್ಕೆ ಮುಂದಕ್ಕೆ ಅದನ್ನು ತೂಗಾಡಿಸುತ್ತ ಮೈಸೂರಿನ ಹೊರವಲಯದಲ್ಲಿ ಸಿಗುವ ರಾಯನಕೆರೆ ಹತ್ತಿರ ಬಂದು ಸೇರಿದ್ದಾಯಿತು. ಈ ರಾಯನ ಕೆರೆ ಬಹಳ ವಿಶಾಲವಾಗಿತ್ತು. ಅಲ್ಲಿಯೇ ಹತ್ತಿರದಲ್ಲಿ ಮೈಸೂರು ಅರಮನೆಗೆ ಹಾಲು ಸರಬರಾಜು ಮಾಡಲು ಅರಮನೆ ಹಸುಗಳನ್ನು ಸಾಕಿದ್ದರು. ಅಲ್ಲಿಗೆ ಬಂದ ಈ ಶೀನ-ಸಾಮಿ ಜೋಡಿ ಕೆರೆಯಲ್ಲಿ ಇಳಿದು ಕೈಕಾಲುಮುಖ ತೊಳೆದುಕೊಂಡು ಅಲ್ಲಿಯೇ ಸ್ವಲ್ಪ ಹೊತ್ತು ವಿಶ್ರಮಿಸಿಕೊಂಡರು. ಕೈಯಲ್ಲಿದ್ದ ಖಾಲಿ ಬುಟ್ಟಿಯನ್ನು ನೋಡಿ, "ಇದ್ಯಾವ ಪ್ರಯೋಜನಕ್ಕೆ, ಇವುಗಳನ್ನು ಏಕೆ ಮೈಸೂರಿನವರೆಗೂ ತೆಗೆದುಕೊಂಡು ಹೋಗಬೇಕು. ಇನ್ನು ಆ ಮುದುಕಿ ಅವಳ ಮಗಳಿಗೆ ಗೋಕುಲಾಷ್ಟಮಿ ತಿಂಡಿ ಕಳುಹಿಸಿದ ಸಮಾಚಾರ ತಿಳಿಯುವುದು ಯಾವತ್ತೋ. ಹಾಗೆ ತಿಳಿದರೂ ನಮ್ಮನ್ನು ಎಲ್ಲಿ ಬಂದು ಕೇಳುತ್ತಾರೆ. ನಾವಿಬ್ಬರೂ ಪಾಠಶಾಲೆ ಪ್ರಾರಂಭವಾದ ಮೇಲೆ ಮೇಲುಕೋಟೆಗೆ ಹೋಗಿ ಬಿಟ್ಟಿರುತ್ತೇವೆ. ಆಗ ನೋಡಿಕೊಳ್ಳೋಣ ಎಂದು ಯೋಚಿಸಿ, ಇಬ್ಬರೂ ತಮ್ಮ ಕೈಯಲ್ಲಿದ್ದ ಖಾಲಿ ಬುಟ್ಟಿಗಳನ್ನು ಫುಟ್‌ಬಾಲಿನಂತೆ ಒದ್ದು ಕೆರೆಯ ಮಧ್ಯಕ್ಕೆ ಚಿಮ್ಮಿಸಿ ಒಗೆದು ಬಿಟ್ಟರು. ಮುಂದೆ ಆ ಅಜ್ಜಿಯೂ ಇವರನ್ನು ಕೇಳಲಿಲ್ಲ. ಇವರೂ ಅದರ ಬಗ್ಗೆ ತಲೆಕೆಡಿಸಿಕೊಳ್ಳಲಿಲ್ಲ. ಹೀಗಾಯಿತು ಈ ಗೋಕುಲಾಷ್ಟಮಿ ತಿಂಡಿಯ ಪ್ರಸಂಗ.

ಈಗಿನ ಕಾಲದಲ್ಲಾಗಿದ್ದರೆ ಒಂದು ವೇಳೆ ತಿಂಡಿ ಕಳುಹಿಸಿದ್ದರೂ ಅದನ್ನು ಇಂಥವರ ಮೂಲಕ ಕಳುಹಿಸಿದ್ದೇನೆ, ಇಷ್ಟು ಬಗೆಯಾದ ತಿಂಡಿಗಳು ಇಷ್ಟಿಷ್ಟೇ ಇವೆ, ಅವರು ಹೊರಟ ಬಸ್ ಎಷ್ಟು ಹೊತ್ತಿಗೆ ಹೊರಟಿತು, ಅಲ್ಲಿಗೆ ಎಷ್ಟು ಹೊತ್ತಿಗೆ ತಲುಪುತ್ತದೆ, ತಿಂಡಿ ತಲುಪಿದ ತಕ್ಷಣ ಫೋನ್ ಮಾಡು, ಹೀಗೆ ಹಲವು ಬಗೆ ವರ್ತಮಾನಗಳು ಮೊಬೈಲ್ ಫೋನ್ ಮೂಲಕ ರವಾನೆಯಾಗಿ ಬಿಡುತ್ತಿತ್ತು. ದೂರ ಸಂಪರ್ಕ ಮತ್ತು ಸಂಚಾರ ವ್ಯವಸ್ಥೆ ಇಲ್ಲದಿರುವುದೇ ಒಂದು ವಿಧದಲ್ಲಿ ಅನುಕೂಲಕರವಾಗಿತ್ತು ಎಂದು ಮೇಲಿನ ತಿಂಡಿ ಪ್ರಕರಣದಿಂದ ತಿಳಿಯುತ್ತದೆ. ಬೇರೇನೂ ಅನುಕೂಲವಿಲ್ಲದಿದ್ದರೂ ರುಚಿಕಟ್ಟಾದ ತಿಂಡಿ ತಿನ್ನಲು ಅನುಕೂಲವಾಗಿತ್ತು ಆಗಿನ ಕಾಲ.

12

ಕಲ್ಲಂಗಡಿ ಹಣ್ಣು ಹೇಳಿದ ತತ್ವ

ನನ್ನ ಅಪ್ಪನ ಅಪ್ಪ ಶ್ರೀಮಂತನಲ್ಲ. ಅದರಿಂದಾಗಿ ನನ್ನ ಅಪ್ಪನಿಗೆ ಯಾವ ಪಿತ್ರಾರ್ಜಿತ ಸ್ವತ್ತೂ ಇರಲಿಲ್ಲ. ನನ್ನ ತಾಯಿಯ ಅಪ್ಪ ಸಾಕಷ್ಟು ಶ್ರೀಮಂತನಿದ್ದ. ಆದರೇ ಅಷ್ಟೇ ಸಂಪ್ರದಾಯಸ್ಥ. ನನ್ನ ಅಪ್ಪನ ಅಪ್ಪನಂತೆ ಕ್ರಾಂತಿಕಾರಿ ಆಲೋಚನೆಗಳಿಂದ ಸ್ವಲ್ಪವೇ ದೂರ, ನನ್ನ ತಾತ. ಇಲ್ಲಿ ಅನುಕೂಲಕ್ಕಾಗಿ ನನ್ನ ಅಪ್ಪನ ಅಪ್ಪನನ್ನು ಅಜ್ಜ ಎಂದೂ ತಾಯಿಯ ಅಪ್ಪನನ್ನು ತಾತ ಎಂದೂ ಕರೆದಿದ್ದೇನೆ. ನನ್ನ ಅಜ್ಜ ಶ್ರೀಮಂತನಲ್ಲದಿದ್ದರೂ, ಕುಗ್ರಾಮವಾದ ತಾಳವಾಡಿಯಲ್ಲಿ ಮಾಸ್ತರಾಗಿದ್ದರೂ, ಮಹಾತ್ಮಾ ಗಾಂಧೀಜಿಯವರು ಪ್ರಕಟಿಸುತ್ತಿದ್ದ "ಹರಿಜನ್" ಪತ್ರಿಕೆಗೆ ಚಂದಾದಾರನಾಗಿ ಆ ಪತ್ರಿಕೆಯನ್ನು, ತರಿಸಿಕೊಂಡು ಓದಿ ವಿಚಾರಗಳನ್ನು ತಿಳಿಯುತ್ತಿದ್ದರು. ತಾನೇ ಸ್ವಂತವಾಗಿ ಹಿಂದಿ ಭಾಷೆ ಕಲಿತು 'ಹರಿಜನ್' ಪತ್ರಿಕೆಯನ್ನು ಓದಿ ಅದರಲ್ಲಿ ಪ್ರಕಟವಾಗುತ್ತಿದ್ದ ವಿಚಾರಗಳನ್ನು ಊರಿನವರಿಗೆ ತಿಳಿಸುತ್ತಿದ್ದರಂತೆ. ಆ ಕಾಲಕ್ಕೆ ಬ್ರಿಟಿಷರು ಆಡಳಿತ ನಡೆಸುತ್ತಿದ್ದ ಸಮಯದಲ್ಲಿ ಈ ರೀತಿ ಗಾಂಧೀಜಿಯವರ ಅನುಯಾಯಿಯಾದಿದ್ದು ಸ್ವಲ್ಪ ಸಾಹಸದ ವಿಷಯವೇ ಆಗಿತ್ತು.

ನನ್ನ ತಾತ ಮತ್ತು ಅಜ್ಜ ಇವರಿಬ್ಬರಿಗೂ ಗಾಢ ಸ್ನೇಹವಿತ್ತು. ಜತೆಗೆ ಹತ್ತಿರದ ಸಂಬಂಧಿಗಳು ಮತ್ತು ಬೀಗರು. ಹಾಗಾಗಿ ಇವರಿಬ್ಬರೂ ಪರಸ್ಪರ ಸ್ನೇಹ, ಸೌಹಾರ್ದಗಳಿಂದ ಇದ್ದರು. ಇಬ್ಬರೂ ಆಗಾಗ್ಗೆ ಒಬ್ಬರು ಮತ್ತೊಬ್ಬರ ಮನೆಗೆ ಭೇಟಿ ಕೊಟ್ಟು ಔತಣ ಉಪಚಾರಗಳನ್ನು ಸ್ವೀಕರಿಸುವುದು ವಾಡಿಕೆಯಾಗಿತ್ತು. ನನ್ನ

ತಾತ ಮಕ್ಕಳ ವಿದ್ಯಾಭ್ಯಾಸಕ್ಕಾಗಿ ನನ್ನೂರಿನಿಂದ ಸುಮಾರು 80 ಕಿ.ಮೀ ದೂರದಲ್ಲಿರುವ ಮೈಸೂರು ನಗರದಲ್ಲಿ ಮನೆಯಾಡಿದ್ದರು. ನನ್ನ ಅಜ್ಜಿಯು ಮಕ್ಕಳಿಗಾಗಿ, ಮೈಸೂರಿನ ಮನೆಯಲ್ಲಿದ್ದುಕೊಂಡು ಮಕ್ಕಳ ವಿದ್ಯಾಭ್ಯಾಸಕ್ಕೆ ನೆರವಾಗಿದ್ದರು.

ಆಗಿನ ಕಾಲಕ್ಕೆ ಹೆಣ್ಣು ಮಕ್ಕಳು ಶಾಲೆಗೆ ಸೇರಿ ವಿದ್ಯಾಭ್ಯಾಸ ಮಾಡುವ ಅಭ್ಯಾಸವೇ ಇರಲಿಲ್ಲ. ನನ್ನ ತಾಯಿಯು ಮೈಸೂರಿನಲ್ಲಿ ಶಾಲೆಗೆ ಸೇರಿದ ಕಾಲಕ್ಕೆ ಹೆಣ್ಣುಮಕ್ಕಲು ಶಾಲೆಗೆ ಬರುತ್ತಲೇ ಇರಲಿಲ್ಲ. ಹೆಣ್ಣು ಮಕ್ಕಳು ಶಾಲೆಗೆ ಬಂದು ವಿದ್ಯಾಭ್ಯಾಸ ಮಾಡಲು ಅನುಕೂಲವಾಗುವಂತೆ ಅಂದಿನ ಮೈಸೂರು ಮಹಾರಾಜರು ಹಲವಾರು ಕಾರ್ಯಕ್ರಮಗಳನ್ನು ರೂಪಿಸಿದ್ದರಂತೆ. ಪ್ರತಿದಿನ ಹೆಣ್ಣು ಮಕ್ಕಳು ಶಾಲೆಗೆ ಬರಲು ಮತ್ತು ವಾಪಸ್ಸು ತಮ್ಮ ತಮ್ಮ ಮನೆಗಳಿಗೆ ಹಿಂದಿರುಗಲು ಸಾರೋಟುಗಳನ್ನು ಉಚಿತವಾಗಿ ಏರ್ಪಾಟು ಮಾಡಿದ್ದರು. ಮುಖ್ಯ ರಸ್ತೆಗಳು ಸೇರುವ ಸ್ಥಳಗಳಿಗೆ ಈ ಸಾರೋಟು ಬಂದು ನಿಲ್ಲುತ್ತಿತ್ತು. ಸಾರೋಟಿನಲ್ಲಿ ಎಂಟು ಮಕ್ಕಳು ಕುಳಿತುಕೊಳ್ಳಬಹುದಾಗಿತ್ತು, ಅದಕ್ಕೆ ಕಿಟಕಿಗಳಿದ್ದು ಅವುಗಳಿಗೆ ಅಂದವಾದ ತೆರೆಗಳನ್ನು ಹಾಕಿ ಮರೆ ಮಾಡಿರುತ್ತಿತ್ತು. ಈ ಸಾರೋಟನ್ನು ಜೋಡಿ ಎತ್ತುಗಳು ಅಥವ ಕುದುರೆಗಳನ್ನು ಕಟ್ಟಿ ಎಳೆದುಕೊಂಡು ಹೋಗುವ ಹಾಗೆ ಮಾಡಿದ್ದರು. ಈ ಸಾರೋಟು ಮುಖ್ಯ ರಸ್ತೆಗಳ ಮೂಲಕ ಹಾದು ಶಾಲೆಯ ಬಳಿ ಬಂದು ನಿಲ್ಲುತ್ತಿತ್ತು. ಹೆಣ್ಣು ಮಕ್ಕಳು ಇಳಿದು ಶಾಲೆಗೆ ಹೋದಮೇಲೆ ವಾಪಸ್ಸಾಗುತ್ತಿತ್ತು. ಮತ್ತೆ ಶಾಲೆ ಮುಗಿಯುವ ಸಮಯಕ್ಕೆ ಸರಿಯಾಗಿ ಬಂದು ಮಕ್ಕಳನ್ನು ಪುನಃ ಮನೆಯ ಬಳಿಗೆ ತಲುಪಿಸುತ್ತಿತ್ತು.

ನನ್ನ ತಾಯಿಯೂ ಸಹ ಈ ಸಾರೋಟಿನಲ್ಲಿಯೇ ಸಂಚರಿಸಿ ವಿದ್ಯಾಭ್ಯಾಸ ಪೂರೈಸಿದ್ದು, ನನ್ನ ತಾಯಿ ಈ ವಿಚಾರವನ್ನು ನನಗೆ ಹೇಳಿದಾಗ ನನಗೆ ಆಶ್ಚರ್ಯದೊಂದಿಗೆ ಸ್ವಲ್ಪ ಅಸೂಯೆಯೂ ಉಂಟಾಯಿತು. ಅಸೂಯೆ ಏಕೆಂದರೆ ಸಿನೆಮಾಗಳಲ್ಲಿ ಕಥಾನಾಯಕನು ಕುದುರೆ ಸಾರೋಟಿನಲ್ಲಿ ಓಡಾಡುವುದನ್ನು ನೋಡಿದ್ದ ನನಗೆ, ನಾನೂ ಸಹ ಈ ರೀತಿ ರಾಜನಂತೆ ಸಾರೋಟಿನಲ್ಲಿ ಹೋಗಬೇಕೆಂಬ ಆಸೆ ಮನದಾಳದಲ್ಲಿ ಅಡಗಿತ್ತು. ಆದರೆ ನನ್ನ ತಾಯಿಯಾದರೋ ಶಾಲೆಗೆ ಪ್ರತಿನಿತ್ಯ ಸಾರೋಟಿನಲ್ಲಿ ಹೋಗಿ ಬಂದು ಮಾಡುತ್ತಿದ್ದಳು, ಅವಳು ಎಷ್ಟು ಅದೃಷ್ಟವಂತೆ ಎಂದು ಅಸೂಯೆಯಾಯಿತು.

ಈಗ ಇದನ್ನು ಕನಸಿನಲ್ಲೂ ಸಹ ಕಾಣಲು ಸಾಧ್ಯವಿಲ್ಲ. ಈ ವಾಹನ ಸಂಚಾರ ದಟ್ಟಣೆಯಲ್ಲಿ ಸಾರೋಟನ್ನು ಎಲ್ಲಿ ಓಡಿಸುವುದು ಅದಕ್ಕೆ ರಸ್ತೆಯಲ್ಲಿ ಜಾಗವೆಲ್ಲಿದೆ. ಈ ಸಾರೋಟಿನ ವಿಷಯವನ್ನು ನನ್ನ ತಾಯಿ ನನಗೆ ಹೇಳಿದಾಗ ನಾನು ಅವಳಿಗೆ

ಹೇಳಿದ್ದು, "ನೋಡಮ್ಮ ನನ್ನ ಮಗನನ್ನು ನಾನು ಲಕ್ಷಾಂತರ ರೂಪಾಯಿ ಖರ್ಚು ಮಾಡಿ ವಿದೇಶದಲ್ಲಿ ಓದಿಸಿದ್ದೇನೆ. ಆದರೆ ಅವನನ್ನು ರಾಜಕುಮಾರನಂತೆ ಸಾರೋಟಿನಲ್ಲಿ ಶಾಲೆಗೆ ಕಳುಹಿಸಲು ಆಗಲಿಲ್ಲವಲ್ಲ. ನಿನ್ನಷ್ಟು ಅದೃಷ್ಟ ಅವನಿಗಿಲ್ಲ ಎಂದೆ. ಈಗ ಮಕ್ಕಳನ್ನು ಕೋಟ್ಯಂತರ ರೂಪಾಯಿ ಬೆಲೆಬಾಳುವ ಹಮ್ಮರ್ ಅಥವಾ ಮರ್ಸಿಡಿಸ್ ಕಾರಿನಲ್ಲಿ ಕಳುಹಿಸಿದರೂ ಯಾರೂ ಅಷ್ಟಾಗಿ ಅದರ ಬಗ್ಗೆ ಗಮನ ಕೊಡುವುದಿಲ್ಲ. ಇವೆಲ್ಲಾ ಈಗ ಮಾಮೂಲಿ ವಿಷಯಗಳಾಗಿ ಬಿಟ್ಟಿವೆ. ಆದರೆ, ಅದೇ ಜೋಡಿ ಕುದುರೆ ಸಾರೋಟಿನಲ್ಲಿ ಶಾಲೆಗೆ ಬಂದರೆ ಅದರ ಗಮ್ಮತ್ತೇ ಗಮ್ಮತ್ತು. ಅಂದರೆ ಮನುಷ್ಯನು ಯಾವುದು ಇಲ್ಲವೋ ಅದನ್ನೇ ಬಯಸುತ್ತಾನೆ. ಇರುವುದನ್ನು ಅನುಭವಿಸಿ ಸಂತೋಷ ಪಡುವುದಿಲ್ಲ.

ನನ್ನ ಅಪ್ಪ ಅಮ್ಮನ ಮದುವೆ ಆಗಿ, ನನ್ನ ಅಪ್ಪನೊಡನೆ ನನ್ನ ತಾಯಿ ಅಪ್ಪನು ಕೆಲಸ ಮಾಡುವ ಊರಿಗೆ ಬಂದು ಸಂಸಾರ ಹೂಡಿದ್ದಾಯಿತು. ನನ್ನ ತಾತ ಎಷ್ಟೇ ಶ್ರೀಮಂತನಾಗಿದ್ದರೂ ಸಹ ಕಟ್ಟಾ ಸ್ವಾಭಿಮಾನಿಯಾದ ನನ್ನ ಅಪ್ಪ, ಮಾವನ ಮನೆಗೆ ಹೆಚ್ಚಾಗಿ ಹೋಗುತ್ತಿರಲಿಲ್ಲ. ಅನಿವಾರ್ಯ ಕಾರಣಗಳಿಗಾಗಿ ಮಾತ್ರ ನನ್ನ ತಾಯಿಯನ್ನು ನನ್ನ ತಾತನ ಮನೆಗೆ ಕಳುಹಿಸುತ್ತಿದ್ದರು. ಉಪಧ್ಯಾಯ ವೃತ್ತಿಯಲ್ಲಿದ್ದ ನನ್ನ ಅಪ್ಪ, ಆಗಿನ ಕಾಲಕ್ಕೇನೆ ನನ್ನ ತಾಯಿಯನ್ನೂ ಸಹ ಉಪಾಧ್ಯಾಯಿನಿಯ ಕೆಲಸಕ್ಕೆ ಸೇರಲು ಹೇಳಿದರು. ಆಗ ನನ್ನ ತಾತ ಇದನ್ನು ಕೇಳಿ, "ಅಯ್ಯೋ ಎಲ್ಲಾದರೂ ಉಂಟೇ, ಹೆಂಗಸರು ಕೆಲಸಕ್ಕೆ ಸೇರಿ ಸಂಪಾದಿಸುವುದು ಸಂಪ್ರದಾಯವಲ್ಲ, ನನ್ನ ಮಗಳು ಇಷ್ಟೆಲ್ಲಾ ಕಷ್ಟ ಯಾಕೆ ಪಡಬೇಕು", ಎಂದೆಲ್ಲ ಪ್ರಲಾಪಿಸಿದರಂತೆ. ಆದರೆ ನನ್ನ ಅಪ್ಪ ಅದಕ್ಕೆಲ್ಲ ಬಗ್ಗಲಿಲ್ಲ. ಅವರು ನನ್ನ ತಾಯಿಗೆ ಹೇಳಿದ್ದು ಇಷ್ಟೆ. ಸ್ವಾವಲಂಬಿಯಾಗಿ ಸ್ವಂತ ಸಂಪಾದನೆಯಿಂದ ನಮ್ಮ ಜೀವನ ನಿರ್ವಹಣೆ ಆಗಬೇಕು. ಇತರರ ಸ್ವತ್ತು ನಮಗೆ ಬೇಡ, ನಿನ್ನ ಅಪ್ಪನ ಸ್ವತ್ತು ಅವನಿಗೇ ಇರಲಿ, ಇದಕ್ಕೆ ಮೇಲೆ ನಿನ್ನ ಇಷ್ಟ ಎಂದು ಬಿಟ್ಟರು. ನನ್ನ ತಾಯಿಯೂ ಸಹ ಅಪ್ಪನ ಮಾತಿನಂತೆ ಕೆಲಸಕ್ಕೆ ಸೇರಿ ಉಪಾಧ್ಯಾಯಿನಿಯರ ಶಿಕ್ಷಣವನ್ನು ಮುಗಿಸಿ, ಶಾಲೆಯಲ್ಲಿ ಉಪಾಧ್ಯಾಯಿನಿಯಾಗಿ ಸೇರಿದರು. ಇವೆಲ್ಲ 1930ರ ಸಮಯದಲ್ಲಿ ನಡೆದ ವಿದ್ಯಮಾನಗಳು. ಆಗಿನ ಕಾಲಕ್ಕೆ ಇದು ಅತ್ಯಂತ ಕ್ರಾಂತಿಕಾರೀ ಬೆಳವಣಿಗೆಯಾಗಿತ್ತು. ಅದೂ, ಅತ್ಯಂತ ಸಂಪ್ರದಾಯಸ್ಥ ಬ್ರಾಹ್ಮಣ ಕುಟುಂಬದ ಹೆಣ್ಣು ಮಕ್ಕಳು ಶಾಲೆಯ ಉಪಾಧ್ಯಾಯಿನಿಯಾಗಿ ಸೇರುವುದು ಆಗೆಲ್ಲ ಅಪರೂಪದ ಸಂಗತಿಯಾಗಿತ್ತು.

ನನ್ನ ತಾತ ಮೊದಲು ಸ್ವಲ್ಪ ವಿರೋಧಿಸಿದರೂ, ಅಳಿಯನು ಇಷ್ಟು ಸ್ವಾಭಿಮಾನಿಯಾಗಿದ್ದಾನಲ್ಲ, ತನ್ನ ಸಂಪಾದನೆಯಲ್ಲಿಯೇ ತನ್ನ ಸಂಸಾರ

ನಡೆಸುತ್ತಿದ್ದಾನೆ, ನನ್ನ ಆಸ್ತಿಗೆ ಆಸೆಪಡಲಿಲ್ಲ ಎಂದು ಬಹಳ ಹೆಮ್ಮೆ ಪಟ್ಟುಕೊಂಡರು.

ಈಗ ಕಲ್ಲಂಗಡಿ ಹಣ್ಣಿನ ವಿಚಾರಕ್ಕೆ ಬರೋಣ. ಇದೇನಿದು ಕಲ್ಲಂಗಡಿ ಹಣ್ಣಿನ ತತ್ವ? ಈ ಅಧ್ಯಾಯದ ಶಿರ್ಷಿಕೆ ಕಲ್ಲಂಗಡಿ ಹಣ್ಣು ಹೇಳಿದ ತತ್ವ ಎಂದಿದೆ. ಆದರೆ ಇಲ್ಲಿಯವರೆಗೂ ಆ ವಿಷಯದ ಪ್ರಸ್ತಾವನೇ ಇಲ್ಲವಲ್ಲ. ಬೇರೇನೋ ವಿಷಯ ಹೇಳುತ್ತಿದ್ದಾನೆ ಎಂದು ಸಂಶಯ ಏಳಬಹುದು.

ನನ್ನ ತಾಯಿ ಕೆಲಸಕ್ಕೆ ಸೇರಿ, ಸಂಸಾರ ನಿರ್ವಹಿಸಿ, ಮುಂದೆ ನನ್ನ ಅಪ್ಪನ ಜತೆ ತಾನೂ ಕೆಲಸ ಮಾಡಿ, ರಾಜೀನಾಮೆ ನೀಡಿ ನನ್ನೂರಿಗೆ ಬಂದು ಅಪ್ಪನ ವ್ಯವಸಾಯದ ಕಸುಬಿಗೆ ಸಹಾಯಕಳಾಗಿದ್ದು, ನಮ್ಮನ್ನೆಲ್ಲ ಮುಂದಕ್ಕೆ ತಂದರು. ಎಭತ್ತೆಂಟು ವರ್ಷಗಳ ಸಾಹಸೀ ಬದುಕನ್ನು ಬದುಕಿ ನನ್ನಪ್ಪ ದೇವರ ಪಾದ ಸೇರಿಬಿಟ್ಟ. ನಂತರದ ಕಾಲದಲ್ಲಿ ನಾನು ಉನ್ನತ ವ್ಯಾಸಂಗ ಮುಗಿಸಿ ಬ್ಯಾಂಕೊಂದರಲ್ಲಿ ಕೆಲಸಕ್ಕೆ ಸೇರಿ ಮುಂದೆ ಮೇನೇಜರಾಗಿ ಬಡ್ತಿ ಹೊಂದಿ ಕೆಲಸ ನಿರ್ವಹಿಸುತ್ತಿದ್ದೆ. ನನ್ನ ಮದುವೆಯಾಗಿ, ನನ್ನ ಮಗ ತನ್ನ ಬಿ.ಇ. ವ್ಯಾಸಂಗವನ್ನು ಮುಗಿಸಿ ಮುಂದೆ ವ್ಯಾಸಂಗಕ್ಕಾಗಿ ಆಸ್ಟ್ರೇಲಿಯಾಕ್ಕೆ ಹೊರಡುವ ತಯಾರಿ ಮಾಡುತ್ತಿದ್ದ.

ಈ ಸಮಯದಲ್ಲಿ ನನ್ನ ತಾಯಿ, ತನ್ನ ಮೊಮ್ಮಗ ವಿದೇಶಕ್ಕೆ ಹೊರಡುವ ಮುಂಚೆ ಅವನೊಡನೆ ಸ್ವಲ್ಪ ಸಮಯ ಇರಬೇಕೆಂದು ನನ್ನ ಮನೆಯಲ್ಲಿಯೇ ನಮ್ಮೆಲ್ಲರೊಡನೆ ಇದ್ದರು. ದಿನಾ ಸಂಜೆ ನಾನು ಮನೆಗೆ ಬಂದ ಮೇಲೆ, ಎಲ್ಲರೂ ಒಟ್ಟಿಗೆ ಕುಳಿತು ಸ್ವಾರಸ್ಯಕರವಾಗಿ ಮಾತನಾಡುತ್ತಾ ರಾತ್ರಿಯವರೆಗೂ ಕಾಲಕಳೆಯುತ್ತಿದ್ದೆವು. ಸರಿ ಎಲ್ಲರೂ ಇರುತ್ತಾರಲ್ಲ, ಮಾತನಾಡುವಾಗ ಏನನ್ನಾದರೂ ಬಾಯಿ ಆಡಿಸಬೇಕು. ಇದಕ್ಕಾಗಿ ಏನಾದರೂ ಕುರುಕಲು ತಿಂಡಿಗಳು ಮತ್ತು ಹಣ್ಣುಗಳನ್ನು ದಿನಾಲೂ ಮರೆಯದೇ ಮನೆಗೆ ತರುತ್ತಿದ್ದೆ. ಆಗ ಕಲ್ಲಂಗಡಿ ಹಣ್ಣು ಮಾರುಕಟ್ಟೆಯಲ್ಲಿ ಬಹಳವಾಗಿ ಮಾರಾಟವಾಗುತ್ತಿದ್ದ ಕಾಲ. ಜೊತೆಗೆ ಬೇಸಿಗೆ ಕಾಲ ಆಗತಾನೇ ಪ್ರಾರಂಭವಾಗಿತ್ತು.

ಸಂಜೆ ಮನೆಗೆ ಬಂದೊಡನೆ ಕಲ್ಲಂಗಡಿ ಹಣ್ಣನ್ನು ಚೊಕ್ಕವಾಗಿ ಕುಯ್ದು ಎಲ್ಲರಿಗೂ ಹಂಚುತ್ತಿದ್ದೆ. ಕಲ್ಲಂಗಡಿ ಮಾತ್ರವಲ್ಲದೆ ಕೆಲವು ದಿನ ದಾಳಿಂಬೆ, ಕಿತ್ತಳೆ ಹೀಗೆ ಬೇರೆ ಹಣ್ಣುಗಳನ್ನೂ ಸಹ ತರುತ್ತಿದ್ದೆ. ನನ್ನ ತಾಯಿ ಹಣ್ಣನ್ನು ತಿನ್ನಲಿ, ವಿದೇಶಕ್ಕೆ ಹೊರಡುವ ಮಗ ತಿನ್ನಲಿ ಎಂಬ ವಾತ್ಸಲ್ಯ ನನ್ನನ್ನು ಆವರಿಸಿತ್ತು.

ಹೀಗೆ ದಿನಾಲು ಕಲ್ಲಂಗಡಿ ಹಣ್ಣು ಕುಯ್ದು ತಾಯಿಗೆ ಕೊಡುತ್ತಿದ್ದೆ. ಅವರೂ ಸಹ ಬಹಳ ತೃಪ್ತಿಯಿಂದ ಹಣ್ಣು ತಿನ್ನುತ್ತಿದ್ದರು. ಈ ಕಾರ್ಯಕ್ರಮ ಸುಮಾರು ಒಂದರಿಂದ

ಒಂದೂವರೆ ತಿಂಗಳು ಬಿಡದೇ ನಡೆಯಿತು.

ಒಂದು ದಿನ ಹೀಗೆ ಕಲ್ಲಂಗಡಿ ಹಣ್ಣು ತಿಂದು, ನನ್ನ ತಾಯಿ 'ಏತಿ ಜೀವಂತಿ ಆನಂದಂ ನರಃ ವರ್ಷ ಶತಾದಪಿ' ಅಂದಹಾಗೆ ನನಗೆ ತೃಪ್ತಿ ಆಯಿತು ಎಂದರು. ಸಂಸ್ಕೃತದ ಗಂಧ, ಗಾಳಿ ಅರಿಯದ ನಾನು ನನ್ನ ತಾಯಿಯನ್ನು "ಏನು ನೀನು ಹೇಳಿದ ಈ ಮಾತಿನ ಅರ್ಥ ಹೀಗೆ ಸಂಸ್ಕೃತದಲ್ಲಿ ಏನೇನೋ ಹೇಳಿ ನನ್ನನ್ನು ಹೆದರಿಸಬೇಡ" ಎಂದೆ. (ರಾಮಾಯಣದ ಸುಂದರಕಾಂಡದಲ್ಲಿ ಬರುವ ಈ ಉಕ್ತಿಯನ್ನು ಸೀತೆ ಅಶೋಕವನದಲ್ಲಿರುವಾಗ ಹನುಮಂತನಿಗೆ ಹೇಳುತ್ತಾಳೆ "ಕಲ್ಯಾಣಿ ಬತ ಗಾಥೇಯಂ ಲೌಕಿಕೀ ಪ್ರತಿಭಾತಿಮಾಂ| ಏತಿ ಜೀವಂತಮಾನಂದಂ ನರಃ ವರ್ಷ ಶತಾದಪಿ||". ಹನುಮಂತನ ಮೂಲಕ ರಾಮ ಮತ್ತು ಲಕ್ಷ್ಮಣರ ಬಗೆಗೆ ತಿಳಿದು "ನೂರು ವರುಷ ಬದುಕಿದ್ದರೆ, ಜೀವನಕ್ಕೆ ಆನಂದ ಎಂದಾರೊಂದು ದಿನ ಬರುತ್ತದೆ" ಎಂದು ಸಂತಸಗೊಂಡು ಹೇಳಿದ ಮಾತುಗಳಿವು)

ಅದೇನೇ ಇರಲಿ, ಈ ಮಾತಿನ ಸಾರಾಂಶ ನನ್ನ ತಾಯಿ ಹೇಳಿದ್ದು, ನೂರು ವರ್ಷ ಮನುಷ್ಯ ಬದುಕಿದ್ದರೆ ಏನಾದರೂ ಒಂದು ಸಂತೋಷ ಅನುಭವಿಸಬಹುದು ಎಂದು. ಇದರ ಹಿನ್ನಲೆ ಅರಿಯದ ನಾನು "ಇದೇನಮ್ಮ, ಈವಾಗ ಯಾಕೆ ಹೀಗೆ ಒಂದು Statement ಮಾಡುತ್ತಿದ್ದೀಯ? ಏನಿದರ ಮರ್ಮ? ಪೂರ್ತಿ ವಿಚಾರ ತಿಳಿಸು. ಒಗಟಿನಂತೆ ಮಾತನಾಡಬೇಡ" ಎಂದೆ. ಅದಕ್ಕೆ ನನ್ನ ತಾಯಿ ತಾನು ಈ ರೀತಿ ಉದ್ಗರಿಸುವುದಕ್ಕೆ ಕಾರಣವನ್ನು ಸವಿಸ್ತಾರವಾಗಿ ಹೇಳಿದರು. ಅದನ್ನು ಕೇಳಿದ ನಾನು ಮೂಕವಿಸ್ಮಿತನಾದೆ.

ನನ್ನ ತಾಯಿ ಚಿಕ್ಕವಯಸ್ಸಿನಲ್ಲಿ ಶಾಲೆಗೆ ಸಾರೋಟಿನಲ್ಲಿ ಹೋಗಿ ಬರುತ್ತಿದ್ದರು ಎಂದು ಹಿಂದೆಯೇ ತಿಳಿಸಿದೆ. ಶಾಲೆಗೆ ಹೋಗುವಾಗ ಶಾಲೆಯ ಮುಂದೆ ಕೆಂಪುಕೆಂಪಾದ ಕಲ್ಲಂಗಡಿ ಹಣ್ಣನ್ನು ಹೋಳುಗಳನ್ನಾಗಿ ಕುಯ್ದು ಮಾರುತ್ತಿದ್ದರಂತೆ. ಆ ರಸವತ್ತಾದ ಕೆಂಪುಬಣ್ಣದ ಕಲ್ಲಂಗಡಿ ಹಣ್ಣಿನ ಹೋಳುಗಳನ್ನು ಕೊಂಡು ತಿನ್ನಬೇಕೆಂದು ಸಣ್ಣ ಹುಡುಗಿಯಾಗಿದ್ದ ನನ್ನ ತಾಯಿಗೆ ಮಹತ್ತರವಾದ ಆಸೆ. ಆದರೆ ಆಗಿನ ಕಾಲಕ್ಕೆ ಇದಕ್ಕೆಲ್ಲ ಹಣ ಯಾರು ಕೊಡುತ್ತಿದ್ದರು. ಅದೂ ಹೆಣ್ಣು ಮಗುವಿನ ಹತ್ತಿರವಂತೂ ಹಣದ ಮಾತೇ ಇಲ್ಲ. ಶಾಲೆಯ ವಿದ್ಯಾಭ್ಯಾಸ ಮುಗಿಯುವವರೆಗೂ ನನ್ನ ತಾಯಿ ದಿನಾಲು ಕಲ್ಲಂಗಡಿ ಹಣ್ಣಿನ ಹೋಳುಗಳನ್ನು ಬರೀ ನೋಡಿಯೇ ಆಸೆ ತೀರಿಸಿಕೊಳ್ಳಬೇಕಾಯಿತು. ಕಲ್ಲಂಗಡಿ ಹಣ್ಣು ತಿನ್ನುವ ಆಸೆ ಬರಿ ಆಸೆಯಾಗಿಯೇ ಉಳಿದು ಬಿಟ್ಟಿತು.

ಮುಂದೆ ಮದುವೆ ಆಗಿ ಕೆಲಸಕ್ಕೆ ಸೇರಿದ ಮೇಲಾದರೂ ಕೈಲಿ ಹಣವಿತ್ತಲ್ಲ, ಕೊಂಡುಕೊಂಡು ತಿನ್ನಬಹುದಿತ್ತಲ್ಲ ಅಂದರೆ ಮಕ್ಕಳನ್ನು ಹೆತ್ತು, ಬೆಳೆಸುವುದರಲ್ಲಿಯೇ ಸಮಯ ಹೋಯಿತು. ಇನ್ನು ಮನದಾಳದ ಆಸೆಗಳನ್ನು ಪೂರೈಸಿಕೊಳ್ಳಲು ಪುರುಸೊತ್ತಿಲ್ಲಿ ಬಂತು. ನನ್ನ ಅಪ್ಪನಿಗೆ ಹೇಳಿದ್ದರೆ ಅವರು ಒಂದು ಕಲ್ಲಂಗಡಿ ಹಣ್ಣು ತಂದು ಕೊಡುತ್ತಿರಲಿಲ್ಲವೇ? ಎಂದು ಕೇಳಿದಾಗ, ಸಂಸಾರ ತಾಪತ್ರಯದಲ್ಲಿ ಈ ಕಲ್ಲಂಗಡಿಯ ನೆನಪೇ ನನಗೆ ಬರಲಿಲ್ಲ ಎಂದರು.

"ನೋಡು ಈಗ ನನಗೆ ತೊಂಭತ್ತು ವರ್ಷ. ಮೊಮ್ಮಗ ಬೆಳೆದು ದೊಡ್ಡವನಾಗಿ ವಿದೇಶಕ್ಕೆ ಹೋಗುತ್ತಿದ್ದಾನೆ. ಇಷ್ಟು ವರ್ಷ ಬದುಕಿದ್ದಕ್ಕೆ ಈಗ ಎರಡು ತಿಂಗಳಿಂದ ದಿನಾಲೂ ತೃಪ್ತಿ ಆಗುವಷ್ಟು ಕಲ್ಲಂಗಡಿ ಹಣ್ಣು ತಿಂದೆ. ಎಷ್ಟೋ ವರ್ಷದ ಹಿಂದೆ ಮನಸ್ಸಿನಲ್ಲಿಯೇ ಹುದುಗಿದ್ದ ಆಸೆ ಇಷ್ಟು ವರ್ಷಗಳು ಆದ ಮೇಲೆ ಪೂರ್ತಿ ಆಯಿತು. ನಾನು ಹೇಳಿದ ಸುಭಾಷಿತ ನಿಜವಾಯಿತು" ಎಂದರು.

ಇದನ್ನು ಕೇಳಿ, ನನಗೆ ತಿಳಿಯದಂತೆಯೇ ನನ್ನ ತಾಯಿಯ ಚಿಕ್ಕವಯಸ್ಸಿನ ಆಸೆಯೊಂದನ್ನು ನಾನು ಪೂರೈಸಿದೆನಲ್ಲ. ಎಂಬ ಸಂತೃಪ್ತಿ ಆಗ ನನಗಾಯಿತು.

ಈಗ ನನ್ನ ತಾಯಿ ಜೀವಿಸಿಲ್ಲ, ಮಗ ದೂರದ ಆಸ್ಟ್ರೇಲಿಯಾದಲ್ಲಿದ್ದಾನೆ. ಆದರು ಒಂದು ದಶಕದ ಹಿಂದೆ ನಡೆದ ಈ ಘಟನೆ ಅಚ್ಚಳಿಯದೇ ನನ್ನ ಮನಸ್ಸಿನಲ್ಲಿ ನಿಂತುಬಿಟ್ಟಿದೆ. ಧೀರ್ಘಾಯುಷಿಯಾಗಿದ್ದರೆ ಜೀವನದ ಯಾವುದೋ ಒಂದು ಅತೃಪ್ತ ಬಯಕೆ ಪೂರೈಕೆಯಾಗಿ ಮನಸ್ಸಿಗೆ ಸಂತೋಷವಾಗುತ್ತದೆ ಎಂದು ಕಲ್ಲಂಗಡಿ ಹಣ್ಣು ತಿಳಿಸಿದ ತತ್ವ.

13
ತಂತಿ ತಂದ ತಾಪ

ಹಿಂದೆ ಮಾಹಿತಿ ತಂತ್ರಜ್ಞಾನದ ಅರಿವೇ ಇಲ್ಲದ ಕಾಲದಲ್ಲಿ ಸಂದೇಶಗಳು ಒಬ್ಬರಿಂದ ಒಬ್ಬರಿಗೆ ತಲುಪಬೇಕಾದರೆ ಅದು ಮುಖತಃ ತಲುಪಬೇಕಿತ್ತು. ಇದನ್ನು ಹೊರತುಪಡಿಸಿ, ಪೋಸ್ಟ್‌ಕಾರ್ಡ್, ಇನ್‌ಲ್ಯಾಂಡ್ ಅಂಚೆ ಮೂಲಕ ಬಹಳ ನಿಧಾನವಾಗಿ ತಲುಪುತ್ತಿತ್ತು. ಜರೂರಾದ ಸಂದೇಶಗಳು ತಂತಿಯ ಮೂಲಕ ತಲುಪುತ್ತಿದ್ದವು. ದೂರವಾಣಿ ಸೌಕರ್ಯ ಪಟ್ಟಣ ಪ್ರದೇಶಗಳಲ್ಲಿ ಕೆಲವೇ ಕೆಲವು ಶ್ರೀಮಂತರಿಗೆ ಮಾತ್ರ ಲಭ್ಯವಿತ್ತು.

ನನ್ನ ಅಪ್ಪ ತನ್ನ ಜೀವಮಾನವನ್ನೆಲ್ಲ ಇಂಥ ಕಾಲದಲ್ಲಿಯೇ ಕಳೆದಿದ್ದು. ಅಂದೆಲ್ಲ ತಂತೀ / ತಾರು ಬಂದರೆ, ಅದನ್ನು ಓದಿನೋಡುವ ಮುಂಚೆಯೇ ಎಲ್ಲರಲ್ಲಿಯೂ ಅತೀವ ದುಗುಡ, ಆತಂಕ ಮೂಡುತ್ತಿತ್ತು. ಏನು ಅನಾಹುತವಾಗಿದೆಯೋ, ಯಾರು ಸತ್ತರೋ, ಮತ್ತೇನೋ ಅಪಘಾತ ನಡೆಯಿತೋ ಎಂಬ ಹಲವಾರು ಯೋಚನೆಗಳು ಮೂಡಿ ಬಿಡುತ್ತಿದ್ದವು. ಅದಲ್ಲದೆ ತಂತೀ ಸಂದೇಶಗಳು ಸಾಮಾನ್ಯವಾಗಿ ಅಶುಭವಾರ್ತೆಯನ್ನೇ ತರುತ್ತಿದ್ದದ್ದೂ ಇದಕ್ಕೆ ಕಾರಣವಿರಬಹುದು.

ಜನರು ಯೋಗಕ್ಷೇಮ ವಿಚಾರಿಸಲು ಪೋಸ್ಟ್‌ಕಾರ್ಡ್‌ನ್ನೇ ಬಳಸುತ್ತಿದ್ದರು. ಈಗಿನ ಪೀಳಿಗೆಯವರಿಗೆ ಅಂದಿನ ಆ ಸ್ಥಿತಿಯ ಬಗ್ಗೆ ಅಷ್ಟಾಗಿ ಅರಿವಿಲ್ಲ. ಈಗೇನಿದ್ದರೂ ಕ್ಷಣಾರ್ಧದಲ್ಲಿ ಮೊಬೈಲ್, ಇಅಂಚೆ, ಅಂತರ್ಜಾಲದ ಮೂಲಕ, ಯೂಟ್ಯೂಬು, ಆಟ್ಯೂಬು, ಈಟ್ಯೂಬು ಹೀಗೆ ಹಲವಾರು ಮಾಧ್ಯಮದ ಮೂಲಕ ಜಗತ್ತಿನ ಮೂಲೆಮೂಲೆಗೂ ಸಂದೇಶ ರವಾನೆ ಆಗಿಬಿಡುತ್ತದೆ. ಎಸ್ಸೆಮೆಸ್ಸು ಸೌಲಭ್ಯವೂ ಇರುವುದರಿಂದ ಸಂದೇಶ ರವಾನೆಯಲ್ಲಿ ಕ್ರಾಂತಿಯೇ ಆಗಿ

ಹೋಗಿದೆ. ಆಗಿನ ಕಾಲಕ್ಕೆ ಸಂದೇಶ ರವಾನೆಯೇ ಒಂದು ಸಮಸ್ಯೆಯಾಗಿದ್ದರೆ, ಈಗ ಈ ಸಂದೇಶ ಪ್ರಸರಣವನ್ನು ತಡೆಹಿಡಿಯುವುದೇ ದೊಡ್ಡ ಸಮಸ್ಯೆ. ಅನೇಕ ಸೂಕ್ಷ್ಮವಾದ ಸಂದೇಶಗಳನ್ನು ತಡೆಹಿಡಿಯಲು, ಸರ್ಕಾರಗಳು ಅಂತರ್ಜಾಲ ತರಂಗಗಳನ್ನು ಜ್ಯಾಂ (internet censorship) ಮಾಡುತ್ತವೆ. ಹೀಗಿದ್ದೂ ಇದು ಪ್ರಯಾಸಕರ ಕೆಲಸವೇ ಆಗಿದೆ.

ನಮ್ಮ ಬಾಲ್ಯದಲ್ಲಿ ಪುರಾಣ ಕಥೆಗಳಲ್ಲಿ ನಾವು ಓದಿ ತಿಳಿದ ದೇವ/ದಾನವ ಪಾತ್ರಗಳು ಕ್ಷಣಮಾತ್ರದಲ್ಲಿ ಹದಿನೆಂಟು ಲೋಕಗಳಲ್ಲಿ ಸಂಚಾರಮಾಡಿ ಎಲ್ಲೆಂದರೆ ಅಲ್ಲಿ ಪ್ರತ್ಯಕ್ಷವಾಗುತ್ತಿದ್ದವು ಎಂದು ಕೇಳಿದ್ದೇವೆ. ಈಗ ಆ ಚಮತ್ಕಾರವೆಲ್ಲ ನಮ್ಮ ಕಣ್ಣೆದುರೇ ನಡೆಯುತ್ತಲಿವೆ.

ಆಫ್ರಿಕಾ ಖಂಡದ ಯಾವುದೋ ಮೂಲೆಯಲ್ಲಿ ಚಲಿಸುತ್ತಿರುವ ಪ್ರಾಣಿಯನ್ನೋ, ಮನುಷ್ಯನನ್ನೋ ಅಥವಾ ಕೀಟವನ್ನೋ ಛಾಯಾಚಿತ್ರಣದಲ್ಲಿ ಸೆರೆಹಿಡಿದು, ವೀಡಿಯೋ ಮಾಡಿ, ನಮ್ಮ ಕರ್ನಾಟಕದ ಯಾವುದೋ ಕುಗ್ರಾಮದಲ್ಲಿ ಕುಳಿತು ಲೈವಾಗಿ ನೋಡಬಹುದಾಗಿದೆ. ಇವೆಲ್ಲ ನಾನು ಬಾಲ್ಯದಲ್ಲಿ ಕಥೆ ಕೇಳಿ ಕಲ್ಪನೆ ಮಾಡಿಕೊಂಡದ್ದಕ್ಕಿಂತ ಅದ್ಭುತ ಮತ್ತು ನಿಜ.

ಅಂದಿನ ಕಾಲದ ಜನರಿಗೆ ಈ ರೀತಿಯಾದ ಕಲ್ಪನೆಯೂ ಸಹ ಬಂದಿರಲು ಸಾಧ್ಯವಿಲ್ಲ. ನನ್ನ ಅಪ್ಪನ ಕಾಲದಲ್ಲಿ, ಅವರ ಪ್ರೌಢ ವಯಸ್ಸಿನಲ್ಲಿ ಹೀಗೆಲ್ಲ ಕಲ್ಪನೆ ಮೂಡಿರಲು ಸಾಧ್ಯವೇ ಇರಲಿಲ್ಲ. ಅರವತ್ತೆರೆಡು ವರ್ಷ ಪ್ರಾಯ ಸಂದಿರುವ ನನಗೇ ನನ್ನ ಬಾಲ್ಯದಲ್ಲಿ ಈ ಮಟ್ಟದ ಕಲ್ಪನೆ ಇರಲಿಲ್ಲ. ಆಗ ದಿನ ನಿತ್ಯದಲ್ಲಿ ನಡೆಯುವ ಪ್ರತಿ ಘಟನೆಯೂ ವಿಸ್ಮಯಕಾರಿಯಾಗಿಯೇ ಇರುತ್ತಿತ್ತು. ಇಷ್ಟೆಲ್ಲಾ ಪೀಠಿಕೆ ಮುಂದೆ ನಾನು ದಾಖಲಿಸಲಿರುವ ಒಂದು ಸ್ವಾರಸ್ಯಕರ ಘಟನೆಗೆ ಅತೀ ಮುಖ್ಯವಾಗಿದೆ.

ನನ್ನ ಅಪ್ಪ ತನ್ನ ಜೀವಮಾನ ಕಾಲದಲ್ಲಿ ಅನೇಕ ಸಾಧನೆಗಳನ್ನು ಮಾಡಿದ ಒಬ್ಬ ಧೀಮಂತ ಪುರುಷ. ತನ್ನ ಜೀವನದಲ್ಲಿ ಎದುರಾದ ಅನೇಕ ಕಷ್ಟಗಳನ್ನು ಧೈರ್ಯದಿಂದ ಎದುರಿಸಿ, ಅಡೆತಡೆಗಳನ್ನು ಮೆಟ್ಟಿನಿಂತು, ಒಂದು ಆದರ್ಶಪ್ರಾಯವಾದ ಬದುಕನ್ನು ಬದುಕಿದ 'ಬಂಗಾರದ ಮನುಷ್ಯ'

ಯಾವುದೇ ಸಮಸ್ಯೆ ಎದುರಾದರೂ, ಬಹಳ ನಿಧಾನವಾಗಿ ಯೋಚಿಸಿ ಸರಿಯಾದ ನಿರ್ಧಾರ ತೆಗೆದುಕೊಳ್ಳುತ್ತಿದ್ದರು. ಆದರೆ ಅವರಲ್ಲಿ ಕೆಲವು ವಿಲಕ್ಷಣ ಪ್ರವೃತ್ತಿಗಳಿದ್ದವು. ಕ್ಲಿಷ್ಟ ಪರಿಸ್ಥಿತಿಗಳನ್ನು ಸಮಚಿತ್ತದಿಂದ ಎದುರಿಸುತ್ತಿದ್ದ ಅವರು, ಕೆಲವು ಸಾಮಾನ್ಯ ಸಂಧರ್ಭಗಳಲ್ಲಿ ಎಲ್ಲರಂತೆ ಪ್ರತಿಕ್ರಿಯಿಸುತ್ತಿರಲಿಲ್ಲ. ಸ್ವಲ್ಪ ಮುಂಗೋಪ ಇದ್ದರೂ ಯಾವಾಗಲೂ ಆ ಮುಂಗೋಪವನ್ನು

ಹೊರತೋರುತ್ತಿರಲಿಲ್ಲ. ಅವರ ಸ್ವಭಾವದಲ್ಲಿ ಒಂದಿಷ್ಟು "Unpredictable Element" ಇತ್ತು. ನಾನು ಅವರನ್ನು ಸನಿಹದಿಂದ ಕಂಡಂತೆ, ನನ್ನ ಅರಿವಿಗೆ ಬಂದದ್ದು ಏನೆಂದರೆ, ಅನೇಕ ಸಂದರ್ಭಗಳಲ್ಲಿ ಮನೆಯಲ್ಲಿ ಏನೋ ಒಂದು ವಸ್ತುವನ್ನು ಕೊಳ್ಳಬೇಕು, ಅದಕ್ಕೆ ಅಪ್ಪನ ಅಪ್ಪಣೆ ಬೇಕು, ಕೇಳಿದರೆ ಕೋಪಿಸಿಕೊಳ್ಳಲಾರರು ಎಂದು ಕೊಂಡು ಅವರಲ್ಲಿ ಪ್ರಸ್ತಾಪಮಾಡಿದರೆ, ನಮ್ಮೆಲ್ಲರ ನಿರೀಕ್ಷೆಗೆ ಎದುರಾಗಿ, ರೇಗಿಬಿಟ್ಟು ಬೇಡ ಎಂದು ಬಿಡುತ್ತಿದ್ದರು. ಮತ್ತೆ ಕೆಲವು ಸಾರಿ, ಇದು ಬಹಳ ಮುಖ್ಯವಾದ ವಿಚಾರ, ಅಪ್ಪನನ್ನು ಕೇಳಿದರೆ ಖಂಡಿತ ರೇಗುತ್ತಾರೆ, ಅಥವಾ ಕಪಾಳಮೋಕ್ಷ ಗ್ಯಾರಂಟಿ ಎಂದುಕೊಂಡು, ಅವರಿಂದ ಸ್ವಲ್ಪ ದೂರವೇ ನಿಂತು, ಹೇಳಲೂ ಆಗದೆ, ಹೇಳದೇ ಇರಲೂ ಆಗದೆ ತಬ್ಬಿಬ್ಬಾಗಿ ಅವರಲ್ಲಿ ಪ್ರಸ್ತಾಪಿಸಿದರೆ, ನಾವು ಭಾವಿಸಿದಂತೆ ರೇಗದೆ, ಸಲೀಸಾಗಿ OK ಎಂದು ಬಿಡುತ್ತಿದ್ದರು. ಅಪ್ಪನ ಈ ನಡವಳಿಕೆ ಎಷ್ಟೋಸಲ ನಮಗೆ ಅರ್ಥವೇ ಆಗುತ್ತಿರಲಿಲ್ಲ. ಅದನ್ನು ತಿಳಿದೇ ತಮ್ಮ ಸ್ವಭಾವದಲ್ಲಿ ಅಳವಡಿಸಿಕೊಂಡಿದ್ದರೋ ಅಥವಾ ಸ್ವಾಭಾವಿಕವಾಗಿಯೇ ಅವರು ಹಾಗೆಯೇ ಇದ್ದರೋ ನಮಗೆ ತಿಳಿಯದು.

ಈಗ ನಾನು ಹೇಳ ಹೊರಟಿರುವುದು ಒಂದು ತಂತಿ ಸಮಾಚಾರ ತಂದ ಗಡಿಬಿಡಿಯ ವಿಷಯ. ಈ ಘಟನೆ ನಡೆದು ಸುಮಾರು 60ರಿಂದ 70 ವರ್ಷಗಳೇ ಸಂದಿವೆ. ಇದನ್ನು ನನಗೆ ಹೇಳಿದ್ದು ನನ್ನ ಸೋದರತ್ತೆ ಮಗ. ಈ ಘಟನೆಯಲ್ಲಿ ಅವನು ಪ್ರಮುಖ ಪಾತ್ರಧಾರಿ. ಅವನ ಹೆಸರು ಶೀನು ಎಂದು. ನನ್ನ ಅಪ್ಪನ ಹೆಸರೇ ಅವನಿಗೂ ಶ್ರೀನಿವಾಸನ್ ಎಂದು. ಶ್ರೀನಿವಾಸನ್ ಮನೆಯಲ್ಲಿ ಕರೆಯುವಾಗ ಶೀನು ಆಗಿ ಬಿಟ್ಟ. ಈ ಶ್ರೀನಿವಾಸನ್ ಭಾರತ ಅಂಚೆ ಮತ್ತು ತಂತಿ ವಿಭಾಗದಲ್ಲಿ ಮೊದಲು ಟೆಲಿಗ್ರಾಫಿಸ್ಟ್ ಆಗಿ ಸೇರಿ, ಹಂತ ಹಂತವಾಗಿ ಬಡ್ತಿ ಹೊಂದಿ, ಪೋಸ್ಟ್ ಮಾಸ್ಟರ್ ಆಗಿ ನಿವೃತ್ತಿ ಹೊಂದಿದ. ತನ್ನ ಸೇವಾ ಅವಧಿಯಲ್ಲಿ ಭಾರತ ಸೇನಾ ವಿಭಾಗಕ್ಕೆ, ಅಂಚೆ ತಂತಿ ಇಲಾಖೆಯಿಂದ ಎರವಲು ಸೇವೆಯಲ್ಲಿ ಸೇರಿ, ಸೇನಾಕ್ಯಾಪ್ಟನ್ ಆಗಿ ಸೇವೆ ಸಲ್ಲಿಸಿದ. ಬಾಂಗ್ಲಾದೇಶದ ಯುದ್ಧದಲ್ಲಿ ಭಾಗವಹಿಸಿ ಪದಕಗಳಿಸಿದ ಧೀರ.

ಶೀನುವಿಗೂ ನನ್ನ ಅಪ್ಪನಿಗೂ ಬಹಳ ಒಡನಾಟವಿತ್ತು. ಬಾಲ್ಯದಲ್ಲಿಯೇ ತಂದೆಯನ್ನು ಕಳೆದುಕೊಂಡ ಶೀನುವಿಗೆ ನನ್ನ ಅಪ್ಪನೇ ಎಲ್ಲ. ಚಿಕ್ಕಂದಿನಿಂದಲೇ ಸೋದರಮಾವನ ಆಶ್ರಯದಲ್ಲಿಯೇ ಬೆಳೆದ. ಮಾವ ಎಂದರೆ ಶೀನುವಿಗೆ ಎಲ್ಲಿಲ್ಲದ ಪ್ರೇಮ ಮತ್ತು ವಾತ್ಸಲ್ಯ. ಮಾವನನ್ನು ಕೇಳದೇ ಯಾವ ಕೆಲಸವನ್ನು ಮಾಡುತ್ತಿರಲಿಲ್ಲ. ಮೈಸೂರಿನಲ್ಲಿ ವಾಸವಾಗಿದ್ದ ಶೀನು, ಸಮಯ ಸಿಕ್ಕಾಗಲೆಲ್ಲ ನನ್ನೂರಿಗೆ ಬಂದು ಮಾವನನ್ನು ಮಾತನಾಡಿಸಿಕೊಂಡು ಹೋಗುತ್ತಿದ್ದ.

ಮೈಸೂರಿನಿಂದ ಬಸ್ಸಿನಲ್ಲಿ ಚಾಮರಾಜ ನಗರಕ್ಕೆ ಬಂದು, ಅಲ್ಲಿಂದ 8 ಕಿ.ಮೀ. ದೂರದಲ್ಲಿದ್ದ ನನ್ನ ಹಳ್ಳಿಗೆ ಬಾಡಿಗೆ ಸೈಕಲ್ಲಿನಲ್ಲಿ ಬರುವುದು ಅವನ ವಾಡಿಕೆ.

ಈ ಶೀನು ಅಂಚೆ ಮತ್ತು ತಂತಿ ಇಲಾಖೆಯಲ್ಲಿ ಟೆಲಿಗ್ರಾಫಿಸ್ಟ್ ಹುದ್ದೆಗೆ ಅರ್ಜಿಹಾಕಿ, ಪ್ರವೇಶಕಾಗಿ ಇದ್ದ ಪರೀಕ್ಷೆಯನ್ನು ಪಾಸ್ ಮಾಡಿ ಬೆಂಗಳೂರಿಗೆ ತರಬೇತಿಗೆ ಹೋಗಿದ್ದ. ಆ ಹುದ್ದೆಗೆ, ಆರು ತಿಂಗಳು Theory ತರಗತಿಗಳು, ಮತ್ತೆ ಮೂರು ತಿಂಗಳು ತಂತೀ ಕಛೇರಿಯಲ್ಲಿ, ತಂತಿ ಸಂದೇಶ ಸ್ವೀಕರಿಸುವ ಮತ್ತು ರವಾನಿಸುವ ತರಬೇತಿ ಕೆಲಸ, ನಂತರ ಮೂರು ತಿಂಗಳು "Probationer" ಆಗಿ ಕೆಲಸ, ಹೀಗೆ ಒಂದು ವರ್ಷ ಮುಗಿದನಂತರ, ಕೆಲಸ ಖಾಯಂ, ಮತ್ತು ಪೂರ್ತಿ ಸಂಬಳ. ಆಗಿನ ಕಾಲದಲ್ಲಿ ಕೆಲಸ ಸಿಗುವುದೇ ಬಹಳ ದುರ್ಲಭ, ಅದರಲ್ಲಿಯೂ ಕೇಂದ್ರ ಸರ್ಕಾರದ ಅಂಚೆ ಮತ್ತು ತಂತಿ ಇಲಾಖೆಯ ಕೆಲಸ ಅಂದರೆ ಕೇಳಬೇಕೆ, ಅದು ಕೈಗೆಟುಕದ ಮಾವಿನ ಹಣ್ಣು. ಹೀಗುರುವಾಗ ಇಂಥ ಕೆಲಸ ಸಿಕ್ಕಿ, ಬೆಂಗಳೂರಿಗೆ ತರಬೇತಿಗಾಗಿ ಹೋಗಿದ್ದ ಶೀನುವಿಗೆ ಸ್ವರ್ಗ ಮೂರೇ ಗೇಣು ಎಂಬಂತ್ತಿತ್ತು. ಅವನು ಹೀಗೆ ಬೆಂಗಳೂರನಲ್ಲಿ ತರಬೇತಿ ಪಡೆಯುತ್ತಿದ್ದಾನೆ ಎಂಬುದು ನನ್ನ ಅಪ್ಪನಿಗೆ ತಿಳಿದಿತ್ತು.

ಶೀನು ಬೆಂಗಳೂರಿನಲ್ಲಿ ಲಿಖಿತ ಪರೀಕ್ಷೆಗಳನ್ನು ಬಹಳ ಯಶಸ್ವಿಯಾಗಿ ಮುಗಿಸಿದ. ಆರು ತಿಂಗಳು ಕಾಲದ ಲಿಖಿತ ತರಬೇತಿಯನ್ನು ಕೇವಲ ಮೂರೇ ತಿಂಗಳಿಗೆ ಮುಗಿಸಿಬಿಟ್ಟ. ತಂತೀ ಸಂದೇಶ Morse code ಎಂದು ಕರೆಯಲ್ಪಡುವ ಶಬ್ದ ತರಂಗಗಳ ತಂತ್ರಜ್ಞಾನ. ಆ ಕಾಲದಲ್ಲಿ ಈ Morse code ತಂತ್ರಜ್ಞಾನದ ಮೂಲಕವೇ ತಂತೀ ಸಂದೇಶಗಳು ರವಾನೆಯಾಗುತ್ತಿತ್ತು. ಶೀನು, ತನ್ನ ಜತೆಯಲ್ಲಿ ಕಲಸಕ್ಕೆ ಸೇರಿದವರಿಗಿಂತ ಬಹಳ ಶೀಘ್ರವಾಗಿ ಈ Morse codeನ್ನು ಕರಗತ ಮಾಡಿಕೊಂಡುಬಿಟ್ಟ. ಇವನ ಈ ಕೌಶಲ್ಯವನ್ನು ಮನಗಂಡ ಇವನ ಮೇಲಧಿಕಾರಿಗಳು ಕೇವಲ ಮೂರು ತಿಂಗಳಿನಲ್ಲಿಯೇ ಮೈಸೂರಿನ ಕೇಂದ್ರ ತಂತಿ ಕಛೇರಿಗೆ ಹೆಚ್ಚಿನ ತರಬೇತಿಗಾಗಿ ಕಳುಹಿಸಿಬಿಟ್ಟರು. ಆರು ತಿಂಗಳು ನಡೆಯಬೇಕಾದ ತರಬೇತಿಯನ್ನು ಮೂರೇ ತಿಂಗಳಿನಲ್ಲಿ Rank ಪಡೆದುಕೊಂಡು ಮುಗಿಸಿದ್ದು ಶೀನುವಿಗೆ ಬಹಳ ಸಂತಸ ತಂದಿತು.

ಸರಿ ಮೈಸೂರಿಗೆ ಬಂದದ್ದಾಯಿತು. ಕೇಂದ್ರ ತಂತೀ ಕಛೇರಿಯಲ್ಲಿ ಸಂದೇಶ ರವಾನೆ / ಸ್ವೀಕರಣೆ ಕೆಲಸದ ತರಬೇತಿಯನ್ನು ಶುರು ಮಾಡಿದ್ದಾಯಿತು. Morse codeನ್ನು ಕರಗತ ಮಾಡಿಕೊಂಡಿದ್ದ ಶೀನುವಿಗೆ ಈ ಸಂದೇಶ ರವಾನೆ / ಸ್ವೀಕರಣೆ ಕೆಲಸ ಅಷ್ಟೇನೂ ಕಷ್ಟಕರವಾಗಿ ತೋರಲಿಲ್ಲ.

ಆಗ ಮೈಸೂರಿನ ಕೇಂದ್ರ ತಂತೀ ಕಛೇರಿಯ ಮುಖ್ಯಸ್ಥರಾಗಿದ್ದವರು ನಾಯರ್ ಎಂಬ ಅಧಿಕಾರಿ. ಅವರು ಬಹಳ ಖಡಕ್ ಆಸಾಮಿ. ನಾಯರ್ ಅಂದರೆ ಅಲ್ಲಿನ ಕೆಲಸಗಾರರಿಗೆ ಸಿಂಹಸ್ವಪ್ನ. ಕೆಲಸದಲ್ಲಿ ಒಂದು ಸಣ್ಣ ತಪ್ಪು ಮಾಡಿದರೂ ನಾಯರ್ ಸಹಿಸುತ್ತಿರಲಿಲ್ಲ. ತಪ್ಪು ಮಾಡಿದವನಿಗೆ ಶಿಕ್ಷೆ ತಪ್ಪಿದ್ದಲ್ಲ. “ಈ ನಾಯರ್ ಕೆಳಗೆ ನೀನು ಕೆಲಸ ಮಾಡುವುದು ಅಷ್ಟು ಸುಲಭವಲ್ಲ, ಅದಲ್ಲದೆ ನಿನ್ನ ಕೆಲಸ ಇನ್ನೂ ಖಾಯಂ ಆಗಿಲ್ಲ. ಏನಾದರೂ ತಪ್ಪು ಮಾಡಿದೆಯೋ, ನಿನ್ನನ್ನು ಭೂಗತ ಮಾಡಿ ಬಿಡುತ್ತಾನೆ” ಎಂದೆಲ್ಲಾ ಶೀನವನ್ನು ಅವನ ಸಹೋದ್ಯೋಗಿಗಳು ಹೆದರಿಸಿಬಿಟ್ಟರು.

ಶೀನು ಮಾತ್ರ ಹೇಗಾದರಾಗಲೀ, ಮಾಡೋ ಕೆಲಸ ಮಾಡಿದ್ದಾಯಿತು. “ಆದಂಗೆ ಆಗಲಿ ಮಾದಪ್ಪನ ಜಾತ್ರೆ” ಎಂಬ ಗಾದೆ ಮಾತಿನಂತೆ ನಿರ್ಲಿಪ್ತ ಭಾವನೆಯಿಂದ ಕೆಲಸ ಮಾಡುತ್ತಿದ್ದ.

ಹೀಗೆ ಅಲ್ಲಿ ಕೆಲಸ ಮಾಡುತ್ತಾ ಹಾಗೆ ಹೀಗೆ ಒಂದು ತಿಂಗಳು ಕಳೆಯಿತು. ಆ ಕಛೇರಿಯಲ್ಲಿ ಒಂದು ತಂತೀ ವಿಭಾಗ ಬಹಳ ಕಷ್ಟವಾದ ವಿಭಾಗ ಎನಿಸಿಕೊಂಡಿತ್ತು. ಆ ವಿಭಾಗದಲ್ಲಿ ಪ್ರತಿ ನಿಮಿಷಕ್ಕೆ 25 ಸಂದೇಶಗಳು ಬರುತ್ತಿದ್ದವು ಮತ್ತು ಪ್ರತಿ ನಿಮಿಷಕ್ಕೆ 25 ಸಂದೇಶಗಳನ್ನು ಹೊರಕ್ಕೆ ರವಾನಿಸಬೇಕಿತ್ತು. ಈ ವಿಭಾಗವನ್ನು ಬಹಳ ಅನುಭವ ಇರುವ, ತಾಂತ್ರಿಕ ಕೌಶಲ್ಯ ಇರುವ ವ್ಯಕ್ತಿಯೇ ನಿಭಾಯಿಸಬೇಕಾಗಿತ್ತು. ಹೊಸಬರು ಆ ಜಾಗಕ್ಕೆ ಲಾಯಕ್ಕಾದವರಲ್ಲ. ಒಮ್ಮೆ ಆ ವಿಭಾಗ ನಿಭಾಯಿಸುತ್ತಿದ್ದ ನೌಕರರು, ಏನೋ ತುರ್ತು ಕೆಲಸದ ಪ್ರಯುಕ್ತ ಐದು ದಿನಗಳ ರಜೆಯಲ್ಲಿ ಹೋಗಬೇಕಾಯಿತು. ಆಗ ಮುಖ್ಯಾಧಿಕಾರಿ ನಾಯರ್ ರವರು ಶೀನುವನ್ನೇ ಆ ವಿಭಾಗವನ್ನು ನಿಭಾಯಿಸುವಂತೆ ಹೇಳಿಬಿಟ್ಟರು. ಶೀನುವಿಗೆ ಇದು ಅತೀ ಆಶ್ಚರ್ಯಕರವಾದ ಸಂಗತಿಯಾಗಿತ್ತು. ಕಛೇರಿಯಲ್ಲಿ ಅನೇಕ ಅನುಭವೀ ನೌಕರರು ಇರುವಾಗ ನನ್ನನ್ನು ಏಕೆ ಇಲ್ಲಿಗೆ ಹಾಕಿದರು ಎಂದು ಯೋಚಿಸತೊಡಗಿದ. ಆದರೆ ಹೆದರದೆ ಒಂದು ಕೈ ನೋಡಿಯೇ ಬಿಡುವ ಅಂತ ನಿರ್ಧರಿಸಿಬಿಟ್ಟ. ಅವನೂ ನನ್ನ ಅಪ್ಪನಂತೆ ಬಹಳ ಸಾಹಸೀ ಪ್ರವೃತ್ತಿಯ ಮನುಷ್ಯ. ಸುಮಾರು ಐದು ದಿನಗಳ ಕಾಲ ಶೀನು ಆ ವಿಭಾಗವನ್ನು ನಿಭಾಯಿಸಿದ. ಏನೂ ತಪ್ಪು ನಡೆಯಲಿಲ್ಲ. ಇವನ ಕಾರ್ಯ ವೈಖರಿಯನ್ನು ಇವನಿಗೆ ತಿಳಿಯದೇ ನಾಯರ್ ಗಮನಿಸುತ್ತಿದ್ದಾರೆ ಎಂಬುದು ಶೀನುವಿಗೆ ತಿಳಿಯದು. ಇವನಾದರೋ ತಾನಾಯಿತು ತನ್ನ ಕೆಲಸವಾಯಿತು ಎಂದು ಇದ್ದ.

ಒಂದು ದಿನ ಮಧ್ಯಾಹ್ನ, ಶೀನು ಸಂದೇಶಗಳನ್ನು ಸ್ವೀಕರಿಸುತ್ತಿದ್ದಾನೆ ಮತ್ತು ಹೊರಕ್ಕೆ ರವಾನಿಸುತ್ತಿದ್ದಾನೆ. ಇದ್ದಕ್ಕಿದ್ದಂತೆ ಕಛೇರಿ ಮುಖ್ಯಸ್ಥರಾದ ನಾಯರ್, ಶೀನು ಕುಳಿತಿದ್ದ ಸ್ಥಳಕ್ಕೆ ಬಂದು ಶೀನುವನ್ನು ಅಲ್ಲಿಂದ ಎಬ್ಬಿಸಿ, ಅವನ ಜಾಗದಲ್ಲಿ ತಾನೇ ಕುಳಿತು ಸಂದೇಶವಾಹಕವನ್ನು ಕೈಗೆ ತೆಗೆದುಕೊಂಡು ಸಂದೇಶ ರವಾನೆ ಮಾಡಲು ಪ್ರಾರಂಭಿಸಿಬಿಟ್ಟರು. ಶೀನುವಿಗೆ ಇವರು ಏತಕ್ಕೆ ಹೀಗೆ ಮಾಡುತ್ತಿದ್ದಾರೆ ಎಂಬುದೇ ತಿಳಿಯಲಿಲ್ಲ. ಸ್ವಲ್ಪ ಸಮಯ ಹೀಗೆ ಸಂದೇಶ ರವಾನಿಸಿದ ನಾಯರ್, ಶೀನುವನ್ನು ಕೆಲಸ ಮುಗಿದ ಮೇಲೆ ತನ್ನ ಕೋಣೆಗ ಬಂದು ಕಾಣಲು ತಿಳಿಸಿ ಹೊರಟು ಹೋದರು. ಧಿಢೀರ್ ಎಂದು ನಡೆದುಹೋದ ಈ ಸಂಭವದಿಂದ ಶೀನು ತಬ್ಬಿಬ್ಬಾದ. ಅವನಿಗೆ ಒಳಗೇ ಅಚ್ಚರಿ ಮತ್ತು ಭಯ ಶುರುವಾಯಿತು. ಏನಾಯಿತು, ಎಲ್ಲ ಸರಿಯಾಗಿಯೇ ಇದೆಯಲ್ಲ, ಇದೇನಪ್ಪಾ ಗ್ರಹಚಾರ ಎಂದುಕೊಂಡು ತನ್ನ ಮೇಲಧಿಕಾರಿ ನಾಯರ್ ಅವರ ಕೋಣೆಗೆ ಹೋದ.

ಶೀನುವನ್ನು ಕಂಡ ನಾಯರ್ ಅವನಿಗೆ ಕುಳಿತುಕೊಳ್ಳುವಂತೆ ಹೇಳಿದರು. ಆಗಲೇ ಅವನಿಗೆ ಅರ್ಧ ಸಮಾಧಾನವಾಯಿತು. ಏನಾದರೂ ತಪ್ಪಾಗಿದ್ದರೆ ಬಯ್ಯುತ್ತಾರೆ, ಕುಳಿತುಕೊಳ್ಳುವಂತೆ ಹೇಳುವುದಿಲ್ಲವಲ್ಲ ಎಂದು ಸಮಾಧಾನ ಪಟ್ಟುಕೊಂಡ. ನಾಯರ್ ಶೀನುವಿನೊಂದಿಗೆ ಸಾವಧಾನದಿಂದಲೇ ಮಾತನಾಡಲು ಪ್ರಾರಂಭ ಮಾಡಿದರು. ವಿಷಯ ಏನಾಗಿತ್ತು ಅಂದರೆ, ಅಂದು ಒಳಕ್ಕೆ ಬರುತ್ತಿದ್ದ ಸಂದೇಶಗಳು ದಿನಕ್ಕಿಂತ ಹೆಚ್ಚಿತ್ತು. ಸಂದೇಶಗಳನ್ನು ಸ್ವೀಕರಿಸುವಾಗ ಬಹಳ ಎಚ್ಚರಿಕೆಯಿಂದ ಸ್ವೀಕರಿಸಬೇಕು, ಮತ್ತು ತಪ್ಪು ಸಂದೇಶಗಳು ರವಾನೆಯಾಗಿಬಿಟ್ಟರೆ ಅನಾಹುತಗಳಾಗಿ ಬಿಡುತ್ತಿದ್ದವು. ಈ ಕಾರಣಕ್ಕಾಗಿ ಶೀನು ಸಂದೇಶಗಳನ್ನು ಬಹಳ ಸಾವಧಾನವಾಗಿ ಸ್ವೀಕರಿಸುತ್ತಿದ್ದ. ಆದರೆ ಮತ್ತೊಂದು ಕೇಂದ್ರದಿಂದ ಸಂದೇಶಗಳನ್ನು ಕಳುಹಿಸುತ್ತಿದ್ದ ಉದ್ಯೋಗಿ, ಸಂದೇಶ ಸ್ವೀಕೃತಿ ನಿಧಾನವಾದುದಕ್ಕೆ Morse codeನಲ್ಲಿಯೇ, ಶೀನುವನ್ನು ಅವಾಚ್ಯ ಶಬ್ದಗಳಿಂದ ನಿಂದಿಸಿದ್ದಾನೆ. ಆದರೆ ಶೀನು ಅದನ್ನು ಅಷ್ಟಾಗಿ ಮನಸ್ಸಿಗೆ ತೆಗೆದುಕೊಳ್ಳಲಿಲ್ಲ. ಅದನ್ನು ಉದಾಸೀನ ಮಾಡಿ ಮುಂದಿನ ಕೆಲಸ ಮಾಡ ತೊಡಗಿದ್ದಾನೆ. ಆದರೆ ಮೇಲಧಿಕಾರಿಯಾದ ನಾಯರ್ ಇದೆನ್ನೆಲ್ಲಾ ತನ್ನ ಕೊಠಡಿಯಿಂದಲೇ ಗಮನಿಸಿದ್ದಾರೆ. ತಂತೀ ಕಛೇರಿಯಲ್ಲಿ ಜವಾಬ್ದಾರಿ ಕೆಲಸದಲ್ಲಿರುವ ಉದ್ಯೋಗಿಗಳು, ಕಛೇರಿ ನಿಯಮವನ್ನು ಮೀರಿ ಹೀಗೆ ಕೀಳು ಮಟ್ಟದಲ್ಲಿ ವರ್ತಿಸುವುದು ಸರಿಯಲ್ಲ. ಇದರೆ ಬಗ್ಗೆ ಬಹಳ ಖಂಡಿತವಾಗಿದ್ದ ನಾಯರ್ ಸಹಜವಾಗಿಯೇ ಕೆರಳಿದ್ದರು. ಅದಕ್ಕಾಗಿಯೇ ಅವರು ಶೀನುವಿನ ಕೆಲಸದ ಸ್ಥಳಕ್ಕೇ ಬಂದು, ಆ ಉದ್ಯೋಗಿ ಯಾರು, ಯಾವ ಕೇಂದ್ರದಲ್ಲಿ ಕೆಲಸ

ಮಾಡುತ್ತಿದ್ದಾನೆ ಎಂಬೆಲ್ಲಾ ವಿವರಗಳನ್ನು ತಂತೀ ಮುಖಾಂತರವೇ ಪತ್ತೆಮಾಡಿ, ಆ ತಂತೀ ಕಛೇರಿ ಮುಖ್ಯಸ್ಥರಿಗೆ ಸಂದೇಶ ಕಳುಹಿಸಿ, ಅವನನ್ನು ಆ ತಕ್ಷಣವೇ ಅನುಚಿತ ವರ್ತನೆಗಾಗಿ ಅಮಾನತ್ತಿನಲ್ಲಿ ಇಡುವಂತೆ ನಿರ್ದೇಶನ ನೀಡಿದ್ದರು. ನಾಯರ್ ಶೀನುವನ್ನು ಎಬ್ಬಿಸಿ ಅವನ ಜಾಗದಿಂದಲೇ ತಾನೇ ಈ ಸಂದೇಶಗಳನ್ನು ರವಾನೆ ಮಾಡಿದ್ದು ಇದಕ್ಕಾಗಿಯೇ. "ಅವಾಚ್ಯ ಶಬ್ದಗಳಿಂದ ನಿನ್ನನ್ನು ನಿಂದಿಸಿದರೂ ನೀನು ಏಕೆ ಸುಮ್ಮನಿದ್ದೆ?" ಎಂದು ಶೀನುವನ್ನು ಕೇಳಿದ್ದಾರೆ ನಾಯರ್. ಅದಕ್ಕೆ ಶೀನು "ಅದೇನು ಅಷ್ಟು ಮುಖ್ಯವಲ್ಲ, ನನಗೆ ಮಾಡಬೇಕಾದ ಕೆಲಸ ತುಂಬಾ ಇತ್ತು, ಅದಕ್ಕೆ ಗಮನ ಹರಿಸದೆ, ಇದನ್ನೆಲ್ಲ ಉದಾಸೀನ ಮಾಡಿದೆ" ಎಂದ.

ಶೀನುವಿನ ಈ ಮನೋಭಾವನೆಯನ್ನು ನಾಯರ್ ಬಹಳವಾಗಿ ಮೆಚ್ಚಿಕೊಂಡು ಬಿಟ್ಟರು. ಅವನ ಕಾರ್ಯ ಕೌಶಲ್ಯವನ್ನು ಅವರಾಗಲೇ ಮನಗಂಡಿದ್ದರು. ಇದೆಲ್ಲದರಿಂದ ಸುಪ್ರೀತರಾದ ನಾಯರ್ ಶೀನುವಿಗೆ ತಕ್ಷಣ, ತರಬೇತಿಯನ್ನು ಯಶಸ್ವಿಯಾಗಿ ಮುಗಿಸಿದ್ದಾನೆ ಎಂದು ಸರ್ಟಿಫಿಕೇಟ್ ನೀಡಿಬಿಟ್ಟರು. ಬೆಂಗಳೂರಿನಲ್ಲಿರುವ Postal Senior Superintendent ರವರಿಗೂ ಸಹ ತಂತೀ ಸಂದೇಶ ಕೊಟ್ಟು ಶೀನುವಿನ ಬಗ್ಗೆ ತಿಳಿಸಿಬಿಟ್ಟರು. ಶೀನುವಿಗೆ, ಇನ್ನು ನೀನು ಬೆಂಗಳೂರಿಗೆ ಹೋಗಿ, Senior Superintendentರವರನ್ನು ಕಂಡು ಕೆಲಸ ಖಾಯಂ ಆದುದಕ್ಕೆ ಪತ್ರ ಪಡೆದು, ಅವರು ಹೇಳಿದ ಜಾಗದಲ್ಲಿ ಕೆಲಸಕ್ಕೆ ಹಾಜರಾಗುವಂತೆ ಹೇಳಿಬಿಟ್ಟರು.

ಶೀನುವಿಗಂತೂ ಈ ಅನಿರೀಕ್ಷಿತ ಘಟನೆಯಿಂದ ಏನು ಮಾಡಲೂ ತೋಚದಂತಾಗಿ ಬಿಟ್ಟಿತು. ಆರು ತಿಂಗಳ Theory ತರಬೇತಿ ಮೂರು ತಿಂಗಳಲ್ಲಿಯೇ ಮುಗಿಯಿತು. ಇನ್ನು ಮಿಕ್ಕ ಆರು ತಿಂಗಳುಗಳ ಕಾಲಾವಧಿ ಕೇವಲ ಒಂದುವರೆ ತಿಂಗಳಿನಲ್ಲಿಯೇ ಮುಗಿಯಿತಲ್ಲ, ಅದಲ್ಲದೆ ಕೆಲಸ ಖಾಯಂ, ಪೂರ್ತಿ ಸಂಬಳ, ಇನ್ನೇನು ಬೇಕು, ಹಿರಿಹಿರಿ ಹಿಗ್ಗಿ ಹೀರೇಕಾಯಿ ಆದ ಶೀನು.

ಇಂಥಾ ಸಿಹಿಸುದ್ದಿಯನ್ನು ತನಗೆ ಅತ್ಯಂತ ಆಪ್ತರಾದ ತನ್ನ ಸೋದರಮಾವನಿಗೆ ತಕ್ಷಣ ತಿಳಿಸುವ ಮನಸ್ಸಾಯಿತು ಶೀನುವಿಗೆ. ತಕ್ಷಣ ಅವರಿಗೆ ತಿಳಿಸುವ ಕಾತರದಿಂದ, ಅಲ್ಲಿಯೇ ತಂತೀ ಕಛೇರಿಯಿಂದ ನನ್ನ ಅಪ್ಪನಿಗೆ ಒಂದು ತಂತೀ ಸಂದೇಶ ಕಳುಹಿಸಿಬಿಟ್ಟ, "Job confirmed, Letter follows" ಎಂದು. ಹೀಗೆ ನನ್ನ ಅಪ್ಪನಿಗೆ ತಂತೀ ಸಂದೇಶ ಕಳುಹಿಸಿ ಕೆಲಸಕ್ಕೆ ಹಾಜರಾಗಲು ಬೆಂಗಳೂರಿಗೆ ಹೊರಟುಬಿಟ್ಟ.

ಇಲ್ಲಿಯವರೆಗಿನ ಘಟನೆಗಳು ಸರ್ವೇಸಾಮಾನ್ಯ ಎಂದು ಕೊಂಡರೂ, ಮುಂದೆ ಈ ತಂತೀ ಸಂದೇಶ ತಂದ ತಾಪತ್ರಯಗಳಿಗೆ ಮುನ್ನುಡಿಯಾಯಿತು.

ಹಿಂದೆ ತಿಳಿಸಿದಂತೆ ನನ್ನ ಅಪ್ಪ ತನ್ನ ಮಾಸ್ತರಿಕೆ ಕೆಲಸವನ್ನು ರಾಜೀನಾಮೆ ಮಾಡಿ ನನ್ನ ಸ್ವಗ್ರಾಮದಲ್ಲಿ ಒಂದು ದಿನಸಿ ಅಂಗಡಿ ಪ್ರಾರಂಭ ನಡೆಸಿದ್ದ ಸಮಯವದು. ಪ್ರತಿ ದಿನ ನನ್ನೂರಿನಿಂದ 8 ಕಿ.ಮೀ. ದೂರದಲ್ಲಿದ್ದ ತಾಲ್ಲೂಕು ಕೇಂದ್ರವಾದ ಚಾಮರಾಜನಗರಕ್ಕೆ ಸೈಕಲ್ಲು ತುಳಿದು ಕೊಂಡು ಬಂದು, ಅಲ್ಲಿ ದಿನಸಿ ಪದಾರ್ಥಗಳನ್ನು ಖರೀದಿ ಮಾಡಿ, ಅಷ್ಟೆಲ್ಲ ಮೂಟೆಗಳನ್ನು ತನ್ನ ಸೈಕಲ್ಲಿಗೆ ಕಟ್ಟಿಕೊಂಡು ಮತ್ತೆ 8 ಕಿ.ಮೀ. ಸೈಕಲ್ಲು ತುಳಿದು ತನ್ನ ಊರಿಗೆ ವಾಪಸ್ಸಾಗುತ್ತಿದ್ದರು. ಪ್ರತಿದಿನಾ ತಪ್ಪದೇ ಚಾಮರಾಜನಗರಕ್ಕೆ ಬರುತ್ತಿದ್ದರು. ಈಗಿನಂತೆ ಜನಸಂಖ್ಯಾಸ್ಫೋಟದಿಂದ ತಲ್ಲಣಿಸುವ ಕಾಲವಲ್ಲ ಅದು, ಎಲ್ಲರೂ ಸರ್ವೇ ಸಾಮಾನ್ಯವಾಗಿ ಒಬ್ಬರಿಗೆ ಒಬ್ಬರು ಪರಿಚಿತರೇ ಆಗಿದ್ದರು.

ನನ್ನ ಅಪ್ಪ ನಗರಕ್ಕೆ ಬಂದರೆ ಅವರು ಯಾವ ಸಮಯದಲ್ಲಿ ಯಾವ ಜಾಗದಲ್ಲಿರುತ್ತಾರೆ ಎಂಬೆಲ್ಲ ವಿವರಗಳು ನಗರದ ಪೋಸ್ಟ್ ಮಾಸ್ತರಿಗೆ, ಎಲ್ಲ ಪೋಸ್ಟ್ ಮ್ಯಾನ್ಗಳಿಗೆ ತಿಳಿದಿತ್ತು. ನನ್ನ ಹಳ್ಳಿಯ ವಿಳಾಸಕ್ಕೆ ತಂತೀ ಸಂದೇಶ ಬಂದರೆ, ಆ ಸಂದೇಶವನ್ನು ಲಕೋಟೆಯಲ್ಲಿ ಹಾಕಿ 8 ಕಿ. ಮೀ. ದೂರ ಸೈಕಲ್ಲು ತುಳಿದುಕೊಂಡು ಬರಬೇಕು. ಅಷ್ಟು ದೂರ ಸೈಕಲ್ಲು ತುಳಿಯ ಬೇಕಲ್ಲ ಎಂದುಕೊಂಡ ಅಂಚೆ ಪೇದೆ, ನನ್ನ ಅಪ್ಪನಿಗೆ ಶೀನು ಕಳುಹಿಸಿದ ತಂತಿ ಸಂದೇಶವನ್ನು ಹಿಡಿದುಕೊಂಡು ನಗರದಲ್ಲಿ ಆ ಸಮಯದಲ್ಲಿ ನನ್ನ ಅಪ್ಪ ಎಲ್ಲಿರುತ್ತಾರೆ ಎಂದು ಪತ್ತೆ ಮಾಡಿದ. ಸೈಕಲ್ಲುಗಳನ್ನು ಮತ್ತು ಅದರ ಬಿಡಿಭಾಗಗಳನ್ನು ಮಾರಾಟ ಮಾಡುವ ಸೈಕಲ್ ಅಂಗಡಿ ರಾಜಅಯ್ಯಂಗಾರ್ ಅಂಗಡಿಯಲ್ಲಿ ಆಗ ಲೋಕಾಭಿರಾಮವಾಗಿ ಮಾತನಾಡುತ್ತಾ ಕುಳಿತಿದ್ದರು ನನ್ನ ಅಪ್ಪ. ಅವರನ್ನು ಅಲ್ಲಿಯೇ ಕಂಡು, ಅವರಿಗೆ ಬಂದಿದ್ದ ತಂತೀ ಸಂದೇಶವನ್ನು ತಲುಪಿಸಿ ಅವರಿಂದ ರುಜು ಪಡೆದು ಪೋಸ್ಟ್ ಮ್ಯಾನ್ ಹೊರಟುಹೋದ.

ಹೀಗೆ ತಂತಿ ಸಂದೇಶವನ್ನು ಪಡೆದುಕೊಂಡ ನನ್ನ ಅಪ್ಪ ಅದನ್ನು ಬಿಡಿಸಿ ಓದುವ ಗೋಜಿಗೇ ಹೋಗಲಿಲ್ಲ. “ಆಗೋಯ್ತು, ರಾಜಯ್ಯಂಗಾರೇ, ನನ್ನ ತಾಯಿ ತೀರಿಕೊಂಡು ಬಿಟ್ಲು. ದೂರದ ತಿಪಟೂರಿನಲ್ಲಿ ನನ್ನ ತಮ್ಮನ ಮನೆಯಲ್ಲಿದ್ದ ಅವಳನ್ನು ಈಗ ಹೇಗೆ ಹೋಗಿ ನೋಡಲಿ? ಊರಿಗೆ ಹೋಗಿ ಹೆಂಡತಿ ಮಕ್ಕಳನ್ನು ಕರಕೊಂಡು ಹೋಗಬೇಕಲ್ಲ” ಎಂದು ಪ್ರಲಾಪಿಸ ತೊಡಗಿಬಿಟ್ಟರು.

ಇದನ್ನು ಕೇಳಿದ ರಾಜ ಅಯ್ಯಂಗಾರ್ ಸಹ ನನ್ನ ಅಪ್ಪನನ್ನು ಸಮಾಧಾನ ಮಾಡಲು ಶುರುಮಾಡಿದರು. ಅಲ್ಲಿದ್ದ ಇತರರೂ ಸಹ ನನ್ನ ಅಪ್ಪನನ್ನು

ಸ್ವಾಂತನಗೊಳಿಸಲು ಆರಂಭಿಸಿಬಿಟ್ಟರು. ಆದರೆ ಸ್ವಾರಸ್ಯ ಎಂದರೆ, ಅಲ್ಲಿದ್ದವರಲ್ಲಿ ಒಬ್ಬರಾದರೂ ಸಹ ಆ ತಂತಿ ಯಾರಿಂದ ಬಂತು, ಎಲ್ಲಿಂದ ಬಂತು, ಅದರಲ್ಲಿ ಅಂಥಾದ್ದು ಏನಿದೆ ಎಂದು ವಿಚಾರಿಸುವ ಗೋಜಿಗೇ ಹೋಗಲಿಲ್ಲ. ಪೋಸ್ಟ್ ಮ್ಯಾನ್ ಬಂದ, ತಂತೀ ಕೈಗೆ ಕೊಟ್ಟ, ಹೋದ ಅಷ್ಟೆ. ಅಲ್ಲಿದ್ದವರೆಲ್ಲ ತಂತಿ ಯಾರದೋ ಸಾವಿನ ಸುದ್ದಿಯನ್ನೇ ಹೊತ್ತು ತಂದಿದೆ ಎಂದು ನಿಶ್ಚಯ ಮಾಡಿಕೊಂಡರು ಎಂದು ಅನಿಸುತ್ತದೆ. ಇಷ್ಟಲ್ಲದೆ ನನ್ನ ತಾಯಿ ತಿಪಟೂರಿನಲ್ಲಿ ತೀರಿಕೊಂಡು ಬಿಟ್ಟಳು ಎಂದು ನನ್ನ ಅಪ್ಪ ಗೋಳಾಡಿದ್ದನ್ನು ಕೇಳಿಸಿಕೊಂಡಿದ್ದಾರೆ. ಮತ್ತೇಕೆ ಬಾಕಿ ವಿವರ. ರಾಜ ಅಯ್ಯಂಗಾರ್ ಸಹ ತನ್ನ ಸೈಕಲ್ ಷಾಪಿನ ಹತ್ತಿರದಲ್ಲಿಯೇ ಇದ್ದ ದಾಸಪ್ಪನ ಛತ್ರಕ್ಕೆ ಹೋಗಿ ಅಲ್ಲಿ ಮದುವೆಗೆ ಎಂದು ನೆಂಟರನ್ನು ದೂರದ ಊರಿನಿಂದ ಕರೆತಂದಿದ್ದ ಒಂದು ಬಾಡಿಗೆ ಕಾರಿನ ಡ್ರೈವರನ್ನು ಸಂಪರ್ಕಿಸಿದ್ದಾರೆ. ಅಂದೆಲ್ಲ ಮದುವೆಗೆ ಎಂದು ನೆಂಟರು ಬಂದರೆ, ಅವರು ಹೊರಡಲು ಎರಡರಿಂದ ಮೂರು ದಿನಗಳಾಗುತ್ತಿತ್ತು. ಈಗಿನ ಹಾಗೆ, ಹೀಗಿ ಬಂದು, ಹಾಗೆ ಹಾರಿಹೋಗುವ ಪರಿಪಾಠವಿರಲಿಲ್ಲ.

"ಸರಿ ಈಗ ನೀನು ಇಲ್ಲಿಂದ ಹೊರಡಲು ಹೇಗೂ 3 ದಿನ ಬೇಕು, ಈಗ ಒಂದು ತುರ್ತು, ಅದೂ ಸಾವಿನ ಸಮಾಚಾರ. ಹೇಗಾದರೂ ಮಾಡಿ ಇವರನ್ನು ತಿಪಟೂರಿಗೆ ತಲುಪಿಸಿ ಬಿಡು, ಬಾಡಿಗೆ ಎಷ್ಟು ತಗೋತೀಯ" ಎಂದು ಆ ಕಾರಿನ ಡ್ರೈವರನ್ನು ವಿಚಾರಿಸಿದ್ದಾರೆ ರಾಜ ಅಯ್ಯಂಗಾರ್. ಅವನು ಸ್ವಲ್ಪ ಹಿಂದೂ ಮುಂದೂ ಯೋಚಿಸಿ "ಸರಿ ಬುದ್ದಿ, ಇಪ್ಪತ್ತೈದು ರೂಪಾಯಿ ಕೊಡಿಸಿಬಿಡಿ, ನಾನು ರೆಡಿ" ಅಂದಿದ್ದಾನೆ. ಸಧ್ಯ ಹೇಗೂ ಒಂದು ಏರ್ಪಾಟಾಯ್ತಲ್ಲ ಎಂಬ ಸಮಾಧಾನದಿಂದ, ನನ್ನ ಅಪ್ಪನಿಗೆ ಈ ವಿಷಯ ತಿಳಿಸಿದ್ದಾರೆ ರಾಜ ಅಯ್ಯಂಗಾರ್. ಸರಿ ಶೋಕ ತಪ್ತರಾಗಿದ್ದ ನನ್ನ ಅಪ್ಪ, ಈಗಲೇ ಊರಿಗೆ ಹೋಗಿ ನನ್ನ ಹೆಂಡತಿಯನ್ನು ಕರೆದುಕೊಂಡು ಬರುತ್ತೇನೆ ಎಂದು ಹೇಳಿ ಸೈಕಲ್ಲು ತುಳಿದುಕೊಂಡು ಹೊರಟೇ ಬಿಟ್ಟರು. ಅಂದು ಅವರು ಗಮನಿಸಬೇಕಾಗಿದ್ದ ವ್ಯಾಪಾರ, ಖರೀದಿ ಎಲ್ಲಾ ಅಲ್ಲಿಗೇ ಬಿಟ್ಟಿದ್ದಾಯಿತು.

ಬಹಳ ಸುಸ್ತಾಗಿ, ದುಗುಡ ದುಮ್ಮಾನಗಳಿಂದ ಊರಿಗೆ ಬಂದರು ನನ್ನ ಅಪ್ಪ. ಸೈಕಲ್ಲನ್ನು ಜಗಲಿಗೆ ಆನಿಸಿ ಇಟ್ಟು, ಅಲ್ಲೇ ಕುಳಿತುಕೊಂಡು, ನನ್ನ ತಾಯಿಯನ್ನು ಕೂಗಿ ಕರೆದರು. ಒಳಗಿದ್ದ ನನ್ನ ಅಮ್ಮ, ಇದೇನಿದು, ಮನೆ ಒಳಕ್ಕೇ ಬಾರದೆ ಜಗಲಿಯಲ್ಲಿಯೇ ಕುಳಿತಿಕೊಂಡು ಹೀಗೇಕೆ ಕೂಗಿ ಕರೆಯುತ್ತಿದ್ದಾರೆ ಎಂದುಕೊಂಡು ಜಗಲಿಯ ಬಳಿ ಬಂದರು ನನ್ನ ಅಮ್ಮ. ಅವರನ್ನು ಕಂಡ ನನ್ನ ಅಪ್ಪ "ಲೇ ರೆಡಿ ಆಗು, ಈಗಲೇ ತಿಪಟೂರಿಗೆ ಹೋಗಬೇಕು, ನನ್ನ ತಾಯಿ ತೀರಿಕೊಂಡು

ಬಿಟ್ಟಿದ್ದಾಳೆ" ಎಂದರು.

ಇದನ್ನು ಕೇಳಿ ದಿಗಿಲುಗೊಂಡ ನನ್ನ ಅಮ್ಮ "ಯಾರು ಹೇಳಿದರು, ಯಾವಾಗ ಹೋಗಿಬಿಟ್ಟರು, ಕಾಗದ ಬಂತೆ? ಏನಾಗಿತ್ತು ಅವರಿಗೆ? ಅಂಥದ್ದೇನೂ ಆಗಿರಲಿಲ್ಲವಲ್ಲ ಅವರಿಗೆ" ಎಂದರು.

"ಇನ್ನೇನು ಹೇಳೋದು, ಎಲ್ಲ ಮುಗಿದು ಹೋಯಿತು. ನೋಡು ತಂತೀ ಬಂದಿದೆ, ನಡೀ ಬೇಗ" ಎಂದರು. ತನ್ನ ಷರ್ಟಿನ ಜೇಬಿನಲ್ಲಿ ತಣ್ಣಗೆ ಕುಳಿತಿದ್ದ ಆ ತಂತಿಯನ್ನು ತೆಗೆದು ನನ್ನ ಅಮ್ಮನಿಗೆ ಕೊಟ್ಟರು.

ಲಕೋಟೆಯನ್ನು ತೆಗೆದುಕೊಂಡ ನನ್ನ ಅಮ್ಮನಿಗೆ ಅದನ್ನು ನೋಡಿ ಸ್ವಲ್ಪ ಅಚ್ಚರಿಯಾಯಿತು. ಏಕೆಂದರೆ ಆ ಲಕೋಟೆಯನ್ನು ಒಡೆದೇ ಇರಲಿಲ್ಲ. ಅಂಟಿಸಿದ ಹಾಗೇ ಇದೆ. ಇದ್ಯಾವ ರೀತಿ ತಂತಿ, ಒಡೆದೇ ಇಲ್ಲವಲ್ಲ ಎಂದುಕೊಂಡು ಆ ಲಕೋಟೆಯನ್ನು ಬಿಡಿಸಿ ಅದರಲ್ಲಿದ್ದ ಒಕ್ಕಣೆಯನ್ನು ಓದಿಕೊಂಡರು. ಅದರಲ್ಲಿದ್ದ ಸಂದೇಶವನ್ನು ಓದಿಕೊಂಡ ನನ್ನ ಅಮ್ಮನಿಗೆ, ನನ್ನ ಅಪ್ಪನ ಈ ನಡವಳಿಕೆಗೆ ನಗಬೇಕೋ ಅಳಬೇಕೋ ತಿಳಿಯಲಿಲ್ಲ.

ಸ್ವಲ್ಪ ಕೋಪದ ಧ್ವನಿಯಲ್ಲಿ "ಯಾರು ನಿಮಗೆ ಹೇಳಿದ್ದು, ಅತ್ತೆ ತೀರಿಕೊಂಡರು ಅಂತ. ಬಂದ ತಂತಿಯನ್ನು ಓದದೆ ಹೀಗೆ ಅವಾಂತರ ಸೃಷ್ಟಿಸಿಬಿಟ್ಟರಲ್ಲ. ಇದು ಶೀನು ಕಳಿಸಿರೋ ತಂತಿ. ಅವನ ಕೆಲಸ ಖಾಯಂ ಆಗಿದೆ ಅಂತ ತಿಳಿಸಿದ್ದಾನೆ, ನೀವೂ, ನಿಮ್ಮ ಅವಾಂತರವೂ ಸಾಕು. ಒಳಗೆ ಬನ್ನಿ, ಕೈಕಾಲು ತೊಳೆದು ತಿಂಡಿ ತಿನ್ನಿ" ಅಂತ ಲಘುವಾಗಿ ಗದರಿಬಿಟ್ಟರು.

ಇದನ್ನು ಕೇಳಿದ ನನ್ನ ಅಪ್ಪನ reaction ಮಾತ್ರ ಬಹಳ ಸ್ವಾರಸ್ಯಕರ. ತನ್ನ ಗಾಬರಿಯಿಂದ ಆದ ಅವಾಂತರಗಳನ್ನು ಒಪ್ಪಿಕೊಳ್ಳದೇ "ಆ ಅಯೋಗ್ಯ ಶೀನು, ಈ ರೀತಿ ತಂತಿ ಕೊಟ್ಟು, ನನ್ನ ತಾಯಿಯನ್ನು ಕೊಂದು ಬಿಟ್ಟನಲ್ಲ" ಎಂದು ಉದ್ಗಾರ ಮಾಡುವುದೇ. ಕಡೆಗೂ ತನ್ನಿಂದ ಆದ ಪ್ರಮಾದವನ್ನು ಒಪ್ಪಿಕೊಳ್ಳಲೇ ಇಲ್ಲ.

ಇಷ್ಟೆಲ್ಲ ಗೊಂದಲ ಸೃಷ್ಟಿಸಿದ ಆ ತಂತಿಯ ಮೂಲ ಪುರುಷ ಶೀನು, ಸುಮಾರು ಎರಡು ತಿಂಗಳಿನ ನಂತರ ನನ್ನೂರಿಗೆ ಬರಬೇಕಾಯಿತು. ಎಂದಿನಂತೆ ಚಾಮರಾಜನಗರದವರೆಗೆ ಬಂದು ಅಲ್ಲಿಂದ ನನ್ನೂರಿಗೆ ಅದೇ ರಾಜಅಯ್ಯಂಗಾರ್ ಸೈಕಲ್ ಷಾಪಿನಲ್ಲಿ ಸೈಕಲನ್ನು ಬಾಡಿಗೆಗೆ ತೆಗೆದುಕೊಳ್ಳಲು ಬಂದ. ತಾನು ಕಳುಹಿಸಿದ ತಂತಿ ಇಂಥ ಅನಾಹುತಕ್ಕೆ ಕಾರಣವಾಯಿತು ಎಂಬ ಸಂಗತಿ ಶೀನುವಿಗೆ ತಿಳಿಯದು. ಅದಲ್ಲದೆ ಶಾಲಾ ಮಾಸ್ತರಾಗಿದ್ದ ತನ್ನ ಸೋದರಮಾವ ತಂತಿಯನ್ನು ಏನಿದೆ ಎಂದು ಓದದೇ ಹೀಗೆಲ್ಲಾ ಅವಾಂತ

ಸೃಷ್ಟಿಸುತ್ತಾರೆ ಎಂದು ಅವನಿಗೆ ತಾನೆ ಹೇಗೆ ತಿಳಿಯಬೇಕು.

ಸೈಕಲ್ಲನ್ನು ಬಾಡಿಗೆಗೆ ಕೇಳಲು ಬಂದ ಶೀನುವನ್ನು ಕಂಡ ರಾಜ ಅಯ್ಯಂಗಾರಿಗೆ ಎರಡು ತಿಂಗಳ ಹಿಂದೆ ನಡೆದ ಅವಾಂತರವೆಲ್ಲ ಜ್ಞಾಪಕಕ್ಕೆ ಬಂತು "ಅಲ್ಲಯ್ಯ ಶೀನು, ನೀನು ಹೀಗೆ ಒಂದು ತಂತೀ ಕಳುಹಿಸಿ ನಿನ್ನ ಮಾವನನ್ನು ಎಷ್ಟು ಗಾಬರಿ ಮಾಡಿಬಿಟ್ಟೆಯಲ್ಲ" ಎಂದು ನಡೆದಿದ್ದನ್ನು ಸ್ಥೂಲವಾಗಿ ಶೀನುವಿಗೆ ತಿಳಿಸಿದರು.

ಇದನ್ನು ಕೇಳಿದ ಶೀನುವಿಗೆ, ಮುಂಗೋಪಿಯಾದ ನನ್ನ ಮಾವ ಊರಲ್ಲಿ ನನ್ನನ್ನು ನೋಡಿದ ಕೂಡಲೇ ಏನು ಮಾಡಿಬಿಡುತ್ತಾರೋ ಎಂಬ ಭಯ ಶುರು ಆಯಿತು. ಈ ಅಳುಕಿನಿಂದಲೇ, ನಿಧಾನವಾಗಿ ಸೈಕಲ್ ತುಳಿದುಕೊಂಡು ನನ್ನೂರನ್ನು ತಲುಪಿದ ಶೀನು, ನನ್ನ ಮನೆಯ ಹತ್ತಿರ ಬಂದದ್ದಾಯಿತು. ನೋಡಿದರೆ ಅಲ್ಲೇ ಜಗಲಿಯ ಮೇಲೆಯೇ ಕುಳಿತಿದ್ದಾರೆ ನನ್ನ ಅಪ್ಪ. ಅವರನ್ನು ನೋಡಿದ ಶೀನುವಿಗೆ ಸಿಂಹ ದರ್ಶನವಾದಂತೆ ಆಗಿ ಪುಕ್ಕಲು ಶುರು ಆಯಿತು. ಏತಕ್ಕೂ ಸ್ವಲ್ಪ ಜಾಗ್ರತೆಯಿಂದ ಇರೋಣ ಅಂದುಕೊಂಡು, ಸೈಕಲ್ಲನ್ನು ಜಗಲಿಯ ಹತ್ತಿರದಲ್ಲಿ ನಿಲ್ಲಿಸಿ, ನನ್ನ ಅಪ್ಪನಿಂದ ಸ್ವಲ್ಪ ದೂರದಲ್ಲಿಯೇ ನಿಂತುಕೊಂಡು, "ಏನು ಮಾವ" ಎಂದ ಮೆಲ್ಲಗೆ.

ಅವನನ್ನು ಕಂಡ ನನ್ನ ಅಪ್ಪ "ಏಯ್ ಅಯೋಗ್ಯ, ನಿನಗೆ ಒಂಭತ್ತು ಕಾಸಿಗೆ ಗತಿ ಇರಲಿಲ್ಲವೇ, ಒಂದು ಕಾರ್ಡು ಗೀಚಿದ್ದರೆ ಆಗಿತ್ತು, ಯಾರೋ ನಿನಗೆ ತಂತಿ ಕೊಡೋಕೆ ಹೇಳಿದ್ದು" ಅಂತ ಜೋರು ಧ್ವನಿಯಲ್ಲಿ ಗದರಲು ಪ್ರಾರಂಭಿಸಿಬಿಟ್ಟರು. ಅಷ್ಟರಲ್ಲಿ ಒಳಗಿದ್ದ ನನ್ನ ಅಮ್ಮ, ಇದೇನು ಗಲಾಟೆ, ಯಾರ ಮೇಲೆ ರೇಗಾಡುತ್ತಿದ್ದಾರೆ, ಎಂದುಕೊಂಡು ಜಗಲಿಯ ಬಳಿಗೆ ಬಂದರು.

ಅಲ್ಲಿ ದೂರದಲ್ಲಿ ಅಪರಾಧಿಯಂತೆ ಮುದುರಿಕೊಂಡು ನಿಂತಿದ್ದ ಶೀನುವನ್ನೂ ಜಗಲಿಯ ಮೇಲೆ ರೌದ್ರಾವತಾರಿಯಾಗಿ ಕುಳಿತಿದ್ದ ನನ್ನಪ್ಪನನ್ನೂ ಕಂಡರು. ಆ ತಕ್ಷಣ ಅವರಿಗೆಲ್ಲಾ ಅರ್ಥವಾಯಿತು. ನನ್ನ ಅಪ್ಪನ ಸ್ವಭಾವವನ್ನು ಚೆನ್ನಾಗಿ ಅರಿತಿದ್ದ ನನ್ನ ಅಮ್ಮ "ನೀವು ಮಾಡಿದ ಅವಾಂತರಕ್ಕೆ ಅವನನ್ನು ಯಾಕೆ ರೇಗುತ್ತೀರಿ. ಪಾಪ ಅವನೇನೂ ಮಾಡಿಲ್ಲ. ಎಲ್ಲ ನಿಮ್ಮ ಗಾಬರಿಯಿಂದಲೇ ಆದದ್ದು. ಲೋ ಶೀನು, ಬಾರೋ ಒಳಗೆ, ದೂರದಿಂದ ಬಂದಿದ್ದೀಯ ಕೈಕಾಲು ತೊಳಕೋ, ಊಟ ಮಾಡುವೆಯಂತೆ" ಎಂದು ಹೇಳಿ ಶೀನುವನ್ನು ಒಳಕ್ಕೆ ಕರೆದುಕೊಂಡು ಹೋದರು. ಸಧ್ಯ ಬದುಕಿದೆಯಾ ಬಡಜೀವವೇ ಎಂದುಕೊಂಡು ಶೀನು ಹುಲಿ ಬಾಯಿಂದ ತಪ್ಪಿಸಿ ಕೊಂಡವನಹಾಗೆ ಸರಕ್ಕನೆ ಮನೆ ಒಳಕ್ಕೆ ಹೋಗಿಬಿಟ್ಟ. ಮುಂದಿನ ದಿನಗಳಲ್ಲಿ ವಾತಾವರಣ ತಿಳಿಯಾಗಿ ನನ್ನಪ್ಪನ ಈ

ಗಡಿಬಿಡಿ ಸಮಾಚಾರ ಬಹಳಷ್ಟು ದಿನಗಳು ಎಲ್ಲರಿಗೂ ಬಹಳ ಮನರಂಜನೆಯ ವಿಷಯವಾಯಿತು.

ಇದಾಗಿ ಎಷ್ಟೋ ವರ್ಷಗಳು ಸಂದಿದ್ದರೂ ಈಗಲೂ ಈ ತಂತಿ ತಂದ ತಾಪವನ್ನು ಮೆಲುಕು ಹಾಕಿದಾಗ ನಗದೇ ಇರಲು ಸಾಧ್ಯವಿಲ್ಲ.

14

ನನ್ನಪ್ಪನ ಪಿಟೀಲು

ನಾನು ಈಗ ಹೇಳಲು ಹೊರಟಿರುವುದು ಸುಮಾರು 1925 ರಿಂದ 1960ರ ಆಸುಪಾಸಿನಲ್ಲಿ ನಡೆದ ವಿಚಾರಗಳು. ನನ್ನ ತಂದೆಯವರಾದ ಶ್ರೀ. ವಿ. ಶ್ರೀನಿವಾಸ ಐಯ್ಯಂಗಾರ್ಯರು 1906ರಲ್ಲಿ ಜನಿಸಿ 1994ರಲ್ಲಿ ಕಾಲವಾದರು. ಅವರ ಜೀವಿತಕಾಲದಲ್ಲಿ ನಡೆದ ಅನೇಕ ರೋಚಕ ಘಟನೆಗಳನ್ನು ನಿಮ್ಮ ಮುಂದೆ ಇಟ್ಟಿದ್ದೇನೆ. ಚಾಮರಾಜನಗರದ ಸಮೀಪದಲ್ಲಿರುವ ವೆಂಕಟೈಯ್ಯನಛತ್ರ ಎಂಬ ಕುಗ್ರಾಮದಲ್ಲಿ ಜನಿಸಿ, ತಮ್ಮ ಬಾಲ್ಯವನ್ನು ಗ್ರಾಮಕ್ಕೆ ಸಮೀಪದಲ್ಲಿದ್ದ ತಾಳವಾಡಿಯಲ್ಲಿ ಕಳೆದರು. ಮುಂದೆ ಓದು ಮುಗಿಸಿ ಶಾಲಾಮಾಸ್ತರರಾಗಿ ತಮ್ಮ ಜೀವನ ಪ್ರಾರಂಭ ಮಾಡಿದರು. ಅವರ ಮಾಸ್ತರಿಕೆಯ ಬಹುಪಾಲು ತಾಳವಾಡಿ ಫಿರ್ಕಾದಲ್ಲಿದ್ದ ಗ್ರಾಮೀಣ ಶಾಲೆಗಳಲ್ಲಿಯೇ ಕಳೆಯಿತು. ಗುಮ್ಮಟಾಪುರ, ತಲೆಮಲೆ, ಚಿಕ್ಕಹಳ್ಳಿ, ಪಾಳ್ಯ ಮುಂತಾದ ಕುಗ್ರಾಮಗಳಲ್ಲಿನ ಶಾಲೆಗಳಲ್ಲಿ ಅವರು ಮಾಸ್ತರಿಕೆ ಮಾಡಿದರು. ಈ ಗ್ರಾಮಗಳೆಲ್ಲ ದಿಂಬಂ ಬೆಟ್ಟದ ತಪ್ಪಲಿನಲ್ಲಿ ಕಾಡಿನ ಅಂಚಿನಲ್ಲಿದ್ದ ಗ್ರಾಮಗಳು. ಆಗಿನ ಕಾಲದಲ್ಲಿ ಕಾಡುಗಳು ಬಹಳ ದಟ್ಟವಾಗಿ ಅನೇಕಾನೇಕ ಕಾಡುಪ್ರಾಣಿಗಳಿಂದ ತುಂಬಿದ್ದವು. ಈಗಿನಂತೆ ಕಾಡನ್ನೆಲ್ಲ ಕಡಿದು ಬಟಾಬಯಲು ಮಾಡಿ ಅರಣ್ಯ ಸಂಪತ್ತನ್ನೇ ನಾಶವಾಗಿಸಿರಲಿಲ್ಲ.

ನಮ್ಮತಂದೆಯವರದ್ದು ಚಿಕ್ಕಂದಿನಿಂದಲೇ ಬಹಳ ಸಾಹಸೀ ಪ್ರವೃತ್ತಿ. ಜತೆಗೆ ನಾಟಕ ಮತ್ತು ಸಂಗೀತದ ಬಗ್ಗೆ ಅಪಾರ ಖಯಾಲಿ ಹೊಂದಿದ್ದರು. ನಾಟಕ ಶಿರೋಮಣಿ ವರದಾಚಾರ್ಯರು, ಗುಬ್ಬಿ ಕಂಪನಿ, ನಟಭಯಂಕರ ಗಂಗಾಧರರಾಯರು, ರಾಚೂಟಪ್ಪ ನಾಟಕ ಕಂಪನಿ, ಕೊಟ್ಟೂರಪ್ಪ, ಎಸ್. ಜಿ. ಕಿಟ್ಟಪ್ಪ ಮುಂತಾದ ನಾಟಕ ಕಂಪನಿಗಳ ನಾಟಕಗಳನ್ನು ಎಲ್ಲಿದ್ದರೂ ತಪ್ಪದೆ

ಹೋಗಿ ನೋಡುವ ಹವ್ಯಾಸ ಅವರಿಗಿತ್ತು. ತಾನೇ ಸ್ವಂತವಾಗಿ ಸಂಗೀತ ಕಲಿತು ಅನೇಕ ಸಂಗೀತ ವಾದ್ಯಗಳನ್ನು ನುಡಿಸುವ ಪರಿಣತಿಯನ್ನು ಹೊಂದಿದ್ದರು.

ನಾನು ನಮ್ಮ ಮನೆಯಲ್ಲಿ ನಮ್ಮ ತಂದೆಯವರು ನುಡಿಸುತ್ತಿದ್ದ ಬುಲ್ ಬುಲ್ ತರಂಗ ವಾದ್ಯ ಇದ್ದುದ್ದನ್ನು ನೋಡಿದ್ದೇನೆ. ಎಂದಾದರೂ ಬಿಡುವಿದ್ದಾಗ ಮನೆಯವರೊಂದಿಗೆ ಕುಳಿತು ಮಾತನಾಡುವಾಗ ತಾವು ತಮ್ಮ ಬಾಲ್ಯ ತಾರುಣ್ಯಗಳಲ್ಲಿ ನೋಡಿದ್ದ ನಾಟಕಗಳ, ಕೇಳಿದ್ದ ಸಂಗೀತ ಕಛೇರಿಗಳ ಅನುಭವಗಳನ್ನುಅವರು ನಮಗೆ ಹೇಳುತ್ತಿದ್ದದು ಈಗಲೂ ಸಹ ನನ್ನ ನೆನಪಿನಲ್ಲಿ ಅಚ್ಚಳಿಯದೇ ದಾಖಲಾಗಿದೆ. ಈಗಿನಂತೆ ರೇಡಿಯೋ, ಟಿ.ವಿ. ಮುಂತಾದ ದೃಶ್ಯ, ಶ್ರವ್ಯ ಮಾಧ್ಯಮಗಳು ಇಲ್ಲದ ಅಂದಿನ ದಿನಗಳಲ್ಲಿ ಮನೆಯಲ್ಲಿ ತಂದೆ, ತಾಯಂದರು ತಮ್ಮ ಮಕ್ಕಳೊಂದಿಗೆ ಆರಾಮವಾಗಿ ಕುಳಿತು, ತಿಂಡಿ ತಿನ್ನುವಾಗಲೋ, ಊಟಮಾಡುವಾಗಲೋ ತಮ್ಮ ಮನದಾಳದ ಮಾತುಗಳನ್ನು, ನೀತಿಕತೆಗಳನ್ನು, ಪುರಾಣ ಪುರುಷರುಗಳ ಧೀರ ಧೀಮಂತ ಚರಿತ್ರೆಯನ್ನು ಮಕ್ಕಳಿಗೆ ತಿಳಿ ಹೇಳುವ ಪರಿಪಾಠವಿತ್ತು. ಈಗಿನ ಅವಸರದ ಯುಗದಲ್ಲಿ ಈ ರೀತಿಯಾದ ವ್ಯವಧಾನ ಯಾರಿಗೆ ತಾನೇ ಇದೆ. ಮನೆಯಲ್ಲಿ ಅಪ್ಪನಾದವನು ಕಂಪ್ಯೂಟರಿನ ಮುಂದೆ ಕುಳಿತು ತನ್ನ ಪಾಡಿಗೆ ತಾನು ಯಾವುದೋ ಅಂತರ್ಜಾಲ ತಾಣವನ್ನು ಜಾಲಾಡುತ್ತಿರುತ್ತಾನೆ. ಇರುವ ಒಂದೋ ಎರಡೋ ಮಕ್ಕಳು ಯಾವುದಾದರೂ ವಿಡಿಯೋ ಗೇಮಿನ ಗುಂಡಿ ಅದುಮುತ್ತಾ, ಅದರಿಂದ ಚಿತ್ರ ವಿಚಿತ್ರ ಶಬ್ದಗಳನ್ನು ಹೊರಡಿಸುತ್ತಿರುತ್ತವೆ. ಇನ್ನು ತಾಯಿಯಾದವಳು ಟಿ.ವಿ ಮುಂದೆ ಕುಳಿತು ಯಾವುದಾದರೂ ಮೆಗಾ ಸೀರಿಯಲ್ಲನ್ನು ನೋಡುತ್ತಿರುತ್ತಾಳೆ. ಮನೆಯಲ್ಲಿ ಪರಸ್ಪರ ಮಾನವಸಂಬಂಧವಾದ ವಾತ್ಸಲ್ಯ, ಕರುಣೆ, ಕೋಪ ಮುಂತಾದ ಗುಣಗಳ ವಿನಿಮಯವೇ ಮಾಯವಾಗಿದೆ. ಏನು ಮಾಡುವುದು ಕಾಲಾಯ ತಸ್ಮೈ ನಮಃ ಎಂದು ಸುಮ್ಮನಾಗಬೇಕು ಅಷ್ಟೆ.

ಆದರೆ 64 ವರ್ಷ ಮಯಸ್ಸಾಗಿರುವ ನನ್ನ ಬಾಲ್ಯ ಹೀಗಿರಲಿಲ್ಲ. ನಾಟಕ ಸಂಗೀತದ ಖಯಾಲಿ ಇದ್ದ ನನ್ನ ತಂದೆ ಮನೆಯಲ್ಲಿಯೇ ಒಂದು ಗ್ರಾಮಾಫೋನು ಇಟ್ಟುಕೊಂಡಿದ್ದರು. ವಿರಾಮದ ಸಮಯದಲ್ಲಿ ಆಗಿನ ಪ್ರಖ್ಯಾತ ಗಾಯಕರ ರೆಕಾರ್ಡುಗಳನ್ನು ಹಾಕಿ ಹಾಡುಗಳನ್ನು ಕೇಳುತ್ತಿದ್ದರು. ಮನೆಯವರಿಗೆಲ್ಲ ಅಂದಿನ ಹಾಡುಗಳ ಗಾನಮಾಧುರ್ಯವನ್ನು ಸವಿಯುವ ಸದವಕಾಶ ಲಭಿಸುತ್ತಿತ್ತು. ಹಾಡಿನ ಕಾರ್ಯಕ್ರಮ ಮುಗಿದ ಮೇಲೆ, ಆ ಹಾಡುಗಳು ಮತ್ತು ಅದನ್ನು ಹಾಡಿರುವ ಗಾಯಕರುಗಳ ಬಗ್ಗೆ ನಮಗೆಲ್ಲ ತಿಳಿಸಿ ಹೇಳುತ್ತಿದ್ದರು. ನಮ್ಮ ಊರಿಗೆ ವಿದ್ಯುಚ್ಛಕ್ತಿ ಸರಬರಾಜು ಪ್ರಾರಂಭವಾಗುವವರೆಗೂ ಈ ರೀತಿಯ ಪರಿಪಾಠ

ಮುಂದುವರಿದಿತ್ತು. ವಿದ್ಯುಚ್ಛಕ್ತಿಯು ಬಂದ ನಂತರ ರೇಡಿಯೋ ಖರೀದಿಸಿ ಕೊಂಡು ಬಂದರು. ಅದರಲ್ಲಿ ಪ್ರಸಾರವಾಗುತ್ತಿದ್ದ ಕಾರ್ಯಕ್ರಮಗಳಿಂದ ನಮಗೆಲ್ಲ ಸಂಗೀತದ ಪರಿಚಯ ಪ್ರಾರಂಭವಾಯಿತು.

ವೆಂಕಟೈಯ್ಯನಛತ್ರದಲ್ಲಿ ನಾನು ಪ್ರೈಮರಿ ಶಾಲೆಯಲ್ಲಿ ಓದುತ್ತಿದ್ದ ಸಮಯ. ಸುಮಾರು 1955 ರಿಂದ 1959ರ ಸಮಯ. ಆ ಹಳ್ಳಿಯಲ್ಲಿ ಸ್ಲೇಟು ಬಳಪ ಹಿಡಿದುಕೊಂಡು ಅತ್ಯಂತ ಉತ್ಸಾಹದಿಂದ ಶಾಲೆಗೆ ಓಡುತ್ತಿದ್ದ ಕಾಲವದು. ಒಂದುದಿನ ನಾನು ಶಾಲೆ ಮುಗಿದ ಮೇಲೆ ಸುಮಾರು ಸಂಜೆ 5ರ ಸಮಯಕ್ಕೆ ಎಂದಿನಂತೆ ಮನೆಗೆ ವಾಪಸ್ಸಾದೆ. ಮನೆ ಮುಂದಿನ ಜಗುಲಿಯ ಮೇಲೆ ನನ್ನ ತಂದೆಯ ಪಕ್ಕದಲ್ಲಿ ಒಬ್ಬ ತೇಜಸ್ವಿ ವ್ಯಕ್ತಿ ಕುಳಿತು ಮಾತನಾಡುತ್ತಿರುವುದನ್ನು ಕಂಡೆ. ಹೊಂಬಣ್ಣದ ಮೈಕಾಂತಿಯಿಂದ ಕಂಗೊಳಿಸುತ್ತಿದ್ದ ಆ ವ್ಯಕ್ತಿ, ಸಿಲ್ಕ್ ಜುಬ್ಬ, ಧೋತರ ಧರಿಸಿ, ತಲೆಗೆ ಸ್ವಾಮಿ ವಿವೇಕಾನಂದರಂತೆ ಮುಂಡಾಸು ಕಟ್ಟಿಕೊಂಡಿದ್ದರು. ದೊಡ್ಡವರು ಮಾತನಾಡುತ್ತಿರುವಾಗ ಮಧ್ಯ ಮಾತನಾಡುವುದಾಗಲೀ, ಅವರ ಮಧ್ಯ ತೂರಿಕೊಂಡು ಹೋಗುವುದಾಗಲೀ ಮಾಡಲು ಆಗೆಲ್ಲಾ ಅಪ್ಪಣೆ ಇರಲಿಲ್ಲ. ಆದರಿಂದ ನಾನು ಸ್ವಲ್ಪ ದೂರದಲ್ಲಿಯೇ ನಿಂತು ಕಣ್ಣು ಬಾಯಿ ಬಿಟ್ಟುಕೊಂಡು ನನ್ನ ತಂದೆ ಮತ್ತು ಆ ತೇಜಸ್ವಿ ವ್ಯಕ್ತಿ ಯನ್ನು ಬೆರಗಾಗಿ ನೋಡುತ್ತಾ ನಿಂತು ಕೊಂಡಿದ್ದೆ. ಸ್ವಲ್ಪ ಸಮಯದ ನಂತರ ಆ ವ್ಯಕ್ತಿ ನನ್ನ ತಂದೆಯವರಿಗೆ ಕೈ ಮುಗಿದು ಎದ್ದು ಹೊರಟುಬಿಟ್ಟರು. ನನ್ನ ತಂದೆ ಸಹ "ಸರಿಯಪ್ಪ, ತುಂಬಾ ಸಂತೋಷ, ದೇವರು ಒಳ್ಳೆಯದು ಮಾಡಲಿ, ಹೋಗಿ ಬಾ" ಎಂದು ಆ ವ್ಯಕ್ತಿಯನ್ನು ಸ್ವಲ್ಪ ದೂರ ಜತೆಯಲ್ಲಿ ನಡೆಯುತ್ತಾ ಬೀಳ್ಕೊಟ್ಟರು.ಅಷ್ಟು ಹೊತ್ತು ಅಲ್ಲಿ ಬಂದು ನನ್ನ ತಂದೆಯ ಜೊತೆಯಲ್ಲಿ ಮಾತನಾಡುತ್ತಿದ್ದ ಆ ವ್ಯಕ್ತಿ ಯಾರು, ಏಕೆ ಬಂದಿದ್ದರು ಎಂಬ ಕುತೂಹಲ ನನ್ನನ್ನು ಕಾಡತೊಡಗಿತು. ಆದರೆ ತಂದೆಯನ್ನು ಇದರ ಬಗ್ಗೆ ಪ್ರಶ್ನಿಸುವ ಧೈರ್ಯ ಆಗ ನನಗಿರಲಿಲ್ಲ. ಅವರಾಗಿಯೇ ಹೇಳಿದರೆ ಉಂಟು ಇಲ್ಲದ್ದಿದ್ದರೆ ಇಲ್ಲ. ನನ್ನ ಪುಣ್ಯಕ್ಕೆ ಸ್ವಲ್ಪ ಸಮಯದ ನಂತರ ಅಲ್ಲಿ ಗುಂಪು ಸೇರಿದ್ದ ಜನರನ್ನು ಕುರಿತು ನನ್ನ ತಂದೆಯೇ ಹೇಳಿದ್ದು ಇಂದಿಗೂ ಸಿನಿಮಾ ದೃಶ್ಯದಂತೆ ನನ್ನ ಕಣ್ಣಮುಂದೆ ಇದೆ. "ಏನ್ರೋ ಯಾರೂ ಅಂತ ತಿಳಕೊಂಡ್ರೋ ಈಗ ಬಂದಿದ್ದು! ಸಿನೆಮಾ ಹೀರೋ ನಮ್ಮ ರಾಜ್ ಕುಮಾರ್ ಕಣ್ರೋ! ನಮ್ಮ ಸಿಂಗಾನಲ್ಲೂರು ಪುಟ್ಟಸ್ವಾಮಿ ಮಗ. ದೊಡ್ಡ ಹೀರೋ, ಈಗ ತಾನೆ ಸ್ವಲ್ಪ ವರ್ಷದಿಂದ ಸಿನೆಮಾಗಳಲ್ಲಿ ಹೀರೋ ಪಾತ್ರ ಮಾಡ್ತಾ ಇದಾನೆ" ಅಂತ ಬಹಳ ಅಭಿಮಾನದಿಂದ ಹೇಳಿದರು. ಆಕಾಲಕ್ಕೆ ನಮ್ಮೂರಿನಲ್ಲಿ ಟೆಂಟು ಸಿನಿಮಾ ಮಂದಿರ ಸಹ ಇರಲಿಲ್ಲ. ಇನ್ನು ಸಿನಿಮಾ ಎಂದರೆ ಏನೂ ಎಂಬ ಕಲ್ಪನೆಯೂ

ಇಲ್ಲದ ನಮಗೆ ಸಿನಿಮಾದ ಹೀರೊ ನಿಜವಾಗಿ ಅವರು ದೇವಮಾನವರೋ, ಗಂಧರ್ವರೋ ಎಂಬ ಸೋಜಿಗವೇ ವಿನಃ ಬೇರೇನೂ ಕಲ್ಪಿಸಿಕೊಳ್ಳಲು ಸಾದ್ಯವಿರಲಿಲ್ಲ.

ಆದರೆ ಕಾಲದ ಕಮಾಲ್ ನೋಡಿ, ಅಂದು ನಾನು ಕಂಡ ಆ ತೇಜಸ್ವಿ ರಾಜ್ ಕುಮಾರ್ ಎಂಬ ವ್ಯಕ್ತಿ ಕನ್ನಡ ಕುಲಕೋಟಿಯ ದೇವತಾ ಮನುಷ್ಯನೆನೆಸಿ, ಆರಾಧ್ಯ ದೈವವಾಗಿ, ಗಾನ ಗಂಧರ್ವನಾಗಿ, ಭೂಮಿಯಲ್ಲಿಯೇ ಹುಟ್ಟಿ ಬಾನನ್ನು ಮುಟ್ಟಿದ ಧೃವತಾರೆಯಾದದ್ದನ್ನು ನೆನಿಸಿಕೊಂಡರೆ ಮೈ ಜುಂ ಎನ್ನುತ್ತದೆ. ಇದು ನಾನು ಡಾ|| ರಾಜ್ ಕುಮಾರ್ ಅವರನ್ನು ಪ್ರಪ್ರಥಬಾರಿ ಕಂಡ ಬಗೆ. ಇನ್ನು ನನ್ನ ಅಪ್ಪನಿಗೂ ಡಾ|| ರಾಜ್ ಕುಮಾರ್ ರಿಗೂ ಯಾವ ರೀತಿಯ ನಂಟು ಇದ್ದಿತು ಎಂದು ನನಗೆ ಮನದಾಳದಲ್ಲಿ ಒಂದು ರೀತಿಯ ಕುತೂಹಲ ಇದ್ದೇ ಇತ್ತು. ಆ ಕುತೂಹಲಕ್ಕೆ ಉತ್ತರ ಸಿಗುವ ಸಮಯ ಸಹ ಬಂತು. ನಾಟಕ ಮತ್ತು ಸಂಗೀತದ ಖಯಾಲಿ ಇದ್ದ ನನ್ನ ತಂದೆ ತಾಳವಾಡಿಯ ಆಸುಪಾಸಿನ ಗ್ರಾಮಗಳಲ್ಲಿಯೇ ಶಾಲಾ ಮಾಸ್ತರಾಗಿದ್ದರು ಎಂದು ಹಿಂದೆಯೇ ತಿಳಿಸಿದ್ದೇನೆ. ತಾಳವಾಡಿಯ ಹತ್ತಿರದ ಗ್ರಾಮ ಗಾಜನೂರು. ಅಂದಿನ ಕಾಲದಲ್ಲಿ ನಾಟಕಗಳಲ್ಲಿ ಪ್ರಮುಖ ಪಾತ್ರ ವಹಿಸುತ್ತಿದ್ದ ಸಿಂಗಾನಲ್ಲೂರು ಪುಟ್ಟಸ್ವಾಮಯ್ಯನವರು ಗಾಜನೂರಿಗೆ ಬರುತ್ತಿದ್ದುದ್ದು ವಾಡಿಕೆ. ಅದು ಅವರ ಧರ್ಮಪತ್ನಿಯ ತವರೂರು. ನಾಟಕದ ಖಯಾಲಿಯ ನಮ್ಮ ತಂದೆಗೆ ಶ್ರೀ ಪುಟ್ಟಸ್ವಾಮಯ್ಯನವರು ಖಾಸಾ ದೋಸ್ತ್ ಆಗಿದ್ದರು. ನಾಟಕಗಳಿಂದ ಬಿಡುವು ದೊರೆತಾಗ ಪುಟ್ಟಸ್ವಾಮಯ್ಯನವರು ಗಾಜನೂರಿನಿಂದ ತಾಳವಾಡಿಗೆ ಬಂದು ನನ್ನ ಅಪ್ಪನ ಜೊತೆ ಹರಟೆ ಹೊಡೆಯುತ್ತಾ ಸ್ವಲ್ಪ ಸಮಯ ಕಳೆಯುವುದು ವಾಡಿಕೆ. ನಾಟದದಲ್ಲಿ ಹೊಸದಾಗಿ ಯಾವುದಾದರೂ ಹಾಡನ್ನು ಹಾಡಿದ್ದರೆ ಅದನ್ನು ಪುಟ್ಟಸ್ವಾಮಯ್ಯನವರು ನಮ್ಮ ತಂದೆಯವರ ಮುಂದೆ ಹಾಡಿ ತೋರಿಸುತ್ತಿದ್ದರಂತೆ. ಇಬ್ಬರೂ ಹೊಸತಾದ ಯಾವುದಾದರೂ ಹಾಡನ್ನು ಹಾಡುತ್ತಾ ಸಂತೋಷಿಸುತ್ತಿದ್ದರು. ನನ್ನ ತಂದೆಯವರು ಶ್ರೀಮಂತರಾಗಿರಲಿಲ್ಲ ಹಾಗೂ ಪುಟ್ಟಸ್ವಾಮಯ್ಯನವರೂ ಸಹ ಶ್ರೀಮಂತರಾಗಿರಲಿಲ್ಲ. ಇದ್ದುದರಲ್ಲಿಯೇ ಸಂತೃಪ್ತಿ ಪಟ್ಟುಕೊಳ್ಳುವ ಮನೋಭಾವದವರಾಗಿದ್ದರು. ಈ ಇಬ್ಬರೂ ಹಣದಲ್ಲಿ ಶ್ರೀಮಂತರಲ್ಲದಿದ್ದರೂ, ಗುಣ ಮತ್ತು ಕಲೆಯಲ್ಲಿ ಸಾಕಷ್ಟು ಶ್ರೀಮಂತಿಕೆ ಹೊಂದಿದ್ದರು.

ಒಮ್ಮೆ ಹೀಗೇ ಪುಟ್ಟಸ್ವಾಮಯ್ಯನವರು ನಮ್ಮ ತಂದೆಯನ್ನು ನೋಡಲು ತಾಳವಾಡಿಗೆ ಬಂದಿದ್ದಾಗ ತಮ್ಮ ಜೊತೆಯಲ್ಲಿ ರಾಜ್ ಕುಮಾರ್ ರವರನ್ನು ಕರೆತಂದಿದ್ದರಂತೆ. ಆಗ ರಾಜ್ ಕುಮಾರ್ ರವರಿಗೆ ಸುಮಾರು ಏಳು ವರ್ಷದ

ಪ್ರಾಯ. ಬಾಲಕ ರಾಜ್ ಕುಮಾರ್ ರನ್ನು ಕಂಡ ನನ್ನ ತಂದೆ "ಏನು ಪುಟ್ಟಸ್ವಾಮಿ ಹುಡುಗನಿಗೆ ಹೊಸ ಹಾಡೇನಾದರು ಹೇಳಿಕೊಟ್ಟಿದ್ದೀಯಾ?" ಎಂದು ಕೇಳಿದರಂತೆ. ಭಕ್ತ ಪ್ರಹ್ಲಾದ ನಾಟದಲ್ಲಿ ಬಾಲಕ ಪ್ರಹ್ಲಾದ ನಿದ್ರಿಸುತ್ತಿರುವಾಗ ಅವನ ರೂಪ ಅಂದ ಚೆಂದವನ್ನು ಕಂಡು ಅವನ ತಾಯಿ ಕಯಾದು ತನ್ಮಯಳಾಗಿ ಹಾಡುವ "ಇವನಾರೀ, ಸುಕುಮಾರ ಸುಮನೋಹರ " ಎಂಬ ಹಾಡನ್ನು ಬಹಳ ಚೆನ್ನಾಗಿ ಹಾಡ್ತಾನೆ ಕೇಳಿ ಎಂದು ರಾಜ್ ಕುಮಾರವರನ್ನು ಹಾಡಲು ಹೇಳಿದರಂತೆ. ಏಳು ವರುಷದ ಬಾಲಕ ರಾಜ್ ಕುಮಾರ್ ಆ ಹಾಡನ್ನು ಅತ್ಯಂತ ಶಾಸ್ತ್ರೋಕ್ತವಾಗಿ ಅನೇಕ ಸಂಗತಿಗಳ ಸಮೇತ ಹಾಡಿದರಂತೆ. ಇದನ್ನು ಕೇಳಿದ ನನ್ನ ತಂದೆ ಮತ್ತು ನನ್ನ ತಾಯಿ ಈ ಹಾಡನ್ನು ಅನೇಕ ಬಾರಿ ನೆನೆಪಿಸಿಕೊಂಡು ರಾಜ್ ಕುಮಾರ್ ರವರ ಪ್ರತಿಭೆಯನ್ನು ನಮ್ಮಗಳ ಮುಂದೆ ಕೊಂಡಾಡಿದ್ದು ಈಗಲೂ ನೆನೆಪಿದೆ. ನನ್ನ ತಾಯಿ ಚಿಕ್ಕಂದಿನಲ್ಲಿಯೇ ಶಾಸ್ತ್ರೋಕ್ತವಾಗಿ ಸಂಗೀತ ಕಲಿತಿದ್ದರು. ಅವರಂತೂ "ಇವನಾರೀ, ಸುಕುಮಾರ ಸುಮನೋಹರ " ಎಂಬ ಈ ಹಾಡನ್ನು ಬಾಲಕ ರಾಜ್ ಕುಮಾರ್ ಹಾಡಿದ ರೀತಿಯನ್ನು ಅನೇಕ ಬಾರಿ ಹೊಗಳಿ ಕೊಂಡಾಡಿ ನಮಗೆಲ್ಲಾ ತಾವೇ ಆ ಹಾಡನ್ನು ಹಾಡಿ ಕೇಳಿಸಿದ್ದು, ಈಗಲೂ ನನ್ನ ಕಿವಿಯಲ್ಲಿ ಮಾರ್ದನಿಸುತ್ತಿದ್ದೆ.

ನಾಟಕಗಳು ಇಲ್ಲದ್ದಿದ್ದಾಗ ಶ್ರೀ ಪುಟ್ಟಸ್ವಾಮಯ್ಯನವರು ಗಾಜನೂರಿನಲ್ಲಿ ಸ್ವಲ್ಪ ಸಮಯ ಕಳೆಯುತ್ತಿದ್ದರು. ಆ ಸಮಯದಲ್ಲಿ ಎಂದಾದರೂ ಒಂದುದಿನ ನಮ್ಮ ತಂದೆ ಊರಿನ ಚಾವಡಿಯಲ್ಲಿ ಸಂಜೆ ಪುಟ್ಟಸ್ವಾಮಯ್ಯನವರ ಹಾಡುಗಾರಿಕೆಯನ್ನು ಏರ್ಪಾಡು ಮಾಡುತ್ತಿದ್ದರು. ತಮ್ಮ ಶಾಲೆಯ ಹುಡುಗರ ಮೂಲಕ ಈ ಕಾರ್ಯಕ್ರಮಕ್ಕೆ ಸುತ್ತ ಮುತ್ತಲಿನ ಊರುಗಳಲ್ಲೆಲ್ಲಾ ಪ್ರಚಾರಮಾಡುವಂತೆ ತಾಕೀತು ಮಾಡುತ್ತಿದ್ದರು. ಸಂಜೆ ಎಲ್ಲರೂ ಬಂದು ಸೇರಿದ ಮೇಲೆ ಶ್ರೀ ಪುಟ್ಟಸ್ವಾಮಯ್ಯನವರು ಹಾರ್ಮೋನಿಯಂ ನುಡಿಸುತ್ತಾ ತಮ್ಮ ಕಂಚಿನ ಕಂಠದಿಂದ ಹಾಡುತ್ತಿದ್ದರು. ಕಾರ್ಯಕ್ರಮ ಮುಗಿದ ಮೇಲೆ ನೆರಿದಿದ್ದ ಎಲ್ಲರೂ ತಮ್ಮ ಕೈಲಾದ ದವಸ ಧಾನ್ಯಗಳನ್ನು ಮತ್ತೆ ಕೆಲವರು ಸ್ವಲ್ಪ ಮಟ್ಟಿಗೆ ಹಣವನ್ನೂ ಕಾಣಿಕೆಯ ರೂಪದಲ್ಲಿ ಕೊಡುತ್ತಿದ್ದರಂತೆ. ಅದೆನ್ನೆಲ್ಲಾ ಜಾಗ್ರತೆಯಿಂದ ಸಂಗ್ರಹಿಸಿ, ಅದು ಪುಟ್ಟಸ್ವಾಮಯ್ಯನವರಿಗೆ ಸರಿಯಾಗಿ ತಲುಪುವಂತೆ ಎಚ್ಚರ ವಹಿಸುತ್ತಿದ್ದರು ನನ್ನ ತಂದೆ. ಹೀಗೆ ಸಾಗಿತ್ತು ಅವರ ಅಂದಿನ ಸ್ನೇಹಮಯ ಜೀವನ. ಈ ಎಲ್ಲ ಸಂಭವಗಳೂ ಡಾ| ರಾಜ್ ಕುಮಾರ್ ರವರಿಗೆ ತಮ್ಮ ಬಾಲ್ಯದಿಂದಲೇ ಅರಿವಿಗೆ ಬಂದಿತ್ತು. ಆದ್ದರಿಂದಲೇ ನನ್ನ ತಂದೆಯವರ ಬಗ್ಗೆ ಅವರಿಗೆ ಅಪಾರವಾದ ಗೌರವ, ಆದರಗಳು ಇದ್ದವು.

1960ರ ಸುಮಾರಿನಲ್ಲಿ ನಮ್ಮ ತಂದೆ ಯಾವುದೋ ಕೆಲಸದ ನಿಮಿತ್ತ ಹೊಸಪೇಟೆಗೆ ಹೋಗಿದ್ದರು. ಅಲ್ಲಿ ರಾಜ್ ಕುಮಾರ್ ರವರು ನಟಿಸುತ್ತಿದ್ದ ನಾಟಕದ ಪೋಸ್ಟರ್ ಗಳನ್ನು ಕಂಡರು. ಸಂಜೆ ಆ ನಾಟಕ ಮಂದಿರದ ಹತ್ತಿರ ಹೋಗಿ ಅಲ್ಲಿ ಗೇಟಿನ ಬಳಿ ಇದ್ದ ಒಬ್ಬ ನೌಕರನ ಬಳಿ "ತಾಳವಾಡಿ ಅಯ್ಯಂಗಾರ್ ಮೇಷ್ಟ್ರು" ಎಂದು ಒಂದು ಚೀಟಿಯಲ್ಲಿ ಬರೆದು ಅದನ್ನು ಒಳಗೆ ರಾಜ್ ಕುಮಾರ್ ರವರಿಗೆ ಕೊಡುವಂತೆ ಹೇಳಿದರು. ಚೀಟಿ ತಲುಪಿದ್ದೇ ತಡ, ರಾಜ್ ಕುಮಾರ್ ರವರು ತಾನು ಅರ್ಧ ಮೇಕಪ್ಪು ಹಾಕಿಕೊಳ್ಳುತ್ತಿರುವಾಗಲೇ ಹೊರಗೆ ಎದ್ದು ಬಂದು ನನ್ನ ಅಪ್ಪನ್ನನ್ನು ಆದರದಿಂದ ಬರಮಾಡಿಕೊಂಡು ನಾಟಕ ಮಂದಿರದಲ್ಲಿ ಮುಂದಿನ ಸೀಟಿನಲ್ಲಿ ಕೂಡಿಸಿ "ತಾವು ನಾಟಕ ನೋಡುತ್ತಿರಿ, ನಾಟಕ ಮುಗಿದ ಮೇಲೆ ನಾನೇ ಸ್ವತಃ ಬಂದು ಕಾಣುತ್ತೇನೆ" ಎಂದು ಹೇಳಿದರು. ನಾಟಕ ಮುಗಿದಮೇಲೆ ನನ್ನ ತಂದೆಯನ್ನು ಬಹಳವಾಗಿ ಆದರಿಸಿ, ಮೂರು ದಿನಗಳ ಕಾಲ ತನ್ನ ಆತಿಥ್ಯದಲ್ಲೇ ಇರುವಂತೆ ಬಲವಂತದಿಂದ ಉಳಿಸಿಕೊಂಡು ಅನೇಕ ರೀತಿಯಲ್ಲಿ ನನ್ನ ತಂದೆಗೆ ಉಪಚಾರ ಮಾಡಿದ್ದನ್ನು ಆಗಾಗಾ ನೆನೆಸಿಕೊಂಡು ನಮಗೆ ಹೇಳಿ ಹೇಳಿ ಸಂತೋಷಪಡುತ್ತಿದ್ದರು.

ಡಾ| ರಾಜ್ ಕುಮಾರ್ ರವರ ಬಗ್ಗೆ ಕೇಳಿ ತಿಳಿದುಕೊಂಡ ಮತ್ತೆರೆಡು ಘಟನೆಗಳು ನನ್ನ ನೆನೆಪಿಗೆ ಬರುತ್ತವೆ. ನಾನು ಬೆಳೆದು ದೊಡ್ಡವನಾಗಿ ಬೆಂಗಳೂರಿನಲ್ಲೋ, ಮೈಸೂರಿನಲ್ಲೋ ಕೆಲಸದಲ್ಲಿದ್ದಾಗಲೂ ಸಹ ನಮ್ಮ ತಂದೆಯವರು ಊರಿನಲ್ಲಿ ಅಂದರೆ ವೆಂಕಟೈಯ್ಯನಛತ್ರದಲ್ಲಿಯೇ ನಮ್ಮ ಪೂರ್ವಿಕರ ಹಳೆಯ ಮನೆಯಲ್ಲಿ ಇರುತ್ತಿದ್ದರು. ಆ ಊರಿಗೆ ಕೆಲವೇ ಕಿ.ಮೀ. ದೂರದಲ್ಲಿರುವ ಚಿಕ್ಕಹಳ್ಳಿ ಮತ್ತು ಗಾಜನೂರಿನ ಸುತ್ತ ಮುತ್ತಾ ಡಾ| ರಾಜ್ ಕುಮಾರ್ ರವರು "ಸಂಪತ್ತಿಗೆ ಸವಾಲ್" ಎಂಬ ಚಿತ್ರಕ್ಕಾಗಿ ಚಿತ್ರೀಕರಣ ನಡೆಸಲು ಅಲ್ಲಿಯೇ ಕ್ಯಾಂಪ್ ಮಾಡಿದ್ದರು. ಹೀಗೆ ಡಾ| ರಾಜ್ ಕುಮಾರ್ ರವರು ತಮ್ಮ ಊರಿನ ಹತ್ತಿರದಲ್ಲಿಯೇ ಷೂಟಿಂಗ್ ಮಾಡುತ್ತಿದ್ದಾರೆ ಎಂಬ ಸುದ್ದಿ ನಮ್ಮ ಊರಿನಲ್ಲೆಲ್ಲಾ ಹಬ್ಬಿ ಬಿಟ್ಟಿತ್ತು. ಆ ಊರಿನ ಹುಡುಗರೆಲ್ಲಾ ಸೇರಿಕೊಂಡು ನನ್ನ ತಂದೆಯವರ ಹತ್ತಿರ ಬಂದು "ನಿಮಗೆ ಡಾ| ರಾಜ್ ರವರು ಪರಿಚಿತರು, ಈಗ ಅವರು ನಮ್ಮ ಊರಿನ ಹತ್ತಿರದಲ್ಲಿಯೇ ಷೂಟಿಂಗ್ ಮಾಡುತ್ತಾ ಇದ್ದಾರೆ. ನೀವು ಜತೆಯಲ್ಲಿ ಬಂದರೆ ನಮಗೆ ಸಲೀಸಾಗಿ ಅವರನ್ನು ಹತ್ತಿರದಿಂದ ಕಾಣಬಹುದಾಗಿದೆ. ದಯಮಾಡಿ ಬನ್ನಿ" ಎಂದು ಬಲವಂತ ಮಾಡಲು ಶುರು ಮಾಡಿದರು. ಆಗ ನನ್ನ ತಂದೆ "ಕನ್ನಡದ ಸಿನಿಮಾದ ಅಷ್ಟು ದೊಡ್ಡ ಹೀರೋ ರಾಜ್ ಕುಮಾರ್, ಸುಮ್ಮನೇ ಬರಿ ಕೈಲಿ ಹೋಗುವುದು ಮರ್ಯಾದೆಯಲ್ಲ.

ಹೂವು, ಹಣ್ಣು, ದೊಡ್ಡ ಹಾರ, ತುರಾಯಿ, ಎಲ್ಲ ತೆಗೆದುಕೊಂಡು ಬಂದರೆ ನಾನು ನಿಮ್ಮೊಂದಿಗೆ ಬರುತ್ತೇನೆ" ಎಂದು ಶರತ್ತು ಹಾಕಿದರು. ಡಾ| ರಾಜ್ ರವರನ್ನು ಕಾಣಲು ತುದಿಗಾಲಲ್ಲಿ ನಿಂತಿದ್ದ ಆ ಯುವ ಪಡೆಗೆ ಇದೆಲ್ಲಾ ಏನು ಮಹಾ ಕೆಲಸ. ಕೆಲವೇ ಗಂಟೆಗಳಲ್ಲಿ ಹತ್ತಿರದ ಚಾಮರಾಜನಗರದಿಂದ ಎಲ್ಲವನ್ನೂ ಹೊಂದಿಸಿಕೊಂಡು ಬಂದೇ ಬಿಟ್ಟರು. ಸರಿ, ಕಮಾನು ಬಂಡಿ ಹೂಡಿಕೊಂಡು, ನನ್ನ ತಂದೆಯವರ ಜೊತೆಗೆ ಹುಡುಗರ ಹಿಂಡು ಡಾ| ರಾಜ್ ರವರನ್ನು ಕಾಣಲು ಹೊರಟಿತು. ಷೂಟಿಂಗ್ ನಡೆಯುತ್ತಿದ್ದ ಸ್ಥಳವನ್ನು ತಲುಪಿದ್ದಾಯಿತು. ಡಾ| ರಾಜ್ ರವರು ನನ್ನ ತಂದೆಯವರನ್ನು ಕಂಡಕೂಡಲೇ ಆದರದಿಂದ ಬರಮಾಡಿಕೊಂಡು ಚಿತ್ರತಂಡದ ಎಲ್ಲರಿಗೂ ಪರಿಚಯ ಮಾಡಿಸಿ, ಕುಡಿಯಲು ಹಾಲು ಕೊಟ್ಟು ಸತ್ಕರಿಸಿದರಂತೆ. ನನ್ನ ತಂದೆ ತನ್ನೊಂದಿಗೆ ಬಂದಿದ್ದ ಹುಡುಗರ ಬಯಕೆಯನ್ನು ಡಾ| ರಾಜ್ ರವರಿಗೆ ತಿಳಿಸಿದಾಗ ಅದಕ್ಕೇನಂತೆ ಎಂದು ಆ ಹುಡುಗರು ಹಾಕಿದ ಹಾರವನ್ನು ಸ್ವೀಕರಿಸಿ ಅವರೊಟ್ಟಿಗೆ ಫೋಟೋ ತೆಗೆಸಿಕೊಂಡರು. ನಮ್ಮ ಊರಿನ ಪಡ್ಡೆ ಹುಡುಗರಿಗೆ ಇದಕ್ಕಿಂತಲೂ ಬೇರೇನು ಬೇಕಿತ್ತು. ಡಾ| ರಾಜ್ ರವರೊಂದಿಗೆ ಫೋಟೋ ತೆಗೆಸಿಕೊಳ್ಳುವುದೆಂದರೆ ಸಾಮಾನ್ಯದ ವಿಷಯವೇ. ಅಂದು ತೆಗೆದ ಫೋಟೋ ಇಂದು ಯಾರ್ಯಾರ ಮನೆಯಲ್ಲಿದೆಯೋ ನಾಕಾಣೆ. ಡಾ| ರಾಜ್ ರವರ ಫೋಟೋ ಇಲ್ಲದ ಕನ್ನಡಿಗರ ಮನೆಯಾದರೂ ಎಲ್ಲಿದೆ?

ಮತ್ತೊಂದು ಸಂಭವ ನನ್ನ ತಂದೆ ಮತ್ತು ಶ್ರೀ ಪುಟ್ಟಸ್ವಾಮಯ್ಯನವರ ಬಾಳಿನಲ್ಲಿ ನಡೆದದ್ದು. ಇದು ನಾನು ನನ್ನ ತಂದೆಯವರಿಂದ ಕೇಳಿ ತಿಳಿದ ವಿಷಯ. ಈ ಘಟನೆ ನಡೆದಾಗ ನಾನಿನ್ನೂ ಹುಟ್ಟಿರಲಿಲ್ಲ.

ಚಿಕ್ಕಹಳ್ಳಿಯೆಂಬ ಒಂದು ಗ್ರಾಮ ತಾಳವಾಡಿ ಫಿರ್ಕಾದಲ್ಲಿದೆ. ಆ ಕಾಲಕ್ಕೆ ದುರ್ಗಮವಾದ ಕಾಡಿನಂಚಿನಲ್ಲಿತ್ತು. ಈಗ ಆ ಊರು ಬಟಾಬಯಲು ಪ್ರದೇಶದಲ್ಲಿದೆ. ಈ ಚಿಕ್ಕಹಳ್ಳಿಯಲ್ಲಿ ಒಂದು ಶಾಲೆ. ಅಲ್ಲಿಗೆ ನನ್ನ ತಂದೆಗೆ ವರ್ಗವಾಯಿತು, ಸರಿ, ಸಂಸಾರ ಹೂಡಿ ಕೆಲಸಕ್ಕೆ ಹಾಜರಾದರು ನನ್ನ ಅಪ್ಪ. ಆ ಊರಿನಲ್ಲಿ ನನ್ನ ಅಪ್ಪನೇ VIP. ಅಲ್ಲಿಗೆ ಬರುತ್ತಿದ್ದ ಮತ್ತೊಬ್ಬ VIP ಅಂದರೆ ಆ ಭಾಗದ ಅರಣ್ಯಾಧಿಕಾರಿ, ಇಂಗ್ಲೀಷ್ನಲ್ಲಿ ರೇಂಜರ್ ಎಂದು ಕರೆಯುತ್ತಾರೆ. ಇವರಿಬ್ಬರಿಗೂ ಬಹಳ ಸ್ನೇಹ. ರಜದ ದಿನಗಳಲ್ಲಿ ಆ ರೇಂಜರ್ ಜೊತೆ ಕಾಡು ಮೇಡು ಗಳನ್ನು ಸುತ್ತಲು ನಮ್ಮ ಅಪ್ಪನೇ ಅವರಿಗೆ ಜೊತೆಗಾರ. ನಿರ್ಜನವಾದ ಆ ಪ್ರದೇಶದಲ್ಲಿ ಅಂದಿನ ದಿನಗಳಲ್ಲಿ ಸಮಯ ಕಳೆಯುವುದಾದರೂ ಹೇಗೆ? ಈ ರೇಂಜರ್ ಬಿಟ್ಟರೆ ನನ್ನ ಅಪ್ಪನನ್ನು ಯಾವಾಗಲಾದರೂ ಒಮ್ಮೆ ಕಾಣಲು ಬರುತ್ತಿದ್ದ ಮತ್ತೊಬ್ಬ VIP ಎಂದರೆ ಸಿಂಗಾನಲ್ಲೂರು ಪುಟ್ಟಸ್ವಾಮಯ್ಯನವರು. ಆ ಊರಿನಲ್ಲಿ

ತಮ್ಮ ಕೆಲಸ ಮುಗಿದಮೇಲೆ ಕಾಲ ಕಳೆಯಲು ನನ್ನ ಅಪ್ಪ ಸಂಗೀತ ವಾದ್ಯಗಳನ್ನು ನುಡಿಸುತ್ತಿದ್ದರು. ಬಿಡುವಾಗಿರುವ ವೇಳೆಯಲ್ಲಿ ವಾದ್ಯಗಳ ಜೊತೆಯಲ್ಲಿಯೇ ಕಾಲ ಕಳೆಯುತ್ತಿದ್ದರು. ಆಗ ನನ್ನ ಅಪ್ಪನಿಗೆ ಬರುತ್ತಿದ್ದ ಮಾಸಿಕ ಸಂಬಳ ಎಷ್ಟು ಗೊತ್ತೆ? ಬರೋಬ್ಬರಿ ರೂಪಾಯಿ ನಾಲ್ಕು ಮತ್ತು ಆಣೆ ಎಂಟು. ಇಷ್ಟು ಸಂಬಳ ಆ ದಿನಗಳಲ್ಲಿ ಸಂಸಾರ ನಿರ್ವಹಿಸಲು ಸಾಕಾಗುತ್ತಿತ್ತು ಎಂದು ನನ್ನ ತಂದೆ ಹೇಳುತ್ತಿದ್ದರು. ಅದು ಹೇಗೆ ಸಾಕಾಗುತ್ತಿತ್ತು ಮತ್ತು ಅಂದಿನ ದಿನಸಿ ಧಾರಣೆಗಳು ಹೇಗಿದ್ದವು ಮುಂತಾದ ವಿವರಗಳು ಈಗ ಇಲ್ಲಿ ಅಪ್ರಸ್ತುತ.

ಈ ರೂಪಾಯಿ ನಾಲ್ಕು ಮತ್ತು ಆಣೆ ಎಂಟು ಮೊತ್ತಕ್ಕೂ ಮತ್ತು ನಾನು ನನ್ನ ತಂದೆಯಿಂದ ಕೇಳಿದ್ದ ಒಂದು ಸಂಭವಕ್ಕೂ ಸಂಭಂದವಿರುವುದರಿಂದಲೇ ನನಗೆ ಈ ಸಂಖ್ಯೆ ಮರೆಯದೆ ಇದೆ.

ತಾನು ನುಡಿಸಿವುದಕ್ಕೋಸ್ಕರ ಢಾಕ್ಕಾ ಪಟ್ಟಣದಿಂದ (ಇಂದಿನ ಬಾಂಗ್ಲಾದೇಶದ ರಾಜಧಾನಿ) VPPಯಲ್ಲಿ ಒಂದು *Stradivarius* ಪಿಟೀಲನ್ನು ದೂರದ ದುರ್ಗಮ ಊರಾದ ಚಿಕ್ಕಹಳ್ಳಿಗೆ ತರಿಸಿಕೊಂಡಿದ್ದರಂತೆ ನನ್ನ ಅಪ್ಪ! ಆ *Stradivarius* ಪಿಟೀಲಿನ ಬೆಲೆ ರೂಪಾಯಿ ನಾಲ್ಕು, ತನಗೆ ಬರುತ್ತಿದ್ದ ನಾಲ್ಕೂವರೆ ರೂಪಾಯಿ ಸಂಬಳದಲ್ಲಿ ಇಡೀ ನಾಲ್ಕು ರೊಪಾಯಿಯನ್ನು ಒಂದು ಪಿಟೀಲಿಗೋಸ್ಕರ ಖರ್ಚು ಮಾಡಿದ ದಿಲ್ದಾರ್ ಮನುಷ್ಯ ನನ್ನ ಅಪ್ಪ. ಹೇಗಿತ್ತು ನೋಡಿ ಅವರ ಸಂಗೀತದ ಹುಚ್ಚು. ಈ ಪಿಟೀಲನ್ನು ತಾನು ಆ ಹಳ್ಳಿಯಲ್ಲಿ ಮಾಸ್ತರಾಗಿರುವ ತನಕ ನುಡಿಸುತ್ತಿದ್ದರು. ಅಲ್ಲಿಂದ ವರ್ಗವಾದ ಮೇಲೆ ಈ ರೀತಿ ಪಿಟೀಲನ್ನು ನುಡಿಸಲು ಸಮಯ ಇರಲಿಲ್ಲ. ಇದೇ ಸಮಯದಲ್ಲಿ ತನ್ನನ್ನು ಕಾಣಲು ಬಂದಿದ್ದ ಪುಟ್ಟಸ್ವಾಮಯ್ಯನವರಿಗೆ ತನ್ನಲ್ಲಿದ್ದ ಪಿಟೀಲನ್ನು ನೆನೆಪಿನ ಕಾಣಿಕೆಯಾಗಿ ಕೊಟ್ಟುಬಿಟ್ಟರಂತೆ. ನಾಟಕಗಳಲ್ಲಿ ಅಭಿನಯಿಸುತ್ತಾ, ಹುಟ್ಟಾ ಕಲಾವಿದರಾಗಿದ್ದ ಪುಟ್ಟಸ್ವಾಮಯ್ಯನವರಿಗೆ ಈ ಪಿಟೀಲು ಹೆಚ್ಚು ಪ್ರಯೋಜನಕಾರಿ ಎಂದು ತಿಳಿದು ನನ್ನ ಅಪ್ಪ ಈ ನಿರ್ಧಾರಕ್ಕೆ ಬಂದಿರಬೇಕು. ಈ ವಿಚಾರವನ್ನು ನನ್ನ ತಂದೆ ನನಗೆ ಹೇಳಿದ್ದು ನನ್ನ ನೆನಪಿನಲ್ಲಿದೆ.

Stradivarius Violin (Reference image - Source: Internet)

ಸಿಂಗಾನಲ್ಲೂರು ಪುಟ್ಟಸ್ವಾಮಯ್ಯನವರು ನಾಟಕಗಳಲ್ಲಿ ಅಭಿನಯಿಸುತ್ತಿದ್ದ ಪಾತ್ರಗಳ ಮತ್ತು ಅವರ ವ್ಯಕ್ತಿತ್ವ ಮುಂತಾದವುಗಳ ಬಗ್ಗೆ ನನ್ನ ತಂದೆಯವರು ಹೇಳಿದ್ದ ಕೆಲವು ಸ್ವಾರಸ್ಯಕರವಾದ ಸಂಗತಿಗಳು ನನ್ನ ನೆನಪಿನಲ್ಲಿ ಈಗಲೂ ಉಳಿದಿವೆ. ಅವುಗಳಲ್ಲಿ ಕೆಲವನ್ನು ಹೆಕ್ಕಿ ತೆಗೆದು ಇಲ್ಲಿ ದಾಖಲು ಮಾಡಿದ್ದೇನೆ.

ಸಿಂಗಾನಲ್ಲೂರು ಪುಟ್ಟಸ್ವಾಮಯ್ಯನವರದ್ದು ಭರ್ಜರಿ ಪರ್ಸನಾಲಿಟಿ. ಅವರು ಒಳ್ಳೆ ಧಡೂತಿಯಾದ ಧೃಡಕಾಯದವರಾಗಿದ್ದರು. ಭಾರೀ ಗಿರಿಜಾ ಮೀಸೆ ಬಿಟ್ಟು, ತಲೆಗೂದಲನ್ನು ಉದ್ದಕ್ಕೆ ಬೆಳೆಸಿ ಹಿಂದಕ್ಕೆ ಬಾಚಿ ಬಿಟ್ಟುಕೊಳ್ಳುತ್ತಿದ್ದರು. ಬೀದಿಯಲ್ಲಿ ಅವರು ನಡೆದು ಬರುತ್ತಿದ್ದರೆ, ಅವರನ್ನು ನೋಡಿದವರು ಯಾರೇ ಆಗಲಿ ನಿಂತು, ಮತ್ತೊಮ್ಮೆ ಅವರನ್ನು ನೋಡುವಂಥ ರೀವಿ ಪುಟ್ಟಸ್ವಾಮಯ್ಯನವರದ್ದು.

ಅಂದಿನ ಕಾಲದ ನಾಟಕಗಳಲ್ಲಿ ಹೆಚ್ಚಿನವು ಪೌರಾಣಿಕ ನಾಟಕಗಳೇ. ಕಂಸವಧೆ, ಕುರುಕ್ಷೇತ್ರ, ಹಿರಣ್ಯಕಶಿಪು ಹೀಗೆ ಹಲವಾರು ಪುರಾಣ ಕಥೆಗಳನ್ನು ಆಧರಿಸಿದ ನಾಟಕಗಳನ್ನೇ ಹೆಚ್ಚಾಗಿ ಆಡುತ್ತಿದ್ದರು. ಇಂಥ ನಾಟಕಗಳಲ್ಲಿನ ಪ್ರಮುಖ ರಾಕ್ಷಸ ಪಾತ್ರಗಳು ಸಿಂಗಾನಲ್ಲೂರು ಪುಟ್ಟಸ್ವಾಮಯ್ಯನವರ ಪಾಲಿಗೆ ಬರುತ್ತಿದ್ದವು. ಅಂಥ ರಾಕ್ಷಸ ಪಾತ್ರಗಳು ಇವರಿಗೆ ಹೇಳಿ ಮಾಡಿಸಿದಂತೆ ಒಪ್ಪುತ್ತಿದ್ದುವು. ರುದ್ರ, ಭೀಕರ ರಸವನ್ನು ಹೊರಹೊಮ್ಮಿಸುವ ಪಾತ್ರಗಳಿಗೆ ಅವರ ದೇಹರಚನೆ ಮತ್ತು ಕಂಠಸಿರಿ ಅತ್ಯಂತ ಸೂಕ್ತವಾಗಿತ್ತು. ಅದೂ ಅಲ್ಲದೆ ರಾಕ್ಷಸ ರಾಜನ ಪಾತ್ರವನ್ನು ಯಾರಾದರೂ ಪೀಚು ಮೈಯಿನ, ನರಪೇತಲು ನಾರಾಯಣನಂತೆ ಇರುವವರಿಂದ ಮಾಡಿಸಲು ಸಾಧ್ಯವೆ?

ಆ ಕಾಲಕ್ಕೆ ನಾಟಕ ಕಂಪನಿಗಳು ಕೆಲವು ಪ್ರಮುಖ ಕೇಂದ್ರಗಳಲ್ಲಿ ಮೊಕ್ಕಾಂ ಮಾಡಿ ಒಂದೆರೆಡು ತಿಂಗಳುಗಳ ಕಾಲ ಆ ಮೊಕ್ಕಾಂನಲ್ಲಿ ನಾಟಕಗಳನ್ನು ಆಡಿ ಮುಂದಿನ ಮೊಕ್ಕಾಂಗೆ ತೆರಳುವುದು ವಾಡಿಕೆಯಾಗಿತ್ತು. ನನ್ನ ತಂದೆಯು ಕೆಲಸ ಮಾಡುತ್ತಿದ್ದ ತಾಳವಾಡಿಗೆ ಹತ್ತಿರದ ಮೊಕ್ಕಾಂ ಎಂದರೆ ನಂಜನಗೂಡು, ಮೈಸೂರು ಮುಂತಾದ ದೂರದ ಊರುಗಳು ಮಾತ್ರ. ಈ ಊರುಗಳಿಗೆ ಹೋಗಲು ಇಂದಿನಂತೆ ಸಂಚಾರ, ಸಾರಿಗೆ ಸೌಕರ್ಯಗಳು ಅವರ ಕಾಲಕ್ಕೆ ಇರಲಿಲ್ಲ. ಆ ಊರುಗಳಲ್ಲಿ ನಾಟಕಗಳು ಆಡುತ್ತಿದ್ದರೆ, ತಾಳವಾಡಿಯಿಂದ ಸೈಕಲ್ಲನ್ನು ತುಳಿದುಕೊಂಡು ಹೋಗಿ, ರಾತ್ರಿ ನಾಟಕ ನೋಡಿ, ಮರುದಿನ ಮತ್ತೆ ಸೈಕಲ್ಲಿನಲ್ಲಿಯೇ ಹಿಂದಿರುಗುತ್ತಿದ್ದರಂತೆ. ಅವರಿಗೆ ನಾಟಕಗಳೆಂದರೆ ಅಷ್ಟು ಸೆಳೆತ ಇತ್ತು. ಇನ್ನು ತನ್ನ ಗೆಳೆಯ ಪುಟ್ಟಸ್ವಾಮಯ್ಯನವರು ಅಭಿನಯಿಸುತ್ತಿದ್ದ ನಾಟಕಗಳು ಏನಾದರೂ ಈ ಊರುಗಳಿಗೆ ಬಂದರೆ ನನ್ನ ತಂದೆ ಏನೇ ಆಗಲಿ ತಪ್ಪದೇ ನೋಡಿಯೇ ತೀರುತ್ತಿದ್ದರು.

ನಟಭಯಂಕರ ಗಂಗಾಧರ ರಾಯರು ಅಂದಿನ ಕಾಲದಲ್ಲಿ ರಾಕ್ಷಸ ಪಾತ್ರಗಳನ್ನು ಅಭಿನಯಿಸುವುದರಲ್ಲಿ ಅತ್ಯಂತ ಹೆಸರುವಾಸಿಯಾದ ನಟರು. ಅವರು ಆಜಾನುಬಾಹು ಮತ್ತು ಅದ್ಭುತ ಕಂಠ ಹೊಂದಿದ್ದರು. ರಾಕ್ಷಸರ ಪಾತ್ರಗಳಾದ ಕಂಸ, ಹಿರಣ್ಯಕಶಿಪು ಮುಂತಾದ ಪ್ರಾತ್ರಗಳನ್ನು ಲೀಲಾಜಾಲವಾಗಿ ಅಭಿನಯಿಸುತ್ತಿದ್ದರು. ನಟಭಯಂಕರರಿಗೆ ಸರಿ ಸಮನಾಗಿ ರಾಕ್ಷಸ ಪಾತ್ರಗಳನ್ನು ಅಭಿನಯಿಸಿ ಸೈ ಎನಿಸಿಕೊಂಡಿದ್ದ ಮತ್ತೊಬ್ಬ ನಟ ಎಂದರೆ ಸಿಂಗಾನಲ್ಲೂರು ಪುಟ್ಟಸ್ವಾಮಯ್ಯನವರು ಒಬ್ಬರೆ. ಗಂಗಾಧರರಾಯರ ನಾಟಕಗಳಲ್ಲಿ ಪುಟ್ಟಸ್ವಾಮಯ್ಯನವರಿಗೆ ಪಾತ್ರವಿದ್ದೇ ಇರುತ್ತಿತ್ತು.

ಝುಗಝುಗಿಸುವ ವರ್ಣರಂಜಿತ ವೇಷತೊಟ್ಟು, ತಲೆಯಮೇಲೆ ಹೊಳೆಯುವ ಕಿರೀಟವನ್ನು ಧರಿಸಿ, ಗದೆಯನ್ನು ಕೈಯಲ್ಲಿ ಹಿಡಿದು ಅತ್ತಿಂದ ಇತ್ತ ತೂಗಾಡಿಸುತ್ತಾ ಈ ಇಬ್ಬರೂ ರಂಗ ಪ್ರವೇಶ ಮಾಡಿದರೆ ನೋಡುಗರ ಎದೆ ಝಲ್ ಎನ್ನುತ್ತಿತ್ತಂತೆ. ತಮ್ಮ ಕಂಚಿನ ಕಂಠದಿಂದ ಸಂಭಾಷಣೆಗಳನ್ನು ಹೇಳುತ್ತಿದ್ದ ರೀತಿ, ಸನ್ನಿವೇಶಗಳಿಗೆ ತಕ್ಕಂತೆ ಮುಖಭಾವಗಳನ್ನು ಬದಲಾಯಿಸುತ್ತಿದ್ದ ಬಗೆ, ಸುಶ್ರಾವ್ಯವಾದ ಹಾಡುಗಾರಿಕೆ ಇವೆಲ್ಲದರೊಂದಿಗೆ ಅತ್ಯಂತ ಸಹಜವಾದ ಅಭಿನಯ ಚಾತುರ್ಯದಿಂದ ಪ್ರೇಕ್ಷಕರ ಮನಗೆದ್ದ ಅಭಿಜಾತ ಕಲಾವಿದರುಗಳಾಗಿದ್ದವರು, ಶ್ರೀ ಪುಟ್ಟಸ್ವಾಮಯ್ಯನವರು ಮತ್ತು ನಟ ಭಯಂಕರ ಗಂಗಾಧರ ರಾಯರು.

ಒಂದು ನಾಟಕದಲ್ಲಿ ನಟಭಯಂಕರ ಗಂಗಾಧರ ರಾಯರು ಹಿರಣ್ಯಕಶಿಪುವಿನ ಪಾತ್ರವಹಿಸಿದ್ದರೆ, ಹಿರಣ್ಯಾಕ್ಷನ ಪಾತ್ರ ಶ್ರೀ ಪುಟ್ಟಸ್ವಾಮಯ್ಯನವರು ವಹಿಸುತ್ತಿದ್ದರು. ಈ ನಾಟಕದಲ್ಲಿ ತಮ್ಮನಾದ ಹಿರಣ್ಯಾಕ್ಷನು, ಅಣ್ಣನಾದ ಹಿರಣ್ಯಕಶಿಪುವಿಗೆ ತಾನು ದೇವಾದಿ ದೇವರುಗಳನ್ನೆಲ್ಲಾ ಜಯಿಸಿ ಬಂದೆ ಎಂದು ಸಂತೋಷದಿಂದ ತಿಳಿಸುವ ದೃಶ್ಯ. ಈ ಸಂತೋಷದ ಸುದ್ದಿ ತಿಳಿದ ಹಿರಣ್ಯಕಶಿಪು ಪಾತ್ರಧಾರಿಯಾದ ಗಂಗಾಧರ ರಾಯರು "ಭಲೇ ತಮ್ಮಾ" ಎಂದು ಹೇಳಿ, ಹಿರಣ್ಯಾಕ್ಷನ ಪಾತ್ರಧಾರಿಯಾದ ಪುಟ್ಟಸ್ವಾಮಯ್ಯನವರನ್ನು ತನ್ನ ಬಲತೋಳನ್ನು ಅವರ ನಡುವಿಗೆ ಬಳಸಿ ಒಂದು ಕ್ಷಣ ಮೇಲಕ್ಕೆ ಎತ್ತಿ, ತಕ್ಷಣವೇ ಕೆಳಕ್ಕೆ ಇಳಿಸಿ ಬಿಡುತ್ತಿದ್ದರು. ಈ ಅದ್ಭುತವಾದ ಕ್ಷಣವನ್ನು ಪ್ರೇಕ್ಷಕರಲ್ಲ ಭಾರೀ ಕರತಾಡನದಿಂದ ಸ್ವಾಗತಿಸುತ್ತಿದ್ದರು.

ಈ ದೃಶ್ಯವನ್ನು ಇವರಿಬ್ಬರೂ ಬಹಳ ಎಚ್ಚರಿಕೆಯಿಂದ ಅಚ್ಚುಕಟ್ಟಾಗಿ ಅಭಿನಯಿಸುತ್ತಿದ್ದರು, ಎಂದು ನನ್ನ ತಂದೆ ನಮಗೆಲ್ಲ ಹೇಳಿ ತಮಗಾದ ಆನಂದವನ್ನು ನಮ್ಮೊಡನೆ ಹಂಚಿಕೊಂಡಿದ್ದು ಈಗಲೂ ನನ್ನ ನೆನಪಿನಲ್ಲಿದೆ. ಸಿಂಗಾನಲ್ಲೂರು ಪುಟ್ಟಸ್ವಾಮಯ್ಯನವರಂಥ ಭರ್ಜರಿ ಪರ್ಸನಾಲಿಟಿಯವರನ್ನು ಒಂದು ತೋಳಿನಿಂದ ಬಳಸಿ ಮೇಲಕ್ಕೆ ಎತ್ತುವುದು ಎಂಬುದು ಸಾಮಾನ್ಯ ವಿಷಯವಾಗಿರಲಿಲ್ಲ.

ಈ ದೃಶ್ಯವನ್ನು ಅಭಿನಯಿಸಲು ಗಂಗಾಧರ ರಾಯರು ಮತ್ತು ಸಿಂಗಾನಲ್ಲೂರು ಪುಟ್ಟಸ್ವಾಮಯ್ಯನವರು ಒಂದು ತಂತ್ರವನ್ನು ರೂಢಿಮಾಡಿಕೊಂಡಿದ್ದರು. ತನ್ನ ಡೈಲಾಗು ಮುಗಿದ ಕ್ಷಣದಲ್ಲೇ, ಗಂಗಾಧರ ರಾಯರು ತಮ್ಮ ಬಲ ತೊಡೆಯನ್ನು ಮುಂದಕ್ಕೆ ಚಾಚಿ ತುಸು ಬಗ್ಗಿಸುತ್ತಿದ್ದರು. ಅದೇ ಕ್ಷಣದಲ್ಲಿ ಪುಟ್ಟಸ್ವಾಮಯ್ಯನವರು ಮುಂದಕ್ಕೆ ಬಾಗಿದ್ದ ಗಂಗಾಧರ ರಾಯರ ತೊಡೆಯಮೇಲೆ ತನ್ನ ಒಂದು ಕಾಲನ್ನು ಊರಿ ಸ್ವಲ್ಪ ವೇಲಕ್ಕೆ ಏರುತ್ತಿದ್ದರು. ಆಗಲೇ ಗಂಗಾಧರ ರಾಯರು ತನ್ನ ತೋಳಿನಿಂದ ಅವರನ್ನು ಬಳಸಿ ಲಾಘವವಾಗಿ ಮೇಲಕ್ಕೆ ಎತ್ತಿ ಇಳಿಸಿಬಿಡುತ್ತಿದ್ದರು. ಈ ದೃಶ್ಯ ಪ್ರೇಕ್ಷಕರಿಗೆ ಅಚ್ಚರಿ ಮತ್ತು ರೋಮಾಂಚನವನ್ನು ಉಂಟುಮಾಡುತ್ತಿತ್ತು.

ಅಂದಿನ ಕಾಲದಲ್ಲಿ ಯಾವರೀತಿಯಾದ ಆಧುನಿಕ ತಂತ್ರಜ್ಞಾನದ ಆವಿಷ್ಕಾರಗಳ ಸಹಾಯವಿಲ್ಲದೇ, ಎಲ್ಲವನ್ನೂ ನೈಜವಾಗಿ ಅಭಿನಯಿಸಿ ತೋರಿಸಬೇಕಾದ ನಿರ್ಬಂಧ, ಅಂದಿನ ಕಲಾವಿದರುಗಳಿಗೆ ಇತ್ತು. ಇದ್ದುದರಲ್ಲಿಯೇ ಏನಾದರೊಂದು ಹೊಸತು ಮಾಡಿ ತೋರಿಸದಿದ್ದರೆ ಪ್ರೇಕ್ಷಕರ ಮನಗೆಲ್ಲುವುದಾದರೂ ಹೇಗೆ? ಈ ಕಾರಣಕ್ಕಾಗಿಯೇ ಏನಾದರೂ ಒಂದು ರೀತಿಯ ನಾವೀನ್ಯತೆಯನ್ನು ಸೃಷ್ಟಿಸಿ ನಾಟಕವನ್ನು ರಂಜನೀಯವಾಗಿಸಲು

ಶ್ರಮಪಡುತ್ತಿದ್ದರು.

ಈಗಿನ ಕಾಲದಲ್ಲಿಯೂ ಸಹ ಸಾಹಸ ದೃಶ್ಯಗಳನ್ನು ಅಭಿನಯಿಸುವಾಗ ನಟರುಗಳಿಗೆ ಅನೇಕ ರೀತಿಯಾದ ಅಪಾಯಗಳು ತಪ್ಪಿದ್ದಲ್ಲ. ಹೀಗಿರುವಾಗ ಹಿಂದಿನ ಕಾಲದಲ್ಲಿ ನಟರುಗಳಿಗೆ, ಎತ್ತರದಿಂದ ಜಿಗಿಯುವಾಗ, ಮಲ್ಲಯುದ್ಧ ಮಾಡುವಾಗ ಹೀಗೆ ಮುಂತಾದ ದೃಶ್ಯಗಳಲ್ಲಿ ಅಪಾಯವನ್ನು ಎದುರುಗೊಳ್ಳಬೇಕಿತ್ತು. ಇದನ್ನೆಲ್ಲಾ ಏಕೆ ಹೇಳಬೇಕಾಯಿತು ಎಂದರೆ, ಕಲಾವಿದರುಗಳು, ಪ್ರೇಕ್ಷಕರ ಮನರಂಜನೆಗೋಸ್ಕರ ಏನಾದರೂ ಹೊಸ ಹೊಸ ಪ್ರಯೋಗಗಳನ್ನು ಮಾಡುತ್ತಲೇ ಇರುತ್ತಾರೆ.

ಈ ರೀತಿಯ ಕ್ರಿಯಾಶೀಲತೆ ಎಲ್ಲ ಕಾಲಗಳಲ್ಲಿಯೂ ನಿರಂತರವಾಗಿ ನಡೆಯುತ್ತಲೇ ಇರುತ್ತದೆ. ಅನುಸರಿಸುವ ವಿಧಾನಗಳು, ತಂತ್ರಜ್ಞಾನದ ಆವಿಷ್ಕಾರಗಳು ಬದಲಾಗುತ್ತಿರುತ್ತವೆ. ಆದರೆ ಕಲಾವಿದರ ಕ್ರಿಯಾಶೀಲ ತುಡಿತ ಮಾತ್ರ ನಿರಂತರವಾಗಿ ಸಾಗುತ್ತಿರುತ್ತದೆ.

ಆದರೆ ಇವೆಲ್ಲಾ ಬರಿ ಮೌಖಿಕ ದಾಖಲೆಗಳಾಗಿದ್ದು, ಇಂತಹ ಸ್ವಾರಸ್ಯಕರ ವಿಚಾರಗಳನ್ನು ಲಿಖಿತ ದಾಖಲೆಗಳಾಗಿ ಮಾರ್ಪಡಿಸಿ ಮುಂದಿನ ಪೀಳಿಗೆಯವರಿಗೆ ಸಿಗುವಂತೆ ಮಾಡಬೇಕು ಎಂದು ನನಗೆ ಅನ್ನಿಸುತ್ತಲೇ ಇತ್ತು. ಡಾ| ರಾಜ್ ರವರನ್ನು ಒಮ್ಮೆ ನೇರಿನಲ್ಲಿ ಭೇಟಿ ಮಾಡಬೇಕು ಎಂಬ ಹೆಬ್ಬಯಕೆ ನನಗೆ ಇತ್ತು. ನನ್ನ ಅದೃಷ್ಟದಲ್ಲಿ ಅದು ಬರೆದಿರಲಿಲ್ಲ, ಹೀಗಾಗಿ ಆ ಬಯಕೆ ಬರೀ ಬಯಕೆಯಾಗಿಯೇ ಉಳಿದುಬಿಟ್ಟಿತು. ಇದಕ್ಕೆ ಪರೋಕ್ಷವಾಗಿ ನಾನೇ ಕಾರಣ. ಡಾ| ರಾಜ್ ರವರನ್ನು ಭೇಟಿ ಮಾಡಲು ನಾನು ಇನ್ನೂ ಹೆಚ್ಚಿನ ಪ್ರಯತ್ನ ಮಾಡ ಬೇಕಿತ್ತು. ಸ್ವಲ್ಪ ನಿಧಾನ ಮಾಡಿಬಿಟ್ಟೆ ಎಂದು ಅನಿಸುತ್ತಿದೆ.

ವೃದ್ಧಾಪ್ಯದಲ್ಲಿ ನನ್ನ ತಂದೆಗೆ ಅವರ ಕಡೆಯ ಎರಡು ವರ್ಷಗಳಲ್ಲಿ ವಿಸ್ಮೃತಿ ಉಂಟಾಗಿ ಬಿಟ್ಟಿತ್ತು. ಅದನ್ನು Alzheimer's disease ಎಂದು ವೈದ್ಯಕೀಯ ಪರಿಭಾಷೆಯಲ್ಲಿ ಕರೆಯುತ್ತಾರೆ. ಎಲ್ಲವನ್ನೂ ಮರೆತಿದ್ದರೂ ನನ್ನ ಅಪ್ಪ ಎರಡು ವ್ಯಕ್ತಿಗಳನ್ನು ಮಾತ್ರ ತನ್ನ ಕಡೆಯವೆರೆಗೂ ಮರೆಯಲಿಲ್ಲ. ಒಂದು ನನ್ನ ಅಕ್ಕ ಶ್ರೀಮತಿ ರಾಜಲಕ್ಷ್ಮಿ ಮತ್ತು ಮತ್ತೊಂದು ವ್ಯಕ್ತಿಯೆಂದರೆ ಡಾ| ರಾಜ್ ಕುಮಾರ್. ಹೆತ್ತ ಮಕ್ಕಳಾದ ನಮ್ಮನ್ನೂ ಗುರುತಿಸಲಾರದಷ್ಟು ಮರೆವು ಮುಸುಕಿದ್ದ ನನ್ನ ಅಪ್ಪನಿಗೆ ಟಿವಿಯಲ್ಲಿ ಡಾ| ರಾಜ್ ರವರ ಚಿತ್ರಗಳು ಮೂಡಿ ಬಂದರೆ ತಕ್ಷಣವೇ "ಲೋ ನೋಡೋ ರಾಜ್ ಕುಮಾರ್" ಎಂದು ಮಕ್ಕಳಂತೆ ಸಂಭ್ರಮ ಪಡುತ್ತಿದ್ದರು. ನಮ್ಮನ್ನೆಲ್ಲಾ ಗುರುತಿಸಲಾಗದೆ ಅವರು ಬಾಧೆ ಪಡುವುದನ್ನ ಕಂಡು ನಾವು ಮನದಲ್ಲೇ ಅನೇಕ ಬಾರಿ ನೊಂದು ಕೊಂಡಿದ್ದೇವೆ. ಆದರೆ ಡಾ| ರಾಜ್ ರವರನ್ನು

ಮಾತ್ರ ಅವರೆಂದೂ ಮರೆಯಲೇ ಇಲ್ಲ. ಡಾ| ರಾಜ್ ರವರ ಬಗ್ಗೆ ಇಷ್ಟೊಂದು ಅಭಿಮಾನ ಹೊಂದಿದ್ದ ಅವರು ಬೇರೆ ಯಾರನ್ನಾಗಲೀ ಹೀರೋ ಎಂದು ಒಪ್ಪುತ್ತಿರಲಿಲ್ಲ.

ಹೀಗಿದ್ದ ನನ್ನ ತಂದೆಯವರ ಬಗ್ಗೆ ಮತ್ತು ಅವರ ಗೆಳೆಯರಾಗಿದ್ದ ಸಿಂಗಾನಲ್ಲೂರು ಪುಟ್ಟಸ್ವಾಮಯ್ಯನವರ ಬಗ್ಗೆ ಬಾಲ್ಯದಲ್ಲಿ ನಾನು ಕೇಳಿ ತಿಳಿದ ವಿಷಯಗಳು ಬರೀ ಬಾಯಿಮಾತಿನಲ್ಲಿ ನಿಂತು ಬಿಡದೇ, ಲಿಖಿತ ರೂಪದ ದಾಖಲೆಯಾಗಿರಲಿ ಎಂದು ಯೋಚಿಸಿ ಈ ಕಿರು ಬರಹವನ್ನು ಓದುಗರ ಮುಂದೆ ಇಟ್ಟಿದ್ದೇನೆ.

ನನಗೆ ವೈಯುಕ್ತಿಕವಾಗಿ ತಿಳಿದಿರುವ ವಿಚಾರಗಳು ಇತರರಿಗೂ ತಿಳಿಯಲಿ ಎಂಬುದಷ್ಟೇ ನನ್ನ ಬಯಕೆ. ಮತ್ಯಾವ ಸ್ವಾರ್ಥವೂ ಇದರಲ್ಲಿಲ್ಲ.

15

ಸಂಗೀತ ಕಲಾನಿಧಿ ಮೈಸೂರು ಟಿ. ಚೌಡಯ್ಯ ನಾದಸ್ವರ ಪ್ರಕರಣ

ನಾನು ಪ್ರೌಢಶಿಕ್ಷಣವನ್ನು ನನ್ನ ಗ್ರಾಮದಿಂದ ಸುಮಾರು 8 ಕಿ.ಮೀ. ದೂರದಲ್ಲಿದ್ದ ಆಗಿನ ತಾಲ್ಲೂಕು ಕೇಂದ್ರವಾಗಿದ್ದ ಚಾಮರಾಜನಗರದಲ್ಲಿನ ಮುನಿಸಿಪಲ್ ಪ್ರೌಢಶಾಲೆಯಲ್ಲಿ ಪಡೆಯುತ್ತಿದ್ದ ಸಮಯ (ಸುಮಾರು 1960ರಿಂದ 1963 ಸಮಯ). ಆಗಿನ ಕಾಲದಲ್ಲಿ ಈಗಿನಂತೆ ಪ್ರೌಢಶಿಕ್ಷಣ ಶಾಲೆಗಳು ಎಲ್ಲ ಊರುಗಳಲ್ಲಿಯೂ ಇರುತ್ತಿರಲಿಲ್ಲ. ನನ್ನ ಸ್ವಗ್ರಾಮದಿಂದ ಸೈಕಲ್ ತುಳಿದುಕೊಂಡು ಚಾಮರಾಜನಗರಕ್ಕೆ ಬಂದು ಹೈಸ್ಕೂಲಿನಲ್ಲಿ ಓದುತ್ತಿದ್ದೆ. ಎಸ್ಸೆಸ್ಸೆಲ್ಸಿ ತರಗತಿಗೆ ಬಂದ ಮೇಲೆ, ದಿನಾ ಸೈಕಲ್ಲು ತುಳಿದು ಕೊಂಡು ಬಂದರೆ ಸಮಯ ವ್ಯರ್ಥವಾಗುತ್ತದೆ ಎಂದು, ನನ್ನ ಅಪ್ಪ ನನ್ನನ್ನು ಚಾಮರಾಜನಗದಲ್ಲಿಯೇ ಇರಿಸಿ ಓದು ಮುಂದುವರಿಸುವಂತೆ ಏರ್ಪಾಡು ಮಾಡಿದರು. ತಿಂಗಳಿಗೆ ಎಂಟು ರೂಪಾಯಿ ಬಾಡಿಗೆಗೆ ಒಂದು ರೂಮು ಏರ್ಪಾಡು ಮಾಡಿಕೊಟ್ಟರು. ಊಟ ತಿಂಡಿಗೆ ಅವರ ಸ್ನೇಹಿತರೊಬ್ಬರು ನಡೆಸುತ್ತಿದ್ದ ಹೋಟೆಲಿನಲ್ಲಿ ನನಗೆ ಊಟ, ತಿಂಡಿ, ಕಾಫಿಗೆ ಏರ್ಪಾಡಾಯಿತು. ನಾನು ಆ ಹೋಟೆಲಿನಲ್ಲಿ ಯಾವಾಗ ಬೇಕಾದರೂ ನನ್ನಿಷ್ಟ ಬಂದಂತೆ ತಿಂಡಿ, ಊಟ, ಕಾಫಿ ಮುಂತಾದುವುಗಳನ್ನು ತಿನ್ನಲು ಯಾವ ನಿರ್ಭಂದವೂ ಇಲ್ಲದಂತೆ ಅನುಕೂಲ ಮಾಡಿದ್ದರು. ಹೋಟೆಲಿನ ಯಜಮಾನರು ನನ್ನಪ್ಪನಿಗೆ ಸ್ನೇಹಿತರಾಗಿದ್ದರಿಂದ, ಆ ಹೋಟೆಲಿನಲ್ಲಿ ನನಗೆ

VIP treatment ಮೀಸಲಾಗಿತ್ತು.

ಇಂದು ಚಾಮರಾಜನಗರ ಜಿಲ್ಲಾ ಕೇಂದ್ರವಾಗಿದೆ. ಆಗಿನ ಕಾಲಕ್ಕೆ ಅದು ಮೈಸೂರು ಜಿಲ್ಲೆಯ ಒಂದು ತಾಲ್ಲೂಕು ಕೇಂದ್ರವಷ್ಟೆ. ನನ್ನ ಸ್ವಗ್ರಾಮಕ್ಕೂ ತಾಲ್ಲೂಕು ಕೇಂದ್ರವಾದ ಚಾಮರಾಜನಗರಕ್ಕೂ ಮೂಲಭೂತವಾಗಿ ಅಷ್ಟೇನೂ ವ್ಯತ್ಯಾಸಗಳು ಇರಲಿಲ್ಲ. ಅಬ್ಬಬ್ಬಾ ಎಂದರೆ ಇಡೀ ಊರಿನ ಮೂಲಕ ಹಾದು ಹೋಗುವ ಎರಡು ಹೆದ್ದಾರಿಗಳು – ಒಂದು ಸತ್ಯಮಂಗಲದ ಕಡೆಗೆ ಮತ್ತೊಂದು ಬಿಳಿಗಿರಿರಂಗನ ಬೆಟ್ಟದ ಕ್ಯಾತೇದೇವರಗುಡಿ ಕಡೆಗೆ. ಇವೆರಡು ದಾರಿಗಳು ಮಾತ್ರ ಡಾಂಬರು ಹಾಕಿದ ದಾರಿಗಳು. ಮಿಕ್ಕ ಒಳಗಿನ ರಸ್ತೆಗಳೆಲ್ಲಾ ಬರೀ ಮಣ್ಣು ರಸ್ತೆಗಳೇ.

ನನ್ನ ಗ್ರಾಮಕ್ಕೂ ಈ ತಾಲ್ಲೂಕು ಕೇಂದ್ರಕ್ಕೂ ಇದ್ದ ವ್ಯತ್ಯಾಸಗಳೆಂದರೆ, ಚಾಮರಾಜನಗರದಲ್ಲಿ ವೈದ್ಯಕೀಯ ಸೌಲಭ್ಯಗಳು ಇದ್ದವು. ಆ ಊರಿನಲ್ಲಿ ಇಬ್ಬರು ಪ್ರಸಿದ್ಧ ವೈದ್ಯರುಗಳು ಇದ್ದರು. ಒಂದು ಸರ್ಕಾರಿ ಆಸ್ಪತ್ರೆ, ಒಂದೆರೆಡು ಔಷಧಿ ಅಂಗಡಿಗಳು ಇದ್ದವು. ಎರಡು ಹೋಟೆಲ್ಲುಗಳು ಮತ್ತು ಎರಡು ಚಲನಚಿತ್ರ ಮಂದಿರಗಳು ಮತ್ತು ಒಂದು ದನದ ಆಸ್ಪತ್ರೆ ಇವಿಷ್ಟು ಸೌಲಭ್ಯಗಳು ಮತ್ತೆ, ತಾಲ್ಲೂಕಿನ ಆಡಳಿತಕ್ಕೆ ಸಂಭಂದ ಪಟ್ಟಂತೆ ಇರಬೇಕಾದ, ತಾಲ್ಲೂಕು ಕಛೇರಿ, ಒಂದು ಪೋಲೀಸ್ ಠಾಣೆ ಮತ್ತು ಇತರೆ ಅಷ್ಟು ಮುಖ್ಯವಲ್ಲದ ಸರ್ಕಾರಿ ಕಛೇರಿಗಳು, ಇವಿಷ್ಟೇ ತಾಲ್ಲೂಕು ಕೇಂದ್ರದ ವಿಶೇಷಗಳು. (ಸಾಮಾನ್ಯ ಜನರು "ದನದ ಆಸ್ಪತ್ರೆ" ಅಂತಾನೆ ಕರೆಯುತ್ತಾರೆ, ಸಂಸ್ಕೃತೀಕರಣವಾಗಿ "ಪಶುವೈದ್ಯ ಶಾಲೆ" ಅಂತ ಸಾಮಾನ್ಯವಾಗಿ ಹೇಳುವುದಿಲ್ಲ. ದನದ ಆಸ್ಪತ್ರೆಯಲ್ಲಿ ದನಗಳಲ್ಲದೆ ಇತರೆ ಪ್ರಾಣಿಗಳಿಗೂ ಚಿಕಿತ್ಸೆ ನೀಡಿದರೂ ಸಹ, ದನಗಳು ಸಂಖ್ಯೆ ಹೆಚ್ಚಾಗಿರುವುದರಿಂದ "ದನದ ಆಸ್ಪತ್ರೆ" ಅಂತಾನೆ ಅದು ಕರೆಸಿಕೊಳ್ಳುತ್ತದೆ).

ಅಲ್ಲಿನ ಜನರೂ ಸಹಾ ಅಷ್ಟೇನೂ ತರಾತುರಿಯಿಂದ ಜೀವನ ನಡೆಸುವ ಶೈಲಿಯನ್ನು ಅನುಸರಿಸುತ್ತಿರಲಿಲ್ಲ. ನನ್ನ ಸ್ವಗ್ರಾಮದಲ್ಲಿ ಕಾಣುವಂತೆಯೇ, ಬೆಳಗ್ಗೆ ಎದ್ದು ಅಲ್ಲಲ್ಲಿ ಬೆಳೆದು ನಿಂತ ಮರಗಳ ನೆರಳಿನಲ್ಲಿ ನಿಂತೋ ಅಥವಾ ಕುಳಿತೋ, ಅತ್ತಿತ್ತ ನೋಡುತ್ತ ತಮ್ಮ ಸುತ್ತಲಿನ ವಿದ್ಯಮಾನಗಳನ್ನು ಒಂದು ರೀತಿಯಾದ ತತ್ವಜ್ಞಾನಿಯ ನೋಟದಿಂದ ಅವಲೋಕಿಸುತ್ತಾ, ಬೀಡಿ ಅಥವಾ ಸಿಗರೇಟನ್ನು ಎಳೆಯುತ್ತಾ ಇರುವವರೇ ಹೆಚ್ಚೆಗೆ ಕಂಡು ಬರುತ್ತಿದ್ದರು. ನಮ್ಮ ದೇಸೀ ಸಂಸ್ಕೃತಿ ಅಥವಾ ಭಾರತೀಯರ "signature style" ಎನ್ನಬಹುದಾದ ಒಂದು ವಿಶಿಷ್ಟ ಅಭ್ಯಾಸ "ಕಂಡ ಕಂಡಲ್ಲಿ ಕ್ಯಾಕರಿಸಿ ಉಗಿಯುವುದನ್ನು" ತಪ್ಪದೇ ಅನುಸರಿಸುತ್ತಿದ್ದರು.

ಇದಲ್ಲದೆ ಆ ಊರಲ್ಲಿ ಇದ್ದ ಎರಡು ಮುಖ್ಯರಸ್ತೆಗಳ ಬದಿಯಲ್ಲಿಯೇ ಕೋಳಿ, ಕುರಿ ಮಾಂಸ ಮಾರುವ ಅಂಗಡಿಗಳು ಕಾಣಬರುತ್ತಿದ್ದವು. ಸಾಬರ ಮಾಂಸದ ಅಂಗಡಿ ಎಂದರೆ ಇಡೀ ಕೋಳಿಯನ್ನು ಸುಲಿದು ಹಾಗೆಯೇ ನೇತುಹಾಕಿರುತ್ತಿದ್ದ ದೃಶ್ಯ ಕಂಡು ಬರುತ್ತಿತ್ತು. ನಾನು ಸಾಬರು ಎಂಬ ಪದ ಉಪಯೋಗಿಸಿದ್ದೇನೆ, ಮುಸಲ್ಮಾನ ಎಂಬ ಪದ ಬಳಸಿಲ್ಲ. ಈ ಸಾಬರು ಪದದ ಉತ್ಪತ್ತಿಯನ್ನು ನೋಡಿದರೆ, ಇಂಗ್ಲೀಷಿನವರು ಆಡಳಿತ ನಡೆಸುತ್ತಿದ್ದಾಗ, ಉತ್ತರ ಭಾರತದಲ್ಲಿ ಅವರನ್ನು ಸಾಹೇಬ್ ಎಂದು ಸಂಭೋದಿಸುತ್ತಿದ್ದರು. ಅದು ಗ್ರಾಮ್ಯ ಭಾಷೆಯಲ್ಲಿ ಸಾಬರು ಎಂದಾಗಿದೆ. ಏಕೆಂದರೆ ಮುಸಲ್ಮಾನರೂ ಸಹ ಆಡಳಿತ ನಡೆಸಿದ್ದರಿಂದ ಅವರನ್ನು ಸಾಹೇಬರೇ ಎಂದು ಕರೆದಿರಬಹುದು. ತಮಿಳುನಾಡಿನ ಕಡೆ ಆಂಗ್ಲರನ್ನು “ದೊರೆ” ಎಂದು ಕರೆಯುತ್ತಿದ್ದರು. ಒಟ್ಟಿನಲ್ಲಿ ಯಾರೇ ಅಧಿಕಾರದಲ್ಲಿದ್ದರೂ ಅವರನ್ನು ಸಾಹೇಬ್ ಎಂದೋ ಅಥವಾ ದೊರೆ ಎಂದೋ ಕರೆದು ನಾವು ನಮ್ಮ ಗುಲಾಮ ಪ್ರವೃತ್ತಿಯನ್ನು ಬಹಳ ಚೆನ್ನಾಗಿಯೇ ಮೆರೆದಿದ್ದೇವೆ ಎಂದು ನನ್ನ ಭಾವನೆ. ಅದು ಹಾಗಿರಲಿ ಮತ್ತೆ ಚಾಮರಾಜನಗರದ ಅಂದಿನ ಚಿತ್ರಣಕ್ಕೆ ಬರೋಣ.

ಸಾಬರು ಎನ್ನುವ ಪದದೊಂದಿಗೆ ಆ ಕಾಲದಲ್ಲಿ ಅನೇಕ ವೃತ್ತಿಪರ ಪದಗಳೂ ಸಹ ತಳುಕು ಹಾಕಿಕೊಂಡಿದ್ದದ್ದು ನನ್ನ ಗಮನಕ್ಕೆ ಬಂದಿದೆ. ಮಾಂಸದ ಅಂಗಡಿ ಸಾಬಿ, ಲಾಳದ ಸಾಬಿ, ಜಟಕಾ ಸಾಬಿ, ರೇಷ್ಮೆ ಮೊಟ್ಟೆ ಸಾಬಿ, ಕಲಾಯದ ಸಾಬಿ, ಬೀಡಿ ಅಂಗಡಿ ಸಾಬಿ, ಹೀಗೆ ಅವರು ಮಾಡುತ್ತಿದ್ದ ವೃತ್ತಿಯೊಂದಿಗೆ ಅವರ ಕೋಮೂ ಸಹಾ ಸೇರಿಕೊಂಡು ಬಿಟ್ಟಿತ್ತು. ಮೇಲೆ ಹೇಳಿದ ಎಲ್ಲ ವೃತ್ತಿಗಳೂ ಸಾಬರಿಗೇ ಮೀಸಲಾಗಿದ್ದ ವೃತ್ತಿಗಳು. ನಾನು ಕಂಡಂತೆ ಬೇರೆ ಯಾವ ಕೋಮಿನವರೂ ಈ ವೃತ್ತಿಗಳನ್ನು ಮಾಡುತ್ತಿರಲಿಲ್ಲ. ಇವೆಲ್ಲ ಸಾಬರ monopolyಗೆ ಒಳಪಟ್ಟಿದ್ದವು. ಎತ್ತುಗಳಿಗೆ ಲಾಳ ಹೊಡೆಯಲು ಸಾಬರೇ ಬೇಕು. ರೇಷ್ಮೆ ಮೊಟ್ಟೆ ಖರೀದಿಗೆ, ಕಲಾಯಕ್ಕೆ, ಬೀಡಿ ತಯಾರಿಕೆಗೆ ಸಾಬರಿಲ್ಲದೆ ನಡೆಯುತ್ತಿರಲಿಲ್ಲ. ನಿತ್ಯ ಜೀವನದಲ್ಲಿ ಹೀಗೆ ಒಬ್ಬರಿಗೊಬ್ಬರು ಅವಲಂಬಿತರಾಗಿದ್ದರೂ ಸಹ ಯಾವುದೋ ಕ್ಷುಲ್ಲಕ ಕಾರಣಗಳಿಗಾಗಿ, ಕೋಮು ಗಲಭೆಗಳೂ ಸಹಾ ಚಾಮರಾಜನಗರದಲ್ಲಿ ಕೆಲವೊಮ್ಮೆ ಭುಗಿಲೆದ್ದು ಬಿಡುತ್ತಿತ್ತು. ಇವುಗಳ ಹಿಂದೆ ಯಾರ ಕುಮ್ಮಕ್ಕು ಇತ್ತೋ ಹುಡುಗರಾದ ನಮಗೆ ಆಗ ತಿಳಿಯುತ್ತಿರಲಿಲ್ಲ. ನಾನು ಕಂಡಂತೆ, ಹಿಂದುಗಳು ಭಾನುವಾರಗಳಂದು ಸಾಬರ ಮಾಂಸದ ಅಂಗಡಿಯಿಂದಲೇ ಕುರಿ ಮಾಂಸ ಖರೀದಿಸಿ, ಅಡುಗೆ ಮಾಡಿ ತಿನ್ನುತ್ತಿದ್ದರು. ಹೀಗಿ ತಿನ್ನುವುದು ಸಾಬರ ಅಂಗಡಿಯ ಕುರಿಯ ಮಾಂಸವಾದರೂ,

ತಿಂದ ಮೇಲೆ, ಅದನ್ನು ತಿಂದವರು ಹಿಂದುಗಳಾಗಿ, ಮುಸಲ್ಮಾನರಾಗಿ ಪರಿವರ್ತಿತರಾಗಿ ಬಿಟ್ಟು ಭುಸುಗುಡುತ್ತಿದ್ದರು. ಈ ಪ್ರವೃತ್ತಿ ಅದ್ಯಾವ ದೇವರಿಗೆ ಪ್ರೀತಿಯೋ ನಾನಂತೂ ಅರಿಯೆ.

ನನ್ನ ಕಣ್ಣಿಗೆ ಕಂಡ, ನನ್ನ ಅರಿವಿಗೆ ಬಂದಂಥ ವಿಚಾರಗಳನ್ನು ನಾನು ತಿಳಿದಂತೆ ಓದುಗರೊಂದಿಗೆ ಹಂಚಿಕೊಂಡಿದ್ದೇನೆ ಅಷ್ಟೇ ವಿನಃ, ಇದು ಕೋಮುವಾದದ ಬಗ್ಗೆಯಾಗಲೀ, ಮಾಂಸಾಹಾರದ ಬಗ್ಗೆಯಾಗಲೀ ನನ್ನ ವೈಯುಕ್ತಿಕ ವ್ಯಾಖ್ಯಾನವಲ್ಲ. ಸರಳ ಮನಸ್ಸಿನ ಆಳದಲ್ಲಿ ಮೂಡಿದ ಸರಳ ಅನಿಸಿಕೆ ಅಷ್ಟೆ. ಪ್ರಾಜ್ಞರಾದ ಓದುಗರು ನನ್ನ ಈ ಅನಿಸಿಕೆಗಳನ್ನು ಅಪಾರ್ಥ ಮಾಡಿಕೊಳ್ಳಬಾರದೆಂದು ವಿನಂತಿ. ಅದೂ ಅಲ್ಲದೆ ನಾನು ಸಮಾಜ ಸುಧಾರಕನೂ ಅಲ್ಲ, ವೈಚಾರಿಕತೆಯ ರೂವಾರಿಯೂ ಅಲ್ಲ, ಪಥ ನಿರ್ಮಾಪಕನಂತೂ ಅಲ್ಲವೇ ಅಲ್ಲ. ಆ ರೀತಿಯ ಭ್ರಮೆ ನನಗಿಲ್ಲವೇ ಇಲ್ಲ.

ಈ ತಾಲ್ಲೂಕು ಕೇಂದ್ರದಲ್ಲಿ ನಾನು ಹೈಸ್ಕೂಲು ವ್ಯಾಸಂಗ ಮುಗಿಸಲು ರೂಮು ಬಾಡಿಗೆಗೆ ಪಡೆದು ತಂಗಿದ್ದಾಯಿತು. ನನ್ನ ಸಹಪಾಠಿಗಳಿಗೆಲ್ಲ ಇದೊಂದು ಅತ್ಯಂತ ವೈಭವಯುತ ನಡವಳಿಕೆ ಎಂದು ತೋರಿತು. ಏಕೆಂದರೆ ತನಗಾಗಿಯೇ ಒಂದು ಪ್ರತ್ಯೇಕ ವ್ಯವಸ್ಥಿತ ರೂಮು, ಹೋಟೆಲಿನಲ್ಲಿ ಊಟದ ವ್ಯವಸ್ಥೆ ಇದೆಲ್ಲ ಒಬ್ಬ ಸಾಮಾನ್ಯ ವಿದ್ಯಾರ್ಥಿಗೆ ಎಟುಕುವಂಥ ವೈಭವವಲ್ಲ. ನನ್ನ ರೂಮಿನಲ್ಲಿ ನಾನು ಕುಳಿತುಕೊಂಡು ವ್ಯಾಸಂಗ ಮಾಡಲು ಒಂದು ಕಬ್ಬಿಣದ ಮಡಚುವ ಟೇಬಲ್ಲು (folding table ಅಡಿಸನ್ (Addison) ಕಂಪನಿಯಿಂದ ತಯಾರಿಸಲ್ಪಟ್ಟಿದ್ದು) ಮತ್ತು ಕುರ್ಚಿಯನ್ನು ಸಹಾ ಖರೀದಿಮಾಡಿದ್ದರು ನನ್ನ ಅಪ್ಪ. ಅಂದು ಆ ಟೇಬಲ್ಲಿಗೆ ಎಷ್ಟು ಬೆಲೆ ಗೊತ್ತೇ? ಬರೋಬ್ಬರಿ ರೂ 55/- ಆ ಟೇಬಲ್ಲು ಈಗಲೂ ನನ್ನ ಬಳಿ ಇದೆ. ಅಪ್ಪನ ಆಸ್ತಿಯಲ್ಲಿ ಬೇರೇನೂ ದಕ್ಕದೇ ಹೋದರೂ ಇದೊಂದು ಮಾತ್ರ ಇನ್ನೂ ಉಳಿದಿದೆ.

ಈ ರೀತಿಯ ಟೇಬಲ್ಲು, ಕುರ್ಚಿ, ಮುಂತಾದ ಎಲ್ಲಾ ಅನುಕೂಲಗಳೂ ಇರುವ ಪ್ರತ್ಯೇಕ ರೂಮನ್ನು ಬಾಡಿಗೆಗೆ ಪಡೆದು ವ್ಯಾಸಂಗ ಮಾಡುವ ವಿದ್ಯಾರ್ಥಿಗಳು ಆಗಿನ ಕಾಲದಲ್ಲಿ ತೀರ ವಿರಳ. ಇದೇ ಕಾರಣಕ್ಕೆ ನಾನು ಶ್ರೀಮಂತ ವಿದ್ಯಾರ್ಥಿಗಳ ಗುಂಪಿನಲ್ಲಿ ನನಗರಿಯದಂತೆಯೇ ಗುರುತಿಸಲ್ಪಟ್ಟೆ. ಆದರೆ ನನಗೆ ಈ ರೀತಿಯಾದ ಒಂದು status jump ಸಿಕ್ಕಿದೆ ಎಂದು ನನಗೆ ಅಷ್ಟಾಗಿ ಅರಿವಿಗೆ ಬಂದಿರಲಿಲ್ಲ. ಆ ಊರಿನ ಲೀಡರುಗಳು ಮತ್ತು ಅವರುಗಳ ಮನೆಗಳಲ್ಲಿ ನನಗೆ ಸಲೀಸಾಗಿ entry ಸಿಗುತ್ತಿತ್ತು ಮತ್ತು ಅವರುಗಳ ಮಕ್ಕಳು ನನ್ನ ಸಹಪಾಠಿಗಳಾಗಿದ್ದರಿಂದ ಒಂದು ರೀತಿಯಾದ Elite groupನ ಮೆಮ್ಬರ್ಷಿಪ್

ನನಗರಿವಿಲ್ಲದಂತೆಯೇ ನನ್ನದಾಗಿತ್ತು. ಆ ಪ್ರಾಯದಲ್ಲಿ ನನಗೆ ಸಮಾಜವಾದ ಮುಂತಾದ ಇಸಂಗಳ ಪರಿಚಯ ಇರಲಿಲ್ಲವಾದ್ದರಿಂದ, ನಾನೂ ಸಹ ನನ್ನ ಹೊಸ statusಗೆ ಹೊಂದಿಕೊಂಡು ಆರಾಮವಾಗಿ ವ್ಯಾಸಂಗ ಮುಂದುವರಿಸುತ್ತಿದ್ದೆ.

ಚಾಮರಾಜನಗರದ ಪ್ರಸಿದ್ಧವಾದ Landmarkಎಂದರೆ ಚಾಮರಾಜೇಶ್ವರ ಸ್ವಾಮಿ ದೇವಾಲಯ. ಇದು ಸಾಕಷ್ಟು ಪುರಾತನವಾದ ಮತ್ತು ಇತಿಹಾಸ ಪ್ರಸಿದ್ಧವಾದ ದೇವಾಲಯ. ಆ ದೇವಾಲಯದ ಎರಡೂಕಡೆ ಪ್ರಮುಖ ಬೀದಿಗಳಿವೆ. ಆ ಬೀದಿಯಲ್ಲಿ ಊರಿನ ಪ್ರಮುಖ ವರ್ತಕರು, ವೈದ್ಯರು, ರೈತ ಮುಖಂಡರು ಎಲ್ಲ ಸೇರಿಕೊಂಡು, ಒಂದು ಶ್ರೀರಾಮ ಸೇವಾ ಸಮಿತಿಯೊಂದನ್ನು ಪ್ರಾರಂಭಿಸಿದ್ದರು. ಈ ಸಮಿತಿಯಲ್ಲಿ ಪ್ರತಿವರ್ಷ ಶ್ರೀರಾಮನವಮಿ ಸಂದರ್ಭದಲ್ಲಿ ಸುಮಾರು 15 ದಿನಗಳ ಕಾಲ ನಾಡಿನ ಹೆಸರಾಂತ ಸಂಗೀತ ವಿದ್ವಾಂಸರುಗಳ ಸಂಗೀತ ಕಛೇರಿಗಳನ್ನು ಏರ್ಪಾಡು ಮಾಡಿ, ರಾಮನವಮಿಯನ್ನು ವಿಶೇಷವಾಗಿ ಕೊಂಡಾಡುವ ಕಾರ್ಯಕ್ರಮವನ್ನು ರೂಪಿಸಿದ್ದರು.

ಅಲ್ಲಿನ ಆ ರಾಮ ಮಂದಿರದಲ್ಲಿ ಈ 15 ದಿನಗಳ ಸಂಗೀತೋತ್ಸವಕ್ಕೆ ನಾಡಿನ ಅನೇಕ ಘಟಾನು ಘಟಿಗಳಾದ ಗಾಯಕರು, ಪಿಟೀಲು ವಿದ್ವಾಂಸರುಗಳೆಲ್ಲಾ ಆಗಮಿಸಿ ಕಛೇರಿ ನಡೆಸಿ, ಜನರ ಮನ ಸೂರೆಗೊಳ್ಳುತ್ತಿದ್ದರು.

ನಾನು ಚಾಮರಾಜನಗದಲ್ಲಿ ವ್ಯಾಸಂಗ ಮಾಡಲು ಬಂದು ತಂಗುವುದಕ್ಕೆ ಹಲವಾರು ವರ್ಷಗಳ ಮುಂಚೆಯೇ ಈ ರಾಮ ಮಂದಿರ ಪ್ರಾರಂಭವಾಗಿ ರಾಮನಮವಿಯ ಏರ್ಪಾಡೆಲ್ಲ ಅಡೆತಡೆಯಿಲ್ಲದೆ ನಡೆದುಕೊಂಡು ಬಂದಿತ್ತು. ಕಮಿಟಿಯ ಆಡಳಿತ ಮಂಡಳಿ ಸದಸ್ಯರುಗಳು ವರ್ಷ ವರ್ಷ ಚುನಾಯಿತರಾಗಿ ಬದಲಾಗುತ್ತಿದ್ದರು. ನಾನು ವ್ಯಾಸಂಗ ಮಾಡುತ್ತಿದ್ದ ಸಮಯದಲ್ಲಿ ರಾಮಮಂದಿರದ ಆಡಳಿತ ಮಂಡಳಿ ಸದಸ್ಯರುಗಳಲ್ಲಿ ಬಹುಪಾಲು ನನ್ನ ತಂದೆಯವರ ಪರಿಚಿತರು. ಈ ಕಾರಣಕ್ಕೆ ನನ್ನನ್ನು ಅವರೆಲ್ಲ ಬಹಳ ಸಲುಗೆಯಿಂದ ಮಾತನಾಡಿಸುತ್ತಿದ್ದರು ಮತ್ತು ಅವರ ಮನೆಗಳಲ್ಲಿ ನನಗೆ ಬಹಳ ಸಲೀಸಾಗಿ entry ಇರುತ್ತಿತ್ತು ಮತ್ತು ಹಬ್ಬದ ದಿನಗಳಲ್ಲಿ ಭರ್ಜರಿ ಊಟ ಗ್ಯಾರಂಟಿ ಇರುತ್ತಿತ್ತು. ಪಡ್ಡೆ ಹುಡುಗನಾದ ನನಗೆ ಬೇರೇನು ಬೇಕಿತ್ತು.

ರಾಮನವಮಿಯ ಸಂಗೀತೋತ್ಸವದ ಸಂಧರ್ಭದಲ್ಲಿ ಪ್ರತಿ ದಿನ ರಾಮ ಮಂದಿರವನ್ನು ಸಂಜೆಯ ಸಂಗೀತ ಕಛೇರಿಗೆ ಅಣಿಗೊಳಿಸುವ ಕೆಲಸವನ್ನು ಪ್ರೌಢಶಾಲೆಯ ಕೆಲವೇ VIP ಹುಡುಗರ ಪಾಲಿಗೆ ವಹಿಸುತ್ತಿದ್ದರು. ಆ VIP ಹುಡುಗರಲ್ಲಿ ನಾನೂ ಒಬ್ಬ. ಸಂಜೆಯ ಹೊತ್ತಿಗೆ ರಾಮಮಂದಿರದ ಹೆಬ್ಬಾಗಿಲು, ಬಾಗಿಲು, ಕಿಟಕಿಗಳಿಗೆ ಹೂವಿನ ಹಾರಗಳನ್ನು ಇಳಿ ಬಿಡುವುದು, ಶ್ರೀ ರಾಮದೇವರ

ಮಂಟಪಕ್ಕೆ ಹೂವಿನ ಅಲಂಕಾರ ಮಾಡುವುದು, ಸಂಗೀತ ಕಛೇರಿಗೆ ವೇದಿಕೆ ಸಿದ್ಧ ಪಡಿಸುವುದು ಮುಂತಾದ ಕೆಲಸಗಳನ್ನು ಅತ್ಯಂತ ಶ್ರದ್ಧೆ ಮತ್ತು ಭಯ ಭಕ್ತಿಗಳಿಂದ ಮಾಡುತ್ತಿದ್ದೆವು. ಅದೂ ಅಲ್ಲದೆ ಆ ತಾಲ್ಲೂಕು ಕೇಂದ್ರದ ಪ್ರಮುಖ ಸಂಗೀತೋತ್ಸವಕ್ಕೆ ನಮ್ಮನ್ನು ಸೇರಿಸಿಕೊಂಡಿದ್ದೇ ಅತೀ ಹೆಮ್ಮೆಯ ವಿಷಯ. ನಾವುಗಳಂತೂ ರಾಮಮಂದಿರದ ಒಳಗೂ ಹೊರಗೂ ಸಡಗರದಿಂದ ಓಡಾಡುತ್ತಾ ಕೆಲಸ ಮಾಡುತ್ತಿದ್ದುದನ್ನು ಬೀದಿ ಜನರು ನೋಡುತ್ತಿದ್ದಾಗ, ನಮಗೆ ನಾವೇನೋ ಭಾರತದ ಪ್ರಧಾನ ಮಂತ್ರಿಮಂತ್ರಿಗಿರಿ ಮಾಡುತ್ತಿರುವಂತೆ ಒಂದು ಭ್ರಮೆ ಸೃಷ್ಟಿಯಾಗಿಬಿಡುತ್ತಿತ್ತು. ಈ ಭ್ರಮೆಯಲ್ಲಿಯೇ ತೇಲುತ್ತಾ ಮತ್ತಷ್ಟು ಉತ್ಸಾಹದಿಂದ ದಿನಾ ಈ ಕೆಲಸ ಮಾಡುತ್ತಿದ್ದೆವು. ಆಡಳಿತ ಮಂಡಳಿಯ ಸದಸ್ಯರುಗಳು ಕೆಲವರು ಆಗಾಗ ಬಂದು ನಮ್ಮ ಕೆಲಸದ ಉಸ್ತುವಾರಿ ಮಾಡುತ್ತಾ, ಸೂಕ್ತ ಸಲಹೆಗಳನ್ನು ಕೊಟ್ಟು, ಸರಿಯಾಗಿ ಕೆಲಸ ಮಾಡಿಸುತ್ತಿದ್ದರು.

ಹೆಸರಾಂತ ಸಂಗೀತಗಾರರು ಮಧ್ಯಾನ್ಹದ ಹೊತ್ತಿಗೇ ನಗರಕ್ಕೆ ಬಂದು ಸೇರುತ್ತಿದ್ದರು. ಅವರನ್ನು ಶ್ರೀರಾಮ ಮಂದಿರದ ಮುಖ್ಯ ಕಾರ್ಯದರ್ಶಿಯೋ ಅಥವಾ ಅಧ್ಯಕ್ಷರೋ ಮೈಸೂರಿನಿಂದ ಕರೆತಂದು ತಮ್ಮ ಮನೆಯಲ್ಲಿ ವಿಶ್ರಾಂತಿಗಾಗಿ ತಂಗುವ ಏರ್ಪಾಟು ಮಾಡಿಸುತ್ತಿದ್ದರು.

ಸಂಜೆ ಕಾರ್ಯಕ್ರಮ ಪ್ರಾರಂಭವಾಗುವ ಸಮಯಕ್ಕೆ ಸರಿಯಾಗಿ ಕಾರಿನಲ್ಲಿ ಇಡೀ ತಂಡ ರಾಮ ಮಂದಿರದ ಕಾರ್ಯದರ್ಶಿ ಅಥವಾ ಅಧ್ಯಕ್ಷರ ಜತೆ ಬಂದು ಇಳಿಯುತ್ತಿತ್ತು. ಅವರನ್ನು ಸ್ವಾಗತಿಸಿ ಹಾರ ತುರಾಯಿ ಅರ್ಪಣೆ ಮಾಡಿ ಒಳಗೆ ಕರೆದುಕೊಂಡು ಹೋಗಿ, ಶ್ರೀರಾಮ ದೇವರ ದರ್ಶನ ಮಾಡಿಸಿದ ಮೇಲೆ, ಅವರೆಲ್ಲ ವೇದಿಕೆಯ ಮೇಲೆ ಆಸೀನರಾಗಿ ಕಛೇರಿ ಪ್ರಾರಂಭಿಸಲು ಸಿದ್ಧತೆ ಮಾಡಿಕೊಳ್ಳುತ್ತಿದ್ದರು.

ಈ ಹೆಸರಾಂತ ಸಂಗೀತ ವಿದ್ವಾಂಸರು ರಾಮ ಮಂದಿರದ ಬಳಿ ಬಂದಾಗ, ಅವರನ್ನು ಸ್ವಾಗತಿಸಿ ಹಾರ ತುರಾಯಿ ನೀಡಿ ಸತ್ಕರಿಸುತ್ತಿದ್ದರು ಎಂದು ತಿಳಿಸಿದೆನಲ್ಲ, ರಾಮ ಮಂದಿರದ ಕಾರ್ಯದರ್ಶಿ / ಅಧ್ಯಕ್ಷರಿಗೆ ಹಾರ ತುರಾಯಿಗಳನ್ನು ಪಕ್ಕದಲ್ಲಿಯೇ ನಿಂತು ಅವರ ಕೈಗೆ ಕೊಡುವ ಕೆಲಸ ಸಹ ನಮ್ಮ ಹುಡುಗರ ಪಾಲಿಗೇ ಬರುತ್ತಿತ್ತು. ಆ ಕ್ಷಣದಲ್ಲಿ ನಮ್ಮ ಮುಖಗಳನ್ನು ನೋಡಬೇಕಿತ್ತು. ಗೌರೀಶಂಕರ ಶಿಖರ ಏರಿದ ತೇನ್ ಸಿಂಗನ ಮುಖದಲ್ಲೂ ಸಹ ಅಂಥ ಗರ್ವ, ಆ ಪರಿಪೂರ್ಣತಾ ಭಾವ ಇತ್ತೋ ಇಲ್ಲವೋ ಸಂಶಯವೇ.

ಆಗಿನ ಕಾಲದಲ್ಲಿ ಫೋಟೋ, ವಿಡಿಯೋ ಮುಂತಾದ ಸೌಲಭ್ಯಗಳು ಇರಲಿಲ್ಲ, ಸ್ಟಿಲ್ ಫೋಟೋ ಇತ್ತು. ಆ ಊರಿನಲ್ಲಿದ್ದ ಒಂದು Photo Studio ಮಾಲೀಕ

ಫೋಟೋ ತೆಗೆಯುತ್ತಿದ್ದ. ಆದರೆ ನಮ್ಮ ಪಡ್ಡೆ ಹುಡುಗರ ಮುಸುಡಿಗಳನ್ನು ಅವನು ಯಾಕೆ ಕ್ಲಿಕ್ಕು ಮಾಡ್ತಾನೆ, ಸಂಗೀತಗಾರರು ಮಾತ್ರ ಕಾಣುವ ಹಾಗೆ ಚಿತ್ರ ತೆಗೆಯುತ್ತಿದ್ದ. ಹೀಗಾಗಿ ಮೇಲಿನ ಮಧುರ ಕ್ಷಣಗಳ ಛಾಯಾಚಿತ್ರಗಳ ಧಾಖಲೆ ನನ್ನಲಿಲ್ಲ. ಸಂಗೀತಗಾರರು ಹಾಡಲು, ವಾದ್ಯನುಡಿಸಲು ವೇದಿಕೆ ಸಿದ್ಧಪದಿಸಿರುತ್ತಿತ್ತು. ಆ ವೇದಿಕೆ ಅಂದರೆ, ಐದಾರು ಬೆಂಚುಗಳನ್ನು ಚಚ್ಚೌಕವಾಗಿ ಒಂದಕ್ಕೊಂದು ತಾಗಿರುವಂತೆ ಜೋಡಿಸಿ, ಅದರ ಮೇಲೆ ಬಣ್ಣ ಬಣ್ಣದ ಜಮಖಾನ ಹಾಸಿ ಬಿಡುವುದು ಮತ್ತೆ ನಾಲ್ಕೂ ಕಡೆ ಚಿತ್ತಾರವಾಗಿ ಹೂವಿನ ಮಾಲೆಗಳನ್ನು ಅಂಟಿಸಿ ಬಿಡುವುದು. ಮುಗಿಯಿತು ವೇದಿಕೆಯ ಸಿದ್ಧತೆ. ಇನ್ನು ಮೈಕುಗಳನ್ನು, ಧ್ವನಿವರ್ಧಕಗಳನ್ನು ಆ ಊರಿನ Electrical contractor ಜೋಡಿಸಿಕೊಡುತ್ತಿದ್ದರು. ಜನರು ಕುಳಿತು ಸಂಗೀತ ಕೇಳಲು ರಾಮಮಂದಿರದ ನೆಲದ ಮೇಲೆ ಕಂಬಳಿ, ಜಮಖಾನಗಳನ್ನು ಹಾಸಿಬಿಡುತ್ತಿದ್ದರು. ಒಂದು ಡಜನ್ನಿನಷ್ಟು ಮಾತ್ರ ಕುರ್ಚಿಗಳು. ಅವುಗಳು ಆ ಊರಿನ ಪ್ರಮುಖಾತಿ ಪ್ರಮುಖರಿಗೆ ಮಾತ್ರ ಮೀಸಲು. ಮಿಕ್ಕವರು ಅದರ ಹತ್ತಿರ ಕೂಡ ಸುಳಿಯುವ ಹಾಗಿರಲಿಲ್ಲ. ಇಷ್ಟೆಲ್ಲಾ ಪೀಠಿಕಾ ಪ್ರಕರಣದ ನಂತರ ಈಗ ನಾವು ಈ ಗೆಷ್ಟಿಯ ಶೀರ್ಷಿಕೆಯ ಸಂಗೀತ ಕಲಾನಿಧಿ ಟಿ. ಚೌಡಯ್ಯನವರ ಪ್ರಕರಣಕ್ಕೆ ಬರೋಣ. ಆ ವರ್ಷ ಶ್ರೀ ಟಿ. ಚೌಡಯ್ಯನವರ ಸೋಲೋ ವಯಲಿನ್ ವಾದನದ ಕಛೇರಿ ಏರ್ಪಾಟಾಗಿ ಬಿಟ್ಟಿತ್ತು.

ಮೈಸೂರು ಚೌಡಯ್ಯನವರು ಅಂದರೆ ಕರ್ನಾಟಕ ಸಂಗೀತ ಕ್ಷೇತ್ರದಲ್ಲಿ ಹುಲಿ ಎಂದು ಗುರುತಿಸಲ್ಪಟ್ಟಿದ್ದರು. ಮೈಸೂರಿನ ಚೌಡಯ್ಯನವರು ತಮಿಳುನಾಡಿನ ಸಂಗೀತ ದಿಗ್ಗಜರುಗಳ ಮಧ್ಯದಲ್ಲಿ, ಈಸಿ ಜೈಸಿ ಸೈ ಎನಿಸಿಕೊಂಡಿದ್ದ ಧೀರ ಧೀಮಂತ ಕಲಾವಿದ.

ಆ ಕಾಲದಲ್ಲಿ ತಮಿಳುನಾಡಿನ ಸಂಗೀತಕಾರರ ಅಧಿಪತ್ಯವನ್ನು ಮೆಟ್ಟಿನಿಂತು ತನ್ನದೇ ಆದ ಛಾಪುಮೂಡಿಸಿದ ಕರ್ನಾಟಕ ಸಂಗೀತ ಕ್ಷೇತ್ರದಲ್ಲಿ ಒಂಟಿ ಸಲಗದಂತೆ ನಡೆದ, ನಾಡು ಕಂಡ ಅಪರೂಪದ ಕಲಾವಿದ ಮೈಸೂರು ಟಿ. ಚೌಡಯ್ಯ. ಅನೇಕ ಶಿಷ್ಯರುಗಳನ್ನು ತಯಾರುಮಾಡಿ ಅವರುಗಳೂ ಸಹ ಸಂಗೀತ ಕ್ಷೇತ್ರದಲ್ಲಿ ನೆಲೆನಿಲ್ಲುವಂತೆ ಅವಕಾಶಗಳನ್ನು ಕಲ್ಪಿಸಿದ ಸ್ವರರಾಗ ಸುಧಾರಕರು ಟಿ. ಚೌಡಯ್ಯ.

ಅಂಥ ದಿಗ್ಗಜ ನಮ್ಮ ಚಾಮರಾಜನಗರಕ್ಕೆ ಪಿಟೀಲು ಕಛೇರಿ ನಡೆಸಿಕೊಡಲು ಬರುತ್ತಿದ್ದಾರೆ ಎಂಬ ಸುದ್ದಿ, ಎಲ್ಲರಲ್ಲಿ ವಿದ್ಯುತ್ ಸಂಚಾರದಂತೆ ಸಂಚಲನವನ್ನು ಮೂಡಿಸಿತ್ತು. ಚೌಡಯ್ಯನವರು ಅಂದರೇನೆ ಎಲ್ಲರಿಗೂ ಒಂದು ರೀತಿ ಭಯ,

ಗೌರವ. ಅವರದ್ದು ಅಂಥ ಒಂದು Himalayan image. ರಾಮ ಮಂದಿರದ ಕಾರ್ಯದರ್ಶಿಯವರು ಅಂದು ಮಧ್ಯಾಹ್ನವೇ ಚೌಡಯ್ಯನವರನ್ನು ಚಾಮರಾಜನಗರಕ್ಕೆ ಕರೆತಂದರು. ಸಂಜೆ ಕಛೇರಿ ಚೌಡಯ್ಯನವರು ಮತ್ತು ಅವರ ತಂಡ ರಾಮಮಂದಿರಕ್ಕೆ ಬಂದಿದ್ದಯಿತು. ಇಡೀ ತಾಲ್ಲೂಕಿನ ಜನವೆಲ್ಲ ಅಲ್ಲಿ ಜಮಾಯಿಸಿ ಬಿಟ್ಟಿದ್ದರು.

ನಮ್ಮ ಪಡ್ಡೆ ಹುಡುಗರ ಗುಂಪು ರಾಮ ಮಂದಿರದ ಒಳಗೆ ಸ್ವಾಗತದ ಸಿದ್ಧತೆ ಮಾಡಿಕೊಂಡು ಬಾಗಿಲಲ್ಲಿಯೇ ಕಾದಿತ್ತು. ಚೌಡಯ್ಯನವರು ಬಂದಕೂಡಲೇ ಅವರಿಗೆ ಮಾಲಾರ್ಪಣೆ ಮಾಡಿ ಕಾರ್ಯದರ್ಶಿಯವರು ಒಳಕ್ಕೆ ಬರಮಾಡಿಕೊಂಡರು. ಗಂಭೀರವಾದ ನಡೆ, ಅತ್ತಿತ್ತ ನೋಟ ಹರಿಸುತ್ತಾ, ಚೌಡಯ್ಯನವರು ವೇದಿಕೆಯ ಮೇಲೆ ಆಸೀನರಾದರು. ಅವರ ತಂಡದ ಇತರ ಕಲಾವಿದರೆಲ್ಲ ತಮ್ಮ ತಮ್ಮ ಜಾಗಗಳಲ್ಲಿ ಕುಳಿತು, ತಂಬೂರಿ, ಮೃದಂಗ, ಪಿಟೀಲು ಮುಂತಾದ ಎಲ್ಲಾ ವಾದ್ಯಗಳನ್ನು, ಅವುಗಳಿಗೆ ಹೊದಿಸಿದ್ದ ಗೌಸು ತೆಗೆದು ಶೃತಿ ಮಾಡಲು ಪ್ರಾರಂಭಿಸಿದ್ದಾಯಿತು.

ಅಂದು ಚೌಡಯ್ಯನವರಿಗೆ ಮೃದಂಗದ ಸಾಥ್ ನೀಡಿದವರು ತಗಡೂರು ಮೂಗಯ್ಯ ಎಂದೇ ಪ್ರಸಿದ್ಧರಾಗಿದ್ದ ಶ್ರೀ ಟಿ. ಎಂ. ಪುಟ್ಟಸ್ವಾಮಯ್ಯನವರು.

ಪುಟ್ಟಸ್ವಾಮಯ್ಯನವರು ಆಜಾನುಬಾಹು ಮತ್ತು ಗಂಭೀರ ಸ್ವಭಾವದವರು. ಮೃದಂಗವಾದನದಲ್ಲಿ ಬಹಳ ಹೆಸರು ಮಾಡಿದ್ದ ವಿದ್ವಾಂಸರು. ಚೌಡಯ್ಯನವರ ಕಛೇರಿಗಳಿಗೆ ಸಾಮಾನ್ಯವಾಗಿ ಪಟ್ಟಸ್ವಾಮಯ್ಯನವರೇ ಮೃದಂಗ ನುಡಿಸುತ್ತಿದ್ದರು. ಅಂದೂ ಸಹ ಪುಟ್ಟಸ್ವಾಮಯ್ಯನವರದ್ದೇ ಮೃದಂಗ ಪಕ್ಕವಾದ್ಯ. ಕಛೇರಿ ಪ್ರಾರಂಭ ವಾಯಿತು. ಚೌಡಯ್ಯನವರ ಪಿಟೀಲಿನಿಂದ ಅಂದು ಹೊರಹೊಮ್ಮಿದ ನಾದ ತರಂಗಗಳು ನೆರೆದಿದ್ದ ರಸಿಕರನ್ನು ಮಂತ್ರಮುಗ್ಧರನ್ನಾಗಿಸಿ, ಸಂಗೀತದ ಕಡಲಲ್ಲಿ ತೇಲಾಡಿಸಿ, ಆನಂದದ ಪರಮಾವಧಿಗೇ ಮುಟ್ಟಿಸಿ ಬಿಟ್ಟಿತು.

ಅಂದು ನಾನು ವೇದಿಕೆಯಿಂದ ತುಸು ಮುಂದೆಯೇ ಜಮಖಾನದ ಮೇಲೆ ಕುಳಿತು ಚೌಡಯ್ಯನವರ ಪಿಟೀಲಿನ ಮಾಂತ್ರಿಕತೆಯನ್ನು ಅನುಭವಿಸುತ್ತಿದ್ದೆ. ನನ್ನ ಬಳಿ ಸ್ವಲ್ಪ ಮುಂದೆ ಆ ಊರಿನ ಅನೇಕ ಪ್ರಮುಖರು ಕುಳಿತು ಸಂಗೀತ ಕೇಳುತ್ತಿದ್ದರು. ಸುಮಾರು ಎರಡು ಗಂಟೆಗಳ ಕಾಲ ಕಛೇರಿ ನಡೆದಿರಬಹುದು. ಚೌಡಯ್ಯನವರು ಒಂದು ಕೀರ್ತನೆ ನುಡಿಸಿ, ಮೃದಂಗದವರಿಗೆ ತನಿ ಆವರ್ತನ ನುಡಿಸುವ ಅವಕಾಶ ನೀಡಿದ್ದರು. ಪುಟ್ಟಸ್ವಾಮಯ್ಯನವರು ಅಮೋಘವಾಗಿ ಮೃದಂಗದ ತನಿ ನುಡಿಸಿದರು. ಸರಿ ಕೀರ್ತನೆಯನ್ನು ಮುಗಿಸಿ ಮತ್ತೊಂದು

ಕೀರ್ತನೆ ನುಡಿಸುವುದಕ್ಕೆ ಮುಂಚೆ ಪಿಟೀಲನ್ನು ಹಿಡಿದು ಕಮಾನನ್ನು ಅದರ ಮೇಲೆ ಆಡಿಸುತ್ತಾ ಸ್ವಲ್ಪ ವಿರಾಮ ತೆಗೆದುಕೊಂಡಿದ್ದರು ಚೌಡಯ್ಯ.

ಆ ಸಮಯದಲ್ಲಿ ನನ್ನ ಪಕ್ಕದಲ್ಲಿದ್ದ ಆ ಊರಿನ ಪ್ರಮುಖರು ಒಬ್ಬರು ನನ್ನನ್ನು ಬೆರಳಿನಿಂದ ಮೃದುವಾಗಿ ತಿವಿದು, ಹಿಂದಕ್ಕೆ ತಿರುಗಿದ ನನ್ನ ಕಿವಿಯಲ್ಲಿ "ಲೋ, ಚೌಡಯ್ಯನವರಿಗೆ ನಾದಸ್ವರ ನುಡಿಸು ಅಂತ ಕೇಳೋ" ಎಂದು ಪಿಸುಗುಟ್ಟಿದರು. ವಾಲಗಕ್ಕೆ ನಾಗಸ್ವರ / ನಾದಸ್ವರ ಎಂದು ಪರ್ಯಾಯವಾಗಿ ಕರೆಯುವುದು ರೂಢಿ. ಹೀಗಾಗಿ ವಾಲಗದಂತೆ ಎನ್ನುವ ಬದಲು ನಾದಸ್ವರದಂತೆ ಎಂದು ಹೇಳಿದ್ದು.

ಅವರು ಹೀಗೆ ಹೇಳಲು ಕಾರಣವೂ ಇತ್ತು. ಚೌಡಯ್ಯನವರು ಪಿಟೀಲಿನಲ್ಲಿ ವಾಲಗದ ಧ್ವನಿ ಬರುವಂತೆ ಬಹಳ ಚಾತುರ್ಯದಿಂದ ನುಡಿಸುತ್ತಿದ್ದರು. ಅವರ ಕಛೇರಿಗಳಲ್ಲಿ ಈ ರೀತಿ ಅವರು ನುಡಿಸುವುದು ಒಂದು ವಿಶೇಷ ಮತ್ತು ಅವರ ರಸಿಕರಿಗೆಲ್ಲ ಅವರ ಈ ರೀತಿಯಾದ ವ್ಯತ್ಯಾಸವಾದ ನುಡಿಗಾರಿಕೆ ಅತ್ಯಂತ ಪ್ರಿಯವಾದ ವಿಷಯವಾಗಿತ್ತು.

ಅಂದು ಕಛೇರಿಯಲ್ಲಿ ಚೌಡಯ್ಯನವರು ಈ ರೀತಿ ವಾಲಗದ ಧ್ವನಿಯಂತೆ ಪಿಟೀಲನ್ನು ನುಡಿಸಿರಲಿಲ್ಲ. ನಮ್ಮ ಊರಿನ ಪ್ರಮುಖರೂ ಸಹ ಅವರ ಪಿಟೀಲಿನಿಂದ ಈ ವಿಶೇಷ ಧ್ವನಿಯನ್ನು ಕೇಳಲು ಆಸೆ ಪಟ್ಟಿರಬೇಕು. ಆದರೆ ತಾವೇ ಎದ್ದು ನಿಂತು ಕೇಳಿದರೆ, ಎಲ್ಲಿ ಚೌಡಯ್ಯನವರು ರೇಗಿಬಿಡುತ್ತಾರೋ ಅಥವಾ ಬೇರೇನಾದರೂ ಹೇಳಿದರೆ ಎಲ್ಲರ ಮುಂದೆ ತಾನು ಮುಖಭಂಗ ಅನುಭವಿಸಬೇಕಾಗಬಹುದೋ ಎಂಬ ಅಳುಕಿನಿಂದ ಮುಂದೆ ಕುಳಿತ ನನ್ನನ್ನು ಪ್ರಚೋದಿಸಿರಬೇಕು.

ನಾನು ಚೌಡಯ್ಯನವರ ಪಿಟೀಲಿನ ನಾದ ಮಾಧುರ್ಯವನ್ನು ಮುಂದೆ ಕುಳಿತು ಸವಿಯುತ್ತಿದ್ದೆ. ನನ್ನ ಸಂಗೀತದ ಜ್ಞಾನ ಆ ವಯಸ್ಸಿಗೆ ಅಷ್ಟಕಷ್ಟೇ. ಆದರೆ ಸಂಗೀತವೆಂದರೆ, ಸಂಸ್ಕೃತದ ಈ ನುಡಿಯಂತೆ "ಶಿಶುರ್ವೇತ್ತಿ, ಪಶುರ್ವೇತ್ತಿ, ವೇತ್ತಿ ಗಾನರಸಂ ಫಣಿ . . . ಎಂದರೆ ಸಂಗೀತದ ಮಧುರ ನಾದ ತರಂಗಗಳು ಹೊಮ್ಮಿಸುವ ಕಂಪನಗಳನ್ನು, ಸಂಗೀತ ಸುಧಾರಸವನ್ನು ಶಿಶು, ಪಶು, ಪನ್ನಗ ಹೀಗೆ ಸಕಲ ಜೀವರಾಶಿಗಳೂ ಸವಿಯಬಹುದು" ಎಂಬಂತೆ, ನಾನು ಶಿಶುವೂ ಅಲ್ಲ, ಪಶುವೂ ಅಲ್ಲ, ಹಾವಂತೂ ಅಲ್ಲವೇ ಅಲ್ಲ, ಒಟ್ಟಿನಲ್ಲಿ ಏನೋ ಒಂದಾಗಿ, ತನ್ಮಯನಾಗಿ ಕೇಳುತ್ತಿದ್ದೆ. ಆಗಲೇ ಆ ಹಿರಿಯರು ನನಗೆ ಚೌಡಯ್ಯನವರನ್ನು ನಾದಸ್ವರ ನುಡಿಸುವಂತೆ ಕೇಳು ಎಂದು ಹೇಳಿದ್ದು.

ನಾನೂ ಕೂಡ ವಿಧೇಯನಾಗಿ ಎದ್ದು ನಿಂತೆ. ಮುಂದಿನ ಕೀರ್ತನೆ ನುಡಿಸಲು ತಯಾರಾಗುತ್ತಿದ್ದ ಚೌಡಯ್ಯನವರು ಎದ್ದು ನಿಂತ ನನ್ನನ್ನು ಕಂಡು "ಏನೋ" ಅಂದರು. ಆಗ ನಾನು ಅತೀ ನಮ್ರತೆಯಿಂದ "ಸಾರ್, ನಾದಸ್ವರ ನುಡಿಸಬೇಕಂತೆ" ಎಂದು ಒದರಿದೆ.

ಇದನ್ನು ಕೇಳಿದ ಚೌಡಯ್ಯನವರ ಪ್ರತಿಕ್ರಿಯೆ ಹೀಗಿತ್ತು "ನಾದ ಇಲ್ಲದ ಸ್ವರ ಯಾವುದೋ? ಕುತ್ಕೊಳೋ" ಎಂದು ಗದರಿ ಬಿಟ್ಟರು. ಈ ಮಾತನ್ನು ಹೇಳುವಾಗ ಚೌಡಯ್ಯನವರ ಮುಖದ ಮೇಲೆ ಒಂದು ಕೊಂಚ ಕೋಪ, ಸ್ವಲ್ಪ ತುಟಿಯಂಚಿನಲ್ಲಿ ಕಿರುನಗೆ ಮತ್ತೇನೋ ಒಂದು ರೀತಿಯಾದ ಗಾಂಭೀರ್ಯ ಹೀಗಿ ಹಲವು ಭಾವಗಳು ಮೂಡಿ ಬಂದವು. ಆದರೂ ನನ್ನ ಕೋರಿಕೆಯನ್ನು ಅವರು ತಾತ್ಸಾರ ಮಾಡಲಿಲ್ಲ. ಪಿಟೀಲನ್ನು ನಾದಸ್ವರದ ಧ್ವನಿಯಲ್ಲಿ ನುಡಿಸಿ ಅಲ್ಲಿ ನೆರೆದಿದ್ದವರನ್ನೆಲ್ಲ ದಂಗು ಬಡಿಸಿಬಿಟ್ಟರು. ಸಾವಿರಾರು ಕಛೇರಿಗಳನ್ನು ದೇಶದ ಉದ್ದಗಲಕ್ಕೂ ನೀಡಿ ಅನುಭವವಿದ್ದ ಅವರಿಗೆ, ಈ ಕೋರಿಕೆ ಯಾರೋ ದೊಡ್ಡವರು, ಈ ಹುಡುಗನ ಮೂಲಕ ಹೇಳಿಸಿದ್ದಾರೆ ಎಂದು ತಿಳಿಯಲು ಬಹಳ ಸಮಯ ಬೇಕಿರಲಿಲ್ಲ.

ಆದರೆ ಅವರು ಅಂದು ನುಡಿದ ಮಾತುಗಳು ಇಂದಿಗೂ ನನ್ನನ್ನು ಆಳವಾಗಿ ಚಿಂತಿಸುವಂತೆ ಪ್ರಚೋದಿಸುತ್ತಲೇ ಇದೆ. ನಾದವೇ ಸಂಗೀತದ ಆತ್ಮ, ನಾದ ಮಾಧುರ್ಯವೇ ಸಂಗೀತದ ಸಾರ, ಹೂವಿಗೆ ಗಂಧದಂತೆ ಸಂಗೀತಕ್ಕೆ ನಾದವೇ ಆತ್ಮವಾದರೆ, ಸಾಹಿತ್ಯ ಶರೀರ. ನಾದ ಸ್ವರಗಳ ಸಮ್ಮೇಳನದಿಂದಲೇ ಆನಂದದ ಸಾಕ್ಷಾತ್ಕಾರ.

ಸಂಗೀತ ಸರಸ್ವತಿಯನ್ನು ತನ್ನ ಅವಿರತ ಸಾಧನೆಯಿಂದ ಸಾಕ್ಷಾತ್ಕಾರ ಮಾಡಿಕೊಂಡಿದ್ದ ಚೌಡಯ್ಯನವರಿಗೆ ಅಂದು ನನ್ನ ಕೋರಿಕೆ ಏನೆಂದು ತೋರಿತೋ ತಿಳಿಯದು. ಇಂದೂ ಸಹ ನನ್ನ ಕಿವಿಯಲ್ಲಿ ಮಾರ್ಧನಿಸುತ್ತಿದೆ ಚೌಡಯ್ಯನವರ ಆ ನುಡಿಗಳು

"ನಾದ ಇಲ್ಲದೆ ಯಾವುದೋ ಸ್ವರ?"

16

ಜಾತ್ಯತೀತ ಅಪ್ಪ

ಅಭಿನವ ರಾಮಾನುಜ ಎಂಬ ಶೀರ್ಷಿಕೆಯಲ್ಲಿ ನನ್ನ ಅಪ್ಪನಿಗಿದ್ದ ಸಾಮಾಜಿಕ ಕಳಕಳಿಯ ಬಗ್ಗೆ ಪ್ರಸ್ತಾಪಿಸಲಾಗಿದೆ. ನನ್ನ ಅಪ್ಪ ಜೀವಿಸಿದ್ದ ಕಾಲದಲ್ಲಿ, ಅಂದರೆ ಅವರ ಬಾಲ್ಯ ಮತ್ತು ಪ್ರೌಢವಯಸ್ಸಿನ ಕಾಲದಲ್ಲಿ ಭಾರತದಲ್ಲೆಲ್ಲಾ ಅಸ್ಪೃಶ್ಯತೆಯನ್ನು ಬಹಳ ತೀವ್ರವಾಗಿ, ಅಚ್ಚುಕಟ್ಟಾಗಿ ಆಚರಿಸುತ್ತಿದ್ದ ಸಮಯ. ಈ ಹೀನ ಆಚರಣೆಯ ವಿರುದ್ಧ ಸಮಾಜ ಸುಧಾರಕರೆಲ್ಲ ಭಾರತದ ಉದ್ದಗಲಕ್ಕೆ ನಿರಂತರ ಹೋರಾಟ ಮಾಡುತ್ತಿದ್ದ ಕಾಲವದು. ನನ್ನ ಅಪ್ಪನ ಕಾಲವಿರಲಿ, ನನ್ನ ಬಾಲ್ಯದಲ್ಲೇ, ನಾನೇ ಕಂಡ ಹಾಗೆ ಹರಿಜನರನ್ನು ದೂರದಲ್ಲಿಯೇ ಇಡುತ್ತಿದ್ದರು. ಪಟ್ಟಣ ಪ್ರದೇಶದಲ್ಲಿ ಅಷ್ಟಾಗಿ ಕಾಣದಿದ್ದರೂ, ಹಳ್ಳಿಗಳಲ್ಲಿ ಇದು ಬಹಳ ತೀವ್ರವಾಗಿಯೇ ಇತ್ತು.

ಅಂದರೆ ನನ್ನ ಕಾಲಕ್ಕೆ ಭಾರತವು ಸ್ವತಂತ್ರ ಪ್ರಜಾಪ್ರಭುತ್ವ ರಾಷ್ಟ್ರವಾದ ಮೇಲೂ ಈ ಪದ್ಧತಿ ಜಾರಿಯಲ್ಲಿ ಇತ್ತು. ಅಂದ ಮೇಲೆ ನನ್ನ ಅಪ್ಪನ ಕಾಲಕ್ಕೆ ಹರಿಜನರು ಏನಲ್ಲಾ ಪಾಡುಪಟ್ಟಿರಬೇಕು ಎಂದು ಊಹಿಸಲೂ ಸಾಧ್ಯವಿಲ್ಲ. ಅಷ್ಟೊಂದು ತೀವ್ರಸ್ವರೂಪದ ಜಾತಿ ಪದ್ಧತಿಯ ಪರಿಸರದಲ್ಲಿಯೇ ಹುಟ್ಟಿ ಬೆಳೆದ ನನ್ನ ಅಪ್ಪನಿಗೆ, ಸಮಾಜದ ಈ ಅನಿಷ್ಟ ಪದ್ಧತಿಗಳ ವಿರುದ್ಧ ನಿಲ್ಲುವ ಕ್ರಾಂತಿಕಾರಿಯಾದ ವೈಚಾರಿಕತೆ ಹೇಗೆ ಬೆಳೆಯಿತು ಎಂಬುದು ನನಗೆ ತಿಳಿಯದ ವಿಚಾರ. ಆದರೆ ಅವರನ್ನು ಹತ್ತಿರದಿಂದ ಕಂಡ ನನಗೆ, ಅವರ ಒಂದೊಂದು ಚಿಂತನೆಯೂ ಅತ್ಯಂತ ಕ್ರಾಂತಿಕಾರಿಯಾಗಿದ್ದದ್ದು ತಿಳಿದಿದೆ. ಅಂದರೆ ಯಾವುದೋ ಕಾರಣಗಳಿಗಾಗಿ ಮಾನವ ತನ್ನ ಸುತ್ತ ಮುತ್ತ ನಿರ್ಮಿಸಿಕೊಳ್ಳುವ ಅಮಾನವೀಯ, ಅಮಾನುಷವಾದ ಗೋಡೆಗಳು, ಅವನ ಮನದಾಳದಲ್ಲಿರುವ

ಮಾನವೀಯ ತುಡಿತಗಳ ಕಾರಣದಿಂದ, ಅವನನ್ನು ಇವುಗಳ ವಿರುದ್ಧ ಸಿಡಿದೇಳುವಂತೆ ಮಾಡುತ್ತವೆ ಎನಿಸುತ್ತದೆ.

ಕೆಲವರು ಯಾವರೀತಿಯಾದ ಪ್ರತಿಭಟನೆಯನ್ನೂ ತೋರದೆ, ಹೇಗೋ ನಡೆಯುವುದು ನಡೆಯುತ್ತಿದೆ, ನಮಗ್ಯಾಕೆ ಈ ಉಸಾಬರಿ, ಎಂದು ಸದ್ದಿಲ್ಲದೇ ಕಾಲಹಾಕಿ ತಮ್ಮ ಜೀವನವನ್ನು ಮುಗಿಸುತ್ತಾರೆ. ಪುರಂದರ ದಾಸರು ಹಾಡಿದ ಹಾಗೆ

"ಗೆದ್ದವನು ಗೆದ್ದೇ ಹೋದ, ಒದ್ದವನು ಒದ್ದೇ ಹೋದ,
ಇದ್ದವನು ಇದ್ದೇ ಹೋದ, ಪುರಂದರವಿಠಲ ನಿನ್ನ ಚೋದ್ಯ ನಿನಗೇ ವೇದ್ಯ"

ಎಂದು ಇರುತ್ತಾರೆ. ಎಲ್ಲೋ ಕೆಲವರು ಮಾತ್ರ ಅನ್ಯಾಯಗಳ ವಿರುದ್ಧ ಸಿಡಿದೇಳುತ್ತಾರೆ. ಈ ಕೆಲವೇ ಕೆಲವರಲ್ಲಿ ನನ್ನ ಅಪ್ಪ ಒಬ್ಬನಾಗಿದ್ದ ಎಂದು ತಿಳಿಯಲು ನನಗೆ ಬಹಳ ಹೆಮ್ಮೆಯಾಗುತ್ತದೆ. ನನ್ನ ಅಪ್ಪನ ಸ್ವಭಾವ ಎಂದರೆ, ತನಗೆ ಸರಿಕಾಣದಿದ್ದರೆ ಆ ವಿಚಾರವನ್ನು ಪ್ರಶ್ನಿಸಿ, ಪರಿಶೀಲಿಸಿ ನಂತರವೇ ಒಪ್ಪಿಕೊಳ್ಳುವ ಸ್ವಭಾವ. ಎಲ್ಲರೂ ಮಾಡುತ್ತಾರೆ ಎಂದು ತಾನೂ ಮೌನವಾಗಿ ಹಾಗೆಯೇ ಮಾಡುವ ಜಾಯಮಾನ ಅವರದ್ದಲ್ಲ. ಅಷ್ಟಾಗಿ ಅವರು ಹುಟ್ಟಿ ಬೆಳೆದಿದ್ದು ಒಂದು ಸಾಂಪ್ರದಾಯಿಕ ಬ್ರಾಹ್ಮಣ ಕುಟುಂಬದಲ್ಲಿ. ತನ್ನ ಬಾಲ್ಯದಲ್ಲಿ ಕಂಡ ಅನೇಕ ಅಮಾನವೀಯ ಆಚರಣೆಗಳು ಅವರ ಮನದಾಳದಲ್ಲಿ ತೀವ್ರ ಪರಿಣಾಮವನ್ನು ಉಂಟು ಮಾಡಿರಬೇಕು ಎಂದು ನನ್ನ ಅನಿಸಿಕೆ. ಇದರಿಂದಾಗಿ ಅವರು ಬೆಳೆದು ದೊಡ್ಡವರಾದ ಮೇಲೆ ತಮ್ಮಲ್ಲಿಯೇ, ಒಂದು ರೀತಿ ವೈಚಾರಿಕತೆಯನ್ನು ಬೆಳೆಸಿಕೊಂಡಿರಬೇಕು. ಅದೇ ಕಾರಣಕ್ಕೆ, ಅವರ ಉಡುಗೆ ತೊಡುಗೆಗಳು, ಒಬ್ಬ ಕರ್ಮನಿಷ್ಠ ಬ್ರಾಹ್ಮಣನಂತೆ ಇದ್ದರೂ, ಅವರ ಚಿಂತನೆಗಳು ಮಾತ್ರ ಕ್ರಾಂತಿಕಾರಕವಾಗಿದ್ದವು. ತಮ್ಮ ಚಿಂತನೆಗಳನ್ನು ಕಾರ್ಯರೂಪಕ್ಕೆ ತಂದರೇ ವಿನಾಃ ಎಂದೂ ಪ್ರಚಾರಕ್ಕಾಗಿ ಬಳಸಲಿಲ್ಲ. ಪ್ರಚಾರ ಅವರಿಗೆ ಬೇಕಿರಲಿಲ್ಲ.

ಬಹಳ ಜನರಲ್ಲಿರುವಂಥ ಸೋಗಲಾಡಿತನ ಅವರಲ್ಲಿರಲಿಲ್ಲ. ಅವರ ಈ ರೀತಿಯಾದ ನಡವಳಿಕೆ, ಅವರ ಸಮಕಾಲೀನರ ಕೆಂಗಣ್ಣಿಗೆ ಗುರಿಯಾಗಿತ್ತು. ಆದರೆ ಅವರ ಧೀಮಂತ ವ್ಯಕ್ತಿತ್ವ, ನೇರನುಡಿ, ಸಚ್ಛಾರಿತ್ರ್ಯದ ಕಾರಣವಾಗಿ, ಯಾರೂ ಅವರನ್ನು ನೇರವಾಗಿ ಎದುರಿಸದಂತೆ ಮಾಡಿತ್ತು. ಅವರನ್ನು ಎದುರಿಸುವ ನೈತಿಕ ತಾಕತ್ತು ಯಾರಿಗೂ ಇರಲಿಲ್ಲ. ಕರ್ಮಠ ಬ್ರಾಹ್ಮಣರು ನನ್ನ ಅಪ್ಪನ ವೈಚಾರಿಕ ಮತ್ತು ಕ್ರಾಂತಿಕಾರಿ ನಿಲುವನ್ನು ನೇರವಾಗಿ ವಿರೋಧಿಸಲು ಆಗದೆ ಒಳಗೊಳಗೇ ಬೇಗುದಿ ಪಡುತ್ತಿದ್ದರು. ಬ್ರಾಹ್ಮಣರು ಹೀಗಿದ್ದರೆ, ಇತರ ಮೇಲು ಜಾತಿಯವರೂ ಸಹ, ಹರಿಜನರ ಮೇಲಿನ ದೌರ್ಜನ್ಯದಲ್ಲಿ

ಷಾಮೀಲಾಗಿದ್ದುದ್ದನ್ನು ನಾನು ನನ್ನ ಬಾಲ್ಯದಲ್ಲಿ ಕಂಡಿದ್ದೇನೆ. ನನ್ನ ಹಳ್ಳಿಯಲ್ಲಿ ಅಸ್ಪೃಶ್ಯತೆಯನ್ನು ಎಲ್ಲರೂ ಬಹಳ ಅಚ್ಚುಕಟ್ಟಾಗಿ ಆಚರಿಸುತ್ತಿದ್ದರು. ಬ್ರಾಹ್ಮಣರ ಮಾತು ಬಿಡಿ. ತಾವು ಮೇಲು ಜಾತಿ, ಕುಲೀನರು ಎಂದು ತಿಳಿದು ಇತರೆ ಜಾತಿಯವರನ್ನು ಕೀಳಾಗಿ ಕಾಣುತ್ತಿದ್ದರು. ಈ ಆರೋಪ ಅವರ ಮೇಲೆ ಮೊದಲಿನಿಂದಲೂ ಇದೆ ಮತ್ತು ಬಹುಪಾಲು ಅದು ನಿಜವೂ ಹೌದು. ಆದರೆ ಜಾತಿ ಪದ್ಧತಿಯ ಅನುಸರಣೆ ಮತ್ತು ಹರಿಜನರ ಮೇಲಿನ ದೌರ್ಜನ್ಯದಲ್ಲಿ ಎಲ್ಲ ಮೇಲು ಜಾತಿಯವರೂ ತಪ್ಪಿತಸ್ಥರೆ. ಬ್ರಾಹ್ಮಣರು ಮಾತ್ರ ಈ ಪಾಪದಲ್ಲಿ ಭಾಗಿಗಳಲ್ಲ, ಅವರೊಂದಿಗೆ ಮಿಕ್ಕೆಲ್ಲರೂ ಪಾಪಿಗಳೇ.

ಭಾರತಕ್ಕೆ ಸ್ವಾತಂತ್ರ್ಯ ಬಂದ ಹೊಸತರಲ್ಲಿ ಸಂವಿಧಾನವನ್ನು ಅನುಮೋದಿಸಿ, ಪ್ರಜಾಪ್ರಭುತ್ವ ರಾಷ್ಟ್ರವಾದ ಮೇಲೆ ಅಸ್ಪೃಶ್ಯತೆಯನ್ನು ಕಾನೂನು ಬಾಹಿರ ಮಾಡಿದ ಮೇಲೂ ಸಹ ಈ ಹೀನ ಪದ್ಧತಿಯ ಆಚರಣೆ ನಿಲ್ಲಲಿಲ್ಲ. ಬೇರೆ ರಾಜ್ಯಗಳಲ್ಲಿ ಹೇಗೋ ತಿಳಿಯದು, ಆದರೆ ಕರ್ಣಾಟಕದಲ್ಲಿ ಹರಿಜನರನ್ನು ಆದಿ ಕರ್ನಾಟಕರು ಎಂದು ಕರೆಯಲಾಯಿತು. ಇಂಗ್ಲೀಷು ಭಾಷೆಯಲ್ಲಿ ಆದಿ ಕರ್ನಾಟಕ ಎಂದು ಬರೆಯುವಾಗ ಆ ಪದಗಳ ಆರಂಭದ ಅಕ್ಷರಗಳಿಂದ A.K. ಎಂದೇ ಕರೆಯುತ್ತಿದ್ದರು.

ನನ್ನೂರಿನಲ್ಲಿದ್ದ ಲಿಂಗಾಯಿತ ಕೋಮಿನವರು ನಡೆಸುತ್ತಿದ್ದ ಹೋಟೆಲ್ಲು ಅಥವಾ ಖಾನಾವಳಿಗಳಲ್ಲಿ ತಿಂಡಿ, ಕಾಫಿ, ಟೀ ಕುಡಿದನಂತರ, ಅವರೇ ಆ ತಟ್ಟೆ ಲೋಟಗಳನ್ನು ತೊಳೆದು ಅವಕ್ಕೆಂದೇ ಮೀಸಲಿಟ್ಟ ಜಾಗದಲ್ಲಿ ಅವನ್ನು ಇಡಬೇಕಿತ್ತು. ವಿಚಿತ್ರವೆಂದರೆ ಈ ಪದ್ಧತಿ ಅಥವಾ ಆಚರಣೆ ಬರೀ ಹಳ್ಳಿಗಳಲ್ಲಿ ಮಾತ್ರ ಆಚರಿಸಲ್ಪಡುತ್ತಿತ್ತು. ಪಟ್ಟಣ ಪ್ರದೇಶವಾದ ಮೈಸೂರಿಗೆ ಬಂದರೆ, ಇದೇ ಲಿಂಗಾಯಿತರು, ಗಂಗಡಿಕಾರರು, ಬಣಜಿಗರು ಹೀಗೆ ಎಲ್ಲ ಮೇಲು ಜಾತಿಯವರು ಹೋಟೆಲ್ಲುಗಳಲ್ಲಿ ಆದಿ ಕರ್ನಾಟಕರೊಂದಿಗೇ ತಿಂಡಿತಿಂದು ಕಾಫಿಕುಡಿದು ಬರುತ್ತಿದ್ದರು. ಹಳ್ಳಿಗೆ ಬಂದರೆ ಪುನಃ ಹಳೆಯ ಪದ್ಧತಿಯೇ. ಇದಕ್ಕೆ ಏನು ಕಾರಣ ಅಥವಾ ಪ್ರಚೋದನೆ ಎಂಬುದು ನನಗೆ ಇನ್ನೂ ತಿಳಿದಿಲ್ಲ.

ನನ್ನ ಹುಟ್ಟೂರಿನಲ್ಲಿ ಜಮೀನಿನ ಒಡೆಯರೆಲ್ಲ ಬಹುಪಾಲು ಲಿಂಗಾಯಿತ ಕೋಮಿಗೆ ಸೇರಿದವರು. ಅವರ ಜಮೀನಿನಲ್ಲಿ ದುಡಿಯುತ್ತಿದ್ದವರೆಲ್ಲ ಆದಿ ಕರ್ನಾಟಕ ಕೋಮಿನ ಜನ. ವ್ಯವಸಾಯ ಮಾಡುವಾಗಲೂ ಸಹ ಈ ವಿಚಿತ್ರ ಜಾತಿ ಪದ್ಧತಿಯನ್ನು ಚಾಚೂ ತಪ್ಪದೇ ಆಚರಿಸುತ್ತಿದ್ದರು. ಗದ್ದೆಗಳಿಗೆ ಕಾಲುವೆಗಳಿಂದ ನೀರು ಹರಿಸಬೇಕಾದರೆ ಒಡ್ಡು ಕಟ್ಟಬೇಕಿತ್ತು. ಈ ಒಡ್ಡು ಕಟ್ಟುವ ಕೆಲಸವನ್ನು ಆದಿ ಕರ್ನಾಟಕ ಕೋಮಿಗೆ ಸೇರಿದವರೇ ಮಾಡುತ್ತಿದ್ದರು. ಅವರು

ಹರಿಯುತ್ತಿರುವ ಕಾಲುವೆ ನೀರಿನಲ್ಲಿ ನಿಂತು ನೀರಿಗೆ ಅಡ್ಡವಾಗಿ ಒಡ್ಡುಕಟ್ಟಿ ನೀರನ್ನು ಗದ್ದೆಗೆ ಹರಿಯುವಂತೆ ಮಾಡುತ್ತಿದ್ದರು. ಆಗ ಕಾಲುವೆ ನೀರಿಗೆ ಇತರೆ ಮೇಲುಜಾತಿ ಜಮೀನು ಒಡೆಯರು ಆದಿ ಕರ್ನಾಟಕದ ಜನರೊಂದಿಗೆ ನೀರಿಗೆ ಇಳಿಯುತ್ತಿರಲಿಲ್ಲ. ಕಾರಣವೇನೆಂದರೆ ಆ ನೀರಿನಲ್ಲಿ ಕೀಳು ಜಾತಿಯ ಆದಿ ಕರ್ನಾಟಕರು ನಿಂತಿದ್ದಾರಲ್ಲ, ಇದರಿಂದ ತಮ್ಮ ಜಾತಿ ಕೆಡುತ್ತದೆ ಎಂಬ ಭಾವನೆ.

ದುಡಿಮೆಗೆ ಇವರು, ಜಾತಿ ಹಿರಿಮೆಗೆ ಅವರು ಹೀಗಿತ್ತು ಅಂದಿನ ಪರಿಸ್ಥಿತಿ. ವ್ಯವಸಾಯದಲ್ಲಿ ಜಾತಿ ಪದ್ಧತಿ ಹೀಗಿದ್ದರೆ, ಆದಿ ಕರ್ನಾಟಕರಲ್ಲಿ ಯಾರಾದರೂ ಸತ್ತಾಗಲೂ, ಹೆಣವನ್ನು ಸುಡುಗಾಡಿಗೆ ಸಾಗಿಸಬೇಕಾದರೆ ಹತ್ತಿರದ ಮೇಲುಜಾತಿಯವರ ಕೇರಿಯ ಮೂಲಕ ಹೋಗುವ ಹಾಗಿರಲಿಲ್ಲ. ಸುತ್ತಿ, ಬಳಸಿ, ಎಲ್ಲೋ ಮೇಲು ಜಾತಿಯವರ ಕೇರಿಗೆ ತಾಗದಂತೆ ದೂರದ ದಾರಿಯಲ್ಲೇ ಹೋಗಬೇಕು. ನನ್ನ ಅಪ್ಪ ಈ ಎರಡೂ ಹೀನ, ಅಮಾನವೀಯ ಆಚರಣೆಗಳನ್ನು ಪ್ರಬಲವಾಗಿ ವಿರೋಧಿಸಿ ಅವುಗಳನ್ನು ಪುನಃ ಆಚರಿಸದಂತೆ ಮಾಡಿದರು.

ನನ್ನ ಅಪ್ಪ ಊರಿನಲ್ಲಿ ದಿನಸಿ ಅಂಗಡಿ ಇಟ್ಟು, ಸ್ವಲ್ಪ ಸ್ವಲ್ಪವಾಗಿ ಮುಂದಕ್ಕೆ ಬಂದು, ಊರಿನ ಪಕ್ಕದ ನಾಲಾ ಬಯಲಿನಲ್ಲಿ ಒಂದು ಸಣ್ಣ ಜಮೀನನ್ನು ಖರೀದಿಸಿದರು. ಸರಿ ಆ ಜಮೀನಿಗೆ ಇಲ್ಲ ಜಮೀನುಗಳಂತೆ ಕಾಲುವೆಗೆ ಒಡ್ಡುಕಟ್ಟಿ ನೀರು ಹರಿಸಬೇಕಲ್ಲ. ಹರಿಜನ ಕೋಮಿನವರನ್ನೇ ಕೂಲಿ ಕೆಲಸಕ್ಕೆ ಕರೆಯಬೇಕು. ಇತರೆ ಕೋಮಿನವರಿಗಿಂತ, ಹರಿಜನರು ಹೆಚ್ಚಾಗಿದ್ದುದರಿಂದ ಅವರೇ ಕೂಲಿ ಕೆಲಸಕ್ಕೆ ಬರುತ್ತಿದ್ದರು. ಹಾಗೆ ಒಡ್ಡು ಕಟ್ಟುವ ಕೆಲಸ ಪ್ರಾರಂಭವಾದ ದಿನಗಳಲ್ಲಿ ನನ್ನ ಅಪ್ಪ ಸಹ ಅವರೊಂದಿಗೆ ಕಾಲುವೆ ನೀರಿಗೆ ಇಳಿದು ಒಡ್ಡು ಕಟ್ಟುವ ಕೆಲಸಕ್ಕೆ ಸಹಾಯ ಮಾಡಿದರು. ಮಿಕ್ಕವರ ಹಾಗೆ ಕಾಲುವೆ ಏರಿಯ ಮೇಲೆ ನಿಂತು ಕೂಲಿ ಕಾರ್ಮಿಕರಿಗೆ ನಿರ್ದೇಶನ ಮಾಡಲಿಲ್ಲ. ನನ್ನ ಅಪ್ಪನ ಈ ನಡವಳಿಕೆಯಿಂದ ಇತರ ಮೇಲು ಜಾತಿಯ ಜನ ಸ್ವಲ್ಪ ಮುಜುಗರಪಟ್ಟರು. ಕೆಲವು ಮುಖಂಡರು ನನ್ನ ಅಪ್ಪನನ್ನು ಭೇಟಿಮಾಡಿ, ನೀವು ಹೀಗೆ ಆದಿ ಕರ್ನಾಟಕದವರಿಗೆ ಸಲುಗೆ ಕೊಟ್ಟರೆ ನಾವೆಲ್ಲ ಸಮಾಜದಲ್ಲಿ ನಮ್ಮ ಸ್ಥಾನ ಮಾನ ಗೌರವ ಕಳೆದುಕೊಳ್ಳಬೇಕಾಗುತ್ತದೆ, ನೀವು ಸ್ವಲ್ಪ ಇತಿ ಮಿತಿ ಅರಿತು ನಡೆದುಕೊಳ್ಳಬೇಕು ಎಂದು ಹೇಳಿದರು. ಇದಕ್ಕೆ ನನ್ನ ಅಪ್ಪ, ದುಡಿಮೆಗೆ ಯಾವ ಜಾತಿಯೂ ಇಲ್ಲ. ಅದೂ ಅಲ್ಲದೆ ನನ್ನ ಜಮೀನಿನಲ್ಲಿ ನಾನು ದುಡಿಯುತ್ತೇನೆ. ನನ್ನೊಂದಿಗೆ ದುಡಿಯುವವರು ನನ್ನ ಸಹವರ್ತಿಗಳು. ಇದರಲ್ಲಿ ನೀವು ಮಧ್ಯ ಪ್ರವೇಶಿಸುವಹಾಗಿಲ್ಲ, ಅಂಥಾ ಹಕ್ಕೂ ನಿಮಗಿಲ್ಲ ಎಂದು ಖಡಾಖಂಡಿತವಾಗಿ ಹೇಳಿಬಿಟ್ಟರು. ಆದರೂ, ನನ್ನ ಅಪ್ಪನ ಈ ಮಾತುಗಳು ಮತ್ತು ಆದಿ ಕರ್ನಾಟಕರ ಬಗ್ಗೆ ಅವರು ನಡೆದುಕೊಂಡ ರೀತಿ, ಇವೆಲ್ಲ ಇತರೆ

ಮೇಲ್ಜಾತಿಯವರಿಗೆ ಅಷ್ಟಾಗಿ ಇಷ್ಟವಾಗಲಿಲ್ಲ. ಆದರೂ ನನ್ನ ಅಪ್ಪನನ್ನು ನೇರವಾಗಿ ವಿರೋಧಿಸದೆ ಸುಮ್ಮನಾದರು. ಇದರಲ್ಲಿ ಮತ್ತೊಂದು ಸೂಕ್ಷ್ಮವೂ ಅಡಗಿತ್ತು. ನನ್ನ ಅಪ್ಪನಾದರೋ ಹುಟ್ಟಾ ಬ್ರಾಹ್ಮಣ ಮತ್ತು ಅಂದಿನ ಸಾಮಾಜಿಕ ಚೌಕಟ್ಟಿನ ಪ್ರಕಾರ ಅತ್ಯಂತ ಮೇಲು ಜಾತಿಗೆ ಸೇರಿದವನು. ಅದಲ್ಲದೆ ಸಂಖ್ಯಾಬಲದಲ್ಲಿ ಆದಿ ಕರ್ನಾಟಕ ಕೋಮಿನವರದ್ದೇ ಮೇಲುಗೈ, ಎಲ್ಲ ದೈಹಿಕ ಶ್ರಮದಲ್ಲೂ ಅವರ ಸಹಕಾರವಿಲ್ಲದೇ ಏನು ಮಾಡಲೂ ಸಾಧ್ಯವಿರಲಿಲ್ಲ. ನಮ್ಮೆಲ್ಲರಿಗಿಂತ ಶ್ರೇಷ್ಠ ಜಾತಿಯವನೇ, ಇಷ್ಟು ದೊಡ್ಡ ಮನಸ್ಸಿನಿಂದ ಅವರೊಂದಿಗೆ ಬೆರೆಯುವಾಗ ನಾವುಗಳು ನಮ್ಮ ಜಾತಿ ಬುದ್ಧಿಯನ್ನು ಅಷ್ಟಾಗಿ ಪ್ರಕಟಿಸುವುದು ಸಮಂಜಸವಲ್ಲ ಎಂದು ತಿಳಿದು ಜಾಣಮೌನವನ್ನು ಪ್ರದರ್ಶಿದರು ಎಂದು ಈಗ ನನಗೆ ವೇದ್ಯವಾಯಿತು.

ಕಾಲಕ್ರಮೇಣ ನೀರು ಕಟ್ಟುವಾಗ ನೀರಿಗಿಳಿಯದೇ ದೂರ ನಿಲ್ಲುವ ಪ್ರವೃತ್ತಿ ಕಡಿಮೆಯಾಗುತ್ತಾ ಬಂತು ಮತ್ತು ಹಾಗೆಯೇ ಆ ಆಚರಣೆ ಮಾಯವಾಯಿತು. ಇಂದಿನ ಪರಿಸ್ಥಿತಿಯಲ್ಲಿ ಇದು ತೀರ ಅಪ್ರಸ್ತುತ ಎನ್ನಿಸಿದರೂ (ಇದಕ್ಕೆ ಈಗ ನೀರಿಲ್ಲದಿರುವುದೂ ಕಾರಣವಾಗಿರಬಹುದು), ನನ್ನ ಹಳ್ಳಿಯಲ್ಲಿ ಪ್ರಪ್ರಥಮವಾಗಿ ಜಾತಿಬೇರುಗಳನ್ನು ಅಲುಗಾಡಿಸಿದ ಯಶಸ್ಸು ನನ್ನ ಅಪ್ಪನಿಗೇ ಸಲ್ಲಬೇಕು. ಜಾತಿಪದ್ಧತಿ ಆಳವಾಗಿ ಬೇರೂರಿದ್ದ ಸಮಯದಲ್ಲಿ, ಧೀರನಂತೆ ನಿಂತು ಅದರ ವಿರುದ್ಧ ಸೆಟೆದುನಿಂತ ನನ್ನ ಅಪ್ಪನ ಸಾಮಾಜಿಕ ಕಳಕಳಿಯನ್ನು ಶ್ಲಾಘಿಸದೇ ಇರಲು ಸಾಧ್ಯವಿಲ್ಲ.

ಈ ಘಟನೆಯು ನನ್ನ ಮನಸ್ಸಿನಲ್ಲಿ ಮೂಡಿದಾಗ, ನನಗೆ ಹರಿಶ್ಚಂದ್ರಕಾವ್ಯದ ಕೆಲವು ಮಾತುಗಳು ನೆನೆಪಿಗೆ ಬರುತ್ತದೆ. ವಿಶ್ವಾಮಿತ್ರ ಮಹರ್ಷಿ ಸೃಷ್ಟಿಸಿದ ಮಾತಂಗ ಕನ್ಯೆಯರು ಹರಿಶ್ಚಂದ್ರನಲ್ಲಿಗೆ ಬಂದು ತಮ್ಮನ್ನು ಮದುವೆ ಮಾಡಿಕೋ ಎಂದು ಪ್ರಾರ್ಥಿಸಿದಾಗ ಹರಿಶ್ಚಂದ್ರ ಚಕ್ರವರ್ತಿ ಹೀನ ಕುಲದವರಾದ ಆ ಕನ್ಯೆಯರನ್ನು ಕುಲೀನ ವಂಶದವನಾದ ತಾನು ಮದುವೆಯಾಗಲು ಸಾಧ್ಯವೇ ಇಲ್ಲ. ಹಾಗಾದರೆ ತನ್ನ ಜಾತಿ ಕೆಡುತ್ತದೆ ಎಂದು ಹೀಗೆ ಹೇಳುತ್ತಾನೆ.

"ಕೊಡವಾಲಂ ಕೆಡಿಸಲ್ ಆಮ್ರುವೆನಿತಾಗಬೇಕು?"

ಅಂದರೆ ಒಂದು ಕೊಡ ಹಾಲನ್ನು ಕೆಡಿಸಲು ಹುಳಿ ಎಷ್ಟು ಬೇಕು ಎಂದು ಹೇಳಿ ಅವರನ್ನು ದೂರಮಾಡುವ ಪ್ರಯತ್ನ ಮಾಡುತ್ತಾನೆ. ಇದನ್ನೂ ಕೇಳಿದ ಮಾತಂಗ ಕನ್ಯೆಯರು,

"ಸಕಲರ ಪಾಪವಂ ತೊಳೆವ ಗಂಗೆಗೆ ಪಾಪ ಲೇಪನವುಂಟಾಯ್ತೆ?"

ಎಂದು ಹರಿಶ್ಚಂದ್ರ ಚಕ್ರವರ್ತಿಯನ್ನು ಮರುಪ್ರಶ್ನೆ ಮಾಡಿ, ನಿನ್ನನು ಸೇರಿದರೆ ನಾವು ಪಾವನರಾಗುತ್ತೇವೆಯೇ ವಿನಃ ನೀನು ಪತಿತನಾವುದಿಲ್ಲ ಎಂದಾಗ, ತನ್ನ ಜಾತಿ ವ್ಯಾಮೋಹದಿಂದ,

"ಬಚ್ಚಲುದಕಂ ತಿಳಿದೊಡಂ ಆರ ಮೀಹಕ್ಕೆ ಯೋಗ್ಯಂ?" ಎಂದು ಹೇಳಿ ಅವರನ್ನು ತಿರಸ್ಕರಿಸಿ ಬಿಡುತ್ತಾನೆ. ಅಂದರೆ ಸತ್ಯಹರಿಶ್ಚಂದ್ರ ಸತ್ಯ ಪರಿಪಾಲನೆಯಲ್ಲಿ ಎಷ್ಟು ನಿಷ್ಠುರನೋ ತನ್ನ ಕುಲೀನ ಜಾತಿಯ ಬಗ್ಗೆಯೂ ಅಷ್ಟೇ ನಿಷ್ಠುರನಾಗಿದ್ದ ಎಂದು ತಿಳಿಯಬಹುದು.

ಆದರೆ ನನ್ನ ಅಪ್ಪ ಜಾತಿಯ ಬಗ್ಗೆ ಇದಕ್ಕೆ ತದ್ವಿರುದ್ಧ ನಿಲುವನ್ನು ತಳೆದಿದ್ದರು. ಬಹುಶಃ ಅವರು ಬಸವಣ್ಣನವರ ವಚನದಂತೆ "ಜಲವೊಂದೆ ಶೌಚಾಮನಕ್ಕೆ" ಎಂಬ ನಿಲುವನ್ನು ಹೊಂದಿದ್ದರು ಎಂದು ನನ್ನ ಅನಿಸಿಕೆ.

ಸುಮಾರು ಅರವತ್ತು ವರ್ಷಗಳ ಹಿಂದೆಯೇ ಅವರಲ್ಲಿ ಈ ರೀತಿಯಾದ ಜಾತ್ಯಾತೀತ ಮನೋಭಾವನೆ ಇತ್ತು ಮತ್ತು ತನ್ನ ನಂಬಿಕೆಗಳ ಪ್ರಕಾರವೇ ತಮ್ಮ ನಡವಳಿಕೆಯನ್ನೂ ರೂಪಿಸಿಕೊಂಡಿದ್ದರು ಎಂಬುದು ಬಹಳ ಅಚ್ಚರಿಯ ಸಂಗತಿಯೇ.

ಹರಿಜನರು ಸುಡುಗಾಡಿಗೂ ಸಹ ಬಳಸುದಾರಿಯಲ್ಲಿಯೇ ಹೋಗಬೇಕಾಗಿತ್ತು ಎಂದು ಹಿಂದೆಯೇ ಹೇಳಿದ್ದೆ. ಈ ಹೀನ ಆಚರಣೆಯನ್ನೂ ಸಹ ಪ್ರಬಲವಾಗಿ ವಿರೋಧಿಸಿ ಅದನ್ನು ನಿರ್ಮೂಲಮಾಡಿದ ಖ್ಯಾತಿಯೂ ಸಹ ನನ್ನ ಅಪ್ಪನಿಗೇ ಸೇರಬೇಕು.

ನಾನು ಹುಟ್ಟಿ ಬೆಳೆದ ಮನೆ ಹರಿಜನ ಕೇರಿಗೆ ಹೊಂದಿಕೊಂಡೇ ಇತ್ತು. ಹರಿಜನರು ಬೇರೆಲ್ಲಿಗೆ ಹೋಗಬೇಕಾದರೂ, ಬ್ರಾಹ್ಮಣರ ಕೇರಿ ಮತ್ತು ಪಕ್ಕದ ಗಂಗಡಿಕಾರ ಕೇರಿಯನ್ನು ದಾಟಿಯೇ ಹೋಗಬೇಕು. ಇಲ್ಲವಾದರೆ ಉಪ್ಪಲಿಗರ ಕೇರಿಯನ್ನು ಹಾದು ಹೋಗಬೇಕು. ಆದರೆ ಈ ಜಾತಿಯವರು ಯಾರೂ ಸಹ ಹರಿಜನರನ್ನು ತಮ್ಮ ಕೇರಿಯನ್ನು ಹಾದು ಹೋಗಲು ಬಿಡುತ್ತಿರಲಿಲ್ಲ. ಹರಿಜನರಿಗೆಂದೇ ಇದ್ದ ಬಳಸುದಾರಿಯಲ್ಲಿ ಹೋಗಬೇಕು, ಬೇರೆ ದಾರಿ ಇರಲಿಲ್ಲ. ಅಂದರೆ ಮೇಲು ಜಾತಿಯವರ ಕಣ್ಣಿಗೆ ಕಾಣದಂತೆ ಹೋಗಬೇಕಾಗಿತ್ತು. ಇದು ಆಗ ಆಚರಣೆಯಲ್ಲಿ ಇದ್ದ ಏರ್ಪಾಡು.

ಇನ್ನು ಹರಿಜನರಲ್ಲಿ ಯಾರಾದರೂ ಸತ್ತರೆ, ಹೆಣ ಸಾಗಿಸಲು ಬಹಳ ಪಾಡು ಪಡಬೇಕು. ಮೊದಲೇ ಹೆಣಭಾರ, ಅದನ್ನು ಬಳಸು ದಾರಿಯ ಮುಖಾಂತರ ಹೊರಬೇಕು. ಎಷ್ಟೇ ಕಷ್ಟವಾದರೂ, ಸುಡುಗಾಡಿಗೆ ಸಾಗಿಸಲೇ ಬೇಕಲ್ಲ! ಬೇರೆ ದಾರಿಯಿಲ್ಲದೆ ಬಳಸುದಾರಿಯ ಓಣಿಯ ಮೂಲಕ ಬಹಳ ಪ್ರಯಸದಿಂದ,

ಸುಡುಗಾಡಿಗೆ ಹೊತ್ತುಕೊಂಡು ಹೋಗುತ್ತಿದ್ದರು. ಆದರೆ ನನ್ನ ಮನೆಯ ಮುಂದೆ ಇದ್ದ ದಾರಿಯಲ್ಲಿ ಹೋದರೆ ಸುಡುಗಾಡಿಗೆ ಬಹಳ ಹತ್ತಿರವಾಗುತ್ತಿತ್ತು. ಜಾತಿಯ ಕಟ್ಟಿಗೆ ಭಯಪಟ್ಟು, ತಮ್ಮ ಹಣೆಬರಹವನ್ನು ಹಳಿಯುತ್ತ, ದೂರದ ದಾರಿಯ ಮುಖಾಂತರ ಹೆಣಸಾಗಿಸಿ ಅಂತ್ಯ ಸಂಸ್ಕಾರ ಮಾಡುತ್ತಿದ್ದರು. ಎಲ್ಲೋ ಕೆಲ ಧೈರ್ಯಶಾಲಿ ಹರಿಜನರು ಅಲ್ಪ ಸ್ವಲ್ಪ ಪ್ರತಿಭಟನೆ ತೋರುತ್ತಿದ್ದರು ಅಷ್ಟೆ. ತಮ್ಮವರ ಹೆಣ ಸಾಗಿಸಲು ಹತ್ತಿರದ ದಾರಿಯಲ್ಲಿ ಹೋಗಲು ಅನುಮತಿ ಕೇಳುವ ಧೈರ್ಯ ಮಾಡುತ್ತಿದ್ದರು. ಇದನ್ನು ಪ್ರತಿಭಟನೆ ಎಂದು ಕರೆಯುವುದಕ್ಕಿಂತ, ಗೋಗರೆಯುವುದು ಎಂದು ಹೇಳಬಹುದು. ಮನುಷ್ಯನ ಸ್ವಭಾವ ಯಥಾಸ್ಥಿತಿಯನ್ನು ಕಾಯ್ದು ಕೊಳ್ಳುವುದಲ್ಲಿಯೇ ಮಗ್ನ, ಅಷ್ಟಿಷ್ಟು ಬದಲಾವಣೆಯನ್ನೂ ಸಹ ಒಪ್ಪುವುದಿಲ್ಲ. ಇನ್ನು ಶತಶತಮಾನಗಳಿಂದ ರೂಢಿಯಲ್ಲಿದ್ದ ಜಾತಿ ಪದ್ಧತಿಯು ಅಷ್ಟು ಸುಲಭದಲ್ಲಿ ಬದಲಾವಣೆ ಹೊಂದುತ್ತದೆಯೆ?

ನನ್ನ ಅಪ್ಪ ನನ್ನೂರಿನಲ್ಲಿ ಅಂಗಡಿ ಪ್ರಾರಂಭಿಸಿದ ದಿನಗಳು, ಪ್ರಾರಂಭದಲ್ಲಿ ಅಂಗಡಿ ವ್ಯಾಪಾರವನ್ನು ಅಭಿವೃದ್ಧಿಪಡಿಸುವುದರಲ್ಲಿಯೇ ಮಗ್ನರಾಗಿದ್ದರು. ತನ್ನ ಸುತ್ತ ಮುತ್ತಲಿನ ಪರಿಸರ, ರೂಢಿ, ಆಚರಣೆ ಇವೆಲ್ಲವನ್ನೂ ಗಮನಿಸಲು ಅವರಿಗೆ ಪುರುಸೊತ್ತಿರಲಿಲ್ಲ. ಹೀಗೆ ಸ್ವಲ್ಪಕಾಲ ಕಳೆಯಿತು.

ಒಂದುದಿನ ನನ್ನ ಮನೆಯ ಪಕ್ಕದಲ್ಲಿಯೇ ಇದ್ದ ಹರಿಜನ ಕೇರಿಯಲ್ಲಿ ಒಬ್ಬ ತೀರಿಕೊಂಡಿದ್ದ. ಅವನ ಹೆಣ ಒಪ್ಪಮಾಡಬೇಕು, ಯಥಾ ಪ್ರಕಾರ ಬಳಸು ದಾರಿಯ ಮುಖಾಂತರವೇ ಹೋಗಬೇಕು. ಇದೆಲ್ಲಾ ನಡೆಯುತ್ತಿದ್ದಾಗ, ನನ್ನ ಅಪ್ಪ ಸಹ ಅಂದು ಸ್ವಲ್ಪ ಬಿಡುವಾಗಿ ಮನೆ ಮುಂದಿನ ಜಗುಲಿಯ ಮೇಲೆ ಕುಳಿತಿದ್ದರು. ಅತ್ತ ಇತ್ತ ಜನರ ಓಡಾಟ, ಗುಂಪಾಗಿ ನಿಂತು ಕೆಲವರು ಗುಸ ಗುಸ ಮಾತನಾಡುವುದು, ಇವೆಲ್ಲವನ್ನೂ ಗಮನಿಸಿದ್ದಾರೆ. ಇಂದಿನ ಹಾಗೆ ರಸ್ತೆಪೂರ ಜನರು ಇರುತ್ತಿರಲಿಲ್ಲವಾದ್ದರಿಂದ, ಒಂದೆರೆಡು ಮಂದಿ ಹೆಚ್ಚಾಗಿ ಓಡಾಡಿದರೂ, ಜನರಲ್ಲಿ ಕುತೂಹಲ ಮೂಡುತ್ತಿತ್ತು. ನನ್ನ ಅಪ್ಪನೂ ಸಹ ಈ ರೀತಿಯ ಸಹಜವಾದ ಕುತೂಹಲದಿಂದ, ಅಲ್ಲೇ ರಸ್ತೆಯಲ್ಲಿ ನಿಂತಿದ್ದ ಒಬ್ಬನನ್ನು ಹತ್ತಿರಕ್ಕೆ ಕರೆದು "ಏನು ಸಮಾಚಾರ?" ಎಂದು ವಿಚಾರಿಸಿದ್ದಾರೆ. ಹರಿಜನರಕೇರಿಯಲ್ಲಿ ಒಬ್ಬ ತೀರಿಕೊಂಡಿದ್ದಾನೆ, ಹೆಣ ಸುಡುಗಾಡಿಗೆ ಸಾಗಿಸಬೇಕು, ಅಂತ್ಯ ಸಂಸ್ಕಾರಕ್ಕೆ ಹತ್ತಿರದಾರಿಯಲ್ಲಿ ಹೋಗಲು ಅನುಮತಿ ಕೊಟ್ಟರೆ ಅನುಕೂಲ ಎಂಬ ವಿಷಯ ತಿಳಿಯಿತು.

ಆದರೆ ಮೇಲು ಜಾತಿ ಕೇರಿಯ ಮೂಲಕ ಹೋಗಲು ಅನುಮತಿ ಯಾರು ಕೊಡಬೇಕು? ಹಾಗೆ ಅನುಮತಿ ಕೇಳುವವರು ಯಾರು? ಅಂದರೆ ಬೆಕ್ಕಿನ ಕತ್ತಿಗೆ ಗಂಟೆ ಕಟ್ಟುವವರು ಯಾರು? ಈ ರೀತಿಯಾದ ಗೊಂದಲಕ್ಕೆ ಅವರೆಲ್ಲ ಸಿಕಿಬಿದ್ದಿದ್ದರು.

ಈ ಸುಡುಗಾಡಿಗೆ ಹೋಗುವ ದಾರಿ ತಕರಾರು ಇದ್ದದ್ದು ನನ್ನ ಅಪ್ಪನಿಗೆ ಮೊದಲೇ ತಿಳಿದಿತ್ತು. ಆದರೆ ಅದನ್ನು ಸರಿಪಡಿಸುವ ಸರಿಯಾದ ಸಂದರ್ಭ ಅಲ್ಲಿಯವೆರೆಗೂ ಒದಗಿ ಬಂದಿರಲಿಲ್ಲ. ಇದೇ ಸರಿಯಾದ ಸಮಯ ಎಂದು ನಿರ್ಧರಿಸಿ, “ಲೇ, ಸತ್ತಮೇಲೆ ಏನ್ರೋ ಜಾತಿ, ಹೆಣ ಸಾಗಿಸೋಕೆ ಯಾರ ಅನುಮತಿಯೂ ಬೇಕಾಗಿಲ್ಲ. ನನ್ನ ಮನೆಮುಂದೇನೆ ಹೆಣಎತ್ತಿಕೊಂಡು ಹೋಗಿ” ಎಂದು ಬಿಟ್ಟರು. ನನ್ನ ಅಪ್ಪನ ಈ ಮಾತನ್ನು ಕೇಳಿದ ಹರಿಜನರು ತಕ್ಷಣಕ್ಕೆ ಸ್ವಲ್ಪ ನಿರಾಳರಾದರೂ, ಇದು ಅಷ್ಟು ಸುಲಭದಲ್ಲಿ ಬಗೆ ಹರಿಯುವ ವಿಷಯವಲ್ಲ ಎಂಬುದನ್ನೂ ತಿಳಿದಿದ್ದರು. ನನ್ನ ಅಪ್ಪ ಹೀಗೆ ತನ್ನ ಮನೆಯ ಮುಂದಿನಿಂದಲೇ ಹರಿಜನರಿಗೆ ಹೆಣ ಸಗಿಸಲು ಹೇಳಿದ ಮಾತು ಕ್ಷಣಮಾತ್ರದಲ್ಲಿ ಕಾಳ್ಗಿಚ್ಚಿನಂತೆ ಊರಿನಲ್ಲೆಲ್ಲಾ ಹರಡಿಬಿಟ್ಟಿತು. ಮಿಕ್ಕೆಲ್ಲ ಮೇಲು ಜಾತಿ ಮುಖಂಡರು ಎಲ್ಲ ಸೇರಿ ಗುಂಪಾಗಿ ನನ್ನ ಮನೆ ಮುಂದೆ ಸೇರಿಬಿಟ್ಟರು. ಅವರೆಲ್ಲಾ ನನ್ನ ಅಪ್ಪನನ್ನು ಸುತ್ತುವರಿದು, “ನೀವು ಹೀಗಿ ಮನಸ್ಸಿಗೆ ಬಂದಂತೆ ಮಾಡುವ ಹಾಗಿಲ್ಲ. ಅನೂಚಾನವಾಗಿ ನಡೆದು ಬಂದಿರುವ ಪದ್ಧತಿಯನ್ನು ಮುರಿಯಲು ಸಾಧ್ಯವಿಲ್ಲ. ನೀವು ನಿಮ್ಮ ಮನೆ ಮುಂದೆ ಹೆಣ ಸಾಗಿಸಲು ಬಿಟ್ಟರೂ, ನಾವೆಲ್ಲ ನಮ್ಮ ಮನೆ ಮುಂದೆ ಸಾಗಿಸಲು ಬಿಡುವುದಿಲ್ಲ. ಅದೇನು ಮಾಡ್ತೀರೋ ಮಾಡಿ” ಎಂದು ಸವಾಲೆಸೆದು ಬಿಟ್ಟರು.

ನ್ಯಾಯ ಸಮ್ಮತವಾದದ್ದನ್ನು ಎಂದೂ ವಿರೋಧಿಸದ ಮತ್ತು ನ್ಯಾಯಕ್ಕೆ ವಿರುದ್ಧವಾದ್ದನ್ನು ಎಂದೂ ಸಮ್ಮತಿಸದ ನನ್ನ ಅಪ್ಪ ಈ ರೀತಿಯಾದ ಸವಾಲಿಗೆ ಬಗ್ಗುವ ಆಸಾಮಿಯಲ್ಲ. ಊರಿನ ಎಲ್ಲ ಜಾತಿ ಮುಖಂಡರೂ ಒಂದು ಕಡೆ, ನನ್ನ ಅಪ್ಪ ಮಾತ್ರ ಇನ್ನೊಂದು ಕಡೆ, ಇತರೆ ಬ್ರಾಹ್ಮಣರು ಯಾವಕಡೆಯೂ ಇಲ್ಲದೆ ತಟಸ್ಥರಾಗಿ ಮೂಕಪ್ರೇಕ್ಷಕರಾಗಿ ಬಿಟ್ಟರು. ಹರಿಜನರನ್ನು ಹೊರತುಪಡಿಸಿ ಮಿಕ್ಕೆಲ್ಲ ಜಾತಿ / ಕೋಮುಗಳಿಗೆಲ್ಲ ವಿರೋಧಿಯಾಗಿಬಿಟ್ಟರು ನನ್ನ ಅಪ್ಪ. ಸುಮಾರು ಸಾವಿರದಿಂದ, ಸಾವಿರದೈನೂರು ಜನರನ್ನು ಎದುರು ಹಾಕಿಕೊಳ್ಳಬೇಕಾದ ಪರಿಸ್ಥಿತಿಗೆ ಸಿಕ್ಕಿಬಿಟ್ಟರು. ಸಾಮಾನ್ಯವಾಗಿ ಯಾವುದೇ ಕಾಲದಲ್ಲಿಯಾದರೂ ಇದು ಬಹಳ ಗಂಭೀರ ಪರಿಸ್ಥಿತಿಯೇ. ಆದರೆ ಕೆಚ್ಚೆದೆ ಎಂಬ ಪದಕ್ಕೆ ಮತ್ತೊಂದು ಹೆಸರೆಂದರೆ ನನ್ನ ಅಪ್ಪ. ಇದಕ್ಕೆಲ್ಲ ಜಗ್ಗಲಿಲ್ಲ ಅವರು. ಆಗ ಅವರು ಹೇಳಿದ್ದು

"ನೋಡಿ ಈ ದಿನ, ಈ ಎ.ಕೆ ಹೆಣ ನನ್ನ ಮನೆಮುಂದಿನ ದಾರಿಯಲ್ಲಿ ಹೋಗುತ್ತದೆ ಮತ್ತು ಇತರೆ ಮೇಲು ಜಾತಿಯವರ ಕೇರಿಯ ಮೂಲಕವೇ ಸುಡುಗಾಡಿಗೆ ಸಾಗಿಸಲ್ಪಡುತ್ತದೆ. ನಾನೇ ಎಲ್ಲರಿಗಿಂತ ಮುಂದೆ ಇರುತ್ತೇನೆ. ಆ ಹೆಣ ಸುಡುಗಾಡು ಸೇರುವವರೆಗೆ ನಾನೇ ಮುಂದೆ ನಡೆದು ಬರುತ್ತೇನೆ. ಇಲ್ಲಿ ಯಾವನಾದರೂ ಗಂಡಸಾಗಿದ್ದರೆ ಬಂದು ತಡೆಯಿರೋ ನೋಡೋಣ" ಎಂದವರೇ, ಅಲ್ಲೇ ದೂರದಲ್ಲಿ ನಿಂತು ಈ ವಾಗ್ವಾದವನ್ನು ಸೂಕ್ಷ್ಮವಾಗಿ ಗಮನಿಸುತ್ತಿದ್ದ ಹರಿಜನರನ್ನು ಹತ್ತಿರ ಕರೆದು, "ಏಯ್ ಹೋಗಿ ಹೆಣ ಸಾಗಿಸುವ ಏರ್ಪಾಡುಮಾಡಿ, ನಾನು ಇಲ್ಲೇ ನಿಂತಿರುತ್ತೇನೆ, ಹೊತ್ತುಕೊಂಡು ಬನ್ರೋ" ಎಂದು ಘರ್ಜಿಸಿದರು.

ನನ್ನ ಅಪ್ಪನ ಈ ರೌದ್ರಾವತಾರವನ್ನು ಕಂಡ ಜಾತಿ ಮುಖಂಡರಿಗೆ ಆ ಕ್ಷಣದಲ್ಲಿ ಯಾವ ರೀತಿ ಪ್ರತಿಕ್ರಿಯೆಯನ್ನೂ ನೀಡಲು ಸಾಧ್ಯವಾಗಲಿಲ್ಲ. ಇವರು ಇಷ್ಟೊಂದು ತೀಕ್ಷ್ಣವಾಗಿ ಮತ್ತು ಕ್ಷಿಪ್ರವಾಗಿ ಈ ರೀತಿಯಾದ ನಿರ್ಧಾರಕ್ಕೆ ಬರುತ್ತಾರೆ ಎಂಬ ನಿರೀಕ್ಷೆ ಅವರಿಗೆ ಇರಲಿಲ್ಲ. Taken by surprise ಎಂಬ ನುಡಿಯಂತೆ ಅವರೆಲ್ಲ ಏನೂ ಮಾಡಲಾಗದೆ ನಿಂತು ಬಿಟ್ಟರು. ಹರಿಜನರಿಗೂ ಇದೊಂದು ಅಚ್ಚರಿಯ ಸಂಗತಿಯಾಗಿತ್ತು. ಇವನೊಬ್ಬನ ಮಾತಿನಂತೆ ನಡೆಯುವುದೇ ಎಂಬ ಅಳುಕೂ ಸಹ ಅವರಲ್ಲಿತ್ತು. ಹಾಗೂ ಹೀಗೂ ಧೈರ್ಯ ಮಾಡಿ ಹೆಣ ಹೊತ್ತುಕೊಂಡು ಬಂದರು. ನನ್ನ ಅಪ್ಪ ಹೇಳಿದಂತೆಯೆ ಆ ಅಂತ್ಯ ಯಾತ್ರೆಯ ಮುಂದೆಯೇ ನಡೆಯುತ್ತಾ, ಎಲ್ಲ ಮೇಲು ಜಾತಿಯ ಕೇರಿಗಳ ಮೂಲಕ ಸುಡುಗಾಡಿನವರೆಗೂ ಹೋದರು. ಯಾರು ಅವರನ್ನು ತಡೆಯುವ ಸಾಹಸಕ್ಕೆ ಕೈ ಹಾಕಲಿಲ್ಲ. ಅಂದಿನಿಂದ ಹರಿಜನರು ಬಳಸುದಾರಿಯನ್ನು ಬಿಟ್ಟು ಹತ್ತಿರದ ದಾರಿಯನ್ನು ಬಳಸಲು ಪ್ರಾರಂಭ ಮಾಡಿಬಿಟ್ಟರು. ಒಬ್ಬೊಂಟಿಗನಾಗಿ ಇಡೀ ಹಳ್ಳಿಯ ಜನರ ವಿರೋಧದ ಮಧ್ಯೆ, ಈ ರೀತಿಯಾದ ಸಾಮಾಜಿಕ ಕ್ರಾಂತಿಯ ಹರಿಕಾರನಾಗಿ ಮೆರೆದವರು ನನ್ನ ಅಪ್ಪ.

ಆ ದಿನ ಅಸ್ಪೃಶ್ಯತೆಯನ್ನು ಇಷ್ಟೊಂದು ಕಟುವಾಗಿ ಏಕಾಂಗಿಯಾಗಿ ವಿರೋಧಿಸಿದ ನನ್ನ ಅಪ್ಪನನ್ನು ಇತರ ಮೇಲುಜಾತಿಯ ಜನ ಏಕೆ ತಡೆಯಲಿಲ್ಲ. ಜನ ಬಲ, ಹಣಬಲ ಯಾವುದೂ ಇಲ್ಲದ ನನ್ನ ಅಪ್ಪ ಕೇವಲ ನೈತಿಕ ಸ್ಥೈರ್ಯದಿಂದ ಹೀಗೆ ಮಾಡಲು ಹೇಗೆ ಸಾಧ್ಯವಾಯಿತು ಎಂಬ ಪ್ರಶ್ನೆ ನನ್ನನ್ನು ಕಾಡುತ್ತಲೇ ಇದೆ. ಬಹುಶಃ ಅವರು ಬ್ರಾಹ್ಮಣ ಜಾತಿಗೆ ಸೇರಿದವರು ಎಂದೇ? ನನಗಂತೂ ತಿಳಿಯದು. ಜಾತಿ ಪದ್ಧತಿಯನ್ನು ಅಳಿಸಲು ನನ್ನ ಅಪ್ಪನಿಗೆ ಅಂದು ನೆರವಿಗೆ ಬಂದದ್ದು ಅವರು ಹುಟ್ಟಿದ ಜಾತಿಯೇ? ಈ ಸಂಶಯ / ಪ್ರಶ್ನೆ ಇಂದೂ ಸಹ ನನ್ನ

ಮನಸ್ಸಿನ ಮೂಲೆಯಲ್ಲಿ ಉತ್ತರ ಸಿಗದೇ ಬಿದ್ದಿದೆ.

17

ನಾ ಕಂಡ ನಾ. ಕಸ್ತೂರಿ

ಕನ್ನಡ ಸಾಹಿತ್ಯ ಪರಂಪರೆಯಲ್ಲಿ ನವಿರಾದ ಹಾಸ್ಯ ಸಾಹಿತ್ಯವನ್ನು ಸೃಷ್ಟಿಸಿ ಚಾಲ್ತಿಗೆ ತಂದ ಹಾಸ್ಯ ಬ್ರಹ್ಮ ಎಂದರೆ ಶ್ರೀಮಾನ್ ರಾ.ಶಿ., ಮತ್ತು ಶ್ರೀಮಾನ್ ನಾ. ಕಸ್ತೂರಿ ಅವರುಗಳು. Subtle and cultured humor ಅನ್ನು ಹುಟ್ಟು ಹಾಕಿದವರು ಈ ಇಬ್ಬರು ಮಹನೀಯರುಗಳು. ಕೈಲಾಸಂರವರು ಈ ನಿಟ್ಟಿನಲ್ಲಿ ಸಾಕಷ್ಟು ಕೃಷಿ ಮಾಡಿದ್ದರೂ ಹಾಸ್ಯ ಸಾಹಿತ್ಯದ ಅಧ್ವರ್ಯುಗಳೆಂದರೆ ರಾ.ಶಿ. ಮತ್ತು ಕಸ್ತೂರಿ ಎಂದೇ ಗುರುತಿಸಲ್ಪಟ್ಟಿದ್ದಾರೆ.

ಶ್ರೀ ರಾ.ಶಿ.ಯವರು ಕನ್ನಡಿಗರಾದರೆ ಶ್ರೀ ನಾ.ಕಸ್ತೂರಿ ಅವರು ಹುಟ್ಟಾ ಮಲಯಾಳಿಗಳು. ಕೇರಳದಲ್ಲಿ ಹುಟ್ಟಿ ಬೆಳೆದ ಇವರು ಕನ್ನಡ ಸಾಹಿತ್ಯದಲ್ಲಿ ಮಾಡಿರುವ ಕೃಷಿ ಅವಿಸ್ಮರಣೀಯ. ಅವರ ಪೂರ್ತಿ ಹೆಸರು ನಾರಾಯಣ ಕಸ್ತೂರಿ ರಂಗನಾಥ ಶರ್ಮ. ಇವರು ಕೇರಳರಾಜ್ಯದ ತಿರುವಾಂಕೂರು ಸಂಸ್ಥಾನದಲ್ಲಿ ಜನಿಸಿದರು.

ಹುಟ್ಟಿ ಬೆಳೆದು ವಿದ್ಯಾಭ್ಯಾಸ ಮಾಡಿದ್ದು ಕೇರಳದಲ್ಲಾದರೂ ಅವರು ಅಧ್ಯಾಪಕ ವೃತ್ತಿ ಮಾಡಿದ್ದು ಮೈಸೂರಿನ ಮಹಾರಾಜಾ ಹೈಸ್ಕೂಲಿನಲ್ಲಿ.

ಮಲಯಾಳಿಯಾದರೂ ಕನ್ನಡ ಭಾಷೆಯನ್ನು ಕಲಿತು ಅದರಲ್ಲಿ ಪಾಂಡಿತ್ಯಗಳಿಸಿ ಮರೆಯಲಾಗದಂಥ ಕೃತಿರಚನೆ ಮಾಡಿದ್ದು ಕಸ್ತೂರಿಯವರ ಹೆಗ್ಗಳಿಕೆ. ಹಾಸ್ಯರಸ ಭರಿತವಾದ 'ಅನರ್ಥಕೋಶ' ಎಂಬ ನಿಘಂಟು ರಚನೆ ಮಾಡಿದ್ದು ಅವರ ಹಾಸ್ಯ ಪ್ರಜ್ಞೆಗೆ ಸಾಕ್ಷಿಯಾಗಿದೆ. ನಿತ್ಯಜೀವನದ ಅನೇಕ ಕ್ಷಣಗಳಲ್ಲಿ ಹಾಸ್ಯ ಸಂದರ್ಭಗಳನ್ನು ಗುರುತಿಸಿ ಕನ್ನಡಿಗರಿಗೆ ಹಾಸ್ಯ ರಸಾಯನವನ್ನು ಉಣಬಡಿಸಿದವರು ನಾ.ಕಸ್ತೂರಿ. ಕನ್ನಡ ಭಾಷೆಯನ್ನು

ಸಮೃದ್ಧಗೊಳಿಸಿದ ಯಶಸ್ಸು ಕೂಡ ಕಸ್ತೂರಿಯವರಿಗೇ ಸಲ್ಲಬೇಕು.

ಪ್ರಪ್ರಥಮವಾಗಿ ರೇಡಿಯೋ ಪ್ರಸಾರ ಪ್ರಾರಂಭವಾಗಿದ್ದು ಮೈಸೂರಿನಲ್ಲಿ. ಈ ಮಹತ್ತರವಾದ ರೇಡಿಯೋ ಪ್ರಸಾರದಲ್ಲಿ ನಾ. ಕಸ್ತೂರಿಯವರು ಸಕ್ರಿಯರಾಗಿ ಪಾಲ್ಗೊಂಡಿದ್ದರು ಎಂದು ತಿಳಿಯಬರುತ್ತದೆ. 'ಆಕಾಶವಾಣಿ' ಎಂಬ ಪದವನ್ನು ರೇಡಿಯೋ ಪ್ರಸಾರಕ್ಕೆ ಮೊತ್ತಮೊದಲು ನಾಮಕರಣ ಮಾಡಿದ್ದು ನಾ. ಕಸ್ತೂರಿಯವರು ಎಂದು ಒಂದು ಅಭಿಪ್ರಾಯವಿದೆ. ಮೈಸೂರು ರೇಡಿಯೋ ಕೇಂದ್ರವನ್ನು ಪ್ರಾರಂಭಿಸಿದ ಶ್ರೀ ಗೋಪಾಲಸ್ವಾಮಿ ಅವರು ಆಕಾಶವಾಣಿ ಎಂದು ನಾಮಕರಣ ಮಾಡಿದರು ಎಂಬ ಅಭಿಪ್ರಾಯ ಸಹ ಇದೆ.

ಅದೇನೇ ಇರಲಿ ಕನ್ನಡ ಭಾಷೆಯಲ್ಲಿ ಅನೇಕ ಹೊಸ ಆಡು ಮಾತುಗಳನ್ನು ಸೃಷ್ಟಿಸಿ ಚಾಲ್ತಿಗೆ ತಂದದ್ದು ಶ್ರೀ ನಾ. ಕಸ್ತೂರಿಯವರು ಎಂಬ ವಿಚಾರದಲ್ಲಿ ಎರಡು ಮಾತಿಲ್ಲ. ಉದಾಹರಣೆ, ಕತ್ತು ಹಿಡಿದು ತಳ್ಳುವುದಕ್ಕೆ 'ಅರ್ಧಚಂದ್ರ ಪ್ರಯೋಗ', ಚಪ್ಪಲಿಯಲ್ಲಿ ಹೊಡೆಯುವುದಕ್ಕೆ 'ಪಾದಪೂಜೆ' ಹೀಗೆ ಹಲವು ಹೊಸ ಶಬ್ಧಗಳನ್ನು ಸೃಷ್ಟಿ ಮಾಡಿದವರು ಅವರು. ಅದೂ ಅಲ್ಲದೆ ಈಗಾಗಲೇ ಚಾಲ್ತಿಯಲ್ಲಿದ್ದ ಅನೇಕ ಪದಗಳಿಗೆ ಹೊಸ ಹಾಸ್ಯಮಯವಾದ ಅರ್ಥಗಳನ್ನು ಹುಟ್ಟುಹಾಕಿದ ಶಬ್ದ ಬ್ರಹ್ಮ ನಾ. ಕಸ್ತೂರಿ. ಅವರ ಅನರ್ಥಕೋಶ ಓದಿದರೆ ಕಸ್ತೂರಿಯವರ ಹಾಸ್ಯ ಪ್ರಜ್ಞೆ ವೇದ್ಯವಾಗುತ್ತದೆ.

ನಾ.ಕಸ್ತೂರಿಯವರ ವಿದ್ಯಾರ್ಥಿಯಾಗಿದ್ದ ನನ್ನ ಚಿಕ್ಕಪ್ಪ, ತಮ್ಮ ಗುರುಗಳಬಗ್ಗೆ ವರ್ಣಮಯವಾಗಿ ವಿವರಿಸುತ್ತಿದ್ದುದನ್ನು ನಾನು ನನ್ನ ಚಿಕ್ಕವಯಸ್ಸಿನಲ್ಲಿ ಕೇಳಿದ್ದೆ. ಇಂಥ ಮಹನೀಯರನ್ನು ಕಂಡು ಅವರ ಮಾತುಗಳನ್ನು ಕೇಳಬೇಕೆಂಬ ಹೆಬ್ಬಯಕೆ ನನ್ನ ಮನಸ್ಸಿನಲ್ಲಿ ಚಿಕ್ಕಂದಿನಿಂದಲೇ ಬೇರೂರಿತ್ತು. ಆದರೆ ಎಲ್ಲದಕ್ಕೂ ಸಮಯ ಸಂದರ್ಭ ಒದಗೆ ಬರಬೇಕಲ್ಲ. ನನ್ನ ಪುಣ್ಯವೋ ಏನೋ ನನಗೆ ಅಂಥ ಒಂದು ಸುವರ್ಣಾವಕಾಶ ಒದಗಿ ಬಂದೇ ಬಿಟ್ಟಿತು.

ನಾನು ನನ್ನ ಪದವಿ ವ್ಯಾಸಂಗವನ್ನು ಮೈಸೂರಿನಲ್ಲಿ ಪೂರ್ತಿಗೊಳಿಸಿ, ಕಾನೂನು ಪದವಿ ವ್ಯಾಸಂಗವನ್ನು ಮುಂದುವರಿಸಲು ಬೆಂಗಳೂರಿಗೆ ಬಂದು ನನ್ನ ಚಿಕ್ಕಪ್ಪನ ಮನೆಯಲ್ಲಿ ವಾಸ್ತವ್ಯ ಹೂಡಿದ್ದೆ. ನನ್ನ ಚಿಕ್ಕಪ್ಪ ಪೋಲೀಸು ಇಲಾಖೆಯಲ್ಲಿ ಸೂಪರಿಂಟೆಂಡೆಂಟ್ ಆಗಿ ಸೇವೆ ಸಲ್ಲಿಸುತ್ತಿದ್ದರು. ಅವರು ಮೈಸೂರು ಮಹಾರಾಜಾ ಕಾಲೇಜಿನಲ್ಲಿ ಇತಿಹಾಸ ವಿಭಾಗದಲ್ಲಿ ಬಿ.ಎ. ಆನರ್ಸ್ ಪದವಿ ಪಡೆದವರು. ವಿದ್ಯಾರ್ಥಿದೆಸೆಯಲ್ಲಿಯೇ ಹಿಂದಿಯಲ್ಲಿ ರಾಷ್ಟ್ರಭಾಷಾ ವಿಶಾರದ ಪದವಿ ಪಡೆದು ಆ ಪದವಿ ಪತ್ರವನ್ನು ಸ್ವಯಂ ಮಹಾತ್ಮಾ ಗಾಂಧಿಯವರ ಹಸ್ತದಿಂದಲೇ ಪಡೆದ ಭಾಗ್ಯಶಾಲಿ ಅವರು. ಇತಿಹಾಸ ವಿಭಾಗದಲ್ಲಿ ಡಾ॥ಎಸ್.

ಶ್ರೀಕಂಠಶಾಸ್ತ್ರಿ, ಡಾ॥ಎಂ. ಎಚ್. ಕೃಷ್ಣ ಮುಂತಾದ ಘನ ವಿದ್ವಾಂಸರುಗಳ ಮಾರ್ಗದರ್ಶನದಲ್ಲಿ ಪದವಿ ಶಿಕ್ಷಣ ಪಡೆದು ಪದವಿಯಲ್ಲಿ ಪ್ರಥಮ ಸ್ಥಾನವನ್ನು ಗಳಿಸಿ ಚಿನ್ನದ ಪದಕ ಪಡೆದಿದ್ದ ವಿದ್ವಾಂಸರು ನನ್ನ ಚಿಕ್ಕಪ್ಪ. ಮೊದಲೇ ಅಪಾರ ಶಿಸ್ತಿನಿಂದ ವಿದ್ಯಾಭ್ಯಾಸ ಮಾಡಿ, ಶಿಸ್ತಿಗೇ ಹೆಸರಾದ ಪೋಲೀಸು ಇಲಾಖೆಯ ಉನ್ನತ ಅಧಿಕಾರಿಯಾಗಿದ್ದ ಅವರೊಡನೆ ಲಘುವಾಗಿ ವ್ಯವಹರಿಸಲು ಆಸ್ಪದವೇ ಇರಲಿಲ್ಲ. ನಾನು ಸ್ನಾತಕೋತ್ತರ ಪದವಿಗೆ ಓದುತ್ತಿದ್ದರೂ ಸಹ ವಿದ್ಯಾಭ್ಯಾಸದ ವಿಷಯದಲ್ಲಿ ಅವರು ಚಂಡಶಾಸನರು. ಸ್ವಲ್ಪ ಕೂಡ ವಿರಾಮ ತೆಗೆದುಕೊಂಡು, ಅಲ್ಲಿ ಇಲ್ಲಿ ತಿರುಗಾಟ ಮಾಡಲು ಅವಕಾಶ ನೀಡುತ್ತಲೇ ಇರಲಿಲ್ಲ. ಯಾವಾಗಲೂ ಓದಿನ ಬಗ್ಗೆಯೇ ಗಮನವಿರ ಬೇಕಿತ್ತು. ಹೀಗದ್ದರೂ ಯಾವುದಾದರೂ ಮುಖ್ಯವಾದ ಸಭೆಗಳು, ಸಂಗೀತ ಕಛೇರಿಗಳು, ವಿದ್ವಾಂಸರುಗಳ ಭಾಷಣಗಳು ಮುಂತಾದ ಕಾರ್ಯಕ್ರಮಗಳಿಗೆ ಹೋಗಿ ಬರಲು ನನಗೆ ಅನುಮತಿ ಇರುತ್ತಿತ್ತು. ಕೆಲವು ಮುಖ್ಯ ಕಾರ್ಯಕ್ರಮಗಳಿಗೆ ಅವರೂ ಸಹಾ ಜತೆಗೆ ಬಂದು ಭಾಗವಹಿಸುತ್ತಿದ್ದರು. ನಗರದಲ್ಲಿ ನಡೆಯುವ ಕಾರ್ಯಕ್ರಮಗಳ ಬಗ್ಗೆ ಸದಾ ಗಮನ ಹರಿಸುತ್ತಿದ್ದ ಅವರು ಒಂದು ದಿನ ಸಂಜೆ ಬೆಂಗಳೂರಿನ ಪುರಭವನದಲ್ಲಿ ಒಂದು ಪುಸ್ತಕ ಬಿಡುಗಡೆ ಕಾರ್ಯಕ್ರಮ ಮತ್ತು ಮುಖ್ಯ ಅತಿಥಿಗಳು, ಶ್ರೀ ನಾ. ಕಸ್ತೂರಿ, ಶ್ರೀ. ಜಿ.ಪಿ. ರಾಜರತ್ನಂ ಎಂದು ತಿಳಿಸಿ, ನೀನೂ ಬಾರೋ ಎಂದು ನನ್ನನ್ನೂ ಕರೆದುಕೊಂಡು ಪುರಭವನಕ್ಕೆ ಬಂದರು. ನಾ. ಕಸ್ತೂರಿಯವರನ್ನು ಕಣ್ಣಾರೆ ಕಾಣುವ ಸೌಭಾಗ್ಯ ಹೀಗೆ ಅನಾಯಾಸವಾಗಿ ನನ್ನ ಪಾಲಿಗೆ ಒದಗಿಬಂತು.

ಅಂದು 'ಸುಹಾಸ' ಎಂಬ ಹಾಸ್ಯ, ವಿಡಂಬನೆ, ಅಣಕ, ಕುಚೋದ್ಯ, ಪರಿಹಾಸ, ವ್ಯಂಗ್ಯ ಬರಹಗಳ ಬೃಹತ್ ಸಂಕಲನ ಪುಸ್ತಕ ಬಿಡುಗಡೆ ಸಮಾರಂಭ, ದಿನಾಂಕ ೨೧.೧೨.೧೯೭೪ರಂದು ಈ ಸಮಾರಂಭ ಏರ್ಪಾಡಾಗಿತ್ತು. ಈ ಬೃಹತ್ ಸಂಕಲನದ ಸಂಪಾದಕರು ಶ್ರೀ. ಸೂರ್ಯನಾರಾಯಣ ಚಡಗ ಮತ್ತು ಸಹ ಸಂಪಾದಕರು ಶ್ರೀ ಕುಮಾರಜನ್ನ. ನಂದನ ಪ್ರಕಾಶನದವರು ಹೊರತಂದ ಈ ಹಾಸ್ಯಬರಹಗಳ ಸಂಕಲನವನ್ನು ಹಿರಿಯ ನೆಗೆಗಾರರಾದ ಶ್ರೀ. ನಾ. ಕಸ್ತೂರಿ ಮತ್ತು ಶ್ರೀ. ಎಂ. ಎಸ್. ಸುಂಕಾಪುರ ಅವರುಗಳಿಗೆ ಸಮರ್ಪಣೆ ಮಾಡಲು ಈ ಸಮಾರಂಭವನ್ನು ಆಯೋಜಿಸಿದ್ದರು.

ಹಳಗನ್ನಡದ ಕಾಲದಿಂದ ಇಂದಿನವರೆಗೂ ಕನ್ನಡ ಸಾಹಿತ್ಯದಲ್ಲಿ ಹಾಸ್ಯ ವಿಡಂಬನೆ, ಕುಚೋದ್ಯ ಮುಂತಾದ ವಿಚಾರಗಳನ್ನು ಗುರುತಿಸಿ ಅದಕ್ಕೆ ಸಂಬಂಧಿಸಿದ ಲಘು ಪ್ರಬಂಧಗಳನ್ನು ಈ 'ಸುಹಾಸ' ಎಂಬ ಸಂಕಲನದಲ್ಲಿ ದಾಖಲಿಸಲಾಗಿದೆ. ಸಾವಿರದ ನೂರ ಇಪ್ಪತ್ತು ಪುಟಗಳ ಈ ಗ್ರಂಥದಲ್ಲಿ ಕನ್ನಡದ

ಹಾಸ್ಯ ಸಾಹಿತ್ಯವನ್ನು ಶ್ರೀಮಂತಗೊಳಿಸಿದ ಎಲ್ಲಾ ಲೇಖಕರ ಬರಹಗಳನ್ನು, ಗ್ರಂಥದ ಇತಿಮಿತಿಗೆ ಒಳಪಟ್ಟು ಸಂಗ್ರಹಿಸಲಾಗಿದೆ.

ಗ್ರಂಥದ ಸಂಪಾದಕರಾದ ಸೂರ್ಯನಾರಯಣ ಚಡಗ ಅವರ ಮಾತಿನಲ್ಲಿ ಹೇಳುವುದಾದರೆ,

"ಇಷ್ಟಾದರೂ 'ಸುಹಾಸ' ಹಲವು ದೃಷ್ಟಿಯಿಂದ ತನ್ನತನವನ್ನು ಹೊಂದಿದೆ. ಯಾವುದೇ ಒಂದು ಕೃತಿ ಸಾಹಿತ್ಯದ ಮೈಲುಗಲ್ಲಾಗದೇ ಹೋಗಬಹುದು. ಒಂದು ಮೈಲಿಯನ್ನು ಪೂರ್ಣಗೊಳಿಸುವ ಎಂಟು ಫರ್ಲಾಂಗು ಕಲ್ಲುಗಳಲ್ಲಿ ಒಂದು ಕಲ್ಲಂತೂ ಆಗುವುದು ಸತ್ಯ – ಅಷ್ಟೇ ಸಮಾಧಾನ, ಅದೇ ಸಾರ್ಥಕತೆ"

ಇದಿಷ್ಟೂ 'ಸುಹಾಸ' ಪುಸ್ತಕದ ಬಗ್ಗೆ ಒಂದು ಕಿರುಪರಿಚಯ. ಇನ್ನು ಅಂದಿನ ಮುಖ್ಯ ಸಮಾರಂಭದ ವಿಚಾರಕ್ಕೆ ಬರೋಣ.

ನಿಗದಿ ಪಡಿಸಿದ ಸಮಯಕ್ಕೆ ಸರಿಯಾಗಿ ಸಮಾರಂಭ ಪ್ರಾರಂಭವಾಯಿತು. ಮುಖ್ಯ ಅತಿಥಿಗಳಾಗಿ ಶ್ರೀ. ನಾ. ಕಸ್ತೂರಿ, ಶ್ರೀ. ಜಿ.ಪಿ. ರಾಜರತ್ನಂ ಮತ್ತು ಶ್ರೀ. ಎಂ. ಎಸ್. ಸುಂಕಾಪುರ ಅವರು ಆಗಮಿಸಿದರು. ಸಮಾರಂಭದ ಆಯೋಜಕರು ಆಹ್ವಾನಿತರನ್ನು ವೇದಿಕೆಗೆ ಕರೆತಂದರು. ಔಪಚಾರಿವಾಗಿ ಮಾಲಾರ್ಪಣೆ, ಸ್ವಾಗತ, ಅತಿಥಿಗಳ ಪರಿಚಯ ಮುಂತಾದ ಕಾರ್ಯಕ್ರಮಗಳು ಸಾಂಗವಾಗಿ ನೆರವೇರಿತು. ಇನ್ನು ಮುಖ್ಯವಾದ ಕಾರ್ಯಕ್ರಮ 'ಪುಸ್ತಕ ಬಿಡುಗಡೆ'. ಗ್ರಂಥವನ್ನು ಬಿಡುಗಡೆ ಮಾಡಿ ಶ್ರೀ. ನಾ. ಕಸ್ತೂರಿ ಮತ್ತು ಶ್ರೀ. ಎಂ. ಎಸ್. ಸುಂಕಾಪುರ ಅವರಿಗೆ ಸಮರ್ಪಿಸಲಾಯಿತು.

ಮುಂದೆ, ಶ್ರೀ. ಜಿ.ಪಿ. ರಾಜರತ್ನಂ ರವರು ತಮ್ಮ ಕಂಚಿನ ಕಂಠದಿಂದ, 'ಪುರುಷ ಸರಸ್ವತಿ' ಎಂಬ ಬಿರುದಿಗೆ ತಕ್ಕಂತೆ ಭಾಷಣ ಮಾಡಿ ನೆರೆದ ಜನರೆಲ್ಲರನ್ನು ತಮ್ಮ ಮಾತಿನ ಮೋಡಿಗೆ ಒಳಪಡಿಸಿಬಿಟ್ಟರು.

ಶ್ರೀ. ಎಂ.ಎಸ್. ಸುಂಕಾಪುರ ಅವರೂ ಸಹ ಲಘು ಹಾಸ್ಯ ಮಿಶ್ರಿತ ಶೈಲಿಯಲ್ಲಿ ಮಾತನಾಡಿ ಪುಸ್ತಕ ಸಮರ್ಪಣೆಗಾಗಿ ಸಂಪಾದಕರು ಮತ್ತು ಇತರರನ್ನು ಅಭಿನಂದಿಸಿದರು.

ಇವೆಲ್ಲ ಕಾರ್ಯಕ್ರಮಗಳು ನಡೆಯುತ್ತಿರುವಾಗ ಶ್ರೀ. ನಾ. ಕಸ್ತೂರಿಯವರು ವೇದಿಕೆ ಮೇಲೆ ಕುಳಿತು ಗಂಭೀರವಾಗಿ ಎಲ್ಲವನ್ನೂ ಗಮನಿಸುತ್ತಲೇ ಇದ್ದರು. ಅಲ್ಲಿ ನೆರೆದಿದ್ದ ಜನರಿಗೆಲ್ಲ ಶ್ರೀ. ನಾ. ಕಸ್ತೂರಿಯವರು ಯಾವಾಗ ತಮ್ಮ ಭಾಷಣ ಪ್ರಾರಂಭಿಸುತ್ತಾರೆ ಎಂಬ ಕುತೂಹಲ ಇತ್ತು. ಶ್ರೀ. ನಾ. ಕಸ್ತೂರಿಯವರ ಮಾತುಗಳು ಎಂದರೆ ಅಲ್ಲಿ ಹಾಸ್ಯ, ಕುಚೋದ್ಯ, ವಿಡಂಬನೆ ಇವುಗಳು ಇದ್ದೇ ಇರುತ್ತವೆ ಎಂಬ ವಿಚಾರ ಅಲ್ಲಿ ಸೇರಿದ್ದವರಿಗೆಲ್ಲ ತಿಳಿದಿತ್ತು.

ಎಲ್ಲರ ಮಾತುಗಳು ಮುಗಿದ ಮೇಲೆ ಕಡೆಯಲ್ಲಿ ಶ್ರೀ. ನಾ. ಕಸ್ತೂರಿಯವರು ಸಭೆಯನ್ನು ಉದ್ದೇಶಿಸಿ ಮಾತನಾಡಲು ಇದ್ದು ನಿಂತರು. ಎಲ್ಲರೂ ಶ್ರೀ. ನಾ. ಕಸ್ತೂರಿಯವರು ಏನು ಮಾತನಾಡುತ್ತಾರೆ, ಯಾವ ವಿಷಯದ ಬಗ್ಗೆ, ಎಂದೆಲ್ಲ ಯೋಚಿಸಿ ಕುತೂಹಲದಿಂದ ಅವರ ಮಾತುಗಳನ್ನು ಕೇಳುವುದಕ್ಕೆ ಚಡಪಡಿಸುತ್ತಿದ್ದರು.

ಶ್ರೀ. ನಾ. ಕಸ್ತೂರಿಯವರು ಮಾತು ಪ್ರಾರಂಭಿಸಿದರು. ಮೊದಲು ಒಂದೆರೆಡು ಔಪಚಾರಿಕ ಮಾತುಗಳನ್ನು, ಸುಹಾಸ ಪುಸ್ತಕದ ಬಗ್ಗೆ, ಅದರ ಸಂಪಾದಕರು ಪ್ರಕಾಶಕರು ಇವರ ಬಗ್ಗೆ ಪ್ರಶಂಸೆಯ ಮಾತುಗಳನ್ನಾಡಿದರು. ಇದಾದ ನಂತರದಲ್ಲಿ ಕಸ್ತೂರಿಯವರ ಹಾಸ್ಯದ ಪ್ರವಾಹ ಶುರುವಾಗಿ ಬಿಟ್ಟಿತು.

ಅವರು ತಮ್ಮ ಮಾತಿನ ಮೊದಲ ಗುರಿಯಾಗಿ ಶ್ರೀ. ಜಿ.ಪಿ. ರಾಜರತ್ನಂರವರನ್ನು ಆರಿಸಿಕೊಂಡರು. ಶ್ರೀ. ಜಿ.ಪಿ. ರಾಜರತ್ನಂರವರು ಪ್ರೌಢಶಾಲೆಯ ವಿದ್ಯಾಭ್ಯಾಸ ಮಾಡುವಾಗ ಶ್ರೀ. ನಾ. ಕಸ್ತೂರಿಯವರ ಶಿಷ್ಯರಾಗಿದ್ದರು ಎಂಬ ವಿಚಾರ ಅನೇಕರಿಗೆ ತಿಳಿದಿರಲಾರದು. ಅಂದು ಶ್ರೀ. ನಾ. ಕಸ್ತೂರಿಯವರು, ಅಲ್ಲಿಂದಲೇ ವಿಷಯ ಪ್ರಾರಂಭಮಾಡಿದರು. ಅಂದು ಶ್ರೀ. ನಾ. ಕಸ್ತೂರಿಯವರು ನುಡಿದ ನುಡಿಗಳನ್ನು ನಾನು ಕೇಳಿಸಿಕೊಂಡ ಹಾಗೆ, ನೆನೆಪಿನಿಂದ ಆದಷ್ಟೂ ಮೂಲ ಮಾತುಗಳು ಬದಲಾಗದಂತೆ ಈ ಕೆಳಗೆ ದಾಖಲಿಸಿದ್ದೇನೆ. ಇನ್ನು ಮುಂದಿನ ಸಾಲುಗಳು ಕಸ್ತೂರಿಯವರ ಮಾತುಗಳು, ಅವರು ಅಂದು ಅಂದಂತೆ:

“ಈ ರಾಜರತ್ನಂ ಇದಾನಲ್ಲ, ಇವನು ನನ್ನ ಶಿಷ್ಯ, ಬಹಳ ಪಾಕಡಾ ಶಿಷ್ಯ, ಇವನಿಗೆ ಪಾಠ ಕಲಿಸೋವಾಗ ನಾನು ಇವನಿಗೆ ಬಯ್ದಿರಬಹುದು, ಒಂದೆರೆಡೇಟೂ ಸಹ ಹೊಡೆದಿರಬೇಕು, ನನಗೆ ನೆನಪಿಲ್ಲ.

ಆದರೆ ಇದನ್ನೆಲ್ಲ ಈ ರಾಜರತ್ನಂ ಮರೆತಿಲ್ಲ ಅಂತ ಕಾಣುತ್ತೆ. ಅದಕ್ಕೇನೆ, ಅದನ್ನೆಲ್ಲ, ಜ್ಞಾಪಕದಲ್ಲಿಟ್ಟುಕೊಂಡು ಅನೇಕ ವರ್ಷಗಳಾದ ಮೇಲೆ ಒಂದು ಪದ್ಯ ಬರೆದು ಬಿಟ್ಟು, ಆ ಪದ್ಯದ ಸಾಲುಗಳನ್ನೆಲ್ಲ ಇಡೀ ಕರ್ನಾಟಕದ ಮಕ್ಕಳ ಬಾಯಲ್ಲಿ ಹೇಳಿಸಿ ನನಗೆ ಸರಿಯಾದ ಶಾಸ್ತಿ ಮಾಡಿಸಿದ್ದಾನೆ. ಏನು ಮಾಡಿದ್ದಾನೆ ನೋಡಿ, ಆ ಪದ್ಯದಲ್ಲಿ,

"ಬಣ್ಣದ ತಗಡಿನ ತುತ್ತೂರಿ
ಕಾಸಿಗೆ ಕೊಂಡನು ಕಸ್ತೂರಿ"

ಕಾಸಿಗೆ ಕೊಂಡನು ಕಸ್ತೂರಿ ಅಂತ ಹೇಳಿ ನನ್ನನ್ನು ಮೂರು ಕಾಸಿನ ಕಸ್ತೂರಿ ಅಂತ ಹೇಳಿಸಿದ್ದಾನೆ. ಅಷ್ಟಕ್ಕೇ ಬಿಟ್ಟನೆ, ಎಷ್ಟು ದಿನಗಳ ಕೋಪ ನನ್ನ ಮೇಲಿತ್ತೋ

ಏನೋ, ಮುಂದಿನ ಸಾಲುಗಳಲ್ಲಿ ನನ್ನ ಮೇಲಿದ್ದ ಕೋಪಾನೆಲ್ಲ ಹೀಗೆ ತೀರಿಸಿಕೊಂಡುಬಿಟ್ಟ.

"ಕಸ್ತೂರಿ ನಡೆದನು ಬೀದಿಯಲಿ
ಜಂಭದ ಕೋಳಿಯ ರೀತಿಯಲಿ"

ಬರೀ ಕಾಸಿಗೆ ಕಸ್ತೂರಿ ಅಂತ ಹೇಳಿಸಿದ್ದು ಸಾಲದ್ದು ಅಂತ ನನ್ನನ್ನ "ಜಂಭದ ಕೋಳಿ" ಅಂತ ಸಹ ಮಕ್ಕಳ ಬಾಯಲ್ಲಿ ಹೇಳಿಸಿಬಿಟ್ಟ.

ಅಷ್ಟಕ್ಕೇ ಇವನಿಗೆ ಸಮಾಧಾನ ಆಗಿಲ್ಲ, ಕಡೇ ಸಾಲಿನಲ್ಲಿ "ಜಂಭದ ಕೋಳಿಗೆ ಗೋಳಾಯ್ತು" ಅಂತ ಹೇಳಿಸಿ ತನ್ನ ಕೋಪಾನೆಲ್ಲ ಎಲ್ಲ ಮಕ್ಕಳ ಬಾಯಲ್ಲೂ ನನ್ನನ್ನು ಜಂಭದ ಕೋಳಿ ಅಂತ ಹೇಳಿಸಿ ತೀರಿಕೊಂಡು ಬಿಟ್ಟ ಈ ರಾಜರತ್ನಂ"

ಶ್ರೀ. ನಾ. ಕಸ್ತೂರಿಯವರು ಶ್ರೀ. ರಾಜರತ್ನಂ ಅವರ "ಬಣ್ಣದ ತಗಡಿನ ತುತ್ತೂರಿ" ಪದ್ಯ ಎಷ್ಟು ಜನಪ್ರಿಯವಾದ ಪದ್ಯ, ಅದನ್ನು ರಚಿಸಿದ ರಾಜರತ್ನಂರವರ ಪ್ರತಿಭೆಯನ್ನು ಎಷ್ಟೊಂದು ನಾಜೂಕಾಗಿ ಹಾಸ್ಯಮಯವಾಗಿ ಅಂದು ಹೊಗಳಿದರು. Subtle and cultured humour ಅಂದ್ರೆ ಇದು.

ಕಸ್ತೂರಿಯವರ ಈ ಮಾತುಗಳನ್ನು ವೇದಿಕೆಯ ಮೇಲೆ ಕುಳಿತಿದ್ದ ರಾಜರತ್ನಂ ಕೇಳಿಸಿಕೊಂಡು, ಅಲ್ಲಿಯೇ ಎದ್ದು ನಿಂತು, ಕಸ್ತೂರಿಯವರಿಗೆ ಕೈ ಮುಗಿದು, "ಗುರುಗಳೇ ನಾನು ಆ ಉದ್ದೇಶದಿಂದ ಬರೆದಿಲ್ಲ" ಅಂತ ನಗು ನಗುತ್ತಾ ತಲೆಬಾಗಿದರು. ಈ ಸನ್ನಿವೇಶವನ್ನು ಕಣ್ಣಾರೆ ಕಂಡು ಆನಂದಿಸಿದರು.

ಕಸ್ತೂರಿಯವರ ಮಾತು ಮುಂದುವರೆಯಿತು. ಪುನಃ ಹಾಸ್ಯ ತರಂಗಗಳು ಸಭೆಯಲ್ಲಿ ಮೊರೆಯಲು ಪ್ರಾರಂಭವಾಯಿತು. ಮುಂದೆ ತಮ್ಮ ಭಾಷಣದಲ್ಲಿ ಕಸ್ತೂರಿಯವರು ತಮ್ಮ 'ಕಸ್ತೂರಿ' ಎಂಬ ಹೆಸರನ್ನೇ ಕೇಂದ್ರವಾಗಿಟ್ಟು ಕೊಂಡು ಕುಚೋದ್ಯ ಮಾಡಲು ಶುರುಮಾಡಿದರು. ಅವರು ಹೇಳಿದ ಮಾತುಗಳು,

"ನನ್ನ ಹೆಸರು ಕಸ್ತೂರಿ ಅಂತ. ಆದರೆ ಈ ಹೆಸರಿನಿಂದ ಆಗುವ / ಆಗಬಹುದಾದ ಅವಾಂತರಗಳು ಒಂದೆರೆಡಲ್ಲ. ನನ್ನನ್ನು ಹಲವಾರು ಸಮಾರಂಭ, ಸಭೆಗಳಿಗೆ ಆಹ್ವಾನಿಸುವಾಗ, ಸಾಮಾನ್ಯವಾಗಿ post card ಮುಖಾಂತರ ಆಹ್ವಾನ ಕಳುಹಿಸುತ್ತಿರುತ್ತಾರೆ. ಈ ಸಭೆ ಸಮಾರಂಭಗಳ ಆಯೋಜಕರುಗಳು ನನ್ನನ್ನು ನೇರಿನಲ್ಲಿ ನೋಡಿಲ್ಲವಾದ್ದರಿಂದ, ನನ್ನ ಹೆಸರನ್ನು ನೋಡಿ, ಕಸ್ತೂರಿ ಅಂದರೆ ಹೆಂಗಸೇ ಇರಬೇಕು ಅಂತ ತೀರ್ಮಾನಿಸಿ, ಆಹ್ವಾನ ಪತ್ರಿಕೆಯಲ್ಲಿ 'ಶ್ರೀಮತಿ ಕಸ್ತೂರಿಯವರು' ಅಂತಾನೇ ಬರೆದು ಬಿಡ್ತಾ ಇದ್ರು.

ನಾನೂ ಸಹ ಅದನ್ನು ಗಮನಿಸಿದರೂ, ಈ ರೀತಿ ಜನ ಭಾವಿಸೋದ್ರಲ್ಲಿ ವಿಶೇಷ ಏನೂ ಇಲ್ಲ. ನನ್ನ ಹೆಸರೇ ಹಾಗಿದೆಯಲ್ಲ ಅಂತ ಅನೇಕಸಲ ಸುಮ್ಮನಾಗಿ

ಬಿಡುತ್ತಿದ್ದೆ. ಎದುರಿನಲ್ಲಿ ನೋಡಿದಾಗ ಅವರಿಗೇ ತಿಳಿಯುತ್ತೆದಲ್ಲ ಅಂತ ಸಮಾಧಾನ ಪಟ್ಟು ಕೊಳ್ತಾ ಇದ್ದೆ.

ಹೀಗೆ 'ಶ್ರೀಮತಿ ಕಸ್ತೂರಿ' ಅಂತ ನನ್ನನ್ನು ಹೆಂಗಸನ್ನಾಗಿ ಮಾಡಿದ್ರೆ ಮಾಡ್ಕೊಳ್ಳಲಿ ಅಂತ ಸುಮ್ಮನೆ ಇದ್ರೆ, ಕೆಲವರು ಇನ್ನೂ ಹೆಚ್ಚಿನ ಮುತುವರ್ಜಿ, ಆಸಕ್ತಿ ವಹಿಸಿ, ನನಗೆ ಪತ್ರ ಬರೆಯೋವಾಗ 'ಗಂಗಾ ಭಾಗೀರಥಿ ಸಮಾನರಾದ ಶ್ರೀಮತಿ ಕಸ್ತೂರಿಯವರಿಗೆ' ಅಂತ ಬರೆದು ಬಿಡೋದೇ? ನನ್ನನ್ನು ಹೆಂಗಸು ಅಂತ ತಿಳಿದ್ರೆ ತಿಳಿಕೊಳ್ಳಲಿ ಅಂತ ಸುಮ್ಮನಿದ್ರೆ, ನಾನು ಹೆಂಗಸು ಮತ್ತು ವಿಧವೆ ಕೂಡ ಅಂತ ತೀರ್ಮಾನ ಮಾಡಿಬಿಡೋದೆ, ಇದೇನೋಪ್ಪಾ ಗ್ರಹಚಾರ ಅಂತಾ ಗಾಬರಿಯಾಗಿಬಿಟ್ಟೆ. ನೋಡಿ ಇದು ನನ್ನ ಈ 'ಕಸ್ತೂರಿ' ಅಂತ ಇರೋ ಹೆಸರು ಸೃಷ್ಟಿ ಮಾಡಿದ ಅವಾಂತರ.

ಈ ಅವಾಂತರ ಇಷ್ಟಕ್ಕೆ ನಿಲ್ಲೋದಿಲ್ಲ, ಮುಂದೆ ಕೇಳಿ, ಯಾವುದಾದರೂ ಸಭೆ ಸಮಾರಂಭಕ್ಕೆ ಹೋಗುವಾಗ ಸಾಮಾನ್ಯವಾಗಿ ಆ ಸ್ಥಳಗಳಿಗೆ ರೈಲಿನಲ್ಲಿ ಹೋಗುತ್ತಿದ್ದೆ. ಆಗ ಜತೆಯಲ್ಲಿ ನನ್ನ ಶ್ರೀಮತಿಯನ್ನೂ ಕರೆದು ಕೊಂಡು ಹೋಗುತ್ತಿದ್ದೆ. ಸಮಾರಂಭದ ಆಯೋಜಕರು ರೈಲ್ವೇ ಸ್ಟೇಷನ್ನಿಗೆ ಬಂದು ಹಾರ ತುರಾಯಿ ಹಿಡುಕೊಂಡು ಸ್ವಾಗತಿಸಲು ಕಾಯುತ್ತಿರುತ್ತಿದ್ದರು. ನಾನು, ನನ್ನ ಹೆಂಡತಿ ರೈಲಿನಿಂದ ಇಳಿದ ಕೂಡ್ಲೆ, ಅವರೆಲ್ಲ ನನ್ನ ಹೆಂಡತಿಗೆ ಹಾರ ಹಾಕಿ ಕೈಲಿ ತುರಾಯಿ ಕೊಟ್ಟು ಬಿಡುತ್ತಿದ್ದರು. ನಾನು ಪೆದ್ದನ ಹಾಗೆ ಮಿಕ ಮಿಕ ನೋಡುತ್ತ ನಿಲ್ಲಬೇಕಿತ್ತು. 'ಕಸ್ತೂರಿ' ಅಂದ್ರೆ ಹೆಂಗಸೇ ಅಂತ ಅಷ್ಟು ಧೃಡವಾದ ನಂಬಿಕೆ ಅವರುಗಳಿಗೆ. ಹೀಗೆ ಕೆಲವು ಸಲ ಆದಮೇಲೆ, ಯಾವುದೇ ಸಮಾರಂಭವಾಗಲೀ ನಾನೊಬ್ಬನೇ ಹೋಗಲು ಶುರುಮಾಡಿದೆ. ಸ್ವಲ್ಪ ಮುಂಜಾಗರೂಕತೆ ವಹಿಸಿ ಹೆಂಡತಿಗೆ ನನ್ನೊಟ್ಟಿಗೆ ಬರೋ ಛಾನ್ಸ್ ಬಂದ್ ಮಾಡಿದೆ.

ಇದೆಲ್ಲಾ ಕೆಲವರ ತಿಳುವಳಿಕೆ ಕೊರತೆಯಿಂದ ಆಗಿರ ಬಹುದೇನೋ ಅಂತ ಬಿಟ್ಟು ಬಿಡೋಣ. ಅದಲ್ಲದೇ ಇವೆಲ್ಲ ಅಷ್ಟು ಅಪಾಯಕಾರಿಯಾದ ಗೊಂದಲಗಳೇನೂ ಅಲ್ಲ. ಇನ್ನು ಮುಂದೆ ನಡೆದ ಒಂದು ಘಟನೆ ಬಹಳ ಅಪಾಯಕಾರಿ ಘಟನೆ ಆಗೋಹಾಗಿತ್ತು.

ನನಗೆ ಕೆಲವು ತಿಂಗಳುಗಳ ಕಾಲ ಒಂದು ರೀತಿ ಹೊಟ್ಟೆ ಬೇನೆ, ಏನೋ ಹಿಂಸೆ, ಸರಿಯಾಗಿ ಜೀರ್ಣವಾಗೋಲ್ಲ, ತಿನ್ನಬೇಕು, ತಿನ್ನಬೇಡ ಹೀಗೆ ನಾನಾತರ ಹಿಂಸೆ ಶುರುವಾಗಿ ಬಿಟ್ಟಿತು. ಸರಿ ವೈದ್ಯರ ಸಲಹೆ ಪಡೆಯಲು ನನ್ನ ವೈದ್ಯರ ಬಳಿ consultationಗೆ ಹೋದೆ. ಅವರು ನನ್ನನ್ನು ವೈದ್ಯಕೀಯ ತಪಾಸಣೆ ಮಾಡಿ, "ಮೊದಲು ನಾನು ಈ ಮಾತ್ರೆಗಳನ್ನು ಕೊಡ್ತೇನೆ, ಒಂದು ವಾರ ತಗೋಳಿ, ನಿಮ್ಮ

ಖಾಯಿಲೆ ಕಡಿಮೆ ಆದ್ರೆ ಸರಿ, ಇಲ್ದಿದ್ರೆ ಬೇರೆ ಮಾತ್ರೆ, ಮತ್ತೆ ಇನ್ನೂ ಹೆಚ್ಚಿನ ಪರೀಕ್ಷೆ ಮಾಡೋಣ" ಅಂತ ಹೇಳಿ ಕೆಲವು ಮಾತ್ರೆಗಳನ್ನು ಕೊಟ್ರು. ಒಂದು ವಾರ ಮಾತ್ರೆ ನುಂಗಿದ್ದಾಯ್ತು. ಏನೂ ಪ್ರಯೋಜನ ಇಲ್ಲ. ಪುನ: ಅವರ ಹತ್ರ ಹೋದೆ, "ಡಾಕ್ಟರೇ, ಹಾಗೇ ಇದೆ, ಏನೂ improvement ಇಲ್ಲಾ" ಅಂದೆ. ಅವರು "ಸರಿ ಹಾಗಾದ್ರೆ, ನೀವು ಒಂದು ಕೆಲಸ ಮಾಡಿ. ರಕ್ತ ಪರೀಕ್ಷೆಗೆ ಇಲ್ಲೇ ರಕ್ತ ತೆಗೊಳ್ತಾರೆ. ಮನೆಗೆ ಹೋದಮೇಲೆ ನಾಳೆ ಬೆಳಿಗ್ಗೆ ನೀವು ಪಾಯಿಖಾನೆಗೆ ಹೋಗೋವಾಗ, ಒಂದು ಸಣ್ಣ ಬಾಟಲಿಯಲ್ಲಿ ನಿಮ್ಮ ಪಾಯಿಖಾನೆಯನ್ನು ತುಂಬಿಸಿ, ನಿಮ್ಮ ಹೆಸರನ್ನು ಒಂದು ಚೀಟೀಲಿ ಬರೆದು ಅಂಟಿಸಿ ತನ್ನಿ. ಪಾಯಿಖಾನೆ ಪರೀಕ್ಷೇಲಿ ನಿಮ್ಮ problem ಏನು ಅಂತ ಖಂಡಿತ ತಿಳಿಯುತ್ತೆ" ಅಂತ ಹೇಳಿದರು.

ನಾನು ಮನೆಗೆ ವಾಪಸ್ಸು ಬಂದು ಮಾರನೇದಿನ ಬೆಳಿಗ್ಗೆ ಡಾಕ್ಟರು ಹೇಳಿದಂತೆ ಒಂದು ಸಣ್ಣ ಬಾಟಲಿಯಲ್ಲಿ ಪಾಯಿಖಾನೆ ತುಂಬಿಸಿ, ಅದರ ಮೇಲೆ "ಕಸ್ತೂರಿ" ಅಂತ ಬರೆದು ಅಂಟಿಸಿ ದೂರದ ಒಂದು ಸ್ಟೂಲ್ ಮೇಲೆ ಇಟ್ಟೆ. ವೈದ್ಯರಿಗೆ ತೆಗೆದುಕೊಂಡು ಹೋಗಿ ಕೊಡಲು ಇನ್ನೂ ಸಮಯ ಇತ್ತು ಅದಕ್ಕೆ. ಅಲ್ಲ "ಪಾಯಿಖಾನೆ" ತುಂಬಿದ ಬಾಟಲಿಯ ಮೇಲೆ "ಕಸ್ತೂರಿ" ಅಂತ ಬರೆದು ಅಂಟಿಸಿ ಇಟ್ಟಿದ್ದರೆ, ಯಾರಾದರೂ ಪ್ರಮಾದವಶಾತ್ ಕಸ್ತೂರಿ ಅಂತ ತಿಳುಕೊಂಡು ಉಪಯೋಗಿಸಿ ಬಿಟ್ಟಿದ್ದರೆ, ಎಂಥಾ ಅನಾಹುತ ಆಗಿ ಬಿಡುತ್ತಿತ್ತು.

ಶ್ರೀ ಕಸ್ತೂರಿಯವರು ಹೀಗೆಂದ ಕ್ಷಣದಲ್ಲಿ ಇಡೀ ಸಭೆ, ನೆಗೆಗಡಲಲ್ಲಿ ಮಿಂದೆದ್ದಿತು. ಶ್ರೀ ಕಸ್ತೂರಿಯವರು ಅಂದು, ತಮ್ಮ ಮೆಲುದನಿಯಲ್ಲಿ, ಸ್ವಲ್ಪ ಹುಸಿನುಗುಕೂಡಿದ ಶೈಲಿಯಲ್ಲಿ ನಿದಾನವಾಗಿ ಆಡಿದ ಮಾತುಗಳು ಹಾಸ್ಯ, ವಿಡಂಬನೆಗೆ ಬರೆದ ಹೊಸ ವ್ಯಾಖ್ಯಾನದಂತೆ ಇತ್ತು.

ಅವರಂಥ ಮಹನೀಯರನ್ನು ಕಣ್ಣಾರೆ ಕಂಡು ಅವರ ಮಾತುಗಳನ್ನು ಕೇಳುವ ಭಾಗ್ಯ ಅಂದು ನನ್ನದಾಯಿತು.

ಆ ಕಾರ್ಯಕ್ರಮದಲ್ಲಿ ಬಿಡುಗಡೆಯಾದ ಕಸ್ತೂರಿಯವರಿಗೆ ಮತ್ತು ಸುಂಕಾಪುರ ಅವರುಗಳಿಗೆ ಸಮರ್ಪಿತವಾದ "ಸುಹಾಸ" ಗ್ರಂಥ ನನ್ನ ಬಳಿ ಈಗಲೂ ಇದೆ. ಅಂದು ಅದರ ಬೆಲೆ ಮುವ್ವತ್ತೈದು ರೂಪಾಯಿಗಳು.

ಆ ದಿನ ಸಮಾರಂಭ ಸ್ಥಳದಲ್ಲಿಯೇ ಆ ಗ್ರಂಥದ ಮಾರಾಟವನ್ನು ಸಹ ಏರ್ಪಡಿಸಲಾಗಿತ್ತು. ಅಂದಿನ ವಿಷೇಶ ಎಂದರೆ, ನಾನು ಖರೀದಿಸಿದ ಆ ಗ್ರಂಥದ ಒಳಪುಟದಲ್ಲಿ ಶ್ರೀ. ನಾ. ಕಸ್ತೂರಿ, ಶ್ರೀ. ಜಿ. ಪಿ. ರಾಜರತ್ನಂ ಮತ್ತು ಶ್ರೀ. ಎಂ.ಎಸ್. ಸುಂಕಾಪುರ ಅವರುಗಳ autograph ಪಡೆದಿದ್ದು. ಈ ಮಹನೀಯರುಗಳ autograph ಇರುವ ಆ ಪುಟದ ಛಾಯಾ ಚಿತ್ರವನ್ನು ಈ ಲೇಖನದ ಕೊನೆಯಲ್ಲಿ

ಓದುಗರ ಗಮನಕ್ಕಾಗಿ ಕೊಟ್ಟಿದ್ದೇನೆ.

ಮೇಲೆ ನಾನು ದಾಖಲಿಸಿರುವ ಸಮಾರಂಭದ ವಿವರಗಳನ್ನು ಅಂದು ಯಾವ ಯಾವ ದಿನ ಪತ್ರಿಕೆಗಳು ವರದಿ ಮಾಡಿದ್ದವು ಎಂಬ ವಿವರ ಇಂದು ನನಗೆ ನೆನಪಿಲ್ಲ. ನಾನು ನೇರಿನಲ್ಲಿ ಕಂಡು ಕೇಳಿ ಆನಂದಿಸಿದ ಈ ವಿಶೇಷ ಸನ್ನಿವೇಶವನ್ನು ಕನ್ನಡದ ಓದುಗರಿಗಾಗಿ ದಾಖಲಿಸಿದ್ದೇನೆ.

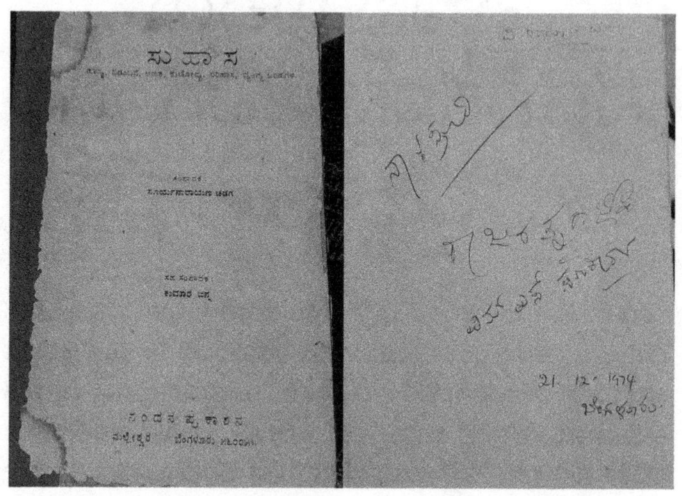

ಸುಹಾಸ ಪುಸ್ತಕದ ಮುಖಪುಟ ಹಾಗೂ ಖ್ಯಾತ ಕವಿಗಳ ಹಸ್ತಾಕ್ಷರಗಳು

18

ಮಾಸ್ತಿಯವರು ನಡೆಸಿಕೊಟ್ಟ ಕವಿಗೋಷ್ಠಿ

"ಮಾಸ್ತಿ ಕನ್ನಡದ ಆಸ್ತಿ" ಎಂದೇ ಖ್ಯಾತರಾಗಿದ್ದ ಮಾಸ್ತಿ ವೆಂಕಟೇಶ ಅಯ್ಯಂಗಾರ್ಯರು ಅಂದಿನ ಮೈಸೂರು ಸಂಸ್ಥಾನದಲ್ಲಿ ಅತ್ಯಂತ ಉನ್ನತ ಹುದ್ದೆಯನ್ನು ಅಲಂಕರಿಸಿದವರು. ಮೈಸೂರು ಸಂಸ್ಥಾನದ ದಿವಾನ ಪದವಿಗೆ ಆಯ್ಕೆಯಾಗ ಬೇಕಾಗಿದ್ದ ಅತ್ಯಂತ ದಕ್ಷ ಅಧಿಕಾರಿ ಶ್ರೀಯುತ ಮಾಸ್ತಿಯವರು ಅಧಿಕಾರದಲ್ಲಿ ಎಷ್ಟು ನಿಷ್ಠೆ, ಪ್ರಾಮಾಣಿಕತೆಯಿಂದ ಹೆಸರು ಮಾಡಿದ ಹಾಗೆಯೇ ಸಾಹಿತ್ಯ ಕ್ಷೇತ್ರದಲ್ಲಿಯೂ ಮುಂಚೂಣಿಯಲ್ಲಿದ್ದು 'ಜ್ಞಾನ ಪೀಠ' ಪ್ರಶಸ್ತಿ ಪಡೆದವರು.

ಇದೆಲ್ಲಕ್ಕಿಂತ ಮುಖ್ಯವಾದ ವಿಚಾರವೆಂದರೆ ಮಾಸ್ತಿಯವರ ಮಾದರಿ ವ್ಯಕ್ತಿತ್ವ, ನೇರ ನುಡಿ, ಮಾನವೀಯ ತುಡಿತ, ಮಗುವಿನಂಥ ಅಂತಃಕರಣ ಹೊಂದಿದ್ದ ಮಾಸ್ತಿಯವರು ನುಡಿದ ಹಾಗೆ ನಡೆದವರು. ಎಂದೂ ಸಹ ಒಳಗೊಂದು, ಹೊರಗೊಂದು ತರಹ ನಡೆದವರಲ್ಲ. ಅವರ ಹಾಗೆ ನಿಷ್ಕಲ್ಮಷವಾದ ಮನಸ್ಸು ಉಳ್ಳವರನ್ನು ಕಾಣಲು ಸಿಗುವುದಿಲ್ಲ. ಅಂಥ ಗುಣಗಳನ್ನು ಹೊಂದಿರುವ ಮನುಷ್ಯರು ಈಗ ಇಲ್ಲವೇ ಇಲ್ಲ ಎಂಬುದು ನಿರ್ವಿವಾದ. ಯಾರ ಬಗ್ಗೆಯಾಗಲೀ ಯಾವುದೇ ರೀತಿಯ ಪೂರ್ವಗ್ರಹವಿಲ್ಲದೇ ಅತ್ಯಂತ ಸಂಭಾವಿತವಾದ, ಪ್ರಾಮಾಣಿಕವಾದ ಅಭಿಪ್ರಾಯಗಳನ್ನು ಹೊಂದಿದ್ದ ಅವರ ನಡವಳಿಕೆ ಎಲ್ಲರಿಗೂ ಎಂದೆಂದಿಗೂ ಅನುಕರಣೀಯ.

ಮಾಸ್ತಿಯವರಲ್ಲಿದ್ದ ದೈವೀಕವಾದ ವ್ಯಕ್ತಿತ್ವ, ಸುಸಂಕೃತ ನಡವಳಿಕೆ ನಯವಾದ ಮಾತು ಇವೆಲ್ಲ ಇಂದು ಕಾಣಸಿಗುವುದೇ ಅಪರೂಪ. ಅವರು ನೇರ

ನುಡಿಯ ವ್ಯಕ್ತಿಯಾದರೂ, ಎಂದೂ ಯಾರನ್ನೂ ನಿಷ್ಠುರವಾದ ಅಥವಾ ಕಠೋರವಾದ ಮಾತುಗಳಿಂದ ನೋಯಿಸಿದವರಲ್ಲ. ಅವರ ಆಲೋಚನೆಗಳು ಕೂಡ ಎಂದೂ ಸಂಸ್ಕೃತಿಯ ಮಿತಿಗಳನ್ನು ಮೀರಲಿಲ್ಲ. ಈಗಿನ ಕಾಲದಲ್ಲಿ ನಮ್ಮ ಸುತ್ತಮುತ್ತಲಿನ ವಿದ್ಯಮಾನಗಳನ್ನು ಸೂಕ್ಷ್ಮವಾಗಿ ಗಮನಿಸಿದರೆ, ಜನರಲ್ಲಿ ಅದೆಂಥಾ ದುರ್ಭಾವನೆಗಳು, ಆಡುವ ಮಾತುಗಳು ಎಷ್ಟು ಅನಾಗರಿಕ, ಮನಸ್ಸಿನಲ್ಲಿ ಎಂಥ ದ್ವೇಷ, ವೈಷಮ್ಯ, ನಡವಳಿಕೆಯಲ್ಲಿ ಎಷ್ಟು ಸ್ವಾರ್ಥ, ಇವೆನ್ನೆಲ್ಲ ನೋಡಿದರೆ ನಾವು ತಾಂತ್ರಿಕವಾಗಿ, ವೈಜ್ಞಾನಿಕವಾಗಿ ಮತ್ತು ಆರ್ಥಿಕವಾಗಿ ಮುಂದುವರಿದಿದ್ದರೂ, ಇನ್ನೂ ಸುಸಂಸ್ಕೃತ ಮಾನವನಾಗಲು ಬಹಳ ದೂರ ಕ್ರಮಿಸಬೇಕು ಎಂದು ತೋರುತ್ತದೆ.

ಮಾಸ್ತಿಯವರ ಮಾತು, ನಡವಳಿಕೆ, ಚಿಂತನೆ ಇವನ್ನೆಲ್ಲ ಈಗಿನ ವಿದ್ಯಮಾನಗಳಿಗೆ ಹೋಲಿಸಿ ನೋಡಿದರೆ ಅವರದ್ದು ಎಂಥ ಉನ್ನತವಾದ ವ್ಯಕ್ತಿತ್ವ ಎಂದು ನಮಗೆ ಗೋಚರಿಸುತ್ತದೆ. ಅಂಥ ಮಹನೀಯರು ನಮ್ಮ ಜೀವಿತ ಕಾಲದಲ್ಲಿ ನಮ್ಮ ಮಧ್ಯೆ ಜೀವಿಸಿದ್ದರು ಎಂದು ಹೇಳಿಕೊಳ್ಳುವುದೇ ನಮಗೆ ಹೆಮ್ಮೆಯ ವಿಷಯವಾಗಿದೆ.

ಮಾಸ್ತಿಯವರೊಂದಿಗೆ ನಿಕಟ ಸಂಪರ್ಕ ಹೊಂದಿದ್ದ, ಅವರೊಡನೆ ವ್ಯವಹರಿಸಿದ್ದ ಕೆಲವೇ ಕೆಲವರು ಇಂದೂ ನಮ್ಮೊಡನಿದ್ದಾರೆ. ಅಂಥವರಲ್ಲಿ ಪ್ರಮುಖರೆಂದರೆ 'ನಿತ್ಯೋತ್ಸವ' ಕವಿ ಎಂದು ಪ್ರಸಿದ್ಧರಾಗಿರುವ ಶ್ರೀಯುತ ನಿಸಾರ್ ಅಹಮದ್ ಅವರು. ಮಾಸ್ತಿಯವರು ಮತ್ತು ಗಾಂಧೀಬಜಾರ್ ಬಗ್ಗೆ ಅವರು ಒಂದು ಪದ್ಯವನ್ನು ಬರೆದಿದ್ದಾರೆ.

ಮಾಸ್ತಿ ವೆಂಕಟೇಶ ಅಯ್ಯಂಗಾರ್ಯರನ್ನು, ನಾನು ಬೆಂಗಳೂರಿನಲ್ಲಿ ವ್ಯಾಸಂಗ ಮಾಡುತ್ತಿದ್ದ ಕಾಲದಲ್ಲಿ ಅನೇಕ ಸಲ ಅಲ್ಲಿನ ಗಾಂಧಿಬಜಾರಿನ ರಸ್ತೆಯಲ್ಲಿ ನಡೆದುಕೊಂಡು ಹೋಗುತ್ತಿರುವಾಗ ನೋಡಿದ್ದೆ. ಒಮ್ಮೆಯಂತೂ ಸಂಜೆ ಹೊತ್ತಲ್ಲಿ ಕೈಲಿ ಛತ್ರಿ ಹಿಡಿದು ಕೊಂಡು, ಕನ್ನಡದ ವರಕವಿ ಬೇಂದ್ರೆಯವರ ಜೊತೆ ಮಾತನಾಡುತ್ತಾ ಗಾಂಧಿಬಜಾರಿನಲ್ಲಿ ನಡೆಯುತ್ತಾ ಹೋಗುತ್ತಿದ್ದುದನ್ನು ಕಂಡಿದ್ದೇನೆ.

ಆ ಕಾಲದಲ್ಲಿ ಗಾಂಧೀಬಜಾರಿನ ರಸ್ತೆಯ ಎರಡೂ ಬದಿಯಲ್ಲಿ ದಟ್ಟವಾದ ಮರಗಳ ಸಾಲು ಸಾಲೇ ಇತ್ತು. ಸಂಜೆಯಾದರೆ ಸಾಕು, ಸಾವಿರಾರು ಗಿಳಿಗಳು ಗೂಡು ಸೇರಲು ಆ ಮರಗಳ ಕೊಂಬೆಗಳ ಮೇಲೆ ಹಾರಾಡುತ್ತಾ ಬಂದು ಕುಳಿತುಕೊಳ್ಳುವ ದೃಶ್ಯವಂತೂ ಅತ್ಯಂತ ರಮಣೀಯವಾಗಿರುತ್ತಿತ್ತು. ಅದೆಷ್ಟು ಗಿಳಿಗಳು, ಅವುಗಳ ಕಲರವ, ಮೇಲೆ, ಕೆಳಗೆ, ಪಕ್ಕಕ್ಕೆ, ಹಾರುತ್ತಾ ಅವುಗಳ

ಗುಂಪು ಮಾಡಿತ್ತಿದ್ದ ಮಧುರ ಧ್ವನಿ, ಮೇಲಕ್ಕೆ ಕತ್ತೆತ್ತಿ ನೋಡಿದರೆ ಮರಗಳ ಎಲೆಗಳೇ ಕಾಣುತ್ತಿರಲಿಲ್ಲ. ಎಲ್ಲಾ ಮರಗಳೂ ಗಿಳಿಗಳಿಂದ ಮುಚ್ಚಿ ಹೋಗಿರುತ್ತಿದ್ದವು.

ಈಗಿನ ಗಾಂಧೀಬಜಾರು ರಸ್ತೆ ಹಿಂದೆ ಇದ್ದಹಾಗಿಲ್ಲವಲ್ಲ ಎಂಬುದೇ ವ್ಯಥೆ. ಅಭಿವೃದ್ಧಿಯ ಹೆಸರಿನಲ್ಲಿ ಪ್ರಕೃತಿಯ ಚೆಲುವನ್ನೇ ಬಲಿ ಕೊಟ್ಟಿದ್ದೇವೆಯೆ? ಎಂಬ ಪ್ರಶ್ನೆ ನನ್ನಂಥವರನ್ನು ಕಾಡದೇ ಇರುವುದಿಲ್ಲ.

ವಿದ್ಯಾರ್ಥಿಯಾಗಿದ್ದ ನನಗೆ ಆಗ ಮಾಸ್ತಿ ಬೇಂದ್ರೆಯವರನ್ನು ಕಂಡಾಗ ಹತ್ತಿತ ಹೋಗಿ ನಮಸ್ಕರಿಸಿ ಮಾತನಾಡಿಸಬೇಕೆಂಬ ಆಸೆಯಾಗಿತ್ತು. ಆದರೆ ಈ ಎರಡು ದಿಗ್ಗಜಗಳ ಹತ್ತಿರ ಸುಳಿಯಲು ಆಗ ನನಗೆ ಧೈರ್ಯ ಸಾಲಲಿಲ್ಲ. ದೂರದಿಂದಲೇ ನೋಡಿ ಆಶ್ಚರ್ಯ ಪಟ್ಟಿದಷ್ಟೇ ನನ್ನ ಪಾಲಿಗೆ ಬಂದ ಸೌಭಾಗ್ಯ. ನನ್ನಂತಯೇ ಇನ್ನೂ ಅನೇಕ ಯುವಕರಿಗೆ ಈ ರೀತಿಯ ಅನುಭವ ಆಗ ಆಗಿರಬೇಕು ಅಂತ ನನ್ನ ಅನಿಸಿಕೆ. ಈ ಮಹನೀಯರುಗಳನ್ನು ಹತ್ತಿರ ಹೋಗಿ ಮಾತನಾಡಿಸುವ ಧೈರ್ಯ ಮಾಡದೇ ಹೋದರೂ, ದೂರದಿಂದಲಾದರೂ ನೋಡಿದ ಸಮಾಧಾನ ಇತ್ತು.

ಬೆಂಗಳೂರಿನಲ್ಲಿ ನಾನು ವ್ಯಾಸಂಗ ಮುಂದುವರೆಸುತ್ತಿದ್ದ ಸಮಯ. ಸುಮಾರು ೧೯೭೧ ರಿಂದ ೧೯೭೪ರ ಆಸುಪಾಸಿನಲ್ಲಿ, ಒಂದು ದಿನ ನಗರದ ಪುರಭವನದಲ್ಲಿ ಒಂದು ಕವಿಗೋಷ್ಠಿ ಏರ್ಪಾಡಾಗಿತ್ತು. ಆ ಕವಿಗೋಷ್ಠಿಯನ್ನು ಮಾಸ್ತಿಯವರು ನಡೆಸಿಕೊಡುತ್ತಾರೆ ಎಂದು ಕಾರ್ಯಕ್ರಮದಲ್ಲಿ ನಮೂದಿಸಿತ್ತು. ಆ ಗೋಷ್ಠಿಯಲ್ಲಿ ಕನ್ನಡದ ವರಕವಿ ಬೇಂದ್ರೆ, ಚನ್ನವೀರ ಕಣವಿ, ಮೈಸೂರು ಮಲ್ಲಿಗೆ ಖ್ಯಾತಿಯ ಕೆ.ಎಸ್. ನರಸಿಂಹಸ್ವಾಮಿ ಮುಂತಾದ ಅನೇಕ ಮಹಾಕವಿಗಳು ಭಾಗವಹಿಸುತ್ತಾರೆ ಎಂದು ತಿಳಿಸಲಾಗಿತ್ತು. ಇಂಥ ಒಂದು ಸುವರ್ಣಾವಕಾಶವನ್ನು ತಪ್ಪಿಸಿಕೊಳ್ಳುವುದು ಉಂಟೇ. ಸಂಜೆ ಬಹಳ ಮುಂಚಿತವಾಗಿಯೇ ಆ ಕಾರ್ಯಕ್ರಮಕ್ಕೆ ಹಾಜರಾಗಿ ಬಿಟ್ಟೆ. ಆದಷ್ಟು ಮುಂದೆ ಇರುವ ಸೀಟಿನಲ್ಲಿ ಸ್ಥಳ ಗಿಟ್ಟಿಸಿಕೊಂಡು ಕುಳಿತುಕೊಂಡೆ.

ಈ ಕವಿಗೋಷ್ಠಿಯ ಮತ್ತೊಂದು ಆಕರ್ಷಣೆ ಎಂದರೆ ಕವಿಗಳು ವಾಚಿಸುವ ಕವನಗಳನ್ನು ಹೆಸರಾಂತ ಸುಗಮ ಸಂಗೀತ ಗಾಯಕರು ಹಾಡುವ ಏರ್ಪಾಡೂ ಸಹ ಇತ್ತು. ಈ ಕವಿಗೋಷ್ಠಿಯಲ್ಲಿ ಸುಗಮ ಸಂಗೀತ ಪ್ರಕಾರದ ಆದ್ಯ ಪ್ರವರ್ತಕರಾದ ಶ್ರೀ ಪಿ. ಕಾಳಿಂಗರಾಯರ ಗಾಯನ ಏರ್ಪಾಡಾಗಿತ್ತು. ಅವರಲ್ಲದೆ ಇನ್ನೂ ಅನೇಕ ಮುಂಚೂಣಿ ಗಾಯಕರೂ ಸಹ ಭಾಗವಹಿಸುವವರಿದ್ದರು.

ತಂತ್ರಜ್ಞಾನದ ಬಳಕೆ ಈಗಿನಷ್ಟು ಮುಂದುವರೆದ್ದಿದ್ದರೆ ಅಂದಿನ ಆ ಅಪೂರ್ವ ಕಾರ್ಯಕ್ರಮನ್ನು ನಾನು ಆಡಿಯೋ, ವೀಡಿಯೋ ಮುದ್ರಣಮಾಡಿಕೊಂಡು

ಬಿಡಬಹುದಿತ್ತು. ಆದರೆ ಸಾಮಾನ್ಯರಿಗೆ ಈ ಸೌಲಭ್ಯಗಳು ಇನ್ನೂ ಕೈಗೆಟುಕಿರಲಿಲ್ಲ. ಅವೆಲ್ಲ ಆಕಾಶವಾಣಿ ಮುಂತಾದ ಸಂಸ್ಥೆಗಳಲ್ಲಿ ಕೆಲವಕ್ಕೆ ಮಾತ್ರ ಸಿಗುವಂಥ ಪರಿಸ್ಥಿತಿ ಇತ್ತು. ನಮ್ಮಂಥ ಸಾಮಾನ್ಯರು ಬರೀ ನೋಡುವುದು, ಕೇಳಿಸಿಕೊಳ್ಳುವುದು, ಮೆಲಕು ಹಾಕುವುದು ಇಷ್ಟಕ್ಕೇ ಸಮಧಾನ ಪಟ್ಟುಕೊಳ್ಳಬೇಕಿತ್ತು, ಹಾಗಿತ್ತು ಆಗಿನ ಸಂಧರ್ಭ.

ಈಗ ನಾನು ಓದುಗರಿಗೆ ನನ್ನ ನೆನಪಿನ ಬುತ್ತಿಯಿಂದ ಈ ಕವಿಗೋಷ್ಠಿಯ ವಿವರಣೆಯನ್ನು ಹೆಕ್ಕಿ ತೆಗೆದು ನೀಡುತ್ತಿದ್ದೇನೆ. ಮಾಸ್ತಿ ಬೇಂದ್ರೆ, ಕೆ.ಎಸ್.ನ, ಕಾಳಿಂಗರಾವ್ ಮುಂತಾದ ದಿಗ್ಗಜರುಗಳು ಭಾಗವಹಿಸಿದ ಆ ಸಮಾರಂಭವನ್ನು ಅಷ್ಟು ಸುಲಭವಾಗಿ ಮರೆಯಲು ಸಾಧ್ಯವೇನು?

ಸಮಾರಂಭವು ನಿಗದಿ ಪಡಿಸಿದ ಸಮಯಕ್ಕೆ ಸರಿಯಾಗಿ ಪ್ರಾರಂಭವಾಯಿತು. ವೇದಿಕೆಯ ಮೇಲೆ, ಮಾಸ್ತಿಯವರು, ವರಕವಿ ಬೇಂದ್ರೆಯವರು, ಕೆ.ಎಸ್.ನ, ಚನ್ನವೀರ ಕಣವಿ ಮುಂತಾದ ಗಣ್ಯರೆಲ್ಲ ಮಂಡಿಸಿದ್ದರು. ಔಪಚಾರಿಕವಾಗಿ ಕಾರ್ಯಕ್ರಮದ ಆರಂಭವಾದ ಮೇಲೆ ಮಾಸ್ತಿಯವರು ಎದ್ದು ನಿಂತರು. ಸಭೆಯನ್ನುದ್ದೇಶಿಸಿ ಮಾತನಾಡಲು ಪ್ರಾರಂಭಿಸಿದರು. ಆದಷ್ಟು ಅವರ ಮಾತುಗಳಲ್ಲಿ ಈ ಕೆಳಗೆ ಓದುಗರಿಗಾಗಿ ಮಂಡಿಸಿದ್ದೇನೆ.

"ನನ್ನ ಊರು ಮಾಸ್ತಿ, ಬೆಂಗಳೂರಿಗೆ ಹತ್ತಿರದಲ್ಲೇ ಇದೆ. ನಾವುಗಳೆಲ್ಲ ಚಿಕ್ಕವರಾಗಿದ್ದಾಗ ಮೊದಲನೇ ಮಹಾಯುದ್ಧದ ಸಮಯ. ಊಟ ಮಾಡಲು ಅಕ್ಕಿ ಸಿಗುತ್ತಿರಲಿಲ್ಲ. ತಿನ್ನೋಕೆ ಏನು ಮಾಡುವುದು. ನನ್ನ ತಾಯಿ ಸಾಮೆ ಅಕ್ಕಿಯಲ್ಲಿಯೇ ಅನ್ನ ಮಾಡುತ್ತಿದ್ದರು. ಅದು ಮುದ್ದೆ ಮುದ್ದೆಯಾಗಿ ಅನ್ನವಾಗಿರುತ್ತಿತ್ತು. ಆ ಸಾಮೆ ಅಕ್ಕಿ ಮುದ್ದೆ ಅನ್ನವನ್ನೇ ನಾವು ತಿನ್ನ ಬೇಕಿತ್ತು. ತಿನ್ನಲು ಬೇರೇನೂ ಇಲ್ಲದಿದ್ದರೆ, ಸಿಕ್ಕಿದ ಆ ಸಾಮೆ ಅಕ್ಕಿ ಅನ್ನದ ಮುದ್ದೇನೆ ನುಂಗಬೇಕು. ಹೊಟ್ಟೆಪಾಡಿಗೆ ಅಷ್ಟಾದರೂ ಸಿಗುತ್ತಿತ್ತಲ್ಲ ಅದೇ ಸಮಾಧಾನ.

ಹೀಗೆ ಸಾಮೆ ಅಕ್ಕಿ ಅನ್ನದ ಮುದ್ದೆಯನ್ನೇ ತಿಂದು ಕಾಲ ತಳ್ಳುತ್ತಿದ್ದೆವು. ಚಿಕ್ಕವಯಸ್ಸು, ಏನು ತಿಂದರೂ ಜೀರ್ಣವಾಗಿ ಬಿಡುತ್ತಿತ್ತು. ಹೀಗೇ ಇರುವಾಗ ಕೆಲವು ಸಲ ಅಂದರೆ ತಿಂಗಳಿಗೋ, ಎರಡು ತಿಂಗಳಿಗೋ ಒಂದು ಸಲ ಅಕ್ಕಿ ಸಿಗುತ್ತಿತ್ತು. ನನ್ನ ತಾಯಿ, ಅಕ್ಕಿಯಲ್ಲಿ ಅನ್ನ ಮಾಡಿ, "ಬನ್ರೋ ಅಕ್ಕಿ ಅನ್ನ ಮಾಡಿದ್ದೇನೆ, ತಿನ್ನೋಕೆ ಬನ್ನಿ" ಅಂತ ಕರೆಯುತ್ತಿದ್ದರು. ನಮಗೆಲ್ಲ ಸಂಭ್ರಮವೋ ಸಂಭ್ರಮ. ಇಂದು ಅಕ್ಕಿ ಅನ್ನ ಸಿಗುತ್ತದೆ ಅಂತ. ಅಕ್ಕಿ ಅನ್ನ ಬಡಿಸಿದರೆ, ಬರೀ ಅನ್ನವನ್ನೇ ಗಬಗಬ ಅಂತ ನುಂಗಿಬಿಡುತ್ತಿದ್ದೆವು. ಸಾಮೆ ಅಕ್ಕಿ ಅನ್ನದ

ಮುದ್ದೆಯನ್ನೇ ತಿಂದ ನಮಗೆಲ್ಲ ಅಕ್ಕಿ ಅನ್ನ ಸಿಕ್ಕಿದಾಗ ಪಂಚಭಕ್ಷ ಪರಮಾನ್ನ ಅಂತಾರಲ್ಲ ಹಾಗೆ ಅಷ್ಟು ರುಚಿಯಾಗಿರುತ್ತಿತ್ತು.

ಇದನ್ನೆಲ್ಲ ಯಾಕೆ ಹೇಳಿದೆ ಅಂದ್ರೆ, ಹಿಂದೆ ಕನ್ನಡದ ಕಾರ್ಯಕ್ರಮ ಅಂದ್ರೆ ಯಾರು ಬರ್ತಾಯಿದ್ರು? ಕನ್ನಡ ಸಾಹಿತ್ಯ ಸಮ್ಮೇಳನ ಅಂದ್ರೆ, ಯಾವುದೋ ಒಂದು ಊರಿನಲ್ಲಿ ಒಂದು ಹೈಸ್ಕೂಲೋ ಅಥವಾ ಮಿಡ್ಲ್ ಸ್ಕೂಲೋ ಖಾಲಿ ಮಾಡಿಸಿಕೊಂಡು ಅಲ್ಲೇ ನಾವೆಲ್ಲ ಸೇರ್ಕೋಳ್ಳೋದು. ಬೆಳ್ಳಾವೆ ನಾರಣಪ್ಪ ಅಲ್ಲಿರೋ ಭಾವೀಲಿ ನೀರು ಸೇದಿ ಹಾಕ್ತಾ ಇದ್ರೆ, ಊರವರು ಕೊಟ್ಟ ಪಾತ್ರೆ ಮತ್ತು ತರಕಾರಿಗಳನ್ನು ಉಪಯೋಗಿಸಿ ಗುಂಡಪ್ಪ ಒಳ್ಳೇ ಮಜ್ಜಿಗೆ ಹುಳಿ ತಯಾರು ಮಾಡ್ತಾ ಇದ್ದ. ಸರಿ ಎಲ್ಲರೂ ಸೇರಿ ಮಾಡಿದ ಅಡುಗೆಯನ್ನು ಗಡದ್ದಾಗಿ ತಿಂದು ಮಲಗಿ ನಿದ್ದೆ ಮಾಡಿ ಎದ್ದ ಮೇಲೆ, ನಾನು ಬರೆದ ಪದ್ಯಾನ ಗುಂಡಪ್ಪ ಓದಿ ಬಿಡೋದು, ಅವನು ಬರೆದ ಪದ್ಯಗಳನ್ನು ನಾನು ಓದೋದು, ಹೀಗೆ ಒಬ್ಬರ ಪದ್ಯ, ಕವನ ಮುಂತಾದವನ್ನು ಬೇರೊಬ್ಬರು ಓದಿ ಮುಗಿಸಿದರೆ ಸಮ್ಮೇಳನ ಮುಗೀತು. ಕನ್ನಡ ಅಂದ್ರೆ ಜನ ಎಲ್ಲಿ ಸೇರ್ತಾಯಿದ್ರು? ಅಂದ್ರೆ ಆಗ ಕನ್ನಡಕ್ಕೆ ಸಾಮೆ ಅಕ್ಕಿ ಮುದ್ದೆ ತಿನ್ನೋ ಕಾಲ ಅಂತ ಹೇಳಬಹುದು.

ಆದರೆ ಈಗ ನೋಡಿ ಈ ಮುದುಕ ಮಾತಾಡ್ತಾನೆ, ಬೇರೆ ಎಲ್ಲಾ ಕವಿಗಳು ಬಂದಿದ್ದಾರೆ ಅಂತ ಇಷ್ಟು ಜನ ಬಂದು ಸೇರಿದ್ದೀರೆಲ್ಲಾ ಈ ಕನ್ನಡ ಕಾರ್ಯಕ್ರಮಕ್ಕೆ, ಬಹಳ ಸಂತೋಷ. ಈಗ ಕನ್ನಡಕ್ಕೆ ಅಕ್ಕಿ ಅನ್ನ ತಿನ್ನೋಕಾಲ ಬಂದಿದೆ.

ಇಷ್ಟೇ ಸಾಲದು ಇನ್ನು ಮುಂದೆ ಕನ್ನಡಕ್ಕೆ ಕೇಸರಿಭಾತು, ಮೈಸೂರು ಪಾಕು ತಿನ್ನೋ ಕಾಲ ಬರಬೇಕು"

ಎಂಥಾ ಅಂತಃಕರಣ ತುಂಬಿದ ಮಾತುಗಳು ಕನ್ನಡದ ಏಳಿಗೆಯ ಬಗ್ಗೆ. ಮಾಸ್ತಿಯವರಲ್ಲದೆ ಬೇರೆಯಾರಿಂದಲೂ ಈ ರೀತಿಯಾದ ಹಾರೈಕೆಯ ಮಾತುಗಳು ಬರಲು ಸಾಧ್ಯವಿಲ್ಲ.

ಮುಂದೆ ಮಾಸ್ತಿಯವರು ಆ ವೇದಿಕೆಯಲ್ಲಿದ್ದ ಪ್ರತಿಯೊಬ್ಬ ಕವಿಯನ್ನು ಸಭೆಗೆ ಒಬ್ಬೊಬ್ಬರನ್ನಾಗಿ ಪರಿಚಯಿಸಿದರು. ಅವರು ಅಂದು ಅಲ್ಲಿದ್ದ ಕವಿವರ್ಯರನ್ನು ಪರಿಚಯಿಸಿದ್ದು ಹೀಗೆ:

ಮೊದಲಿಗೆ ಬೇಂದ್ರೆಯವರ ಸರದಿ. ಮಾಸ್ತಿಯವರ ಮಾತುಗಳಲ್ಲಿ "ಇವನು ಬೇಂದ್ರೆ. ಅತ್ಯಂತ ನತದೃಷ್ಟ ಈತ. ಏಕೆಂದರೆ ಅತ್ಯಂತ ಅದ್ಭುತವಾದ ಕವಿತೆಗಳನ್ನು ಕನ್ನಡದಲ್ಲಿ ಬರೆದು ಬಿಟ್ಟನಲ್ಲ! ಇಂಗ್ಲೀಷಿನ ಕವಿಗಳಾದ ಷೆಲ್ಲಿ, ಬೈರನ್ ಮುಂತಾದ ನೂರಾರು ಮಂದಿಯನ್ನು ಇವನ ಮುಂದೆ ನಿವಾಳಿಸಿ ಒಗೆಯಬೇಕು. ಇಂಗ್ಲೀಷಿನಲ್ಲಿ ಇವನೇನಾದರೂ, ಕನ್ನಡದಲ್ಲಿ ತಾನು ಬರೆದ

ಕವಿತಗಳನ್ನು ಬರೆದಿದ್ದರೆ, ಒಂದೇಕೆ ಅನೇಕ ನೋಬೆಲ್ ಪ್ರೈಸ್ ಕೊಡಬೇಕಾಗಿತ್ತು ಇವನಿಗೆ. ಏನು ಮಾಡೋದು? ಇವನು ಬರೆದ ಕನ್ನಡದ ಕವಿತೆಗಳನ್ನು ಯಾರ್ಕೇಳ್ತಾರೆ? ಕನ್ನಡದಲ್ಲೇ ಕೇಳೋವ್ರಿಲ್ಲವಲ್ಲ. ಈಗ ಇವನು ತನ್ನ ಒಂದು ಕವಿತೆಯನ್ನು ನಿಮ್ಮ ಮುಂದೆ ವಾಚಿಸುತ್ತಾನೆ. ಅದನ್ನ ಕಾಳಿಂಗರಾಯ ಹಾಡ್ತಾನೆ, ಕೇಳಿ"

ಬೇಂದ್ರೆಯವರು ನಸುನಗುತ್ತಾ ಎದ್ದು ನಿಂತು ಅಂದು ವಾಚಿಸಿದ ಕವಿತೆಯ ಮೊದಲೆರೆಡು ಸಾಲುಗಳು ನನಗೆ ನೆನಪಿದೆ,

"ಹೇ ಭಾಯ್ ಹೇ ಬಂಧು
ಮಾನವತೆಯೆ ಒಂದು
ರಾಮಾಯ ಸ್ವಸ್ತಿ, ರಾವಣಾಯ ಸ್ವಸ್ತಿ,
ಸ್ವಸ್ತಿ, ಸ್ವಸ್ತಿ"

ಈ ಕವಿತೆಯನ್ನು ಕಾಳಿಂಗರಾಯರು ತಮ್ಮ ಝೇಂಕರಿಸುವ ಧ್ವನಿಯಲ್ಲಿ ಅತ್ಯಂತ ಮಧುರವಾಗಿ ಹಾಡಿದರು. ವರಕವಿ ಬೇಂದ್ರೆಯವರೇ ಓದಿ, ಗಾನ ಗಂಧರ್ವ ಕಾಳಿಂಗರಾಯರ ಬಾಯಲ್ಲಿ ಆ ಹಾಡನ್ನು ಕೇಳಿದವರೆಲ್ಲ ಅಂದು ಒಂದು ಅಲೌಕಿಕ ಆನಂದವನ್ನು ಅನುಭವಿಸಿದರು. ಈ ರೀತಿಯಾದ ಸೌಭಾಗ್ಯ ಎಲ್ಲರಿಗೂ ಸಿಗುವುದಿಲ್ಲ. ಬಹಳ ಅಪರೂಪವಾದ ಒಂದು ಅವಕಾಶ ಅಂದು ಅಲ್ಲಿ ನೆರೆದಿದ್ದವರ ಪಾಲಿಗೆ ಒದಗಿಬಂದಿತ್ತು.

ಬೇಂದ್ರೆಯವರ ಸರದಿಯಾದ ನಂತರ ಮಾಸ್ತಿಯವರು ಮೈಸೂರು ಮಲ್ಲಿಗೆ ಖ್ಯಾತಿಯ ಕೆ.ಎಸ್. ನರಸಿಂಹಸ್ವಾಮಿಯವರನ್ನು ಸಭೆಗೆ ಪರಿಚಯಿಸಿದ ರೀತಿ ಇದು.

"ಇವನು ನರಸಿಂಹಸ್ವಾಮಿ, ಮೈಸೂರು ಮಲ್ಲಿಗೆ ನರಸಿಂಹಸ್ವಾಮಿ. ಮೈಸೂರು ಮಲ್ಲಿಗೆ ಪದ್ಯಗಳನ್ನು ಬೆರೆಯೋಕೆ ಮುಂಚೆ, ಇವನು ಬೇರೆ ಏನು ಬರೆದಿದ್ದ ಅದು ನಮಗೆ ಗೊತ್ತಿಲ್ಲ. ಮೈಸೂರು ಮಲ್ಲಿಗೆ ಬರೆದ ಮೇಲೆ ಇವನು ಬೇರೇನು ಬರೆದಿದ್ದರೂ ಅವೆಲ್ಲ ನಮಗೆ ಬೇಕಿಲ್ಲ. ಮೈಸೂರು ಮಲ್ಲಿಗೆ ಈಕ್ವಲ್ಸ್ ನರಸಿಂಹಸ್ವಾಮಿ, ನರಸಿಂಹಸ್ವಾಮಿ ಈಕ್ವಲ್ಸ್ ಮೈಸೂರು ಮಲ್ಲಿಗೆ, ಈಗ ಅವನು ಪದ್ಯ ಓದ್ತಾನೆ ಕೇಳಿ"

ಇದಾನ ನಂತರದ ಸರದಿ ಶ್ರೀ ಚನ್ನವೀರ ಕಣವಿಯವರದ್ದು, ಅವರನ್ನು ಮಾಸ್ತಿಯವರು ಪರಿಚಯಿಸಿದ್ದು ಹೀಗೆ "ಇವನು ಚೆನ್ನವೀರ ಕಣವಿ ಅಂತ, ಚಿಕ್ಕ ವಯಸ್ಸಿನ ಕವಿ, ಒಳ್ಳೊಳ್ಳೆ ಕವಿತೆಗಳನ್ನು ಬರೆದಿದ್ದಾನೆ. ಇವನ ಕೆಲವು ಕವಿತೆಗಳನ್ನ ನಾನು ಓದಿಸಿ ಕೇಳಿದ್ದೇನೆ. ಆಶ್ಚರ್ಯ ಅಂದರೆ, ಇವನು ತಿಪ್ಪೆಮೇಲೆ

ಒಂದು ಕವಿತೆ ಬರೆದಿದ್ದಾನೆ. ಎಲ್ಲೂ ಮಲ್ಲಿಗೇ ಮೇಲೆ ಬರೆದ್ರೆ ತಿಪ್ಪೇ ಮೇಲೆ ಬರೆಯೋರು ಯಾರು? ಆ ಕೆಲಸ ಇವನು ಮಾಡಿದ್ದಾನೆ. ಅವನ ಕವಿತೆ ಈಗ ಅವನ ಬಾಯಿಂದಾನೆ ಕೇಳಿ"

ಹೀಗೆ ಅಲ್ಲಿ ಆಗಮಿಸಿದ್ದ ಪ್ರಸಿದ್ಧ ಕವಿವರ್ಯರುಗಳನ್ನು ಮಾಸ್ತಿಯವರು ತಮ್ಮದೇ ಆದ ವಿಶಿಷ್ಟ ಶೈಲಿಯಲ್ಲಿ ಸಭೆಗೆ ಪರಿಚಯಿಸಿದ್ದು ಅಂದಿನ ಸಮಾರಂಭದ ವಿಶೇಷ.

ಇಲ್ಲಿ ನಾವು ಗಮನಿಸಬೇಕಾದ ಅಂಶ ಅಂದರೆ, ಪ್ರತಿಯೊಬ್ಬ ಕವಿಯ ಬಗ್ಗೆಯೂ ಮಾಸ್ತಿಯವರು ಅತ್ಯಂತ ಅಭಿಮಾನ, ಪ್ರೀತಿ ಮತ್ತು ಸಲಿಗೆಯಿಂದ ಸಭೆಗೆ ತುಂಬು ಹೃದಯದಿಂದ ಪರಿಚಯ ಮಾಡಿಸಿದ ರೀತಿ. ಅಂದು ಅವರು ಪ್ರತಿಯೊಂದು ಕವಿಯ ಬಗ್ಗೆಯೂ ಆಡಿದ ಮಾತುಗಳು ಅವರ ಮನದಾಳದಿಂದ ಬಂದ ಸವಿನುಡಿಗಳು. ಯಾರ ಬಗ್ಗೆಯಾಗಲೀ ಯಾವುದೇ ರೀತಿಯ ಪೂರ್ವಗ್ರಹವಾಗಲಿ, ಕುಚೋದ್ಯವಾಗಲೀ ಇಲ್ಲದ ನಿರ್ಮಲ ಮನಸ್ಸಿನಿಂದ ಆಡಿದ ಮಾತುಗಳು.

ಅಷ್ಟೊಂದು ಸಲಿಗೆ, ಪ್ರೀತಿ ತುಂಬಿದ ನುಡಿಗಳನ್ನು ಮಾಸ್ತಿಯವರಲ್ಲದೆ ಬೇರೊಬ್ಬರಿಂದ ಆಡಲು ಸಾಧ್ಯವಿಲ್ಲ. ಕನ್ನಡದ ಬಗ್ಗೆ, ಕನ್ನಡ ಬರಹಗಾರರ ಬಗ್ಗೆ ಅಷ್ಟೊಂದು ಪ್ರೀತಿ, ವಿಶ್ವಾಸಗಳನ್ನು ತೋರುವ ನಿರ್ಮಲ ಮನಸ್ಸಿನ ಮಾಸ್ತಿಯವರು ಅಂದು ನಡೆಸಿಕೊಟ್ಟ ಆ ಕವಿಗೋಷ್ಠಿ, ಒಂದು ಅಪೂರ್ವ ಸಮಾರಂಭ. ನನ್ನ ಅಭಿಪ್ರಾಯದಲ್ಲಿ ಮತ್ತೆ ಆ ರೀತಿಯಾದ ಸಂಧರ್ಭದಲ್ಲಿ ಭಾಗಿಯಾಗುವ ಅವಕಾಶ ಒದಗಿ ಬರಲಾರದು. "ನಭೂತೋ ನಭವಿಷ್ಯತಿ" ಎಂಬ ಸಂಸ್ಕೃತ ನುಡಿ ಈ ಕವಿಗೋಷ್ಠಿಗೆಂದೇ ನುಡಿದಂತಿದೆ.

19

ಆಸ್ಥಾನ ವಿದ್ವಾಂಸನ ಮುಲಾಮು ನೃತ್ಯ

ನಾನು ಈಗ ಹೇಳಹೊರಟಿರುವುದು ಸುಮಾರು ಎಪ್ಪತ್ತು ವರ್ಷಗಳ ಹಿಂದೆ ನಡೆದ ಘಟನೆ. ನನ್ನ ಹುಟ್ಟೂರಿನಿಂದ ತುಸು ದೂರದ ಮತ್ತೊಂದು ಹಳ್ಳಿಯಲ್ಲಿ ನಡೆದದ್ದು. ನಾನು ಆಗ ಮಾಧ್ಯಮಿಕ ಶಾಲೆಯ ವಿದ್ಯಾರ್ಥಿ. ನನ್ನ ಅಣ್ಣ ಪ್ರೌಢಶಾಲಾ ವಿದ್ಯಾರ್ಥಿ. ಅವನು ಓದುತ್ತಿದ್ದ ಪ್ರೌಢಶಾಲೆಯು ನನ್ನೂರಿನಿಂದ ಸುಮಾರು ಹತ್ತು ಕಿಲೋಮೀಟರ್ ದೂರದ ತಾಲ್ಲೂಕು ಕೇಂದ್ರದಲ್ಲಿತ್ತು. ಪ್ರತಿದಿನ ನನ್ನೂರಿನಿಂದ ಸೈಕಲ್ ತುಳಿದುಕೊಂಡು ಶಾಲೆಗೆ ಹೋಗುತ್ತಿದ್ದ. ಆ ಕಾಲದಲ್ಲಿ ನನ್ನೂರಿನ ಎಲ್ಲಾ ಪ್ರೌಢಶಾಲಾ ವಿದ್ಯಾರ್ಥಿಗಳೂ ಇದೇ ದಿನಚರಿಯನ್ನು ಅನುಸರಿಸಬೇಕಾಗಿತ್ತು.

ಬೆಳಿಗ್ಗೆ ಎದ್ದು ಸ್ನಾನಮಾಡಿ ತಯಾರಾಗುವಷ್ಟರಲ್ಲಿ ನಮ್ಮ ಅಮ್ಮ ಸೌದೆ ಒಲೆ ಹತ್ತಿಸಿ ತಿನ್ನಲು ಏನಾದರೂ ಬೇಯಿಸಿಕೊಡುತ್ತಿದ್ದರು, ಮತ್ತೆ ಮದ್ಯಾನ್ಹದ ಊಟಕ್ಕೆ ಬುತ್ತಿ ಕಟ್ಟಿ ಕೊಡುತ್ತಿದ್ದರು. ಅದನ್ನು ತೆಗೆದುಕೊಂಡು ನಮ್ಮಣ್ಣ ಸೈಕಲ್ ತುಳಿದುಕೊಂಡು ಹೊರಡುತ್ತಿದ್ದ. ಅವನು ಬೆಳಗ್ಗೆ ಹೊರಡುವುದನ್ನು ಮಾತ್ರ ನಾನು ಕಂಡಿದ್ದೆ. ಶಾಲೆ ಮುಗಿದಮೇಲೆ ಸಂಜೆ ಯಾವಾಗ ಹಿಂದಿರುಗಿ ಬರುತ್ತಿದ್ದ ಎನ್ನುವುದನ್ನು ನಾನು ಕಂಡಿರಲೇ ಇಲ್ಲ. ಕಾರಣ ಏನಂದರೆ ಅವನು ಕತ್ತಲಾದ ಮೇಲೆ ಹಿಂದಿರುಗಿ ಬರುತ್ತಿದ್ದ. ಆ ಕಾಲದಲ್ಲಿ ಸೂರ್ಯಾಸ್ತಮ ಆದಮೇಲೆ ಕೈಕಾಲು ತೊಳೆದುಕೊಂಡು, ದೇವರಿಗೆ ನಮಸ್ಕರಿಸಿ, ಅಮ್ಮನ ಮುಂದೆ ಕುಳಿತು, ಇಪ್ಪತ್ತೇಳು ನಕ್ಷತ್ರಗಳು, ಅರವತ್ತು ಸಂವತ್ಸರಗಳು ಮತ್ತೆ ಋತುಗಳು, ಅಮರಕೋಶದ ಕೆಲವು ಶ್ಲೋಕಗಳು ಇವನ್ನೆಲ್ಲ ಬಾಯಿತಪ್ಪದೇ ಒಪ್ಪಿಸಿದನಂತರ

ರಾತ್ರಿ ಊಟ. ವಿದ್ಯುತ್ ಶಕ್ತಿ ಸರಬರಾಜು ಇಲ್ಲದಿದ್ದರಿಂದ, ಲಾಂದ್ರ ಹರಳೆಣ್ಣೆ ದೀಪಗಳ ಬೆಳಕಿನಲ್ಲಿಯೇ ರಾತ್ರಿಯನ್ನು ಕಳೆಯಬೇಕಾದ ದಿನಗಳವು.

ರಾತ್ರಿಯಲ್ಲಿ ಕಗ್ಗತ್ತಲು, ದೂರದಲ್ಲಿ ಗೂಬೆಗಳ ನರಳಾಟ, ಜೀರುಂಡೆಗಳ ವಿಚಿತ್ರ ಶಬ್ದಗಳು, ಅಲ್ಲಲ್ಲಿ ಮಿಂಚು ಹುಳುಗಳ ಪ್ರಕಾಶ ಹೀಗೆ ಪ್ರಕೃತಿಯ ವೈಚಿತ್ರ್ಯಗಳು ತೀರ ಸಣ್ಣವನಾದ ನನ್ನಲ್ಲಿ ಯಾವುದೊ ಒಂದು ರೀತಿಯ ಭಯ, ಕಾತರಗಳನ್ನು ಉಂಟುಮಾಡುತ್ತಿತ್ತು. ಈ ಕಾರಣಕ್ಕೆ ನಾನು ಬೇಗನೆ ಮಲಗಿ ಬಿಡುತ್ತಿದ್ದೆ. ನಾಡ ಹಂಚಿನ ಮನೆಯಾದ್ದರಿಂದ ಹಂಚಿನ ಮತ್ತು ಸೂರಿನ ಗಳುಗಳ ಸಂದಿಯಿಂದ ತೂರಿ ಬರುವ ಶೀತಗಾಳಿಯು ಮೈಯನ್ನು ಸೂಜಿಯಂತೆ ಕೊರೆಯುತ್ತಿತ್ತು. ಒಂದು ದಪ್ಪ ಕಂಬಳಿಯನ್ನು ಹೊದ್ದು ಮಲಗಿಬಿಟ್ಟರೆ, ಆಹಾ, ಆಗ ಬರುತ್ತಿದ್ದ ಸಿಹಿ ನಿದ್ದೆ ಈ ವಯಸ್ಸಿನಲ್ಲಿ ಇನ್ನೆಲ್ಲಿ ಬರುತ್ತದೆ. ನನ್ನ ಈ ನಿದ್ದೆಯಿಂದ ನಮ್ಮಣ್ಣ ಹಿಂದಿರುಗಿ ಬಂದು ಮನೆ ಸೇರುತ್ತಿದ್ದುದು ತಿಳಿಯುತ್ತಲೇ ಇರಲಿಲ್ಲ.

ಒಂದುದಿನ ಮನೆಯವರೆಲ್ಲ ಕುಳಿತು ಮಧ್ಯಾನ್ಹದ ಊಟ ಮಾಡುತ್ತಿರುವಾಗ ನನ್ನ ತಾಯಿ ನಮ್ಮಣ್ಣನನ್ನು "ಏಕೆ ಹೀಗೆ ತಡರಾತ್ರಿಗೆ ಬರುತ್ತೀಯ? ರಾತ್ರಿಯಲ್ಲಿ ಪ್ರಾಣಿಗಳು, ಹಾವುಗಳ ಕಾಟ, ಸರಿಯಾದ ಸಮಯಕ್ಕೆ ಬರಬಾರದೇ" ಎಂದು ಗದರಿದರು. ಅದಕ್ಕೆ ಅವನು ಕೊಟ್ಟ ಕಾರಣವೇ ಈ ಘಟನೆಯ ಅಡಿಪಾಯ.

ಇದನ್ನು ವಿವರಿಸುವುದಕ್ಕೆ ಮುಂಚೆ ಆ ಘಟನೆಯು ನಡೆಯಲು ಕಾರಣವಾಗಿದ್ದ ತುರಿಕೆ, ನವೆಯ ಪ್ರಸ್ತಾಪ ಮಾಡಲೇಬೇಕು. ತುರಿಕೆ / ನವೆ; ಮನುಷ್ಯ, ಪ್ರಾಣಿಗಳು ಎಲ್ಲರನ್ನೂ ಕಾಡುವ ಒಂದು ಪರಮಹಿಂಸೆ. ಅವನು ಪರಮಹಂಸನಾಗಿದ್ದರೂ, ಈ ಪರಮಹಿಂಸೆಯಿಂದ ತಪ್ಪಿಸಿಕೊಳ್ಳಲಾರ. ಮನುಷ್ಯರ ವಿಚಾರಕ್ಕೆ ಮುಂದೆ ಬರೋಣ. ಪ್ರಾಣಿಗಳನ್ನು ನವೆ / ತುರಿಕೆ ಅತಿಯಾಗಿ ಕಾಡುತ್ತದೆ. ದನ, ಎತ್ತು, ಕೋತಿ, ನಾಯಿ, ಸಿಂಹ, ಆನೆ ಮುಂತಾದ ಯಾವ ಪ್ರಾಣಿಯನ್ನೂ ಬಿಡುವುದಿಲ್ಲ ಈ ತುರಿಕೆ. ನಾವು ನಾಯಿಗಳು ತಮ್ಮ ಹಿಂದಿನ ಕಾಲಿನ ಉಗುರುಗಳಿಂದ ತಮ್ಮ ದೇಹದ ಮಧ್ಯಭಾಗವನ್ನು ರಪರಪನೆ ಕೆರೆದುಕೊಳ್ಳುವುದನ್ನು ನೋಡಿದ್ದೇವೆ. ಅಷ್ಟಕ್ಕೇ ನಿಲ್ಲಿಸದೆ ತುರಿಕೆಯನ್ನು ಹೋಗಲಾಡಿಸಲು ತಮ್ಮ ದೇಹದ ಭಾಗಗಳನ್ನು ಕಚಕಚನೆ ಕಚ್ಚಿಕೊಳ್ಳುತ್ತವೆ. ಗೊತ್ತಿನಲ್ಲಿ ಕಟ್ಟಿ ಹಾಕಿರುವ ದನ, ಎತ್ತುಗಳು ತಮ್ಮ ಕತ್ತಿನ ಭಾಗದ್ದಲಿ ನವೆ ಆದರೆ ಕಟ್ಟಿರುವ ಗೂಟಕ್ಕೆ ಉಜ್ಜಿಕೊಳ್ಳುತ್ತಾ ನವೆಯ ನಿವಾರಣೆಗೆ ಪ್ರಯತ್ನಮಾಡುತ್ತವೆ. ದೇಹದ ಎಲ್ಲ ಭಾಗಗಳೂ ಅವಕ್ಕೆ ಎಟುಕುವುದಿಲ್ಲ. ಆಗ ಯಾವುದಾದರೂ ಗಟ್ಟಿಯಾದ ಮರವೋ, ಬಾಗಿಲೋ ಅಥವ ಕಂಬಕ್ಕೋ ಉಜ್ಜಿಕೊಳ್ಳುತ್ತವೆ. ಈಗಿನ ಮಕ್ಕಳು ಹಸು, ಎತ್ತು ಇವನ್ನೆಲ್ಲ ನೋಡಿರುವುದೇ ಅಪರೂಪ, ಇನ್ನು ಈ ಪ್ರಾಣಿಗಳ

ತುರಿಕೆ ಪ್ರಸಂಗವನ್ನು ಕಂಡಿರಲಾರರು. ಆನೆಯಂತೂ ಬ್ರಹ್ಮಾಂಡವಾದ ತುರಿಕಾ ನಿವಾರಣಾ ಕಾರ್ಯವನ್ನು ಮಾಡುತ್ತಲೇ ಇರುತ್ತದೆ. ಈಚೆಗೆ ಬಹಳ ವೀಕ್ಷಣೆಯನ್ನು ಪಡೆದ ಒಂದು ವೀಡಿಯೊದಲ್ಲಿ; ಒಂದು ಆನೆ ತನ್ನ ಪೃಷ್ಠಭಾಗದ ತುರಿಕೆಯಿಂದ ಒಂದು ದೊಡ್ಡ ಮರವನ್ನೇ ಬುಡಮೇಲು ಮಾಡಿ, ನಂತರ ನೆಲದಮೇಲೆ ಬಿದ್ದ ಆ ಮರಕ್ಕೆ ತನ್ನ ಪೃಷ್ಠವನ್ನು ಊರಿ ತುರಿಕೆಯನ್ನು ನಿವಾರಿಸಿಕೊಂಡದ್ದನ್ನು ಕಂಡಿದ್ದೇವೆ.

ದನ, ಹಸು ಹಾಗೂ ಎತ್ತುಗಳ ಪಾಡು ಮತ್ತೊಂದು ರೀತಿಯದು. ಅವುಗಳು ಬಲವನ್ನಾಡಿಸುತ್ತಲೇ ಇರುತ್ತವೆ. ಇದಕ್ಕೆ ಕಾರಣವೆಂದರೆ ನೊಣ, ತೊಣಚಿ ಮುಂತಾದವುಗಳು ತಮ್ಮ ಪೃಷ್ಠಭಾಗವನ್ನು ಹೊಕ್ಕು ಪರಮಹಿಂಸೆ ಮಾಡದಿರಲಿ ಎಂದು. ಈ ಎತ್ತು, ದನ ಎಷ್ಟೋಸಲ ಧಿಡೀರೆಂದು ಎದ್ದೆದ್ದು ವಿಚಿತ್ರವಾಗಿ ನೆಗೆದಾಡುತ್ತವೆ. ಅದಕ್ಕೆ ಕಾರಣ ಅವು ಸಗಣಿ ಹಾಕುವ ಸಮಯದಲ್ಲಿ ತೊಣಚಿ (ನೊಣಕ್ಕಿಂತ ದೊಡ್ಡದಾಗಿದೆ) ಪೃಷ್ಠಕ್ಕೆ ಹೊಕ್ಕು ಬಿಡುತ್ತದೆ. ಅದು ಸಹಿಸಲಾಧ್ಯವಾದ ಹಿಂಸೆ. ಅದನ್ನು ಶಮನಗೊಳಿಸಲು ಈ ದನ, ಎತ್ತಿಗೆ ಸಾಧ್ಯವೇ ಇಲ್ಲ. ಇವೆಲ್ಲ ಪ್ರಾಣಿಗಳ ಪಾಡಾದರೆ, ಇನ್ನು ಮನುಷ್ಯನ ಸಂಗತಿಗೆ ಬರೋಣ.

ಮನುಷ್ಯನು ನಾಗರೀಕತೆಯ ಎಲ್ಲೆಗಳನ್ನು ಮೀರದಂತೆ ಅತ್ಯಂತ ಸೂಕ್ಷ್ಮವಾಗಿ ಯಾರೂ ಗಮನಿಸದಂತೆ ತನ್ನ ತುರಿಕೆಯನ್ನು ನಿವಾರಿಸಿಕೊಳ್ಳುವ, ಅಂದರೆ ಕೆರೆದು ಕೊಳ್ಳುವ ಕ್ರಿಯೆಯನ್ನು ಮಾಡುವ ನಿರ್ಬಂಧಕ್ಕೆ ಸಿಲುಕಿ ಅಸಾಧ್ಯವಾದ ಪಾಡು ಪಡುತ್ತಾನೆ. ಯಾವುದಾದರೂ ಸಭೆಯಲ್ಲಿ ಕುಳಿತಿದ್ದಾಗ ಅಥವಾ ಭಾಷಣ ಮಾಡುವಾಗ, ಕಚೇರಿಯಲ್ಲಿ ಸಹೋದ್ಯೋಗಿಗಳ ನಡುವೆ ಇದ್ದಾಗ ತುರಿಕೆ ಪ್ರಾರಂಭವಾದರೆ ಅದರಂಥ ಪಾಡು ಇನ್ನೊಂದಿಲ್ಲ. ಮತ್ತೆ ಕೆಲವರು ಇದ್ಯಾವುದನ್ನೂ ಲೆಕ್ಕಕ್ಕೆ ತೆಗೆದುಕೊಳ್ಳದೆ ಯಾರೇ ಇರಲಿ, ಇಲ್ಲದೇ ಹೋಗಲಿ ತಮ್ಮ ಪಾಡಿಗೆ ತಾವು ಆನಂದದಿಂದ ಕೆರೆದುಕೊಳ್ಳುತ್ತಾರೆ. ಅವರು ಕೆರೆದು ಕೊಳ್ಳುವುದು ಒಂದು ಪಕ್ಕಕ್ಕೆ ಇರಲಿ, ಆಗ ಅವರ ಮುಖಭಾವಗಳನ್ನು ನೋಡಬೇಕು, ಕಣ್ಣುಗಳನ್ನು ಅರ್ಧಮುಚ್ಚಿಕೊಂಡು, ಬಾಯನ್ನು ಅರ್ಧ ತೆರೆದು, ಮೆಲ್ಲನೆ ವಿಚಿತ್ರವಾದ ಶಬ್ದಗಳನ್ನು ಹೊರಡಿಸುತ್ತಾ ಕೆರೆದುಕೊಳ್ಳುತ್ತಾರೆ. ದೇಹದಲ್ಲಿರುವ ಜೀವಾತ್ಮನನ್ನು ಪರಮಾತ್ಮನಲ್ಲಿ ಲೀನಗೊಳಿಸಿ ತುರಿಕೆಯ ಆನಂದವನ್ನು ಅನುಭವಿಸುವ ಅದ್ವೈತಿಗಳಾಗುವ ಆ ತುರಿಕಾ ಪ್ರವೀಣರು, ತಮ್ಮ ದೇಹದ ವಿಶಿಷ್ಟಭಾಗಗಳನ್ನು ಜಗತ್ತಿನ ಪರಿವೆಯೇ ಇಲ್ಲದೆ ಕೆರೆದುಕೊಳ್ಳುವಾಗ ವಿಶಿಷ್ಟಾದ್ವೈತಿಗಳಾಗುತ್ತಾರೆ ಮತ್ತು ಇನ್ನೂ ತುರಿಕೆ ನಿವಾರಣೆಯಾಗದಿದ್ದರೆ ತಮ್ಮ ಶಕ್ತಿಯನ್ನೆಲ್ಲಾ ಪ್ರಯೋಗಿಸಿ ತುರಿಸಿಕೊಳ್ಳುವಾಗ ಶಕ್ತಿ ವಿಶಿಷ್ಟಾದ್ವೈತಿಗಳಾಗಿ

ಕಾಣುತ್ತಾರೆ. ಇದನ್ನೆಲ್ಲಾ ಕಂಡು ಒಬ್ಬ ಕವಿವರ್ಯನು, ದೇಹದಲ್ಲಿ ತುರಿಕೆಯಾದಾಗ ಅದನ್ನು ಕೆರೆದುಕೊಳ್ಳುವಾಗ ಮತ್ತು ದೇಹಬಾಧೆಯನ್ನು ನಿವಾರಿಸಿಕೊಳ್ಳುವಾಗ ಮನುಷ್ಯನು ಅನುಭವಿಸುವ ಆನಂದ "ಬ್ರಹ್ಮಾನಂದಕ್ಕಿಂತ ಕಿಂಚಿತ್ ಊನ" ಎಂದು ಉದ್ಗರಿಸಿದ್ದಾನೆ. ಇದು ಕೆರೆತ / ತುರಿಕೆಯ ಕೆಲವು ಉದಾಹರಣೆಗಳು. ನಾವು ಈಗ ಕಾಣುವ ದೃಶ್ಯಗಳಿಗೆ ಸೂತ್ರದಾರನಂತೆ ಪರದೆಯನ್ನು ಸರಿಸಿ ಮುಖ್ಯಭಾಗವನ್ನು ವೀಕ್ಷಿಸುವ.

ನಮ್ಮಣ್ಣ ಏತಕ್ಕೆ ರಾತ್ರಿ ತಡವಾಗಿ ಮನೆಗೆ ಬಂದು ಸೇರುತ್ತಿದ್ದ ಎಂಬುದಕ್ಕೆ ಅವನು ಹೇಳಿದ ಕಾರಣ ಹೀಗಿದೆ.

ನಮ್ಮ ತಾಲ್ಲೂಕಿನ ಕೇಂದ್ರದಲ್ಲಿದ್ದ ಪ್ರೌಢಶಾಲೆಯಲ್ಲಿ ಒಬ್ಬರು ಸಂಸ್ಕೃತ ಪಂಡಿತರಿದ್ದರು. ಅವರು ಸಂಸ್ಕೃತ ಸಾಹಿತ್ಯ ಶಿರೋಮಣಿ ಮತ್ತು ಅತ್ಯಂತ ಘನವಿದ್ವಾಂಸರು. ಅವರನ್ನು ಮಹಾರಾಜರ ಆಸ್ಥಾನ ವಿದ್ವಾನ್ ಎಂದು ಗೌರವಿಸಿ ಶಾಲು ಮತ್ತು ಇತರೆ ವಸ್ತುಗಳಿಂದ ಭೂಷಿತರನ್ನಾಗಿ ಮಾಡಲಾಗಿತ್ತು. ನಮ್ಮ ತಾಲ್ಲೂಕಿನಲ್ಲಿಯೇ ಎಲ್ಲರಿಗೂ ಅವರನ್ನು ಕಂಡರೆ ಅಪಾರ ಗೌರವ. ಗೌರವ ಎನ್ನುವುದಕ್ಕಿಂತ ಭಯ. ಅವರು ದೈಹಿಕವಾಗಿ ಮತ್ತು ಮಾನಸಿಕವಾಗಿ ತಮ್ಮ ಬಾಹ್ಯ ಪ್ರಪಂಚದಿಂದ ತುಸು ದೂರವಾಗಿಯೇ ಇರುತ್ತಿದ್ದರು. ಈ ಸಂಸ್ಕೃತ ಪಂಡಿತನ ಕೆಲಸ ಅವರಿಗೇನೂ ಅವಶ್ಯವಾಗಿರಲಿಲ್ಲ. ಅವರಿಗೆ ಅವರಪ್ಪನು ಮಾಡಿಟ್ಟ ತೋಟ ಗದ್ದೆ ಎಲ್ಲಾ ಇತ್ತು. ತಮ್ಮ ವಿಶಾಲವಾದ ತೋಟದ ಮಧ್ಯದಲ್ಲಿಯೇ ಮನೆ ಮಾಡಿಕೊಂಡು ವಾಸಿಸುತ್ತಿದ್ದರು. ನೋಡುವುದಕ್ಕೆ ಆಸಾಮಿ ಒಳ್ಳೆ ಧಡೂತಿ, ಕಿತ್ತಲೆ ಬಣ್ಣ, ನಡಿಗೆ ಉಡುಗೆ ತೊಡುಗೆಯಲ್ಲ ಶ್ರೀಮದ್ಗಾಂಭೀರ್ಯ, ಇದ್ಯಾವುದಕ್ಕೂ ಕೊರತೆ ಇರಲಿಲ್ಲ. ಒಟ್ಟಿನಲ್ಲಿ ವರ್ಚಸ್ವೀ ವ್ಯಕ್ತಿತ್ವ.

ಈ ಆಸ್ಥಾನ ವಿದ್ವಾಂಸನ ಶಿಷ್ಯ ನಮ್ಮಣ್ಣ. ನಮ್ಮ ಹಳ್ಳಿಯು ಈ ವಿದ್ವಾಂಸರ ಹಳ್ಳಿಯನ್ನು ದಾಟಿ ಅದೇದಾರಿಯಲ್ಲಿ ಸ್ವಲ್ಪ ಮುಂದೆ ಇತ್ತು. ಈ ಆಸ್ಥಾನ ವಿದ್ವಾಂಸರೂ ಸಹ ತಮ್ಮ ತೋಟದಿಂದ ಸೈಕಲ್ ತುಳಿದುಕೊಂಡು ಶಾಲೆಗೆ ಬರುತ್ತಿದ್ದರು.

ನಮ್ಮಣ್ಣನನ್ನು ಅವರು ಸಂಜೆ ಶಾಲೆ ಮುಗಿದಮೇಲೆ ತನ್ನೊಂದಿಗೆ ಸೈಕಲ್ ತುಳಿದುಕೊಂಡು ತನ್ನ ತೋಟಕ್ಕೆ ಬರುವಂತೆ ತಿಳಿಸಿದ್ದಾರೆ. ಅಲ್ಲಿಗೆ ತುಲುಪಿದ ಮೇಲೆ ನಮ್ಮಣ್ಣ ತೋಟದಲ್ಲಿ ತೆಂಗಿನಮರದಿಂದ ಉದುರಿಬಿದ್ದಿರುವ ತೆಂಗಿನ ಗರಿಗಳನ್ನು (ನಮ್ಮಲ್ಲಿ ಕಾಲುಮಟ್ಟೆ ಎಂದು ಹೇಳುತ್ತಾರೆ) ಒಟ್ಟುಮಾಡಿ, ಬೆಂಕಿಹಚ್ಚಿ ಅದು ಧಗಧಗನೆ ಉರಿಯುವಂತೆ ಮಾಡಬೇಕು. ಅದು ಹದವಾಗಿ ಉರಿಯುತ್ತಿರುವಾಗ ನಮ್ಮ ಆಸ್ಥಾನ ವಿದ್ವಾಂಸರು ಲಂಗೋಟಿಧಾರಿಯಾಗಿ

ಮೈಗೆಲ್ಲಾ ಯಾವುದೊ ಚೂರ್ಣಮಿಶ್ರಿತ ಎಣ್ಣೆಯನ್ನು ಹಚ್ಚಿಕೊಂಡು, ಆ ಬೆಂಕಿಯಮುಂದೆ ತಮ್ಮ ದೇಹದ ಎಲ್ಲಾಭಾಗಗಳನ್ನೂ ಕಾಯಿಸಿಕೊಳ್ಳುತ್ತಿದ್ದರಂತೆ. ಅಲ್ಲಿಯವರೆಗೂ ಬೆಂಕಿಯು ನಂದಿಹೋಗದಂತೆ ಕಾಲುಮಟ್ಟೆಗಳನ್ನು ಆ ಬೆಂಕಿಗೆ ಒಟ್ಟಿ ಪ್ರಜ್ವಲಿಸುವಂತೆ ನೋಡಿಕೊಳ್ಳುವ ಕೆಲಸ ನಮ್ಮಣ್ಣನದು.

ಇದು ಈ ಬೆಂಕಿ ಕಾಯಿಸುವುದು ಏತಕ್ಕೆಂದರೆ, ಆ ಘನ ವಿದ್ವಾಂಸರಿಗೆ ಒಂದು ರೀತಿಯ ಅಲರ್ಜಿ, ಕೆರೆದುಕೊಂಡೇ ಇರಬೇಕು. ಘನವಿದ್ವಾಂಸನಾಗಿ ಎಲ್ಲರಿಂದಲೂ ಗೌರವಿಸಲ್ಪಡುವ ತಾನು ಹೇಗೆ ಇತರರ ಮುಂದೆ ಕೆರೆದುಕೊಳ್ಳುವುದು? ಅದಕ್ಕೇ ಈ ಮುಲಾಮು ಹಚ್ಚಿಕೊಂಡು ಬೆಂಕಿ ಕಾಯಿಸುವುದು. ಈಗಿನಂತೆ ವಿಧವಿಧವಾದ ಔಷಧಿಗಳು ಆ ಕಾಲದಲ್ಲಿರಲಿಲ್ಲ. ಆ ಕಾರಣಕ್ಕೆ ಈ ಉಪಾಯ. ಹೀಗೆ ಪ್ರತಿದಿನ ತನ್ನ ಗುರುಸೇವೆ ಮಾಡಿ ಅವರಿಗೆ ಬೆಂಕಿಯಬಲೆಯನ್ನು ನಿರ್ಮಿಸುವ ಕೆಲಸದಿಂದ ಅವನು ರಾತ್ರಿಯಾದ ಮೇಲೆ ಮನೆಗೆ ಬಂದು ಸೇರುತ್ತಿದ್ದ ಎನ್ನುವುದರ ಹಿನ್ನೆಲೆ ತಿಳಿಯಿತು.

ಆ ಕಾಳರಾತ್ರಿಯಲ್ಲಿ ಕಗ್ಗತ್ತಲಿನಲ್ಲಿ ಧಗಧಗನೇ ಉರಿಯುತ್ತಿದ್ದ ಬೆಂಕಿಯ ಮುಂದೆ ಕೌಪೀನಧಾರಿಯಾಗಿ ತನ್ನ ಜುಟ್ಟನ್ನು "ಜಡೇ ಶಂಕರ" ನಂತೆ ಬಿಚ್ಚಿ ಉದ್ದನೆಯ ಜಟೆಯನ್ನು ಭುಜದವರೆಗೂ ಹರಡಿ ಬಿಟ್ಟು ದೇಹದ ಭಾಗಗಳನ್ನು ಕಾಯಿಸಿಕೊಳ್ಳಲು ಚಿತ್ರ ವಿಚಿತ್ರವಾಗಿ ದೇಹವನ್ನೂ, ತಲೆಯನ್ನೂ ಹಾಗೂ ಭುಜಗಳನ್ನು ಆಡಿಸುತ್ತಿದ್ದ ದೃಶ್ಯವನ್ನು ದೂರದಿಂದ ಈ ದೃಶ್ಯವನ್ನು ಕಂಡವರಿಗಂತೂ ಶಿವತಾಂಡವ ಸ್ತೋತ್ರದ "ಜಟಾಟವೀ ಗಲಜ್ಜಲ ಪ್ರವಾಹಪಾವಿತ ಸ್ಥಲೇ ... ಧಗದ್ಧಗದ್ ಧಗಜ್ಜ್ವಲ ಲಲಾಟ ಪಟ್ಟ ಪಾವಕೇ ....." ಎಂಬ ಸಾಲುಗಳು ನೆನಪಿಗೆ ಬಂದರೆ, ಮತ್ತೆ ಕೆಲವರಿಗೆ ದೂರದಲ್ಲಿ ಉರಿಯುತ್ತಿರುವ ಬೆಂಕಿಯ ಮಂದ ಬೆಳಕಿನಲ್ಲಿ ನೆರಳಿನಂತೆ ಒಂದು ಆಕೃತಿಯು ಚಿತ್ರ ವಿಚಿತ್ರವಾಗಿ ಜಟೆ ಬಿಟ್ಟು ಕುಣಿಯುವಂತೆ ಕಂಡಾಗ, ಇದ್ಯಾವ ಬ್ರಹ್ಮರಾಕ್ಷಸನ ಕುಣಿತವೋ, ಅಥವಾ ವೀರಭದ್ರನ ತಾಂಡವವೋ ಎಂದು ಭ್ರಮಿಸಿ ಅಲ್ಲಿಂದ ಓಡಿಹೋಗಿರಲೂ ಬಹುದು. ಎಲ್ಲ ಅವವರ ಕಲ್ಪನೆಗೆ ಬಿಟ್ಟಿದ್ದು.

ನನ್ನ ಅಣ್ಣ ತಾನು ಪ್ರತಿದಿನ ರಾತ್ರಿ ತಡವಾಗಿ ಮನೆಗೆ ಬರುತ್ತಿದ್ದ ಕಾರಣವನ್ನು ತಿಳಿಸಿದ ಮೇಲೆ ನನ್ನ ತಾಯಿ, ಏನೋ ಒಂದು ನೆಪ, ಆದಷ್ಟು ಬೇಗ ಇವನ್ನೆಲ್ಲ ಮುಗಿಸಿ ಇನ್ನು ಮುಂದೆ ಸರಿಯಾಗಿ ಕತ್ತಲಾಗುವುದಕ್ಕೆ ಮುಂಚೆ ಮನೆಗೆ ಬಂದು ಸೇರು ಎಂದರು. ಊಟ ಮಾಡುತ್ತಿದ್ದ ನನ್ನ ಅಪ್ಪ, ನಡೀಲಿ ನಿನ್ನ ಗುರುವಿನ ತಮಟೆ ಕಾಯಿಸುವ ಕೆಲಸ, ಪುಣ್ಯ ಬರುತ್ತದೆ ಎಂದು ನಗುತ್ತಾ ಹೇಳಿ ಕೈತೊಳೆಯಲು ಎದ್ದರು.

20

ಕುಹಕ ಕವಿಗಳು

ನನ್ನ ಬಾಲ್ಯದ ದಿನಗಳಿಂದಲೂ ಅನೇಕ ಉಪಾಧ್ಯಾಯರುಗಳನ್ನು ಕಂಡಿದ್ದೇನೆ. ಅವರಿಂದ ಪಾಠ ಕಲಿತಿದ್ದೇನೆ. ಅದಲ್ಲದೆ ಇನ್ನೂ ಹಲವು ಪಂಡಿತರುಗಳನ್ನು ಹತ್ತಿರದಿಂದ ಕಂಡು ಅವರ ಕವಿತಾ ಪ್ರತಿಭೆಯನ್ನು ಅರಿಯುವ ಸುಯೋಗವೂ ನನ್ನದಾಗಿದೆ. ಸಾಮಾನ್ಯವಾಗಿ ಎಲ್ಲ ಕವಿಪುಂಗವರೂ, ಅವರ ಪಾಂಡಿತ್ಯದಿಂದ ಉಪಯುಕ್ತವಾದ ಸಾಹಿತ್ಯರಚನೆ ಮಾಡಿದ್ದೇ ಹೆಚ್ಚು. ಕೆಲವರು ತಮ್ಮ ಪಾಂಡಿತ್ಯದ ಸದುಪಯೋಗ ಮಾಡದೆ, ಸದಭಿರುಚಿಯ ಸಾಹಿತ್ಯ ರಚಿಸದೆ, ಕಾಲಹರಣ ಮಾಡಿ, ತಮ್ಮ ಸಮಯವೆನ್ನೆಲ್ಲಾ ವಿಕಟಕವಿತ್ವದಲ್ಲಿಯೇ ವ್ಯಯಮಾಡಿದ ಘನ ಪಂಡಿತರು ಕೆಲವರು ನನಗೆ ಮೇಷ್ಟ್ರುಗಳಾಗಿದ್ದರು. ಕೆಲವರಂತೂ ತಾವು ಹೇಳಿಕೊಡುವ ಕಾವ್ಯವನ್ನು ತಮ್ಮ ಮೂಗಿನ ನೇರಕ್ಕೆ ತಿರುಚುವುದು, ಅಪವ್ಯಾಖ್ಯಾನ ಮಾಡುವುದು ಇಂಥ ಕೆಲಸಗಳಲ್ಲಿ ತೊಡಗಿ ತಾವು ಸಂಪಾದಿಸಿದ ಘನ ಪಾಂಡಿತ್ಯವನ್ನು ಸರಿಯಾದ ಉಪಯೋಗಕ್ಕಾಗಿ ಬಳಸಲೇ ಇಲ್ಲ ಎಂದು ನನ್ನ ಅನಿಸಿಕೆ. ಅಂಥ ಕವಿವರ್ಯರುಗಳು ಪಾಠಮಾಡುವಾಗ ಪದ್ಯಗಳನ್ನು ಹೇಗೆ ತಿರುಚುತ್ತಿದ್ದರು, ಅದು ನನ್ನ ಮನಸ್ಸಿನಲ್ಲಿ ಇಷ್ಟು ಸಮಯವಾದರೂ ಇನ್ನೂ ಅಚ್ಚಳಿಯದೇ ಹೇಗೆ ನಿಂತಿದೆ ಎಂಬುದಕ್ಕೆ ಕೆಲವು ಉದಾಹರಣೆಗಳು, ನಾನು ಕೇಳಿದ್ದು ಹೀಗಿದೆ.

ನನಗೆ ಒಬ್ಬರು ಮೇಷ್ಟ್ರು ಇದ್ದರು. ಅವರು ನನ್ನ ಕ್ಲಾಸಿಗೆ ನೇರವಾಗಿ ಸಂಬಂಧಪಟ್ಟವರಲ್ಲ. ಅವರು ಸಂಸ್ಕೃತ ಭಾಷೆಗೆ ಮೇಷ್ಟ್ರು. ನಮ್ಮ ಕನ್ನಡ ಪಂಡಿತರು ರಜೆಯಲ್ಲಿದ್ದಾಗ, ಸಂಸ್ಕೃತದ ಕ್ಲಾಸಿಗೆ ಕನ್ನಡ ಕ್ಲಾಸ್ ಹುಡುಗರನ್ನು ಕಂಬೈಂಡ್ ಮಾಡಿ ಸಂಸ್ಕೃತದ ಮೇಷ್ಟ್ರಿನಿಂದಲೇ ನಮ್ಮನ್ನೆಲ್ಲಾ ಹದ್ದುಬಸ್ತಿನಲ್ಲಿ

ಇಡಲಾಗುತ್ತಿತ್ತು. ಇದು ಮುಖ್ಯೋಪಾಧ್ಯಾಯರ ಆಣತಿ, ಯಾರೂ ಮೀರುವ ಹಾಗಿಲ್ಲ.

ಈ ಕಂಬೈಂಡ್ ಕ್ಲಾಸಿನಲ್ಲಿ ಸಂಸ್ಕೃತ ಮೇಷ್ಟ್ರು ಸಂಸ್ಕೃತ ಪಾಠಕ್ಕೇ ಸಹಜವಾಗಿ ಹೆಚ್ಚು ಸಮಯ ತೆಗೆದುಕೊಳ್ಳುತ್ತಿದ್ದರು. ಮಹಾಕವಿ ಕಾಳಿದಾಸನ "ರಘುವಂಶ"ಕಾವ್ಯವನ್ನು ಪಾಠಮಾಡುವಾಗ, ಆ ಮಹಾಕಾವ್ಯದ ಮೊದಲ ಶ್ಲೋಕವನ್ನು ವಿದ್ಯಾರ್ಥಿಗಳಿಗೆ ಹೇಳಿಕೊಡಬೇಕು. ಆ ಶ್ಲೋಕ ಸಂಸ್ಕೃತದಲ್ಲಿ ಹೀಗಿದೆ.

" ವಾಗರ್ಥಾವಿವ ಸಂಪೃಕ್ತೌ ವಾಗರ್ಥಃ ಪ್ರತಿಪತ್ತಯೇ ।
ಜಗತಃ ಪಿತರೌ ವಂದೇ ಪಾರ್ವತೀಪರಮೇಶ್ವರೌ ।।"

ಈ ಜಗತ್ತಿಗೆ ಮಾತಾಪಿತೃಗಳಾದ ಪಾರ್ವತಿ ಪರಮೇಶ್ವರರಿಗೆ ವಂದಿಸುತ್ತೇನೆ. ಅವರು ಹೇಗಿದ್ದರೆಂದರೆ, ವಾಕ್ ಅಂದರೆ ಮಾತು ಮತ್ತು ಅರ್ಥವನ್ನು ಬೇರೆ ಮಾಡಲಾಗುದಿಲ್ಲವೋ ಹಾಗೆ. ಇದು ಆ ಶ್ಲೋಕದ ಸ್ಥೂಲವಾದ ಅರ್ಥ. ಈ ಶ್ಲೋಕಕ್ಕೆ ಪಾಂಡಿತ್ಯ ಪೂರ್ಣವಾಗಿ ಅನೇಕ ವ್ಯಾಖ್ಯಾನಗಳನ್ನು ಪಂಡಿತರುಗಳು ರಚಿಸಿದ್ದಾರೆ. ಅದು ಹೇಗೇ ಇರಲಿ, ನಮ್ಮ ಸಂಸ್ಕೃತ ಮೇಷ್ಟ್ರ ಈ ಮಹಾಶ್ಲೋಕವನ್ನು ಹೇಗೆ ತಿರುಚಿದರು ಎಂದು ನೋಡಿ. ಕಟ್ಟಾ ವೈಷ್ಣವರಾದ ಈ ಮೇಷ್ಟ್ರು ಶಿವಪಾರ್ವತಿಯರ ಗುಣಗಾನ ಮಾಡಲು ಸಾಧ್ಯವೇ? ಮಹಾಪಾಪವಲ್ಲವೇ, ಅದರಿಂದ ಈ ಮೇಲಿನ ಶ್ಲೋಕವನ್ನು,

" ವಾಗರ್ಥಾವಿವ ಸಂಪೃಕ್ತೌ ವಾಗರ್ಥಃ ಪ್ರತಿಪತ್ತಯೇ ।
ಜಗತಃ ಪಿತರೌ ವಂದೇ ಜಾನಕೀ ರಘುನಾಯಕೌ ।।"

ಎಂದೇ ಪಾಠಮಾಡುತ್ತಿದ್ದರು. ರಘುವಂಶದ ಮೊದಲ ಶ್ಲೋಕ, ಜಾನಕಿ ರಘುನಾಯಕನ ಸ್ಮರಣೆ, ಚಮತ್ಕಾರದಿಂದ ರಚನೆ ಮಾಡಿದ್ದು. ಅದು ಹಾಗಿರಲಿ, ಮಹಾಕವಿಯ ಮಹಾಕಾವ್ಯವನ್ನು ತಿರುಚುವುದು ಅಕ್ಷಮ್ಯವಲ್ಲವೇ? ಇದು ಆ ಸಂಸ್ಕೃತ ಮೇಷ್ಟ್ರರ ಅಜ್ಞಾನವನ್ನು ಸೂಚಿಸುತ್ತದೆ. ಎಷ್ಟೇ ಧರ್ಮಶಾಸ್ತ್ರಗಳನ್ನು ಓದಿ, ವೇದಾಧ್ಯಯನ ಮಾಡಿದ್ದರೂ ಈ ರೀತಿಯಾದ ಕುಹಕ ಬುದ್ಧಿ ಅವರ ಪಾಂಡಿತ್ಯಕ್ಕೆ ಕಪ್ಪು ಚುಕ್ಕೆ.

ಸಂಸ್ಕೃತದಲ್ಲಿ ಘನಪಂಡಿತರಾಗಿದ್ದ ಅವರಿಗೆ ಎಲ್ಲ ಧರ್ಮಗಳೂ ಆಯಾ ಧರ್ಮದವರು ಅನುಸರಿಸುವ ಮಾರ್ಗಗಳು ಎಲ್ಲಾ, ಕಡೆಯಲ್ಲಿ ಒಂದೇ ದೇವನಿಗೆ ಸಲ್ಲುತ್ತದೆ ಎಂದು ಹೇಳುವ ಈ ಶ್ಲೋಕ ಏಕೆ ನೆನಪಿಗೆ ಬರಲಿಲ್ಲವೋ ತಿಳಿಯದು. ಬೇಲೂರು ಶಾಸನದಲ್ಲಿರುವ ಈ ಕೆಳಕಂಡ ಶ್ಲೋಕ ಗಮನಿಸಿ:

"ಯಂ ಶೈವಾ ಸಮುಪಾಸತೇ ಶಿವ ಇತಿ ಬ್ರಹ್ಮೇತಿ ವೇದಾಂತಿನ: ।

ಬೌದ್ಧಾ ಬುದ್ಧ ಇತಿ ಪ್ರಮಾಣ ಪಟವ: ಕರ್ತೇತಿ ನೈಯಾಯಿಕಾ ||
ಅರ್ಹನ್ನಿತ್ಯಥ ಜೈನ ಶಾಸನ ರತಾ: ಕರ್ಮೇತಿ ಮೀಮಾಂಸಕಾ: ।
ಸೋಯಂ ವೋ ವಿದಧಾತು ವಾಂಛಿತಫಲಂ ತ್ರೈಲೋಕ್ಯನಾಥೋ ಹರಿಃ ||"

ಶೈವರು ಶಿವನೆಂದೂ, ವೇಂದಾಂತಿಗಳು ಬ್ರಹ್ಮವೆಂದೂ, ಬೌದ್ಧರು ಬುದ್ಧನೆಂದೂ, ವಿಚಾರ ಪಟುಗಳಾದ ನೈಯಾಕಿರು ಕತ್ರುವೆಂದೂ, ಜೈನಶಾಸನವನ್ನು ಅನುಸರಿಸುವವರು ಅರ್ಹತ್ ಎಂದೂ, ಮೀಮಾಂಸರು ಕರ್ಮವೆಂದು ಯಾರನ್ನು ಉಪಾಸಿಸುವರೋ ಅಂಥ ತ್ರೈಲೋಕ್ಯನಾದ ಹರಿಯು ನಿಮ್ಮ ಇಷ್ಟದ ಫಲಗಳನ್ನು ದಯಪಾಲಿಸಲಿ. ಈ ಮೇಲಿನ ಶ್ಲೋಕಕ್ಕಿಂತ ಬೇರಾವುದರಲ್ಲಿ ಈ ಪ್ರಮಾಣದ ಧರ್ಮಸಹಿಷ್ಣುತೆ ವ್ಯಕ್ತವಾಗಿದೆಯೋ ನನಗೆ ತಿಳಿಯದು. ಈ ಶ್ಲೋಕವನ್ನು ಪ್ರಾರ್ಥನೆಯಾಗಿ ಶಾಲೆಗಳಲ್ಲಿ ಮಕ್ಕಳಿಂದ ಹಾಡಿಸುತ್ತಿದ್ದ ಕಾಲವೂ ಹಿಂದಿತ್ತು. ನನಗೆ ಈ ಶ್ಲೋಕ ಥಟ್ಟನೆ ನೆನಪಿಗೆ ಬಂದದ್ದು ಅದಕ್ಕೆ ಸಂಬಂಧಪಟ್ಟ ಒಂದು ಘಟನೆಯಿಂದ. ಮೈಸೂರು ವಿಶ್ವವಿದ್ಯಾನಿಲಯದ ಸ್ವರ್ಣಮಹೋತ್ಸವ ೧೯೬೬ರಲ್ಲಿ ಆಚರಿಸಲಾಯಿತು. ಆ ಸಮಾರಂಭಕ್ಕೆ ಅಂದಿನ ಭಾರತದ ರಾಷ್ಟ್ರಪತಿಗಳಾಗಿದ್ದ ಡಾ|| ಎಸ್. ರಾಧಾಕೃಷ್ಣನ್ ರವರು ಅಧ್ಯಕ್ಷತೆವಹಿಸಲು ಆಗಮಿಸಿದ್ದರು.

ಅವರು ಹಿಂದೆ ಈ ವಿಶ್ವವಿದ್ಯಾನಿಲಯದಲ್ಲಿ ಪ್ರಾಧ್ಯಾಪಕರಾಗಿ ಕಾರ್ಯನಿರ್ವಹಿಸಿದ್ದ ಕಾರಣಕ್ಕಾಗಿ ಈ ಸಮಾರಂಭದ ವಿಶೇಷ ಅತಿಥಿಯಾಗಲು ತಕ್ಷಣವೇ ಸಮ್ಮತಿಸಿದರು. ಅಂದು ಮೈಸೂರಿಗೆ ಬಂದ ಅವರನ್ನು ಮೈಸೂರಿನಲ್ಲಿರುವ ರೀಜನಲ್ ಕಾಲೇಜ್ ಆಫ್ ಎಜುಕೇಶನ್ ಕಾಲೇಜಿಗೆ ಆಹ್ವಾನಿಸಲಾಗಿತ್ತು. ಸಾಮಾನ್ಯವಾಗಿ ರಾಷ್ಟ್ರಪತಿಗಳನ್ನು ಹಾಗೆಲ್ಲಾ ಯಾವುದೊ ಕಾಲೇಜಿಗೆ ಆಹ್ವಾನಿಸಿದರೆ ಅವರೇನು ಮಿಕ್ಕವರಂತೆ ಒಪ್ಪಿಕೊಳ್ಳಲು ಸಾಧ್ಯವೇ ಇಲ್ಲ. ಆದರೆ ಡಾ|| ರಾಧಾಕೃಷ್ಣನ್ ಆ ಕಾಲೇಜಿನ ಪ್ರಿನ್ಸಿಪಾಲ್ ಆಗಿದ್ದ ಶ್ರೀಮತಿ ಡಾ|| ಅಹಲ್ಯಾಚಾರಿ ಎನ್ನುವವರಿಗೆ ಮುಂಚೆನಿಂದ ಪರಿಚಿತರು. ಈ ಕಾರಣಕ್ಕೆ ಆ ಕಾಲೇಜಿಗೆ ಬರಲು ಒಪ್ಪಿದ್ದರು. ಆದರೆ ಕೇವಲ ಹತ್ತು ನಿಮಿಷದ ಕಾಲಾವಕಾಶ ಮಾತ್ರ ನೀಡಲಾಗಿತ್ತು.

ಕಾಲೇಜಿನ ಆವರಣಕ್ಕೆ ರಾಷ್ಟ್ರಪತಿಗಳ ಆಗಮನವಾಯಿತು. ಅಲ್ಲಿ ಎಲ್ಲ ವಿದ್ಯಾರ್ಥಿಗಳನ್ನು ಸಾಲಾಗಿ ನಿಲ್ಲಿಸಿ ಸ್ವಾಗತಿಸಲು ಸಿದ್ಧ ಮಾಡಿದ್ದರು. ಅವರು ಬಂದ ಕೂಡಲೇ ಪ್ರಾರ್ಥನಾರೂಪದಲ್ಲಿ ಈ "ಯಂ ಶೈವಾ ಸಮುಪಾಸತೇ" ಗೀತೆಯನ್ನು ಹುಡುಗರು ಹಾಡಿದರು. ಅದನ್ನು ಕೇಳಿಸಿಕೊಂಡ ರಾಷ್ಟ್ರಪತಿಗಳು ತಕ್ಷಣವೇ ತನ್ನೊಂದಿಗೆ ಈ ಶ್ಲೋಕವನ್ನು ಮತ್ತೊಮ್ಮೆ ಪುನರುಚ್ಚರಿಸುವಂತೆ ಹೇಳಿ,

ತಾವು "ಯಂ ಶೈವಾ ಸಮುಪಾಸತೇ"ಎಂದು ಪ್ರಾರಂಭಮಾಡಿ "ಕರ್ಮೇತಿ ಮೀಮಾಂಸಕಾ:" ಎಂಬಸಾಲು ಮುಗಿದ ಕೂಡಲೇ ಈ ಕೆಳಗಿನ ಎರಡು ಸಾಲುಗಳನ್ನು ಅಲ್ಲಿಯೇ ರಚಿಸಿ ಮಕ್ಕಳಿಂದ ಹೇಳಿಸಿದರು. ಆ ಸೇರ್ಪಡೆ ಏನೆಂದರೆ,

"ಕ್ರೈಸ್ತಾ ಕ್ರಿಸ್ತ ಇತಿ ಕ್ರಿಯಾಪರತಃ
ಅಲ್ಲೇತಿ ಮೊಹಮ್ಮದಾಃ "

ಎಂದು ಸೇರಿಸಿ ಮುಂದಿನ ಸಾಲುಗಳನ್ನು ಹೇಳಿ ಮುಗಿಸಿದರು. ಇದಲ್ಲವೇ ಪಾಂಡಿತ್ಯದ ಪ್ರದರ್ಶನ ಮತ್ತು ಹೃದಯವೈಶಾಲ್ಯತೆ. ಡಾ|| ರಾಧಾಕೃಷ್ಣನ್ ಅವರು ಅಂದು ಮಾಡಿದ ಈ ಚಮತ್ಕಾರವನ್ನು ನಾನು ಇನ್ನೂ ಮರೆತಿಲ್ಲ. ಅವರು ಅಂದು ಆ ಕಾಲೇಜಿನ ಆವರಣದಲ್ಲಿ ಒಂದು ಗಿಡನೆಟ್ಟು ನೀರೆರೆದಿದ್ದರು. ಅದು ಇಂದು ಬೆಳೆದು ಹೆಮ್ಮರವಾಗಿ ಆ ಘಟನೆಗೆ ಸಾಕ್ಷಿಯಾಗಿ ನಿಂತಿದೆ. ಇದು ನಡೆದ ದಿನಾಂಕ ೭ನೇ ಡಿಸೆಂಬರ್ ೧೯೬೭.

ಯಾಕೆ ಇದನ್ನು ನೆನೆದುಕೊಂಡೆ ಅಂದರೆ ಪಾಂಡಿತ್ಯವನ್ನು ಸದುಪಯೋಗಗೊಳಿಸುವುದು ಹೇಗೆ. ಕುಹಕಕ್ಕೆ ಉಪಯೋಗಿಸುವುದು ಹೇಗೆ ಎಂಬ ವ್ಯತ್ಯಾಸ ತಿಳಿಯಲು. ಈ ಮಹಾ ವೈಷ್ಣವ ಮೇಷ್ಟ್ರ ಮತ್ತೊಂದು ವಿಕಟಕವಿತ್ವ ಅಥವಾ ಕುಚೋದ್ಯದ ಪದ್ಯ ಒಂದು ವಚನಕ್ಕೆ ಸಂಬಂದಿಸಿದ್ದು. "ನಮ್ಮ ಕೂಡಲಸಂಗನೊಸಲಿಗೆ ವಿಭೂತಿಯೇ ಶೃಂಗಾರ" ಎಂದು ಒಂದು ವಚನದ ಸಾಲು. ಈ ಕುಚೋದ್ಯ ಶಿಖಾಮಣಿಯವರು ಅದನ್ನು ಹೀಗೆ ಪರಿವರ್ತಿಸಿದ್ದರು. "ನಮ್ಮ ಮೂಡಲರಂಗನೊಸಲಿಗೆ ಶ್ರೀಚೂರ್ಣವೇ ಶೃಂಗಾರ" ಶ್ರೀಚೂರ್ಣ ಎಂದರೆ <u>ಶ್ರೀವೈಷ್ಣವರು</u> ಹಣೆಯಲ್ಲಿ ಧರಿಸುವ ಕೆಂಪುನಾಮ. ಇದು ಎಷ್ಟೇ ಚಮತ್ಕಾರಪೂರಿತವಾಗಿದ್ದರೂ ಆ ಕವಿತಾ ಪ್ರಯೋಗದ ಹಿಂದೆ ಇರುವ <u>ಧರ್ಮವೈಷಮ್ಯ</u> ಮತ್ತು ಅವರ ಸಂಕುಚಿತ ಬುದ್ಧಿಯನ್ನು ತೋರಿಸುತ್ತದೆ. ಈ ರೀತಿಯಾದ ಕವಿತಾಪ್ರಯೋಗಗಳ ಬದಲಿಗೆ ತಮಗಿದ್ದ ಪಾಂಡಿತ್ಯವನ್ನು ಯಾವುದಾದರೂ ಘನ ಸಾಹಿತ್ಯ ರಚನೆಗೆ ವಿನಿಯೋಗಿಸ ಬಹುದಾಗಿತ್ತು.

ಇದೇ ರೀತಿಯಾಗಿ ಕೆಲವು ಸಂಸ್ಕೃತ ವಿದ್ವಾಂಸರುಗಳಿಗೆ ಸಂಸ್ಕೃತವನ್ನು ಬಿಟ್ಟರೆ ಬೇರೆ ಯಾವ ಭಾಷೆಗಳೂ ಭಾಷೆಗಳೇ ಅಲ್ಲ ಎಂಬ ಅಹಂಕಾರ ಪ್ರವೃತ್ತಿ ಇದ್ದದ್ದನ್ನು ನಾನು ಕಂಡಿದ್ದೇನೆ.

ಮಹಾಕವಿ, ವರಕವಿ, ಶಬ್ದಗಾರುಡಿಗ ಬೇಂದ್ರೆಯವರ "ಗಂಗಾವತರಣ"ಎಂಥ ಅದ್ಭುತ ಕವಿತೆ. ಶಬ್ದ ಲಾಲಿತ್ಯ, ಕವಿತೆಯಲ್ಲಿರುವ ಆ ರಭಸ, ಕಾವ್ಯದ ಧ್ವನಿ, ಇವೆಲ್ಲ ಕೂಡಿರುವ ಕವನ ಅದು.

ಒಬ್ಬ ಸಂಸ್ಕೃತ ವಿದ್ವಾಂಸರಿಗೆ ಈ ಕವಿತೆಯನ್ನು ವಿದ್ಯಾರ್ಥಿಗಳಿಗೆ ಪಾಠಮಾಡುವ ಸಂದರ್ಭ ಅಥವಾ ಅನಿವಾರ್ಯತೆ. ಈ ಕವನವನ್ನು ಅವರು ಪಾಠಮಾಡಿದ ರೀತಿ ಹೀಗೆ. ಇಳಿದು ಬಾ ತಾಯಿ, ಇಳಿದು ಬಾ ಎಂಬ ಸಾಲಿಗೆ ಈ ಪಂಡಿತರ ವ್ಯಾಖ್ಯಾನ (ಅಪವ್ಯಾಖ್ಯಾನ) ಹೀಗಿದೆ.

ಇದೇನು ಕವನ? ಕನ್ನಡ ತಾಯಿ (ಗಂಗಾನದಿ) ಏನು ಕಪಿಯೇ, ತೆಂಗಿನಮರ ಹತ್ತಿ ಕೂತಿರುವುದಕ್ಕೆ - ಅದನ್ನು ಕೆಳಗೆ ಇಳಿಸಲು ಕವಣೆ ಕಲ್ಲಿನಿಂದ, ಇಳೀ, ಇಳೀ ಎಂದು ಕೂಗುವಹಾಗಿದೆ ಎಂದು ಹೇಳಿ ಈ ಕವನ ಬರೆದವನು ಕವಿಯೇ? ಇದನ್ನು ನಿಮಗೆ ಪಾಠಮಾಡುವುದು ನನ್ನ ಕರ್ಮ ಎಂದು ಪಾಠಮುಂದುವರಿಸಿದರು.

ಹೀಗೆ ವ್ಯಾಖ್ಯಾನ ಮಾಡುವ ಆ ಪಂಡಿತರ ಮನಃಸ್ಥಿತಿ ಎಷ್ಟೊಂದು ಹೀನಾಯವಾಗಿದೆ ಎಂಬುದನ್ನು ನಾವು ತಿಳಿಯಬಹುದು. ಕಾವ್ಯದ, ಕವನದ ಸಾರವನ್ನು ಅರಿಯಲಾಗದ ಇಂಥ ಪಂಡಿತರುಗಳ ಪಾಂಡಿತ್ಯವನ್ನು ಏನೆಂದು ಹೆಸರಿಸಬೇಕು. ಸಂಸ್ಕೃತವನ್ನು ಹೊರತುಪಡಿಸಿ ಬೇರೆಲ್ಲ ಭಾಷೆಗಳನ್ನು ಇಷ್ಟೊಂದು ಹೀನಾಯವಾಗಿ ಕಂಡು ತಿರಸ್ಕರಿಸುವ ಇಂಥ ಜನರ ಮನೋಭಾವನೆ, ವರ್ತನೆಗಳಿಂದ, ಅತ್ಯಂತ ಶ್ರೀಮಂತವಾಗಿರುವ ಸಂಸ್ಕೃತ ಭಾಷೆಯನ್ನೇ ಜನರು ದ್ವೇಷ ಮಾಡುವ ಪರಿಸ್ಥಿತಿ ನಿರ್ಮಾಣವಾಯಿತು. ನಮ್ಮ ಭಾರತೀಯ ಸಂಸ್ಕೃತಿಯೇ ಜನರಿಂದ ದೂರವಾಗುವ ಹಾಗಿ ಮಾಡಿದ್ದೇ ಈ ರೀತಿಯ ಸಂಕುಚಿತ ಪಂಡಿತರುಗಳು ಎಂಬ ನಿರ್ಧಾರಕ್ಕೆ ಬರಬೇಕಾಗುತ್ತದೆ.

ಮತ್ತೆ ಕೆಲವು ಪಂಡಿತವರೇಣ್ಯರುಗಳು ಸುಭಾಷಿತ ವಾಕ್ಯಗಳನ್ನೂ ತಿರುಚುವುದು ಅಥವಾ ಕೆಲವು ವಾಕ್ಯಗಳು ಅಥವಾ ಪದಗಳನ್ನು ಮಧ್ಯೆ ಸೇರಿಸಿ ಕುಹಕವನ್ನು ಮೆರೆಸುವುದೂ ರೂಢಿಯಲ್ಲಿದೆ. ನಾನು ಈಗ ತಿಳಿಸುವ ಒಂದು ಸಂಸ್ಕೃತ ಶ್ಲೋಕದಲ್ಲಿ ಹೇಗೆ ಒಂದು ಪದದ ಬಳಕೆಯಿಂದ ಇಡೀ ಶ್ಲೋಕವನ್ನು ವಿಕೃತಗೊಳಿಸಿದ್ದಾರೆ ಎಂದು ತಿಳಿಯಬಹುದು.

"ಇಕ್ಷುದಂಡ ತಿಲಾಂಶ್ಚೈವ ಕಾಮಿನೀ ಹೇಮಮೇದಿನನೀ |
ದಧಿ ಚಂದನ ತಾಂಬೂಲಂ ಮರ್ದನಂ ಗುಣವರ್ಧನಂ || "

ಈ ಶ್ಲೋಕವನ್ನು ನಾನು ಕೇಳಿದ್ದು, ನನ್ನ ನೆನಪಿನಲ್ಲಿ ಉಳಿದದ್ದನ್ನು ಇಲ್ಲಿ ದಾಖಲಿಸಿದ್ದೇನೆ. ನಾನು ಸಂಸ್ಕೃತ ಪಂಡಿತನಲ್ಲ. ಏನಾದರೂ ವ್ಯಾಕರಣ ದೋಷಗಳಿದ್ದರೆ. ಈ ದಡ್ಡ ಶಿಖಾಮಣಿಯನ್ನು ಕ್ಷಮಿಸಬೇಕೆಂದು ಕೋರಿಕೆ (ಆದಿಶಂಕರರ ಭಜಗೋವಿಂದಂ ಸ್ತೋತ್ರದ "ನಹಿ ನಹಿ ರಕ್ಷತಿ ಡುಕ್ರಿಂಕರಣೆ" ಎಂಬ ಸಾಲನ್ನು ನೆನಪಿಸಿಕೊಂಡು)

ಈ ಶ್ಲೋಕದಲ್ಲಿ ಮಿಕ್ಕೆಲ್ಲ ಪದಗಳೂ ಶ್ಲೋಕದ ಒಟ್ಟಾರೆ ಅರ್ಥಕ್ಕೆ ಪೂರಕವಾಗಿದ್ದರೂ ಛಂದಸ್ಸನ್ನು ಪೂರ್ಣವಾಗಿಸಲು "ಕಾಮಿನೀ"ಎಂದು ಒಂದು ಪದ ಬಳಸಿರುವುದು ಕಾವ್ಯ ಪ್ರಯೋಗದ ಚತುರತೆ ಎಂದು ತಿಳಿದರೂ ಅದರ ಹಿಂದೆ ಇರುವ ಈ ಶ್ಲೋಕರಚನಾಕಾರನ misogyny ಅಂದರೆ ಸ್ತ್ರೀದ್ವೇಷ, ಹೆಂಗಸರನ್ನು ಹೀನಾಯವಾಗಿ ಕಾಣುವ, ಲೈಂಗಿಕ ಹೀನ ಬುದ್ಧಿ ಎದ್ದು ಕಾಣುತ್ತದೆ.

ಈ ರೀತಿಯಾದ ಅನೇಕ ಉದಾಹರಣಗಳನ್ನು ನೀಡಬಹುದು. ಮತ್ತೊಂದು ಪಂಡಿತರು ಕ್ಲಾಸಿನಲ್ಲಿ ಹಾಜರಿ ತೆಗೆದುಕೊಳ್ಳುವಾಗಲೂ ವ್ಯಂಗ್ಯ ಮಿಶ್ರಿತವಾಗಿ ಹೀನಾಯಮಾಡುತ್ತಿದ್ದ ಒಂದು ಸ್ಯಾಂಪಲ್ ಹೀಗಿದೆ. ಹಾಜರಿ ಕೂಗುವಾಗ ಹೆಸರುಗಳನ್ನು ಹೀಗೆ ಕರೆಯುತ್ತಿದ್ದರು. "ಮಾ... ದಯ್ಯ", "ಸಿ... ದಯ್ಯ", "ಮಾ... ದಪ್ಪ", "ಸಿ... ದಪ್ಪ" ಎಂದು ಲೇವಡಿ ಮಾಡಿ ಹಾಜರಿ ತೆಗೆಯುತ್ತಿದ್ದರು. ಇದು ಕೇಳುವುದಕ್ಕೆ ತಮಾಷೆಯಾಗಿ ಕಂಡರೂ, ಎಳೆಯ ಮನಸ್ಸುಗಳ ಮೇಲೆ ಯಾವರೀತಿಯ ಪರಿಣಾಮ ಬೀರಬಹುದು ಎಂಬ ಪರಿಜ್ಞಾನ ಇಲ್ಲದ ಮೂರ್ಖತನದ ಪರಮಾವಧಿ. ಗ್ರಾಮ್ಯಭಾಷೆಯಲ್ಲಿ "ದಯ್ಯ"ಎಂದರೆ ಭೂತ, ಪಿಶಾಚಿ ಎಂದು ಅರ್ಥ. ತನ್ನನ್ನು ಪಿಶಾಚಿಯೆಂದು ಕರೆದು ಹೀನಾಯಮಾಡಿದರಲ್ಲಾ ಎಂದು ಆ ಮಕ್ಕಳ ಮನದಾಳದಲ್ಲಿ ಬೇರೂರಿ, ದೊಡ್ಡವರಾದ ಮೇಲೆ ಅದೇ ಮನೋಭಾವನೆ ಬೆಳೆದು ಹೆಮ್ಮರವಾಗಿ ಜಾತಿ ದ್ವೇಷಕ್ಕೆ ಬುನಾದಿಯನ್ನು ರೂಪಿಸುತ್ತದೆ ಎಂದು ತಿಳಿಯದೆ ಹೋದರಲ್ಲಾ ಎಂದು ವ್ಯಥೆಯಾಗುತ್ತದೆ.

ಇದನ್ನೆಲ್ಲಾ ಚಿಕ್ಕಂದಿನಲ್ಲಿ ಕಂಡು ಕೇಳಿದ ನನಗೆ ಈ ರೀತಿಯ ಪಂಡಿತರುಗಳೆಲ್ಲಾ ಪಿಂಡಾಂಡದೊಳಗಿನ ಬ್ರಹ್ಮಾಂಡವನ್ನರಿಯದ, ಬ್ರಹ್ಮಾಂಡದೊಳಗಿನ ಪಿಂಡಾಂಡವನರಿಯದ ಪಂಡಿತಮುಂಡೇಗಂಡರು ಎಂಬ ನಿರ್ಧಾರಕ್ಕೆ ಬರದೇ ಬೇರೆ ದಾರಿಯಿಲ್ಲ (ದಾಸವರೇಣ್ಯರ ಕ್ಷಮೆಕೋರಿ).

www.ingramcontent.com/pod-product-compliance
Lightning Source LLC
LaVergne TN
LVHW040113210825
819220LV00036B/839

* 9 7 9 8 8 8 8 3 3 0 7 5 3 *